VĂN HỌC MỚI

TẠP CHÍ VĂN HỌC NGHỆ THUẬT

PHÁT HÀNH MỖI 2 THÁNG / SỐ (1 NĂM 6 SỐ) Năm thứ VI

Điều hành: HÀ NGUYÊN DU

Phụ tá diều hành 1: NT LỆ THU

2: Vương Thư Sinh (VHT)

Ttk : NT Lệ Thu & Ngã Phương Huyền

Thư ký & Bản thảo : Bạch Xuân Phẻ

Kỹ thuật NXB Phạm Hồng Thái

Thư từ, bài vở, ngân phiếu xin gởi về:

(Văn Học Mới - New Literature Magazine)

To: HA NGUYEN
10291 Arundel Ave.
Westminster, CA 92683 - 5821

*

vanhocmoi68@gmail.com
hanguyendu@gmail.com

https://tapchivanhocmoi.com

ĐẠI DIỆN PHÁT HÀNH

Toronto:**NguyễnVyKhanh**<nguyenvykhanh@yahoo.com>
Vancouver BC:**Nguyễn Đức Tùng**<bachnguyen@shaw.ca>
Phan Ni Tấn <phannitan@yahoo.ca>
USA:Georgia: **Đức Phổ**<dducpho@gmail.com>
Massachusetts: **Lâm Chương** <lamchuong495@gmail.com>
Louisiana: **NgT Hồng Hải**<nhattannguyen575@yahoo.com>
Dallas: **Nguyễn Lương Ba**< bal@nguyen.us>
Houston: **Nguyễn Minh Triết**<lntt_2000@yahoo.com>
San Jose: **Phạm Hồng Thái**<thaihpham@gmail.com>
Paris:**Trang Thanh Truc<trangthanhtrucparis@yahoo.fr>**
VN: NT Lệ Thu<ntlethu1016@gmail.com>
Germany **Trần Văn Tích**

Số ghi danh Quốc Hội Hoa kỳ: ISSN 2690 - 4276

mục lục

VĂN HỌC MỚI SỐ 28

THƯ TÒA SOẠN

NGUYỄN VĂN SÂM
Cây đại thụ che rậm mát và trổ nhiều hoa tươi đẹp cho Văn Học Việt Nam ...

Tuy tôi không là học trò của thầy Sâm, nhưng tôi thường theo bước chân ông về khía cạnh sáng tác, cũng đọc nhiều tác phẩm của ông.

Thói quen đặc biệt của tôi là luôn chú ý đến những điểm nổi bật hay gây ấn tượng với sáng tác phẩm của mỗi tác giả nào mà tôi đọc.

Riêng về hầu hết những tác phẩm của Giáo sư Nhà văn Nguyễn văn Sâm, rõ ràng là ông có chủ trương, có hướng đi hẳn hoi qua tính cách bình dị, không ngoa ngôn hay sáo ngữ . Phong cách hiển lộ rất dễ cảm hay nhận diện là ông giữ gìn một cách đáng yêu "tính chất chân phương của văn hóa vùng miền" . Bởi, vốn liếng của hơi thở và xương cốt của quý bậc tiền bối làm văn hóa nghệ thuật hay chính của ông và của tôi. Như một đồng nhất với ngôn ngữ nói và viết trong sinh hoạt hàng ngày.

Ông luôn "bảo tồn và phát triển" những tinh hoa của văn hóa dân tộc, nhất là bảo tồn văn hóa *Nam Kỳ Lục Tỉnh*. Điểm sáng nổi trội nhất của Gs Nhà văn Nguyễn Văn Sâm là như một "Ông Đồ thời xưa" là " dấn thân một đời" vào con đường tìm tòi những tinh hoa văn hóa các dân tộc khác để biến hóa thành văn hóa của dân tộc mình. Ông quên thân trên bước đường "học hỏi và nghiên cứu Hán, Nôm" Ông có nhiều tác phẩm dịch từ Hán Nôm. Tóm lại, tôi xin ghi nhận ra đây về những tác phẩm trước đây của Nhà văn Nguyễn văn Sâm, sau đó sẽ ghi nhận tất cả tác phẩm của ông trong phần tiểu sử:

Văn Học Nam Hà (1971,1973)

Văn Chương Tranh Đấu MiềnNam (1969)

Văn Chương Nam Bộ và CuộcKháng Pháp (1972)

Qua Mỹ viết truyện ngắn vì những thôi thúc phải nói lên sự suy nghĩ của mình về quê hương và thân phận người Việt, ngay trên quê hương , hay lạc loài tha hương.

Đã in ở Mỹ:
Câu Hò Vân Tiên (1985)
Ngày Tháng Bồng Bềnh (1987)
Khói Sóng Trên Sông (2000)

Gần đây, trở về gia tài cổ của dân tộc bằng cách phiên âm các tuồng hát bội, truyện thơ viết bằng chữ Nôm chưa từng được phiên âm mà nguyên bản hiện còn đang nằm trong các thư viện lớn ở Âu Châu:
Tam Quốc Diễn Nghĩa
Lôi Phong Tháp
Sơn Hậu Diễn Truyện
Trương Ngáo v.v...

Thành viên Ban Biên Tập Tự Điển Chữ Nôm Trích Dẫn. Giáo sư Viện Việt Học, California, Hoa Kỳ. Cư ngụ tại Nam California Hoa Kỳ (trích nguồn: *https://www.namkyluctinh.org/tuyen-tap/nguyen-van-sam/tieu-su.html)*

Nói về tiểu sử của GS Nhà văn Nguyễn Văn Sâm, là một khuôn mẫu cho các thế hệ chuyển tiếp noi theo. Là một trí thức có học vị vững vàng nên có một gia tài tương đối đồ sộ về văn chương chữ nghĩa…

Riêng tôi, bước đi sau đối với một bậc đàn anh, một bậc thầy như ông, tôi luôn giữ lòng tôn kính và nễ phục!!

Việc thực hiện "*Vinh Danh*" ông, là việc tôi đã từng làm trong suốt chiều dài của bước đi tương đối, đủ để tôi hãnh diện về Con Đường Lập Ngôn của mình. Một chút Công Đức của tôi được thể hiện qua tạp chí **Văn Học Mới** , do tôi *tiên phong sáng lập và điều hành*, cho đến nay ...

Một phong cách đậm nét Nhân Văn là *"ăn trái nhớ kẻ trồng cây, hay uống nước nhớ nguồn"*. Nhớ đến bước chân đàn anh có nhiều điểm son nổi bật: *Giáo sư Nhà văn Nguyễn Văn Sâm, là một trong số những người thật xứng đáng Vinh Danh!!*

(Một lòng trân trọng của tạp chí Văn Học Mới). *Kính chúc Giáo sư một sức khỏe ngày càng khỏe mạnh hơn với tinh thần ổn định và minh mẫn như trước…Sức sống thượng thọ để tiếp nối con đường gìn giữ và phát triển Văn Học, Văn Hóa Dân Tộc Việt Nam của chúng ta.*

Trân trọng

VĂN HỌC MỚI
TẠP CHÍ VHNT

Tiểu sử Giáo sư Nhà văn Nguyễn Văn Sâm

GS **Nguyễn Văn Sâm** Sanh tại Sài gòn, 1940. Từng dạy ở trường Nguyễn Đình Chiểu, Mỹ Tho, Petrus Ký, Đại Học Văn Khoa (Sài gòn) và các trường Đại Học Vạn Hạnh, Cao Đài, Hoà Hảo, Cần Thơ.

Sang Mỹ từ năm 1979, vẫn sống bằng nghề dạy học. Viết cho Văn, Văn Học và các tạp chí Việt ngữ của người Việt. Trước 1975 chuyên viết về biên khảo văn học.

Qua Mỹ viết truyện ngắn vì những thôi thúc phải nói lên sự suy nghĩ của mình về quê hương và thân phận người Việt, ngay trên quê hương, hay lạc loài tha hương.

Gần đây, trở về gia tài cổ của dân tộc bằng cách phiên âm các tuồng hát bội, truyện thơ viết bằng chữ Nôm chưa từng được phiên âm mà nguyên bản hiện còn đang nằm trong các thư viện lớn ở Âu Châu.

Âm Dương
Ánh Mắt Mùa Xuân
Ao Bà Om cạn nước….
Bài “Hịch con quạ”: Phải chăng Trương Vĩnh Ký nói chuyện đánh Tây?
Bạn thời chơi Nhà Chòi
Biển Trời Lai Láng
Bóng mát cuộc tình
Bóng Vẫn Phủ Đời
Bút ký về sự ra đi của một người thầy trường Petrus Ký

THƠ

GIẢI THƠ
TẠP CHÍ VĂN HỌC MỚI TỔ CHỨC

GIẢI THƠ VĂN HỌC MỚI

NHẬN BÀI TỪ ĐẦU THÁNG 2
ĐẾN ĐẦU THÁNG 5 NĂM 2024

CÔNG BỐ KẾT QUẢ GIẢI THƠ
GIỮA THÁNG **6** NĂM 2024

NGÀY TRAO GIẢI THƯỞNG SẼ CÔNG BỐ SAU
CHỈ ĐƯỢC TRAO 5 GIẢI THƯỞNG: CHO
GIẢI NHẤT & GIẢI NHÌ
CÙNG **3 GIẢI TRIỂN VỌNG**
PHẦN TRAO CHO GIẢI NHẤT 1 NGÀN USD
GIẢI NHÌ 5 TRĂM USD
oOo
THAM DỰ GIẢI THƠ XIN GỞI QUA EMAIL:
tapchivanhocmoi.tho@gmail.com
Thành phần Ban Giám Khảo Giải Thơ

Gồm những Nhà Văn Nhà Thơ Nhà Biên Khảo:
Đại **diện BGK: Nhà Văn Nguyễn Văn Sâm**
Thư ký: Hà Nguyên Du
Ban Giám Khảo:
Nguyễn Vy Khanh
Nguyễn Kiến Thiết
Nguyễn Minh Triết
Hoàng Xuân Sơn
Nguyễn Đức Tùng
Đức Phổ

Trân trọng thông báo:

Ban Tổ Chức Giải Thơ: ***Không nhận bất cứ nguồn tài trợ nào Nhắm mục đích giữ trung thực và công bằng để tăng phần giá trị cho giải.*** Mỗi tác giả chỉ được tham dự 10 bài thơ. Nếu có thi tập chỉ dự **một quyển và chọn 30 đầu trong tập.** (Điều kiện là chưa dự thi bất cứ đâu. ***Tất cả, chúng tôi chỉ nhận qua dạng PDF*** hoặc bản WORD (Không nhận dạng sách, vì mỗi vị trong ban giám khảo ở các tiểu bang hoặc ngoài nước Mỹ)

NGUYỄN VY KHANH
Nguyễn Văn Sâm, nhà nghiên cứu văn học miền Nam

Giáo sư Nguyễn Văn Sâm sanh năm 1940 tại Sài-Gòn, trước 1975 là giáo-sư Việt văn và Triết ở các trường trung học Nguyễn Đình Chiểu (Mỹ Tho), Petrus Ký và các trường Đại Học Văn Khoa (Sài-Gòn, về Chữ Nôm), Đại Học Vạn Hạnh, Cao Đài, Hoà Hảo, Cần Thơ. Ông khởi đầu sự nghiệp với những công trình nghiên cứu nghiêm túc về văn-học sử. Các biên khảo của ông đều lấy chủ đề là văn học miền Nam: *Văn Học Nam Hà: văn-học xứ Đàng Trong* (Lửa Thiêng, 1971, tb 1973. 442 tr.), Văn Chương Tranh Đấu Miền Nam (Tựa Thẩm Thệ Hà, Kỷ Nguyên, 1969. 466 tr.) và *Văn Chương Nam Bộ Và Cuộc Kháng Pháp 1945-1950* (luận án Cao học Văn-chương Việt-Nam; Lửa Thiêng, 1972. 295 tr.; Xuân Thu tb, 1988) - đã là những đóng góp độc đáo cho mảng văn học thường không được đánh giá đúng mức này. Không được đánh giá đúng mức, vì sau 1954 ở miền Nam, "kháng chiến" thành kiêng kị, "hồn ma", rồi xuất hiện con cờ Mặt Trận Giải Phóng Miền Nam. Ông đã đi xa hơn hai cuốn *Văn Học Miền Nam* của Phạm Việt Tuyền và Đông Hồ và đã đưa vào văn học sử mảng văn học yêu nước và kháng chiến của miền Nam, phần nào "chính danh" lại cho những văn nghệ sĩ miền Nam vốn vẫn bị đảng Cộng sản sử-dụng cho các chiêu bài "yêu nước" và "dân tộc" của họ!

Ở miền Nam, Thế Phong là nhà biên-khảo đầu tiên đã giới thiệu giai đoạn văn học kháng chiến này trong *Nhà Văn Kháng Chiến Miền Nam 1945-1950* - tập 3 của bộ *Lược Sử Văn Nghệ Việt Nam* xuất bản vào năm 1963 sau khi đã đăng trên tạp chí *Văn Hóa Á Châu,* nhưng Nguyễn Văn Sâm mới là nhà nghiên cứu đánh giá đúng mức tinh thần yêu nước và sự đóng góp cụ-thể và đáng kể của các nhà văn miền Nam thời kháng chiến, với tập *Văn Chương Tranh Đấu Miền Nam và tập luận án cao học về Văn Chương Nam Bộ Và Cuộc Kháng Pháp 1945-1950* tiếp theo. Hai tác-phẩm này là một công trình nghiên cứu dồi dào văn bản, tài liệu và tham khảo [Mã Giang Lân trong giáo trình *Văn-học Việt Nam 1945-1954 đã đánh giá là «quyển sách có nhiều tư liệu quý, hiếm và có những nhận định thỏa đáng*" (tr. 142). Ngoài ra công trình đã được các tác-giả tập *Địa Chí Văn Hóa Thành Phố HCM dùng lại khi trích dẫn các tác-phẩm xuất-bản vào thời văn-học này].*

Thời điểm 1945-1950 đã là thời đặc biệt của văn học kháng chiến và yêu nước ở trong Nam, ông đã nhận xét xác đáng về "nền" văn-chương tranh đấu: " ... *trước giai đoạn 1945, chúng ta chỉ có những tác phẩm tranh đấu nhưng chưa có một nền văn-chương tranh đấu vì thời đó chỉ có một vài nhà văn sáng tác lẻ tẻ khi lòng mình rung động về vấn đề quốc-gia, dân-tộc; nhà văn chưa đặt vấn đề đường hướng sáng tác để những cây bút đồng thời cùng đánh vào một mục tiêu. Ngày xưa, Nguyễn Đình Chiểu, Huỳnh Mẫn Đạt ... lạc loài trước bao nhà văn cùng thời đại. Năm 1945, gần như tất cả văn gia đều hướng về việc tranh đấu, giải thực (...) Hi vọng vừa bừng nở đã chợt tắt vì ý đồ thực dân của người Pháp trong việc muốn tái lập chế độ đô hộ xưa, dân chúng vì vậy oán hận, căm thù. Thêm vào đó cảnh máu lửa khắp nơi, người chết, nhà cháy, lòng người như một cảm thấy yêu mến quê hương, dân-tộc hơn. Họ làm mọi điều hữu ích cho quốc-gia không để ý gì đến những hậu quả tai hại cho chính bản thân và gia đình họ: gia nhập bộ đội, xung vào ban cứu thương, sáng tác tuyên truyền lòng ái quốc hay phổ biến những sáng tác đó, muôn người như một (...) văn-chương Nam-Bộ vì vậy được những người cầm bút lúc đó coi như thể hiện sự đóng góp phần mình vào công cuộc chung của quốc-gia* " (1).

Mở đầu biên-khảo *Văn Chương Tranh Đấu Miền Nam* (1969), Nguyễn Văn Sâm khi lược qua những công trình biên-khảo liên quan đến thời kỳ văn-học này, đã nhận định và ghi lại cho người đọc cái khuynh-hướng kiêng kị khi tránh viết và nói đến văn-học tranh đấu ở miền Nam thời 1945-1950. Chính phủ Đệ nhất Cộng hòa đã cách này hay cách khác, bán chính thức "kiểm duyệt" những sách báo đề cập đến văn-học thời "kháng chiến" nói chung ở toàn quốc chớ không riêng gì ở miền Nam, như chúng tôi đã đề cập khi trình bày về thơ văn thời hậu kháng chiến ở miền Trung và Nam – có thể giới chính-trị và hữu trách đoán trước sự ra đời của Mặt trận GPMN qua các vụ tập kết ra Bắc sau Hiệp định Genève tháng 7-1954 và các vụ tấn công, phá hoại của du kích Cộng-sản ở Trung và Nam.

Ông kết thúc phần mở đầu: "*dù nhắm vào hướng nào, các văn nghệ sĩ được đề cập đến ở đây đều nhắm vào mục đích làm sao cho người dân ý thức thân phận nhược tiểu của mình mà đứng lên lật đổ cơ cấu xã hội thuộc địa lúc ấy để có thể tạo một đời sống thoải mái hơn. Có người bảo rằng như vậy nền văn chương nầy dựa trên căm thù, tạo sự chết chóc, sắt thép. Tôi cho rằng không cần hỏi văn chương có cần phải nhẹ nhàng tươi sáng… hay căm thù, mà chỉ cần hỏi ở đây sự căm thù có chính đáng hay không. Tại sao ta lại cấm đoán văn chương làm sứ mạng lịch sử của nó khi nó có thể làm được mạnh hơn. Ta có thể bảo rằng chính vì nhờ nền văn chương nầy mà những năm 1945-1950 người chống Pháp rất nhiều, khiến người Pháp hiểu rõ hơn tinh thần dân Việt*

Nam, tinh thần một dân tộc không chịu sống yên trong nô lệ, đã thường nổi dậy suốt trong những năm cai trị của họ 4 Cuối cùng vấn đề chót đặt ra là móc giới hạn không gian và thời gian của loạt bài nầy, Trả lời câu hỏi thứ nhất, tôi xin nói ngay rằng đó chỉ là vấn đề tài liệu. Về giới hạn thời gian thì tế nhị hơn. Năm 1945 có sự thay đổi lớn trong tinh thần dân Việt. Những hy vọng, ôm ấp mong mỏi của toàn thể mọi người dân từ lâu bây giờ bỗng nhiên thành sự thật. Mọi người đếu thấy trước một tương lai tươi sáng cho dân tộc hé mở. 1945 là vậy, sau đó sự thật thế nào như ta đã biết. 1950 cũng là năm quan trọng vì lúc nầy giới lãnh đạo cuộc chiến tranh của dân tộc đã ra mặt, tỏ rằng mình chiến đấu đảng hơn là vì dân vì nước. Năm 1950 Việt Nam chia làm hai chính phủ, thật sự đánh nhau với sự hỗ trợ của hai khối, chiến tranh bây giờ là chiến tranh ý thức hệ chớ không còn là chiến tranh cách mạng, giải phóng nữa. Văn nghệ sĩ hết còn thấy "hứng" trong các đề tài cũ nữa. Một giai đoạn của lịch sử văn học bước qua theo chân của sự chuyển hướng chánh trị. Vậy văn học miền Nam 1945-1950 phát sinh do hoàn cảnh đặc biệt của dân tộc. Nhiều nước chung quanh ta cũng có trường hợp lịch sử gần như tương tợ nhưng khi xong thế chiến thứ hai họ không bị nước đế quốc cũ trở lại và họ được độc lập ngay lúc ấy. Dĩ nhiên nhờ đó họ không bị một cuộc chiến tranh dai dẳng như nước Việt Nam bây giờ. Nhưng bù lại ta được một nền văn chương đặc biệt, văn chương ghi lại sức đấu tranh hào hùng của dân tộc . Trong cái rủi cũng có cái may! Cuộc chiến kéo dài càng làm cho nền chiến tranh mà ta đang khảo sát đây thêm mơ hồ, khó hiểu; khó hiểu vì bị lợi dụng, vì tài liệu thiếu thốn… Chúng tôi hy vọng là người vạch những gì bao bọc nền văn chương nầy để nó được coi như bất cứ một nền văn chương nào khác mà thôi, người muốn tìm hiểu cứ bước vào khỏi phải e dè rào đón".

Sau khi lược qua 24 tác-giả của thời văn-học này, ông nhận định ở cuối biên khảo: "*Kết luận chúng tôi chỉ tóm tắt rằng văn học Miền Nam giai đoạn 45-50 rất phồn thịnh và thấy rằng mình có bổn phận giới thiệu sự phồn thịnh đó, còn đặt giá trị của nền văn chương nầy trong vị trí văn học Việt Nam thì xin nhường quyền lại cho sự lựa lọc của thời gian. Chỉ xin thêm rằng: Theo nhận định lệch lạc, chủ quan của một số người thì văn nghệ miền Nam rất nghèo nàn hay không có một quá khứ văn nghệ. Tập sách nầy viết ra không nhằm trả lời - mục đích chỉ giới thiệu. Vì hình như không ai muốn khai thác tìm hiểu văn chương Miền Nam. Và văn chương tranh đấu miền Nam cho tới lúc nầy hình như vẫn còn là một khu rừng cấm đối với giới thưởng ngoạn, phê bình*" (2).

Trong *Văn Chương Nam Bộ Và Cuộc Kháng Pháp 1945-1950*, khi kết luận về "Vai trò của văn-chương Nam-Bộ", Nguyễn Văn Sâm nhận xét rằng: "*Một thế hệ văn-học không đầy năm năm trong vòng kiềm tỏa của thực dân, trong hoàn cảnh chiến-tranh, sản xuất được nhiều tác-phẩm trội là điều đáng hãnh diện (…) Về mặt tư tưởng, đề tài của văn-chương Nam Bộ … đã góp thật nhiều cho quốc-gia. Đó là tiếng nói phẫn uất, gào thét của lớp người bị áp bức, đó là tiếng thúc dục lên đường xóa tan những bất công (...) Văn-chương bước chân ra ngoài đời để làm sứ mạng lịch-sử, để đóng một vai trò tích cực. (...) Vậy chúng tôi nghĩ mọi sự khảo sát tường tận về nền văn-chương này đều cần thiết và công bằng. Cần thiết vì chúng ta sẽ hiểu rõ ràng về văn-chương cách-mạng, văn-chương chống Pháp. Công bằng vì trước đây những nhà văn-học sử chỉ khảo cứu những khuynh-hướng khác của văn-chương, cố tình bỏ qua văn-chương tranh đấu. Tình trạng bỏ ngõ đó có thể góp phần tạo nên sự mai một của một nền văn-chương quá gần với chúng ta và chúng ta, hơn ai hết, sẽ gánh lấy trách nhiệm đó. Mặt khác, sự lơ là nầy sẽ tạo tình trạng cho những cuộc nghiên cứu có tính cách phe nhóm, lập trường kéo theo những xác định sai lệch phục vụ cho những định kiến sẵn. (...)*

Chọn đề tài nầy, chúng tôi muốn gây lên tiếng vang để những người còn e dè bước chân vào khu rừng hoang dã khám phá thêm.những cái hay tiềm ẩn mà lâu nay chúng ta chưa nhìn thấy hầu đặt đúng giá trị của nền văn-chương tranh đấu của Việt-Nam nói chung, của Miền Nam nói riêng (...) Cho đến ngày nay có thể có người đã mất đi lòng tin tưởng nơi tiền đồ của dân-tộc, nhưng chắc ai cũng nhận rằng những cớ chính để những người của giai đoạn 1945-1950 tin tưởng ở sự thành công của dân-tộc Việt-Nam là văn-chương đã hỗ trợ tích cực cho công cuộc giải phóng và hỗ trợ với một nghệ-thuật tinh tế. Khảo sát sự hỗ trợ nầy là đề tài của quyển sách đang ở trong tay quý vị" (3).

Văn Học Nam Hà của Nguyễn Văn Sâm là một biên-khảo chuyên biệt về văn chương một vùng, nhưng văn chương khu vực này có vị trí quan trọng trong việc nghiên cứu tuồng thời Nguyễn giai đoạn các Chúa. Tác giả trong phần viết về tính chất chung của văn học Nam Hà đã đề cập: "*Văn học Nam Hà đặc biệt về phương diện tư tưởng cũng như hình thức. Tư tưởng gắn liền với thời thế và tạo một ý thức mới cho người Đàng Trong. Gắn liền bằng những sáng tác phẩm phản ảnh sự qua phân phe nhóm, nhắc đến nỗi khổ của dân chúng trong thời đại loạn lạc, ca tụng những người lãnh đạo cùng phía với mình, ngợi khen đất nước, phong cảnh mà họ đang sống, đang phục vụ. Ý thức ở chỗ kêu gọi bảo vệ và mở mang bờ cõi cũng như chống lại bất cứ mọi hình thức bàng quan nào kể cả hành vi có tính cách thiêng liêng nhất: tu niệm. Hình thức mới được thể hiện trong thể văn, thể tuồng, thể vè, thể vãn, trong chữ dùng đặc biệt của những người sống từ vùng Thuận Hóa trở vào Nam*" (4).

Sau biến cố 30-4-1975, G.S. Nguyễn Văn Sâm *định cư ở Hoa-Kỳ năm 1979; sau một* thời gian dạy học, ông bước qua lãnh vực sáng-tác và tiếp tục nghiên cứu, hiệu đính và công bố một số văn bản cổ-văn và tuồng chữ Nôm- Ông còn là thành viên chủ động ở Viện Việt Học ở Quận Cam, Nam California. Sau gần 50 năm sống xa sách vở chữ Nôm chữ Hán, chúng tôi không còn đủ khả năng nhận xét và phê phán con chữ thời lịch triều, chỉ biết ghi nhận các đóng góp của giáo sư:

Trương Ngáo (tức Người Đi Đòi Nợ Phật; Viện Việt Học, 2008);

-Tội Vợ, Vợ Chịu (Westminster CA: Viện Việt Học 2010),

-Người Hùng Bình Định (Viện Việt Học, 2012),

-Mà Lòng Tôi Thương (Viện Việt Học, 2013),

-Tỉnh Mê Một Cõi (Viện Việt Học 2015);

-Báo Ứng Nhân Quả (Gió Việt, 2016).

-Truyện Chàng Lía, tức Văn Doan Diễn Ca (Viện Việt Học, 2021);

-Tuồng Kim Vân Kiều ở Nam Kỳ Lục Tỉnh (Gió Việt, 2022);

-Quan Âm Tế Độ Diễn Nghĩa Ca (Gió Việt; Nhân Ảnh, 2022);

Từ cuối thập niên đầu của thế kỷ XXI, ông đã biên dịch, chú giải và giới thiệu một số tác phẩm của người Công giáo Nam-kỳ lục tỉnh. Trong phần Mở đầu bài "Mảng tác phẩm Công Giáo của văn chương Nam Kỳ đầu thế kỷ 20", ông ghi lại quan điểm của ông về mảng văn học Công giáo: "*Văn học Công Giáo là những tác phẩm nói những chuyện liên quan đến đời sống Công Giáo như đạo nạn, các thánh tông đồ, những suy nghĩ của người đương sống đạo, hoặc là những sinh hoạt mà nhân vật là những người tuẩn đạo, thuần đạo… – Tác giả không nhứt thiết là người đạo, nhưng thường 100% là ở trong trường hợp nầy – trong tác phẩm của họ tính chất văn học hiện diện đã đành nhưng tính chất tôn giáo cũng đồng thời có mặt… Trong văn học Việt Nam, những tác giả Công Giáo như những ông Huỳnh Tịnh Của, Trương Vĩnh Ký, Trương Minh Ký, Nguyễn Trọng Quản, Hàn Mạc Tử… không thuộc nhóm nầy vì tác phẩm của họ nói về chuyện chung của người Việt Nam và tính chất tôn giáo rất ít không có hay là khó thấy. Do đó người viết văn học sử đã xếp những vị nầy vô nhóm những* nhà văn Việt Nam nói chung.

Trái lại tác giả Hồ Ngọc Cẩn, tác giả tuồng Sébastien, tác giả Jacques Lê Văn Đức, tác giả Trịnh Khánh Minh, tác giả Trịnh Khánh Tân, tác giả Nguyễn Quang Minh… là những người thuộc nhóm tạo thành văn học Công Giáo Việt Nam. Nhóm nầy hầu hết xuất hiện ở Miền Nam thời đầu thế kỷ 20 nên chúng tôi gọi họ là những nhà văn Công Giáo Miền Nam *giai đoạn 1860-1930. Tác phẩm của họ nói về chuyện đạo nhưng được viết ra với nhiều tính cách văn chương. Thường là bằng thơ lục bát hoặc tuồng, văn xuôi là số ít, nội dung nhắm tới việc đưa ra những sự kiện về bắt đạo, tử đạo hoặc dạy cho người đọc sống phù hợp với lẽ đạo nói riêng và con người thuần lương nói chung. Có thể là khi sáng tác, những vị nầy chủ yếu nhắm mục tiêu viết cho đồng đạo nhiều hơn cho độc giả bình thường nhưng chắc chắn rằng ai đã đọc thì thế nào cũng học được điều gì đó tốt lành …*"(5)

GS Nguyễn Văn Sâm đã có công chú giải và giới thiệu một số tác phẩm của người Công giáo – bên cạnh "Chuyện Đời Xưa" của Trương Vĩnh Ký và thơ ngụ ngôn của Trương Minh Ký và những tuồng cổ như đã nói ở trên, trong số có *Tuồng Joseph, 1887, của nhà văn miền Nam Trương Minh Ký* (2013, 54 tr.). Tiếc là ông chỉ chú trọng khai thác văn bản về mặt phương ngữ và ngôn ngữ sử dụng vào thời trước ở miền Nam. Chúng tôi nghĩ mở hơn, trong *Sơ thảo Văn-học Công-giáo Việt-Nam* vừa xuất bản đầu tháng 7-2023, chúng tôi "*tự giới hạn* đề tài dấu ấn đạo Chúa trong văn-học chữ quốc ngữ với các tác giả Công-giáo *loan báo, sống Tin Mừng* cũng như các vị có tác phẩm chịu ảnh hưởng đạo Thiên Chúa – các nhà nghiên cứu hoặc viết văn làm thơ. Vì chủ đích của biên khảo "văn-học Công-giáo", do đó chúng tôi đã đưa vào và gọi là nhà văn "Công-giáo" trong khi phần lớn chỉ muốn đơn thuần là nhà văn "Việt-Nam" hoặc là người Công-giáo. Chúng tôi muốn khai phá và nhận định về lịch sử văn học Công giáo Việt Nam như đã xảy ra. Văn học Công giáo Việt Nam dĩ nhiên là thành phần của Văn học Việt Nam vì nền văn học quốc gia này đã và sẽ có những nguồn mạch, dòng chảy, những xu hướng có thể khác nhau nhưng sẽ làm đa dạng và phong phú cho nền văn học chung. Hơn nữa, các văn bản và tác phẩm mà chúng tôi đề cập, phân tích, mang tính văn học / văn học sử và một số đã không nhất thiết phải mang tính sáng tạo văn chương nghệ thuật. Với chúng tôi, văn bản quan trọng và đích thực hơn là *tiểu sử bao nhiêu phần trăm Công-giáo*..." [(6)].

Chúng tôi "thân thiết" với Nguyễn Văn Sâm ban đầu qua các tác phẩm biên luận về văn học miền Nam, đến khi ra hải ngoại được "gặp" và liên lạc qua email, các nhóm liên-mạng thời thập niên 1990, 2000 cũng như cùng chung cộng tác biên tập trang namkyluctinh với các thành viên khác, và cuối cùng mới gặp người thật khi ông đến Montréal khi tôi sắp về hưu năm 2011 và gần đây ở Toronto.

NVS, NVK và Lâm Văn Bé, 3 thành viên trang mạng namkyluctinh

Chú-thích

1. Nguyễn Văn Sâm. Văn Chương Nam Bộ Và Cuộc Kháng Pháp 1945-1950 (Los Alamitos CA: Xuân Thu tb, 1988), tr. 21-22.

2. Nguyễn Văn Sâm. Văn Chương Tranh Đấu Miền Nam. Bản điện tử.

3. Nguyễn Văn Sâm. Văn Chương Nam Bộ Và Cuộc Kháng Pháp 1945-1950. Sđd, tr. 254-258.

4. Nguyễn Văn Sâm. Văn Học Nam Hà. Bản điện tử, tr 67-68.

5.https://www.namkyluctinh.org/tuyen-tap/nguyen-van-sam/tuyen-tap/van-hoc---bien-khao/mang-tac-pham-cong-giao-cua-van-c-6a18f2fa5a321aaa.html

6. *Sơ thảo Văn-học Công-giáo Việt-Nam* (Toronto: Nguyễn Publishing, 2023), tr. 9, 10.

NGUYỄN VY KHANH

Giai thoại

Dấu hiệu của sự nổi tiếng

Có người hỏi Victor Hugo:

- Xin ông cho biết liệu trong đời ông có dấu hiệu nào báo trước sự nổi tiếng của ông trong tương lai?

- Có đấy - nhà văn đáp - một lần tôi trở về nhà rất muộn. Tôi cho xe ngựa dừng lại cạnh cổng và bấm chuông. Song không hiểu sao gia nhân không ra mở cửa, mà tôi thì lúc ấy rất buồn đi tiểu. Không còn cách nào khác, tôi đành đứng tiểu tiện ngay cạnh cổng. Vừa lúc đó có một người đi qua, nhìn thấy tôi đang làm việc ấy ông ta quát:

- Đồ lợn! Sao dám đái ngay trước cửa nhà Victor Hugo!

Victor Hugo!

(1802 - 1885) - Nhà thơ, nhà văn, nhà soạn kịch thuộc Chủ nghĩa Lãng mạn người Phá

NGUYỄN VĂN SÂM - NGƯỜI BẢO TỒN VĂN HỌC NAM KỲ LỤC TỈNH

Từ giữa thập niên 1960 và đầu thập niên 1970, tên tuổi của giáo sư Nguyễn Văn Sâm được nhiều người biết đến tại miền Nam Việt Nam vì ngoài việc giảng dạy tại Đại học Văn khoa Sài-gòn và một số trường tư thục ông còn là một nhà nghiên cứu, biên khảo và dịch thuật có uy tín trong lãnh vực Hán-Nôm. Ông là một trong rất ít người Việt còn thông thạo hai cổ ngữ Hán và Nôm. Đặc biệt hơn nữa là đa số các bài nghiên cứu, biên khảo và dịch thuật văn học của ông đều chú trọng vào vùng Nam kỳ Lục tỉnh.

Nam kỳ Lục tỉnh là vùng đất trải dài từ miền nam Bình Thuận đến mũi Cà Mau, vùng đất này được vua Minh Mạng vào năm 1832 đã cho bỏ tên Gia Định Thành rồi gồm các trấn lại gọi chung là Nam Kỳ gồm có 6 tỉnh là Biên Hòa, Gia Định, Định Tường, Vĩnh Long, An Giang và Hà Tiên. Trong dân gian vùng đất nẩy được gọi là Nam Kỳ Lục Tỉnh chia ra là 2 miền: là Miền Đông (Gia Định, Biên Hòa, Định Tường) và Miền Tây (Vĩnh Long, An Giang, Hà Tiên).

Nam Kỳ Lục Tỉnh là vùng đất mới khai khẩn mang nhiều sắc thái đặc thù mà từ văn hóa đến tâm tình lẫn tâm tính có nhiều khác biệt với tổ tiên của họ ở Đàng Ngoài. Suốt một thời gian dài mảnh đất màu mỡ mang nhiều bản sắc riêng này vẫn chưa được nền văn học nước nhà quan tâm khai phá đầy đủ do nhiều nguyên nhân khác nhau. Có những định kiến hẹp hòi cho là văn chương vùng đất mới này không có giá trị nghệ thuật, chỉ nhằm phục vụ tầng lớp bình dân. Thậm chí, còn có quan niệm lệch lạc rằng Nam bộ không có văn học, Lục Vân Tiên chẳng phải là một tác phẩm văn chương và tiếng nói của người miền Nam chỉ là một thổ ngữ...

Nhận định đầy thiên kiến trên có thể đã dựa vào những tiêu chuẩn giá trị và sự thưởng ngoạn văn chương của người miền Bắc. Họ quên là người Việt vào Nam đi khai khẩn vùng đất mới cần phải nói và viết sao cho dễ hiểu. Câu văn, câu nói bình dân, ngôn ngữ của ruộng đồng là một nhu cầu truyền thông của người dân vùng đất mới. Qua nhiều thế hệ cần lao, tiếp cận với các ngôn ngữ địa phương không khoa cử, không văn chương bóng bẩy đã biến hóa thành thứ văn chương *nghĩ sao nói vậy*. Do đó, văn chương miền Nam thiên về kể chuyện và trình diễn, thiên về đọc to để mình và để người khác cùng nghe với mình. Từ đó, người Nam Kỳ không ngâm thơ mà chỉ có Nói Thơ, thí dụ Nói thơ Lục Vân Tiên.

Tuy vậy, trải qua hơn 400 năm hình thành và phát triển, mảnh đất phương Nam đã "đất lành chim đậu" và trở thành một vùng văn hóa có nhiều thành tựu rất đặc sắc. Nhiều công trình giá trị đã lần lượt ra đời, góp phần khẳng định vị trí đặc biệt của vùng văn học này. Theo học giả Nguyễn Văn Trung thì loại tiểu thuyết lịch sử ở miền Nam phong phú và hấp dẫn đã có từ năm 1910, đi trước miền Bắc ít ra là 30 năm. Tiểu thuyết tình cảm cũng vậy với nhiều tác giả nổi tiếng như: Lê Hoàng Mưu, Nguyễn Chánh Sắt, Phú Đức, v.v.. Trong lãnh vực báo chí, nhiều tờ báo quan trọng hiện diện ở Nam Kỳ có một lịch sử lâu năm trước khi được phổ biến ra Bắc Kỳ, như *Gia định báo* (1865-1909), *Thông loại Khóa trình* (1888), *Nông Cổ Mín Đà*m (1901-1924), *Lục tỉnh Tân vă*n (107-1943)... Điều này cho thấy vùng Nam Kỳ Lục Tỉnh tuy là đất mới nhưng không có nghĩa là là không có văn học, không sản xuất được nhiều người tài ba… Trái lại, Nam Kỳ Lục Tỉnh đã có một nền văn học đa dạng, phong phú từ hơn 150 năm. Văn chương bóng bẩy, cầu kỳ, trọng Hán học của vùng Đàng Ngoài đã hòa trộn với văn hóa bản địa, văn hóa phương Tây để thành một nền văn hóa độc đáo của Nam Kỳ Lục Tỉnh. Đó là nền văn chương mộc mạc, bình dân, hướng về chữ quốc ngữ của vùng đất mới. Nền văn học đặc thù Nam Kỳ Lục Tỉnh đã được hình thành từ rất sớm với nhiều thành tựu quan trọng, cần được các nhà khảo cứu văn học Việt Nam quan tâm tìm hiểu, nghiên cứu đầy đủ hơn.

Một trong các nhà văn đầy tâm huyết với mảnh đất Nam Kỳ Lục Tỉnh hiền hòa là nhà văn, nhà giáo Nguyễn Văn Sâm một trong rất ít người Việt hiện nay còn thông thạo chữ Nôm. Ông cả đời lúc nào cũng đau đáu gắn liền với mảnh đất hiền hòa máu thịt qua từng trang viết ở nhiều lãnh vực: biên khảo, phê bình, dịch thuật và sáng tác. Trong nỗ lực phục hoạt lại mảng gia tài văn học cao quí của nước nhà, nhà văn, nhà giáo Nguyễn Văn Sâm đã sưu tập, phiên âm, chú giải nhiều mảng truyện thơ Nôm tưởng đã mai một dưới lớp bụi của thời gian, đồng thời cũng đưa ra ánh sáng nhiều tác giả văn học cổ đã bị lãng quên của lịch sử. Tất cả những việc khám phá đó giúp làm giàu cho gia tài văn học Việt Nam với nhiều tài liệu bằng quốc ngữ cần cho các nhà nghiên cứu văn học chuyên sâu… Ngoài nhiều công trình nghiên cứu văn học nổi tiếng, ông cũng là một nhà sáng tác văn học với giọng văn rất Nam Bộ theo kiểu riêng.

Nhà văn, nhà giáo Nguyễn Văn Sâm là người con của vùng Nam Kỳ Lục Tỉnh, sanh ngày 21 tháng 3 năm 1940 tại Sài Gòn. Trước 1975 ông là giáo sư dạy môn Việt văn ở nhiều trường như Nguyễn Đình Chiểu (Mỹ Tho), Pétrus Ký, Đại Học Văn Khoa (Sài Gòn) và một số trường đại học khác như Đại Học Vạn Hạnh, Cao Đài, Hoà Hảo, Cần Thơ… Sau biến cố 30 tháng 4 năm 1975 ông sang Mỹ tị nạn năm 1979 tiếp tục sống bằng nghề dạy học và viết văn cho một số tạp chí Việt ngữ của người Việt ở Mỹ. Sau vài năm dạy học tại Port Arthur, một thị trấn ngoại vi của Houston (Texas) ông chuyển sang tiểu bang California là nơi có nhiều đồng bào Việt Nam sinh sống. Tại đây, ông đảm nhận vai trò Trưởng ban Văn chương, Viện Việt-Học tại Hoa Kỳ. Đồng thời ông còn là thành viên Ban Biên Tập Tự Điển Chữ Nôm Trích Dẫn.

Với mong muốn gìn giữ di sản văn hóa và ngôn ngữ dân tộc trong hoàn cảnh phải ly hương sinh sống rải rác nhiều nơi ở hải ngoại của đồng bào Việt Nam, ông đã cùng một số nhà nghiên cứu phê bình văn học, giáo sư Việt văn khác chủ trương trang mạng "*Nam Kỳ Lục Tỉnh*" để làm diễn đàn cho người yêu mến tiếng Việt và văn chương miền Nam.

Tuy sống ở hải ngoại, Giáo sư Nguyễn Văn Sâm vẫn luôn miệt mài với mảng biên khảo văn chương chữ Nôm và đã bỏ rất nhiều công sức để sưu tầm, phiên âm và biên tập lại những sách truyện, thơ chữ Nôm trong nỗ lực phục hoạt lại mảng gia tài văn học quý giá của nước nhà đã gần như bị quên lãng. Ông đã lặng lẽ đi lục tìm các thư viện trên các nước Mỹ, Pháp, kết hợp với những chuyến về thăm quê nhà để lùng tìm và tiếp xúc với những nhà văn nhà thơ ít được biết đến nhưng đã sống và viết trên mảnh đất Nam Kỳ Lục Tỉnh để tìm thêm các tài liệu văn thơ truyện cổ còn sót lại đâu đó. Có khi ngẫu nhiên nhặt được trên bệ thờ một gia đình xứ Huế, có khi trên gác bếp một căn nhà nông thôn Miền Tây do con cháu biết là của ông cha để lại nhưng không hiểu nội dung viết gì đành giữ đó như một di vật của tổ tiên. Có khi được tặng không, có khi phải mua cả mấy cây vàng… Công cuộc tìm kiếm tôn tạo giữ gìn vốn cổ ấy cho đến nay nhà văn của chúng ta vẫn chưa dừng bước.

Trong việc truy tìm này, ông rất quan tâm tới thể loại tuồng xưa đặc biệt là Tuồng Hát Bội từng là những bài học đạo lý ở đời nơi vùng đất mới. Nhờ đó ông đã cho ra mắt nhiều bài biên khảo cũng như nhiều công trình phiên âm chữ Nôm ra quốc ngữ rất có giá trị. Sau trên 50 năm cặm cụi làm việc ông đã tạo dựng được một gia tài văn học khá to lớn thuộc nhiều lãnh vực văn thơ, biên khảo, đặc biệt là việc sưu tầm, phiên dịch và chú giải các văn bản chữ Nôm quý hiếm. Về kho tàng văn học chữ Nôm là chữ của người Việt Nam từ thời cổ, nó được tạo ra từ chữ Hán để ghi âm tiếng Việt nhưng có điều rất hay là tuy chữ Nôm do từ chữ Hán mà ra nhưng người Hán (Trung Hoa) lại không đọc được và cũng không hiểu được. *Cũng như chữ Hán, chữ Nôm là kho tàng gìn giữ một phần quan trọng văn hóa dân tộc.* Muốn tiếp xúc với văn hóa dân tộc, phải biết loại chữ Hán- *Nôm.* Việc tìm hiểu chữ Nôm tức là tìm về nguồn cội để hiểu về lịch sử cũng như những sinh hoạt của tổ tiên chúng ta. Tiếc thay là đa số chúng ta ngày nay không thông hiểu các loại ký tự này nên rất cần những người như giáo sư Nguyễn văn Sâm để làm công tác truy tìm, phiên âm và chú giải các tài liệu cổ đó.

Theo các nhà nghiên cứu về chữ Nôm thì hiện đã thu thập được cả chục ngàn sách vở tài liệu viết bằng thứ chữ cổ này, đề cập đến đủ mọi lãnh vực từ văn chương đến lịch sử, tử vi, y học, phong thủy, gia phả, v.v… Nếu không tìm hiểu tra cứu, gìn giữ thì chúng ta sẽ rất khiếm khuyết khi đề cập tới lịch sử của dân tộc Việt Nam. Tuy nhiên, con số cả mấy chục ngàn tài liệu vẫn chưa đủ vì còn rất nhiều sách vở tài liệu viết bằng chữ Nôm chưa từng được phiên âm mà nguyên bản hiện còn đang nằm trong các thư viện lớn ở Âu Châu hay rải rác tại các tư gia mà đa số chưa được ai phiên âm ra chữ quốc ngữ.

Nhìn khắp trong và ngoài nước, chúng ta có thể đếm thấy nhiều ngàn nhà văn, hàng trăm ngàn nhà giáo… nhưng không có bao nhiêu người gọi được là học giả Chữ Nôm. Và trong số các học giả *hiếm hoi có thẩm quyền về chữ Hán-Nôm* Giáo Sư Nguyễn Văn Sâm đã nổi bật nhứt nhờ các công trình phiên dịch và chú giải các tác phẩm Chữ Nôm. Hiện nay, ngoài những công tác thường xuyên cho Hội Việt Học tại California, Giáo sư Nguyễn Văn Sâm vẫn luôn không quên việc sưu tầm, phiên âm và biên tập lại những sách truyện, thơ chữ Nôm trong nỗ lực phục hoạt lại mảng gia tài văn học hiếm quý của nước nhà.

Thành quả của việc miệt mài sưu tầm, nghiên cứu của ông đã cho chúng ta một gia tài khá to lớn về mọi lãnh vực văn học. Về biên khảo GS Nguyễn Văn Sâm cho chúng ta hàng chục đầu sách ghi lại các công trình dịch thuật, chú giải chữ nghĩa trong các tác phẩm chữ Nôm rất độc đáo. Bên cạnh, ông còn là tác giả của hàng trăm truyện ngắn, với nhiều chủ đề, nội dung súc tích với một văn phong rất Nam Kỳ Lục Tỉnh. Dầu biên khảo hay truyện ngắn tất cả đều tỏ lộ một tấm lòng thiết tha muốn bảo tồn văn hóa cổ truyền thống của dân tộc. Gia tài văn học to lớn đó gồm:

BIÊN KHẢO – TRUYỆN NGẮN và
SƯU TẦM, PHIÊN DỊCH VÀ CHÚ GIẢI VĂN BẢN CHỮ NÔM

A/. BIÊN KHẢO – TRUYỆN NGẮN

Trước 1975 khi còn ở Việt Nam giáo sư Nguyễn Văn Sâm chỉ chuyên viết về biên khảo văn học và đã xuất bản được 3 tác phẩm có giá trị về văn học miền Nam gồm:

Văn Chương Tranh Đấu Miền Nam (1969)
Văn Học Nam Hà (1971, 1973)
Văn Chương Nam Bộ và Cuộc Kháng Pháp 1945-1954(1972)

Công trình văn học đầu tiên là một tập sách khá dầy khảo sát 21 tác giả Đàng Trong và nhóm "Chân Trời Mới" gồm những nhận định sắc sảo về các cây bút.

Quyển Văn học Nam Hà trình bày bộ mặt của văn học miền đất từ Thuận Hoá đến Hà Tiên qua 11 nhân vật lịch sử và điểm qua những sáng tác bất hủ của họ phản ảnh được tình trạng qua phân Đàng Trong, Đàng Ngoài, phe nhóm của giai đoạn lịch sử bấy giờ.

Tác phẩm *Văn Chương Nam Bộ và Cuộc Kháng Pháp* là luận án Cao học Văn Chương của ông, mục đích nghiên cứu giai đoạn văn học rất phồn thịnh là giai đoạn 1945-1950 đồng thời đề cập đến những người cầm bút Nam bộ lúc đó được coi như thể hiện sự đóng góp phần mình vào công cuộc chung của quốc gia. Văn chương Việt Nam giai đoạn 1945-1950 phần lớn đi theo đường lối tranh đấu, người viết như có sẵn một mục tiêu: phải viết thế nào để người đọc cảm thấy yêu quê hương dân tộc, căm giận bọn thực dân thống trị và hăng say trong việc lên đường cứu nước. Văn chương Nam Bộ đã vạch ra cho người đọc thấy những thực chất chánh sách cai trị của người Pháp ở Việt Nam, một thực chất bóc lột được điều hành bằng đường lối vô nhân. Tác phẩm *Văn Chương Nam Bộ và Cuộc Kháng Pháp* (1972) của ông góp phần vào việc kháng Pháp trong việc để cập đến ba chủ điểm:

a.Trình bày dã tâm thống trị của người Pháp ở Việt Nam.

b. Những hình ảnh đau thương của dân tộc dưới chế độ thực dân

c. Kêu gọi người dân lên đường cứu nước.

Năm 1988 khi cho nhà Xuân Thu tái bản tại Hoa Kỳ cuốn *Văn Chương Nam Bộ và Cuộc Kháng Pháp*, nhà văn Nguyễn Văn Sâm viết một bài tựa ngắn cho kỳ tái bản này, trong đó ông nhận định là *"Biến cố 1975 cho chúng ta thấy rằng chế độ thực dân đồng chủng hay dị chủng bản chất vẫn như nhau. Những điều các nhà văn Nam Bộ trước đây nói để chỉ người Pháp, các nhà văn hải ngoại chúng ta bây giờ nói để chỉ bọn Cộng Sản Việt Nam."*

Sau 1975 khi định cư ở Mỹ, nhà văn Nguyễn Văn Sâm mới viết truyện ngắn vì những thôi thúc phải nói lên sự suy nghĩ của mình về quê hương và thân phận người Việt, hiện đang ở ngay trên quê hương hay lạc loài chốn tha hương.

Trong hơn 50 năm miệt mài với công việc biên khảo và sáng tác văn học ông đã đạt được con số không nhỏ là hơn 10 đầu sách và hơn 300 bài viết gồm biên khảo, truyện ngắn, thơ, và các bài phiên dich, chú giải chữ Nôm. Một phần các truyện ngắn của ông đã được một số nhà xuất bản và đặc biệt Viện Việt Học giúp xuất bản, gồm có:

Miền Thượng Uyển Xưa (1983) một tập truyện, in chung với Đặng Phùng Quân

Câu Hò Vân Tiên (1985) tập truyện

Ngày Tháng Bồng Bềnh (1987) tập truyện
Khói Sóng Trên Sông (2000) tập truyện
Quê hương vụn vỡ (2012) tập truyện
Ước vọng bay tan (2016) Kịch thơ
Giọt nước nghiêng mình (2018) Tập truyện
Người hùng Bình định: Nổi loạn Truông Mây (2012)

Các truyện ngắn của nhà văn Nguyễn Văn Sâm không chải chuốt nhưng chân thật, dung dị thường để cập tới nhiều chủ đề khác nhau như tình đất, tình quê hương, tình người nhân nghĩa, tình gia đình gắn bó... đặc biệt tất cả đều chung một giọng văn đậm chất Nam Bộ, trong đó tác giả đã lưu trữ, bảo tồn rất nhiều phương ngữ của vùng Sài-gòn và Nam Kỳ Lục tỉnh giúp cho người đọc hình dung đến một không gian sinh hoạt Sài Gòn ngoại ô xưa. Về phần nội dung của các truyện ngắn rất phong phú nói lên tấm lòng thiết tha với quê hương, với giống nòi trong mục đích bảo tồn văn hóa và đạo lý làm người cổ truyền của dân tộc.

Truyện ngắn của nhà văn Nguyễn Văn Sâm cũng gần gũi thời sự với những chuyện tranh chấp biển đất giữa hai nước Việt-Hoa, khiến những hố chưn voi chia cắt những người Hoa-Việt sống chung từ nhiều đời (Những hố chưn voi trong lòng người), hay chuyện người Hoa chế biến thực phẩm, dầu mè ra sao (Chuyện đổi chó), chuyện hóa chất, chuyện đẻ mướn, chuyện 'tàu lạ' hoành hành ngoài khơi .v.v.. đã xảy ra từ thuở xa xưa rồi!

B./ SƯU TẦM, PHIÊN DỊCH VÀ CHÚ GIẢI VĂN BẢN CHỮ NÔM

Phần còn lại của gia tài văn học của ông được dành cho phần phiên dịch, chú giải các tài liệu chữ Nôm. Đối văn chương chữ Nôm GS Nguyễn Văn Sâm đặc biệt sưu tầm và phiên âm ra quốc ngữ vì "*chữ Nôm là chữ của người Việt trước khi người Âu Châu tới Việt Nam. Văn chương chữ Nôm là những tác phẩm của ông bà mình viết ra bằng chữ Nôm như Đoạn Trường Tân Thanh, Lục Vân Tiên, Phan Trần, Hoa Tiên, Nhị Độ Mai...*" Ông bà mình ngày xưa viết gì quan trọng thì dùng chữ Hán, viết gì có tính chất tình cảm, truyện cho dân chúng thưởng thức thì viết bằng chữ Nôm. Chữ Nôm là thứ chữ của dân tộc ta đã được dùng trong gần 10 thế kỷ, mãi đến cuối thời Pháp thuộc, nó mới không còn được sử dụng trong đời sống hằng ngày nữa. Chữ Nôm ghi âm tiếng mẹ đẻ, cho nên đạt tới độ chính xác cao khi diễn đạt, có giá trị biểu cảm cao khi nói đến hiện thực đời sống của người dân ở xã hội, một xã hội mà chế độ phong kiến đang dần dần tàn lụi. Cho nên có thể nói văn thơ chữ Nôm là tiếng nói và nỗi lòng của người bình dân nên một thời đã tỏ ra trội hơn hẳn văn thơ chữ Hán. Tuy văn học chữ Nôm ra đời sau văn học chữ Hán nhưng văn học chữ Nôm càng ngày càng phát triển mạnh và làm suy giảm ảnh hưởng của văn học chữ Hán. Nền văn học chữ Nôm từng đạt tới cực thịnh từ thời Hậu Lê đến thời kỳ đầu nhà Nguyễn. Đây là một hiện tượng văn học mang tính lịch sử.

Giáo sư Nguyễn Văn Sâm là người đam mê với chữ Nôm nên đa phần gia tài văn học của ông đều liên quan đến việc sưu tìm, phiên âm và chú giải các văn bản chữ Nôm của tiền nhân. Sau đây là một số văn bản tiêu biểu được ông phiên âm và chú giải từ các sách chữ Nôm xưa:

Bài ca răn cờ bạc - Phiên âm và giới thiệu theo bản Nôm Phước An (năm 1921)

Báo Ứng Nhân Quả (2016)

Chàng Nhái-Chằng Tinh: Tản mạn về Truyện thơ ở đồng bằng sông Cửu Long

Chú giải "Chuyện Đời Xưa" của Trương Vĩnh Ký (2017)

Chú giải "U Tình Lục" của Hồ Biểu Chánh (2014), Truyện thơ viết bằng chữ quốc ngữ, tác phẩm đầu tay của Hồ Biểu Chánh.

Hậu Trần Minh Khố Chuối

Khuyến nam độc thư (Khuyên con trai đọc sách) Bản Nôm do Nguyễn Văn Sâm sưu tập, phiên âm, sơ chú, và giới thiệu. Bài văn nầy chứa đựng một số từ ngữ, thành ngữ xưa nhưng tương đối dễ hiểu, lời nhẹ nhàng, là một bài học ích lợi của bao thế hệ học sinh. Trong Nam, sách giáo khoa trước đây đã có trích dẫn.

Kim Gia Định Phong cảnh vịnh - Hai Đức tác giả bản văn lục bát xưa nhất (1882) nói về Sàigòn sau khi người Pháp đến, gồm những câu thơ, câu hát, câu hò có nhắc đến các địa danh Gia Định, Bến Nghé, Nhà Bè. Bản văn nầy do Trương Vĩnh Ký phiên âm từ chữ Nôm ra chữ quốc ngữ. Nay Nguyễn Văn Sâm giới thiệu và chú thích.

Kinh Năm ông: Bổn kinh chữ Nôm chép tay còn sót lại cổ động việc thờ Năm Ông, Phật Giáo Bửu Sơn Kỳ Hương (sưu tầm ở An Giang năm 2006)

Mà Lòng Tôi Thương (2013)

Mỹ nữ Cống Hồ: bản Nôm và bản Quốc ngữ do Nguyễn Văn Sâm phiên âm theo bản Nôm Phúc An Đường khắc năm 1921

Nữ Tắc Diễn Âm (Lời dạy Đàn bà Con gái)

Nhạc Phi Diễn Bổn 1

Nhạc Phi Diễn Bổn 2

Phụng Kiều Lý Đán

Quan Âm Tế Độ (2022) do GS Nguyễn Văn Sâm phiên âm và chú giải. Bản chữ Nôm nhận được từ một cơ duyên lạ nên tự thấy *"tôi phải phiên âm và chú giải, vì nếu tôi không in ra thì không ai biết có bản Nôm này."*

Sơn Hậu diễn truyện, truyện thơ

Tây Du Ký Hồi 01 - Giới thiệu

Tây Du Ký Hồi 01 – 03 – 14 – 15 – 17 – 18 Phiên âm

Tỉnh Mê Một Cõi (2015)

Tội Vợ Vợ Chịu (2010)

Thạch Sanh – Lý Thông, truyện cổ tích bằng thơ chữ Nôm đầu tiên, được GS Nguyễn Văn Sâm phiên dịch, chú giải và ấn hành.

Thơ Dương Ngọc

Thơ Mã Thành

Truyện Nôm Nữ Tú Tài

Trương Ngáo (tức Người Đi Đòi Nợ Phật) (2008) do Nguyễn Văn Lục giới thiệu *và* do Giáo sư Nguyễn Văn Sâm phiên âm và chú giải theo bản Nôm của nhà phát hành khắc in tại Phật Trấn,Trung Quốc, ấn bản năm Mậu Dần 1878.

Truyện Phan Sa diễn ra Quốc ngữ do Trương Minh Ký dịch từ tiếng Pháp gồm 17 truyện ngụ ngôn dịch theo văn vần và 150 truyện dịch theo văn xuôi với lối văn nôm na thông dụng dễ hiểu. Phát hiện này đồng thời cũng cho thấy với 17 truyện thơ ngụ ngôn dịch từ 1884 này, chứng tỏ Trương Minh Ký đã đi trước người tiên phong dịch thơ ngụ ngôn phương Tây Nguyễn Văn Vĩnh hơn 30 năm.

Tuồng hát bội Tam Quốc Diễn Nghĩa Ca- (2020) gồm 6 tập là một đại tác phẩm Trung Hoa được dịch ra nhiều thứ tiếng nhưng tất cả các bản dịch đều theo thể văn xuôi, riêng tác phẩm này được tác giả chuyển thể thành tuồng hát bội bằng chữ Nôm gồm đúng 120 hồi của nguyên tác và vì chữ Nôm nên chưa bao giờ được học giới biết tới. Bản chữ Nôm đã được GS Nguyễn Văn Sâm "tìm thấy, phiên âm và công bố lần đầu tiên gọi là cứu vãn chút nào gia tài văn hóa Việt Nam có dính dáng với triều đình nhà Nguyễn và liên quan tới bộ môn hát bội nay đã tuyệt chủng."

Tuồng Kim Vân Kiều, tức *Truyện Kiều ở Nam Kỳ lục tỉnh* (2021), bản Nôm toàn bộ gồm ba hồi. Truyện Kiều của Nguyễn Du viết theo thể thơ lục bát, được những người dân Nam Bộ cho bình dân hóa, và chuyển thành một phiên bản tuồng để trình diễn cho khán giả xem. Tuồng Kiều Nam Bộ *này được hình thành trong suốt* sáu mươi năm (1875-1942) qua nhiều cải tiến. Nguyên nhân hình thành là *để phù hợp với sự thưởng thức của* người lưu dân mới vừa định cư ở vùng đất mới mọi thứ đều thiếu thốn, nhứt là mức độ văn chương thơ phú, không thể thưởng thức được loại văn chương quá cầu kỳ kiêu sa của nguyên tác.

Tuồng Đường Chinh Tây – là một tác phẩm của thế kỷ 18 chưa từng được công bố, GS Nguyễn Văn Sâm giới thiệu, nghiên cứu và phiên âm ra chữ quốc ngữ, là một vở tuồng rất quen thuộc với những nhân vật Phàn Lê

Huê, Tiết Nhân Quý, v.v…Vở tuồng này được viết và in ra tiếng Việt có kèm theo bản chữ Nôm.

Tuồng Nổi Loạn Truông Mây là một thơ tuồng còn được gọi là "*Truyện Chàng Lía*," gồm có gần 1,350 câu kể về cuộc đời Chàng Lía. Truyện Chàng Lía không biết tác giả là ai, bản chữ Nôm được cung cấp bởi học giả Trương Ngọc Tường. v..v…

Một số các tác phẩm chữ Nôm trên đây của GS Nguyễn Văn Sâm như *Tam Quốc Diễn Nghĩa, Lôi Phong Tháp, Sơn Hậu Diễn Truyện,Trương Ngáo… đã* được Viện Việt học in ấn xuất bản tại Hoa Kỳ. Đa số các tác phẩm còn lại được phiên âm từ chữ Nôm ra quốc ngữ bằng văn vần và thuộc thể loại Tuồng Hát Bội, là những bài học đạo lý ở đời cho người dân nơi vùng đất mới. Trong thời khai hoang, sách tuồng cải lương rất được ưa chuộng ở miền Nam. Qua các tích tuồng, tác giả dạy người ta sống theo Nho giáo, dạy đàn ông biết sống, biết trung hiếu tiết nghĩa và phụ nữ thì giữ tam tòng tứ đức. Kho sách tuồng Hát bội của Việt Nam tương đối nhiều, chỉ có điều là việc sưu tập, phiên dịch để quảng bá đến số đông quần chúng chưa được bao nhiêu. Theo ông Hát bội từng là môn nghệ thuật giải trí gần như chiếm lãnh không gian nghệ thuật ngày xưa, thời chưa có hát cải lương, kịch nói... Theo thời gian, tuồng Hát bội biến thể thành cải lương nên ông cũng kêu gọi "*Giữ gìn quá khứ của cải lương*". Trải qua bao thăng trầm lịch sử, hát bội ngày nay gần như tàn phai, thế hệ trẻ ít người biết đến. Một kho tàng văn học bị lãng quên trong thư viện, ít ai đọc đến!

Chính vì nhiều tác phẩm chữ Nôm trong nhiều lãnh vực bị thất lạc hay bị lãng quên nên GS Nguyễn Văn Sâm đã cố công sưu tập, chú giải, phiên âm và xuất bản những nguồn tư liệu quý hiếm cần được gìn giữ, trân trọng. Việc giới thiệu những tác phẩm này thiết nghĩ rất cần thiết cho việc nhìn nhận, đánh giá đúng đắn hơn những di sản Văn chương Nam Kỳ Lục Tỉnh. Những tác phẩm chữ Nôm này là những gia tài cổ có một không hai của văn học Việt Nam, ra đời trong một bối cảnh đặc biệt của đất nước và có giá trị giáo dục rất cao song đang dần bị mai một.

Nhìn chung, văn học Việt Nam từ thế kỷ 19 về trước đều là văn học chữ Nôm. Trong một cuộc phỏng vấn của Triều Hoa Đại GS Nguyễn Văn Sâm đã cho biết "*tôi thấy mình có bổn phận phải phiên âm ra chữ Quốc ngữ những tác phẩm chưa được phiên âm hay phiên âm không mấy chính xác...*" Thực tế , ông cũng biết là các tác phẩm chữ Nôm chưa được dịch hết cho nên ông đã cố gắng đi sưu tầm và "*làm chuyện dịch đó, được bao nhiêu hay bấy nhiêu vậy thôi*". Bây giờ nếu tất các văn bản đó không dịch ra quốc ngữ thì gia tài văn hóa của Việt Nam bị khiếm khuyết một mảng lớn một cách đáng tiếc. Cho nên ông đã không quản ngại việc đi lục từng thư viện ở Hoa Kỳ để tìm lại những giá trị của văn học cổ, có khi còn bay qua Paris tìm những bản văn Nôm của tác giả xứ Nam kỳ để chú giải và diễn âm ra quốc ngữ. Sau bao nhiêu năm tháng, ông đã trở thành một cây cổ thụ trong việc tìm tòi, phiên âm những tác phẩm Nôm khuyết danh chưa từng được ai biết đến.

Theo tiết lộ của một học giả ở Pháp thì *Giáo Sư Nguyễn Văn Sâm đã và đang nỗ lực không ngừng để chạy đua với tuổi già sức yếu hầu hoàn thành việc phiên âm các văn bản bằng chữ Nôm sang chữ quốc ngữ càng nhiều thì càng tốt cho gia tài nền văn học dân tộc. Trong mục đích đó, mỗi năm vào mùa Thu, GS Nguyễn văn Sâm đều qua Paris đi tìm* những bản văn Nôm của tác giả xứ Nam kỳ để diễn dịch ra quốc ngữ. Một lần vì không kịp đọc tại chỗ *ông đã* in lại hơn 3000 trang ôm về Huê Kỳ đọc và phiên dịch. *Từ khi dịch Vũ Hán phát tán khắp nơi, ông không còn đi Paris nữa.*

Tóm lại, có thể nói Giáo sư Nguyễn Văn Sâm là người tài ba và thành công trên nhiều cương vị. Và dù ở cương vị nào, ông cũng chuyên chú một mục tiêu là bảo tồn văn hóa truyền thống của dân tộc nói chung và văn học Nam Kỳ Lục Tỉnh nói riêng. Nếu cho việc tìm về cội nguồn dân tộc, giữ gìn và chấn hưng văn hóa truyền thống của dân tộc là tình yêu nước thì GS Nguyễn Văn Sâm là người có tình yêu nước rất sâu sắc!

Giáo Sư Nguyễn Văn Sâm là một trong số hiếm hoi các học giả có thẩm quyền về chữ Hán-Nôm của Việt Nam trong và ngoài nước hiện nay đã nỗ lực không ngừng để chạy đua với tuổi già sức yếu để hoàn thành việc phiên âm sang chữ quốc ngữ nhiều tác phẩm văn học chữ Nôm. Do đó không có gì ngạc nhiên khi viết về GS Nguyễn Văn Sâm, các nhà nghiên cứu trước đây đều dành cho ông những mỹ từ trang trọng. Chẳng hạn, TS Hoàng Kim Oanh xác định vị trí đáng kể của ông trong dòng chảy văn chương Nam Bộ qua bài "*Nguyễn Văn Sâm và dòng chảy văn chương Nam Kỳ Lục Tỉnh*"; TS Nguyễn Văn Trần gọi ông là "*Người giữ hồn dân tộc*"; Nhà nghiên cứu Phan Tấn Hải tôn ông là "*Người giữ hồn của nước*". Riêng tôi nhận thấy trong các dự án đã hoàn thành hoặc đang viết của Giáo sư Nguyễn Văn Sâm, có những tác phẩm đang có nguy cơ biến mất, nếu không được diễn Nôm và chú giải kịp thời cho nên ông cũng rất xứng đáng được gọi là "***Người bảo tồn văn học Nam Kỳ Lục Tỉnh***".

NGUYỄN MINH TRIẾT

TÀI LIỆU THAM KHẢO

https://www.namkyluctinh.org/tuyen-tap/nguyen-van-sam/tieu-su.html

https://vietbao.com/a283440/nguyen-van-sam-va-dong-chay-van-chuong-nam-ki-luc-tinh

https://vietbao.com/author/post/3178/1/nguyen-van-sam

https://vietbao.com/author/post/3178/1/nguyen-van-sam?o=0

https://nguoitinhhuvo.wordpress.com/2014/10/31/mot-the-ky-van-hoc-quoc-ngu-nguyen-van-sam/

https://vietvanmoi.fr/NGUYENVANSAM_hoaky.html

Giáo Sư Nguyễn Văn Sâm là một trong số hiếm hoi các học giả có thẩm quyền về chữ Hán-Nôm của Việt Nam trong và ngoài nước hiện nay đã nỗ lực không ngừng để chạy đua với tuổi già sức yếu mà hoàn thành việc phiên âm sang chữ quốc ngữ nhiều tác phẩm văn học chữ Nôm."

Tính đại chúng, đón đầu, cởi mở và nội dung đề cao nhân nghĩa là đặc trưng nổi bật của nền văn học Nam Bộ. Cũng dễ hiểu khi đây là mảnh đất khai sinh nền báo chí Việt Nam, mở đầu là tờ báo quốc ngữ "Gia Định báo" năm 1865.

Sự bình dị, mộc mạc "nghĩ sao nói vậy" trong văn chương Nam Bộ ngoài việc được báo chí chắp cánh vì tính đại chúng thì nó còn là sự tiếp nối từ "đặc sản" lâu đời của văn học dân gian xứ chín rồng. Ngôn ngữ đời thường thô mộc, đậm màu sắc khẩu ngữ, phương ngữ gây ấn tượng mạnh trong ca dao như "Con ếch ngồi dựa gốc bưng/ Nó kêu cái quệt, biểu ưng cho rồi" được thế hệ nhà văn, nhà thơ sau này sử dụng nhuần nhuyễn, chuyển tải được cái tình và tinh thần Nam Bộ.

Tính tình người Nam Bộ phóng khoáng, nghĩa hiệp nên cũng dễ dàng đón nhận những tư tưởng tiến bộ, cách tân, hướng đến giải phóng con người, đả phá mọi bất công. Nam Kỳ là mảnh đất đầu tiên của báo chí – nơi đưa văn chương đến với quảng đại quần chúng - nên không có gì ngạc nhiên khi nền văn học nơi đây luôn mang tính tiên phong trong quá trình đổi mới cả hình thức và nội dung, nêu cao lòng yêu nước, đấu tranh chống giặc ngoại xâm.

Nói anh là nhà nghiên cứu chữ Nôm là đúng, gọi là nhà văn cũng không sai vì anh có nhiều truyện ngắn hay nằm trong tập Giọt Nước Nghiêng Mình, Khói Sóng Trên Sông… được nhiều người hoan nghênh.

Nhắc đến GS Nguyễn Văn Sâm, người ta biết ông nhiều trong cương vị một nhà giáo, nhà nghiên cứu, nhà sưu tầm, dịch thuật, khảo cứu di sản Hán Nôm và văn học Nam Bộ hơn là nhà văn, nhà thơ. Điều này không phải do sáng tác của ông chưa chín, mà có lẽ chính sự đóng góp quá lớn của ông ở mảng khảo cứu, dịch thuật Hán Nôm đã làm che khuất những tác phẩm văn chương giá trị của ông.

NGUYỄN MINH TRIẾT

TRÚC LAN

GỞI NHÀ GIÁO, NHÀ VĂN,
NHÀ NAM KỲ HỌC NGUYỄN VĂN SÂM

Đồng môn, đồng nghiệp cùng đồng điệu
Duy Nguyễn tiên sinh lắm biệt tài
Sưu khảo sách xưa không mệt mỏi
Sách Nôm chú giải chẳng thua ai
Nam Kỳ Lục Tỉnh, gìn vốn quý
Viện Việt Học CA, giữ nếp hay
*Ngoc Ánh – Văn Sâm đồng hợp bích**
Khôi tinh chiếu rạng khắp trời Tây!

Trúc Lan - X.2023

**Hợp bích*: Tỉ như mặt trời và mặt trăng cùng lên cao. Hán Thư: *Nhựt nguyệt như hợp bích, Ngũ tinh như liên châu.*

NGUYỄN KIẾN THIẾT

NGUYỄN VĂN SÂM- NGƯỜI ĐẦU TIÊN GIỚI THIỆU VÀ CHÚ GIẢI TRUYỆN THƠ U TÌNH LỤC

Trên bầu trời văn học, cái tên Nguyễn Văn Sâm đã tỏa sáng từ trong nước trước 1975 và tại hải ngoại, cho tới ngày nay. Ngoài **sáng tác**, ông còn **biên khảo** nhiều tập sách văn học có giá trị cũng như biên soạn cuốn *Tự Điển Chữ Nôm Trích Dẫn* (soạn chung với một nhóm học giả). Với hơn mười cuốn sách biên khảo, ông đặc biệt chú trọng **Phiên âm từ sách Nôm**, hầu hết do Viện Việt Học California Hoa Kỳ xuất bản. Đó là: *Trương Ngáo* (2008); *Tội Vợ Vợ Chịu* (2010); *Người Hùng Bình Định* (2012); *Mà Lòng Tôi Thương* (2013); *Tỉnh Mê Một Cõi* (2015); *Thạch Sanh Lý Thông* (2019); *Báo Ứng Nhân Quả* (Gió Việt, 2016), v.v... Riêng trong hai cuốn **Chú giải sách xưa,** tôi muốn nói tới quyển *U Tình Lục* của Hồ Văn Trung mà Nguyễn Văn Sâm đã dày công chú giải và giới thiệu (Viện Việt Học California Hoa Kỳ xuất bản, 2014).

Trước tiên, người đọc được "mở đường khai lối" với ba Nhận định sắc bén của ba nhà văn: Ngự Thuyết viết *U Tình Lục, đứa con đầu lòng của Hồ Biểu Chánh* (các trang 25-32), Phan Tấn Hải với bài *Đọc "Kể Chuyện Tình Buồn, 2013"* (các trang 34-46) và Nguyễn Văn Trang qua bài *U Tình Lục của Hồ Biểu Chánh: Tình Đất, Tình Người* (các trang 47-54). Đây là những nhận định công phu, súc tích, "biểu đồng tình" với Nguyễn Văn Sâm. Nó tiếp tay tác giả giới thiệu, phân tích đặc điểm nổi bật về nội dung, hình thức và bước đầu đánh giá truyện thơ cũng như phần chú giải rất công phu của người giới thiệu. Độc giả có thể làm quen, hiểu và cảm được "chuyện tình buồn" qua "lối viết nôm na, bộc trực" nhưng "không phải nhất thiết là dở" của Hồ Biểu Chánh. Ngự Thuyết dẫn dắt người đọc "nhập truyện" qua tóm tắt cốt chuyện bằng văn xuôi mà một số người vẫn thường làm. Ông cũng không quên dẫn "U Tình Lục chịu ảnh hưởng Truyện Kiều", cho rằng "cái bóng lớn của Truyện Kiều trùm lên U Tình Lục" (tr.29). Và ông đã kết luận: "Phần chú giải rất công phu của Nguyễn Văn Sâm đã giúp cho *U Tình Lục (Kể Chuyện Tình Buồn)* trở thành một tài liệu giá trị và hữu ích cho việc nghiên cứu văn học Việt Nam đầu thế kỷ 20" (tr.32). Còn Phan Tấn Hải phân tích vấn đề tự do luyến ái vì đã "thấy tức khắc" U Tình Lục "đã đụng vào một số cấm kỵ thời đầu thế kỷ 20" (tr.34). Sau cùng ông đã nhìn nhận: "U Tình Lục là một truyện thơ xuất sắc, cốt truyện ly kỳ gay cấn, ngôn ngữ điển hình Nam Bộ và đã mang nhiều tư tưởng cấp tiến, đặc biệt là gỡ rào cho phụ nữ - tới mức độ, ngay bây giờ, cũng sẽ có nhiều bậc ba mẹ không hài lòng" (tr.45). Sau cùng nhận định của Nguyễn Văn Trang nhằm giới thiệu cái "thông điệp" của người chú giải qua phân tích từ khóa "Tình Đất, Tình Người" trong U Tình Lục. Theo ông, "toàn bộ nội dung, tình tiết và chữ nghĩa đều xuất phát và gắn kết với vùng đất này" (tr.47). Đó là Đất Phương Nam. Đó là "Tình Đất" của người dân Nam Kỳ Lục Tỉnh. Còn về "Tình Người", ông cho rằng "trong một xã hội giao thời, Hồ Biểu Chánh vẫn lấy cái gốc đạo lý của dân tộc ta: Thiện thắng Tà, Nhân-Quả nhỡn tiền, để răn thói đời và hậu thế" (tr.50). Ông còn đi xa hơn khi viết: "Vấn đề cốt lõi của U TÌNH LỤC là nêu lên chân dung của đạo đức xã hội từ thời xa xưa mà có lẽ tác giả không ngờ nó vẫn tồn tại và xuống cấp thảm hại như ngày nay" (tr.54), vân vân...

Bằng cách nhập đề lung khởi trước khi giới thiệu và chú giải truyện thơ, Nguyễn Văn Sâm nêu rõ lý do, mục đích và phương pháp làm việc của mình qua 17 trang giấy (tr.7-23) với tiêu đề: "***U Tình Lục, thí nghiệm về đất trời phương Nam***". Có 6 điểm đáng lưu ý: 1.Đất trời phương Nam ẩn chứa trong các tác phẩm của vùng nầy mà không phải lúc nào ta cũng thấy được. Ngôn từ tác giả sử dụng và con người được mô tả giống với ca dao hay những tác phẩm bình dân đã đi vào lòng người Nam Kỳ Lục Tỉnh. Ông nêu lên hai vấn đề chánh làm trở ngại cho sự thưởng ngoạn. Một là "Có quá nhiều chữ được viết theo giọng đọc Nam Kỳ thời đó, hiểu theo ngày nay thì là sai chánh tả và sai cả âm Hán Việt chuẩn". Hai là vì được sáng tác theo lối văn vần, bác học nên không tránh khỏi "sự đòi hỏi của vần điệu, điển tích cũng như thành ngữ xưa mà ngày nay không phải ai cũng có điều kiện để biết..." (tr.10). Nghĩ là làm, Nguyễn Văn Sâm đã tìm cách khắc phục hai trở ngại đó khi chú giải tác phẩm. 2. Tác giả giải thích cái tựa "U Tình Lục, kể lại mối tình buồn, mối tình không giải tỏa được". Với sự khiêm tốn cố hữu, với lòng mong muốn tác phẩm tới tay đông đảo người đọc, Nguyễn Văn Sâm đã "xin vô phép với tác giả để gọi lại *U Tình Lục* của Hồ Văn Trung là *Kể Chuyện Tình Buồn* của Hồ Biểu Chánh cho có nhiều người biết hơn, nhiều người để ý hơn..." (tr.12). Ông cũng đề cập

đến ý hướng chủ đạo là viết văn răn đời, ý hướng "văn dĩ tải đạo" của tác giả.
3. Độc giả sẽ thích thú với chữ "bắt giò". Nguyễn Văn Sâm rất thành thật khi thú nhận trong phần chú thích Kể Chuyện Tình Buồn chắc chắn sẽ có, và có thể có nhiều "hạt sạn" (những chi tiết mình chưa biết, chưa truy cứu được hoặc không đọc được). Ông tự binh vực: "*Thôi thì hoàn mỹ tất nhiên là quý, bất toàn một chút cũng chẳng sao, người sau có lý do thúc đẩy để bắt tay làm lại công việc của người đi trước, có dịp để* ***bắt giò*** *người đi trước, bắt giò không vì ghét, vì phách lối, tự cao tự đại, mà để cùng nhau hiểu hơn những ngõ ngách của lâu đài văn hóa kỳ bí của dân tộc*" (tr.15).
4. Đến đây Nguyễn Văn Sâm chú trọng đề cập đến nội dung và nghệ thuật tác phẩm. Về nội dung, "*Kể Chuyện Tình Buồn* có cái đặc sắc là Nam Kỳ Lục Tỉnh trong nhân vật, trong thời đại và trong tình tiết". Đó là con người Việt bình dân sống, di chuyển trên quê hương mình, "từ Mỹ Tho lên Sài Gòn, từ Nam ra Bắc, từ Bắc vô Nam". Họ sanh trưởng trên quê hương Việt, có đời sống Việt miền Nam. Nếu họ có giàu lên thì của cải không tính bằng vàng ngàn lượng bạc trăm xe mà là "*ruộng đo kể dặm, lúa đong kể vàn*" (c.46). Về hình thức, *Kể Chuyện Tình Buồn* sử dụng loại văn chương thuần Việt, chữ viết thuần Việt mà người dân thường dùng trong cuộc sống bình nhựt.
5. Người chú giải nêu ra hai điểm đáng chú ý: Chữ dùng và Cách nói Nam Kỳ. Về chữ dùng, ông cho rằng quyển sách chứa đựng nhiều *âm của vùng đất cực Nam;* phong phú những *từ riêng của Nam Kỳ Lục Tỉnh;* chứa nhiều *từ xưa* khó thấy trong những tác phẩm sau này. Ông định nghĩa *âm của vùng đất cực Nam* là những âm khác với âm chuẩn đã có ở vùng khác, hay âm đã được sử dụng trong cả nước. Ông đã dẫn chứng hàng trăm thí dụ mà Hồ Biểu Chánh đã sử dụng trong *Kể Chuyện Tình Buồn*, như: bôn chon, chê dè, trướng huê, bịt bùng, phưởng phất, căn duơn, thày lay, ướm lòng, bưng khuâng, nhập tràng, vó cu, xét lợi, bất nhứt, héo liễu xù đào, lu lờ, công toại danh thiềng, tiu hiu, nằn nì, bất bường, lá lay, héo don, trở bườm, nhúm bịnh, hún hín, vẹn tuyền, v.v... Về cách nói Nam Kỳ, theo ông, là những cách thế diễn tả mà chỉ có tác giả dùng hay những tác giả Nam dùng, ta không thấy người miền Bắc Trung sử dụng cách nói nầy. Chúng có thể bị chê là quê kệch, miệt vườn, nhà quê... nhưng chúng hiện diện như một sự đứng thẳng xác định **thế đứng của ngôn ngữ** của vùng. Ông cũng dẫn hàng trăm thí dụ, như: tranh thế cạnh thì, hiếm kẻ, thói cải lương, lòng son nẻ, dạ mực băng, non nhớt, trong ngoài khít khao, lân la qua lại, bậu bạn, dạ nọ lăm le, lời nói thẳng băngdùn thẳng, còn đương xẩn bẩn, hơi gió chen lòn, làm phường gái lanh, lụy ứa thâm bâu, việc lăng quẳng, quân bình bồng, xúp lê giục giã, ruột xàu như dưa, v.v...
6. Tóm, ông cho rằng *Kể Chuyện Tình Buồn* có sự **vừa phải** trong mô tả nhân vật, tình cảm được "diễn tả sương sương, nhẹ nhàng không bi thiết". Còn về hình thức, nó mang được cái "không khí nhẹ nhàng lãng đãng" trong từng

câu thơ mà phần tiếng Nôm chiếm đa số đã lấn át phần gốc chữ Hán thiểu số. Về việc sửa lỗi chánh tả truyện thơ, ông đã "sửa lại theo chánh tả thông dụng" vì sợ người đọc quen với chánh tả ngày nay hiểu lầm cách viết xưa. Ông kết luận: "*Người đọc chỉ cần lướt qua Kể Chuyện Tình Buồn mà thấy trân quí U Tình Lục thì chúng tôi đã đạt được kỳ vọng trong việc làm của mình*" (tr.23).

Phần trọng tâm của tập sách vẫn là **Giới thiệu và chú giải** cuốn *U Tình Lục* (Hồ Văn Trung)/*Kể Chuyện Tình Buồn* (Hồ Biểu Chánh) như trên bìa sách có ghi.

***Về việc giới thiệu:** Nguyễn Văn Sâm chép nguyên văn 1790 câu "thượng lục hạ bát" của truyện thơ *U Tình Lục*. Không thấy ông nói "chép" từ bản gốc truyện thơ in năm nào, ở đâu, do ai xuất bản. Dựa vào câu "người đọc có thể dò kiểm lại theo bản in xưa năm 1913" (tr.203), tôi có thể đoán ông không có trong tay văn bản in năm 1913 mà chỉ dựa vào sự giới thiệu trên các trang mạng về *U Tình Lục* (?). Do một cơ duyên, lúc phụ trách Tòasoạn tạp chí *Nghiên Cứu Văn Học*, tôi được đọc một bản *U Tình Lục*, một truyện thơ gồm 1790 vần thơ lục bát không kể 4 bài thơ Đường luật thất ngôn bát cú xướng họa của các nhân vật, được Hồ Văn Trung viết năm 1909 và do "Imprimerie F.-H. Schneider" in năm 1913, "nouvelle édition"; nơi trang hai có lời đề tặng như sau:

À mes deux amis P.D. Thiệu et Đ.T. Phong,
Je dédie ce pòeme.
Sàigòn, Trung thu 1909
Hồ Văn Trung.

Bản nầy do GS Phạm Việt Tuyền cho tôi mượn để tham khảo lúc làm "thầy cò" sửa morasse bài viết của ông tại nhà in. Tôi xin sao chép hai bài thơ bát cú mà Lê Tấn Nhơn đã làm khi từ giã đất Bắc để trở về Nam (giữa câu bát 1540 và câu lục 1541):

KỲ NHỨT
Giã từ đất khách dạ bời bời
Non nước ngàn trùng bước dợn khơi
Chiếc lá lao chao trên mặt bể
Quê nhà mù mịt lối chơn trời
Hoạn đồ trải lúc ham dung ruổi
Gia sự đòi khi giở khóc cười
Cây ***cuội*** *nước nguồn đâu dám phụ*
Bận lòng nên mới tỏ đôi lời.
KỲ NHÌ
Đôi lời như nhắc ***truyện*** *năm xưa*

Ong qua bướm lại khá coi thừa
Thà cam đọc sách khi đêm lạnh
Chẳng chịu nhìn hoa lối dạu thưa
Tâm sự đa đoan âu dể biết
Ôi thôi cờ cũng một ***bàn dùa.***

Nguyên văn bản gốc: "bàn **dùa**". Nguyễn Văn Sâm ghi: "bàn **đùa**"và không giải thích. *Việt Nam Tự Điển* cắt nghĩa.: **Dùa** (tr.158):Tiếng Nam kỳ. Cũng như vơ, vun. *Dùa lại thành đống.* Ăn thì ***dùa,*** thua thì chịu (T.ng). Ngoài ra còn hai bài thơ Đường luật họa nguyên vận của Triệu Luân giữa câu bát 1542 và câu lục 1543.

***Về việc chú giải**: Đây là công việc bạc bẽo khô khan, đòi hỏi nhiều thời gian, công sức và niềm đam mê không ngừng nghỉ của Nguyễn Văn Sâm. Như kiếp tằm vẫn cứ nhả tơ phục vụ cho đời. Tuy vậy, nó cũng có nhiều điều thú vị và hấp dẫn, ít ra đối với người có tâm huyết muốn mang một "thông điệp" gởi tới người đọc. Cái thông điệp đó là việc giới thiệu một tác phẩm hoàn toàn Việt Nam, xuất hiện ở vùng Đất Phương Nam, mô tả con người với đầy đủ cá tánh, bản chất Nam Kỳ Lục Tỉnh trong buổi giao thời Cũ-Mới. Giữa Hồ Biểu Chánh và Nguyễn Văn Sâm hình như có *sự đồng điệu* của sợi đàn tâm để ngân lên những cung bực của hòa điệu, hòa hợp. Tác phẩm ra đời trên 100 năm ít người biết hầu như đã chìm sâu vào quên lãng, giờ đây được lôi ra ánh sáng, được khai thác/chú giải cặn kẽ để độc giả thấy được cái diện mạo, vóc dáng đáng yêu của vùng đất phương Nam, của tình người Lục tỉnh. Nguyễn Văn Sâm cho biết: vẫn giữ nguyên cách phát âm xưa của miền Nam Kỳ Lục Tỉnh; tôn trọng từ xưa; chỉ sửa lỗi chánh tả.; không sửa chữ mình cho là vô lý hay khác ngày nay; các chữ đã chỉnh sửa được **in đậm** (tr.203). Từ đây *U Tình Lục* của Hồ Văn Trung đã "lột xác" trở thành *Kể Chuyện Tình Buồn* của Hồ Biểu Chánh do bàn tay phù phép của người chú giải. Với 761 chú giải đã chứng tỏ sự cần cù mẫn cán và kiến thức uyên bác của Nguyễn Văn Sâm. Ông đã vận dụng ca dao, thành ngữ, cổ văn- đặc biệt vốn Hán Nôm thâm cứu để chú giải rạch ròi từ chân tơ kẽ tóc những từ, ngữ, câu cú khó hiểu hoặc không thông dụng để người đọc dễ tiếp cận và yêu thích tác phẩm (xin xem 761 chú giải trong tập sách hoặc một số thí dụ đã dẫn trên). Làm công việc "đãi cát tìm vàng", Nguyễn Văn Sâm đã thâu lượm được cả khối *vàng ròng*. Tuy nhiên, nói theo Baudelaire, nhà thơ người Pháp: "*Một tác phẩm đã hoàn thành chưa hẳn đã hoàn tất*" (Une oeuvre faite n'était pas nécessairement finie), thay vì "mặc áo thụng vái nhau", tôi muốn mạo muội có đôi lời **góp ý** thật thà, thẳng thắn với nhà Nam Kỳ học Nguyễn Văn Sâm. Việc thật thà góp ý nầy không phải "bắt giò", cũng không phải "sửa lưng". Đó là công việc "đãi vàng tìm cát" để thỏi *vàng thiệt* không còn sót hột cát nhỏ li ti nào. Tuy nhiên thói thường hễ "trung ngôn" lại bị "nghịch nhĩ", *lời nói thẳng, nói phải* của mình dễ làm *nghịch lỗ tai, chướng tai khó nghe*, khiến người nghe bực mình, nên đợi có cơ hội thuận lợi, chúng tôi sẽ "đóng cửa" thỏ thẻ, tâm tình với nhau trong tình văn nghệ, tình bạn đích thực. Giữa Nguyễn Văn Sâm (NVS) và Nguyễn Kiến Thiết (NKT) tôi có nhiều điểm gần giống nhau: cùng được đào tạo chánh quy tại Đại học Văn Khoa Sài Gòn, cùng nghiên cứu về Văn học Miền Nam- Nam Kỳ Lục Tỉnh. NVS tốt nghiệp Cử nhân Triết học Tây Phương, Cao học Văn Chương Việt Nam, NKT tốt nghiệp Cử nhân Văn chương, Cao học Văn chương Việt Nam. Ngoài tình đồng hương, chúng tôi còn có *tình đồng điệu* nên dễ dàng trao đổi đối thoại, đọc và hiểu nhau- nếu không muốn nói là tâm đắc. Tôi có "duyên" và "nợ" với Nguyễn Văn Sâm. Cái "duyên" được cùng một vị thầy khả kính, một trí thức khoa bảng- tức Giáo sư Linh mục Thanh Lãng, bảo trợ soạn Luận án Cao học và Tiến sĩ văn chương cùng chung một mảng văn học Nam Kỳ Lục Tỉnh; nhưng bị dở dang vì vận nước tháng Tư năm ấy. Bởi được đào tạo chánh quy nên hầu hết các đầu sách từ sáng tác đến phiên âm sách Nôm và chú giải sách xưa, NVS đã miệt mài làm việc với tinh thần khoa học nghiêm cẩn, "nói có sách mách có chứng" ngõ hầu chiếm trọn lòng tin của người đọc. NVS xứng đáng là đàn anh của NKT về mọi phương diện: từ tuổi tác, nghề nghiệp đến văn nghiệp. Tôi còn mang nặng trong lòng bởi hai món "nợ tinh thần" đối với Nguyễn huynh. Một là nhận sách *U Tình Lục/Kể Chuyện Tình Buồn* do Viện Việt Học CA xuất bản, 2014 (Nguyễn Văn Sâm giới thiệu và chú giải lần đầu tiên) với Lời đề tặng, chữ ký và triện son của tác giả: "*Tặng đồng môn Nguyễn Kiến Thiết*"; nhưng từ lúc nhận sách vào đầu năm 2021 đến nay vẫn chưa viết được lời nào cho phải phép. Hai là anh đã vui vẻ nhận lời viết *Lời Tựa* cuốn *Những Trang Văn Đời Tôi* của NKT tôi mặc dầu đa đoan với biết bao việc (1). Bài nầy không ngoài mục đích đáp tạ phần nào món nợ tinh thần ấy.

Nhận xét chung:

Hồ Biểu Chánh viết *U Tình Lục* là vì ông muốn cho «*người mình đọc chuyện xẩy ra ở nước mình bằng chữ nước mình*». Cốt chuyện xoay quanh chủ đề "có hậu", nêu cao mệnh trời và khuyên lành răn ác. Ngay từ 1909, Hồ Biểu Chánh vẫn để cho hai nhân vật chánh, sống vào cuối thế kỷ XIX được *tự do luyến ái* và có những *hành động táo bạo* ngoài khuôn khổ lễ giáo phong kiến (tiền dâm hậu thú). Ông tìm cách dung hòa cái mới và cái cũ bởi lẽ cái mới và cái cũ đều có ưu điểm riêng của nó. Theo Bùi Đức Tịnh thì "*mặc dầu thơ có nhiều câu chững chạc, khá trau chuốt nhưng sự mô phỏng quá sát sao một tác phẩm đã phổ biến rộng khiến U Tình Lục chưa vượt khỏi giai đoạn sáng tác **ấu trĩ***" (2). Phạm Việt Tuyền đã có nhận định sắc sảo: "*Với U TÌNH LỤC, Hồ Văn Trung đã chứng tỏ khả năng làm thơ viết văn của ông. Và, sau khi "tốt nghiệp học viện" Đoạn Trường Tân Thanh của Nguyễn Du với "mảnh bằng" U TÌNH LỤC, Hồ Biểu Chánh đã thi thố thiên tài trong suốt nửa thế kỷ, với một văn nghiệp vô cùng phong phú mà phần tiêu biểu nhất là hơn 60 cuốn tiểu thuyết bình dân viết bằng văn xuôi đã xứng làm hồi hộp bao nhiêu thế hệ nông dân và công nhân ở miền Nam này*" (3). *Tôi rất đồng ý với Võ Võ Văn Nhơn qua nhận định:* "*U Tình Lục chịu nhiều ảnh hưởng từ Truyện Kiều của Nguyễn Du và cũng rất gần với Lục Vân Tiên của Nguyễn Đình Chiểu trong mọi phương diện như đề tài, ngôn ngữ nghệ thuật, bố cục, khuynh hướng tư tưởng*". Tuy nhiên tôi muốn nói thêm: ***U Tình Lục* chẳng những chịu ảnh hưởng *Truyện Kiều* và *Lục Vân Tiên* mà còn rất gần với *Song Tinh Bất Dạ* của Nguyễn Hữu Hào về mọi phương diện.** Tôi còn một nghi vấn: **Phải chăng *Truyện Song Tinh* có trước *Truyện Kiều*?** Có 2 lý do để giải thích:

1. Nguyễn Hữu Hào (?-1713) viết *Truyện Song Tinh* vào thế kỷ XVIII, trong những năm làm trấn thủ Quảng Bình (1704-1713). Đây là tác phẩm diễn nôm từ truyện *Định Tình Nhân* (những người có tình gắn bó) của một tác giả không rõ tên, người Trung Hoa sống vào khoảng cuối nhà Minh đầu nhà Thanh. Tác phẩm nầy từng bị thất lạc trong nhiều năm. Đầu thế kỷ XX, nhà nho Lâm Hữu Lân phát hiện được bản in năm Gia Long thứ nhứt (1802) nhan đề *Song Tinh Truyện* và phiên âm. Đến năm 1962, cháu ông là nhà thơ Đông Hồ đã cho công bố bằng quốc văn tại Sài Gòn (4). Nhưng đó là bản chưa sát với bản Nôm, phải đến năm 1987, Hoàng Xuân Hãn mới công bố tiếp bản phiên âm chính xác hơn (5). Chính Hoàng Xuân Hãn đã viết trong Lời tựa của bản phiên âm *Truyện Song Tinh* như sau: "*Văn Nôm cổ rất hiếm... Nếu còn tồn tại mà lại biết gốc tích, thời đại và tác giả, thì lại càng hiếm. Truyện Kiều thuộc loại này, được ta coi là của quý bậc nhất trong kho văn phẩm. Thế mà trước truyện ấy chừng* ***một trăm năm,*** *ta còn biết một truyện khác có đủ các tính cách trên; (...) Ấy là Truyện Song Tinh*".

2.Theo Wikipedia Tiếng Việt, Nguyễn Du viết *Truyện Kiều* sau khi đi sứ Trung Hoa (1814–1820). Lại có thuyết nói ông viết trước khi đi sứ, có thể vào khoảng cuối thời Lê đầu thời Tây Sơn. Thuyết sau được nhiều người chấp nhận hơn (6). Truyện dựa theo bộ truyện văn xuôi Kim Vân Kiều Truyện của Thanh Tâm Tài Nhân, lấy bối cảnh Trung Hoa thời vua Gia Tĩnh Đế đời nhà Minh (1521-1567). Đây được xem là truyện thơ nổi tiếng nhứt và xét vào hàng kinh điển trong văn học Việt Nam. Tác phẩm được viết bằng chữ Nôm, theo thể lục bát, gồm 3254 câu. Như vậy phải nhìn nhận **Truyện Song Tinh *có trước* Truyện Kiều và có trước *hàng trăm năm.*** Vấn đề đặt ra là Truyện Song Tinh/Nguyễn Hữu Hào đã ảnh hưởng đến Truyện Kiều/Nguyễn Du, hay ngược lại? Ước mong các bậc thức giả lên tiếng để nghi vấn nầy được sáng tỏ. Chúng tôi cũng tin rằng một khi *U Tình Lục* chịu ảnh hưởng *Truyện Kiều* thì đương nhiên phải chịu ảnh hưởng của *Truyện Song Tinh*.

Nguyễn Văn Sâm chú giải *Kể Chuyện Tình Buồn* với *lời lời châu ngọc*, trước và sau ông không ai có thể làm hơn được. Với lòng mong muốn viên ngọc được sáng rỡ, tôi chỉ làm cái việc phủi những hột bụi bám nhỏ li ti một cách tự nguyện với tất cả thành tâm thiện ý, qua một vài góp ý nho nhỏ. Hy vọng nhà Nam Kỳ học không phiền hà mà đổi giận làm vui.

1.Một số lỗi chánh tả được in đậm, theo thiển ý *nên chua thêm chữ sai* của bản gốc. Bởi lẽ người đọc- nhứt là những nhà nghiên cứu văn học không có thời gian truy tìm bản gốc.

2. Có mấy hột bụi nhỏ. Chúng tôi tra cứu hai bộ tự điển: *Đại Nam Quấc Âm Tự Vị (TV*-1895) và *Việt Nam Tự Điển* (VNTĐ-1931).

-Thuyền/**thoàng** (ch 503): đáng lý nên viết là "thuyền/**thoàn**" (TV, tr.406; VNTĐ tr.571).

- **Giồi** dập (c 1145): viết đúng là "**dồi** dập" (TV. Dồi, tr.240: đưa lên, quăng lên).

-**Giở** xem (c 122): đáng lý phải sửa là "**Dở** xem" (TV, tr.238; VNTĐ tr.157).

- **Giãi** nắng (c 413): viết đúng là "**dãi** nắng" (TV, tr.216: dan ra ngoài nắng)

- *Đại Nam **Quốc** Âm Tự Vị* (tr.225) tên quyển Tự điển nên chép nguyên văn, tức *Đại Nam **Quấc** Âm Tự Vị*.

- **Sôi** kinh nấu sử (c198). Thành ngữ nguyên gốc là "**xôi** kinh nấu sử" hoặc "nấu sử **xôi** kinh", để chỉ việc khổ công học tập kỹ lưỡng nhiều lần như nấu cơm, đồ xôi cho thật chín. Tuy nhiên, cách ghi "xôi/sôi" vẫn chưa thống nhứt.

. ***Xôi*** (TV tr.587): Lấy hơi nước sôi mà làm cho chín, nếp đã nấu chín cách ấy.

Xôi kinh nấu sử: chuyện việc học hành.

. ***Sôi*** (tr.304): Trào lên, nổi bọt, tiếng nước xao động, khí xao động.

. ***Xôi*** (VNTĐ tr.657):Thứ đồ ăn bằng gạo nếp nấu cách thủy: *Thổi xôi. Mâm xôi. Cố đấm ăn xôi.*

. ***Sôi*** (tr.494): Nói về nước đun nóng, sủi sùng sục lên. *Sôi gan. Sôi nổi* Tôi chọn ***xôi kinh nấu sử*** vì nhiều lẽ.

1.- Người miền Bắc ***khi phát âm*** ít phân biệt được X/S, TR/CH; người miền Nam khi phát âm thường lẫn lộn Hỏi Ngã, V/D. Chẳng hạn: *Sinh **xôi** nảy nở* (VNTĐ). Đáng lẽ phải viết *Sinh **sôi** nảy nở.*

2.- Về cấu trúc của ***Nấu sử xôi kinh***, đây là câu tiểu đối: Nấu – xôi (động từ) và sử - kinh (danh từ). Ở đây *Nấu sử* và *xôi kinh* cũng đều là nấu / thổi / xôi từ trạng thái đang "sống" chuyển qua "chín". Hiểu theo nghĩa bóng, từ cái không

3.- Khi còn đi học, giáo sư trước 1975 đều dạy *Nấu sử xôi kinh*. Đến lúc đi dạy tôi vẫn sử dụng y chang thành ngữ nầy. Nói khác đi "***Nấu sử xôi kinh***" đã thấm vào máu. Tôi chưa hề nghe nói "***Nấu sử sôi kinh***".

4.- Trong *Lục* Vân Tiên, cụ Đồ Chiểu đã viết: "*Theo thầy nấu sử **xôi** kinh*" (c.11). Các nhà nghiên cứu Nguyễn Quảng Tuân, Nguyễn Khắc Thuần cũng có viết: "*Người ta vẫn dùng thành ngữ **Nấu sử xôi kinh** để chỉ sự cần mẫn học hành*" (*Từ điển truyện Lục Vân Tiên*, nxb. TP/HCM 1989, tr.221).

Tóm, *U Tình Lục/Hồ Văn Trung* mặc dầu có một số hạn chế nhứt định nhưng đã có một chỗ đứng đặc biệt trên văn-thi đàn Việt Nam buổi giao thời cũ-mới. *Kể Chuyện Tình Buồn/Hồ Biểu Chánh* với phần giới thiệu súc tích và dày công chú giải của nhà Nam Kỳ học Nguyễn Văn Sâm đã có diện mạo sáng sủa hơn trước để dễ dàng đến tay số đông người đọc. Xin cám ơn anh Nguyễn Văn Sâm rất nhiều.

NGUYỄN KIẾN THIẾT --Montréal, Trung Thu 2023

Chú Thích:

(1) Xem Nguyễn Văn Sâm: Nợ Văn Chương (trích Nguyễn Kiến Thiết. *Những Trang Văn Đời Tôi*. Văn Học Mới, Hoa Kỳ xuất bản, 2021, tr. 11-13).

(2) Bùi Đức Tịnh: *Những bước đầu của báo chí, tiểu thuyết và thơ mới (1865-1932)*. nxb TP/HCM Hồ Chí Minh, 1992.

(3) Phạm Việt Tuyền: Đọc truyện diễn ca "U Tình Lục". Tạp chí *Nghiên Cứu Văn Học* (Bộ mới) số 2, tháng 4/1971, tr.85-112.

(4) *Truyện Song Tinh*, nhà xuất bản Bốn Phương, Sài Gòn, 1962, gồm 2216 câu.

(5) *Truyện Song Tinh*, nhà xuất bản Văn Học, Hà Nội 1987. Bản nầy gồm 2396 câu thơ lục bát (còn thiếu đoạn cuối), có xen vài bài Đường luật, thư và văn tế bằng biền văn.

(6) Nguyễn Lộc, mục từ "Truyện Kiều" in trong *Từ điển văn học* (bộ mới), nhà xuất bản Thế Giới, 2004, tr.1844.

Danh ngôn:

Nền văn minh là dòng chảy với những bờ đất. Dòng chảy đôi khi tràn ngập con người, trộm cướp, la hét và làm những điều mà các sử gia thường ghi lại, trong khi trên bờ, không được chú ý, con người dựng tổ ấm, yêu nhau, nuôi dưỡng con cái, ca hát, làm thơ và thậm chí dựng tượng. Câu chuyện của nền văn minh là câu chuyện của những điều xảy ra trên bờ. Sử gia là những kẻ bi quan bởi họ tìm đến dòng chảy mà bỏ qua bờ đất.

Civilization is a stream with banks. The stream is sometimes filled with from people , stealing, shouting and doing the things historians usually record, while on the banks, unnoticed, people build homes, make love, raise children, sing songs, write poetry and even whittle statues. The story of civilization is the story of what happened on the banks. Historians are pessimists because they ignore the banks for the river.

Will Durant

(1885 – 1981) Nhà văn, sử gia và triết gia người Mỹ, nhận được Giải thưởng Pulitzer trong lĩnh vực Phi Tiểu thuyết (1968), và Huân chương Tự do (1977).

TRANG GIỚI THIỆU MỘT SỐ TÁC PHẨM

***

TRONG SỰ NGHIỆP
SÁNG TÁC ĐỒ SỘ

CỦA GIÁO SƯ
NHÀ VĂN
NGUYỄN VĂN SÂM

NGUYỄN VĂN SÂM
MỘT THẾ KỶ VĂN HỌC QUỐC NGỮ

Trước khi người Pháp chiếm Việt Nam ba từ thông dụng "quốc ngữ, quốc âm, quốc văn" được dùng để chỉ chữ Nôm, là thứ chữ dùng rộng rãi trong dân chúng nước Việt. Các bài thơ của Nguyễn Thuyên vì vậy được gọi là thơ quốc ngữ. Cũng dùng trong nghĩa đó các nhà văn xưa thường để tên tác phẩm của mình với cụm từ quốc ngữ như Quốc Ngữ Ca của Tả Ao, Quốc Âm Thi Tập của Nguyễn Trãi…Lý Văn Phức, trong Nhị Thập Tứ Hiếu nói rằng mình muốn lưu gia phạm nên truyền quốc âm. Ta không lạ khi thấy các quyển Y Dược Quốc Ngữ Ca, Quốc Ngữ Gia Truyền, Quốc Ngữ Mạch, Quốc Ngữ Mạch Ca … cũng như các quyển Quốc Âm Ca Dao Tập, Quốc Âm Ca Thi, Quốc Âm Diễn Thi, Quốc Âm Diễn Tự, Quốc Âm Dụng Dược Gia Truyền, Quốc Âm Phú… được viết bằng chữ Nôm Khi người Pháp chiếm xong Việt Nam thì ý nghĩa của từ quốc âm, quốc ngữ, quốc văn bị đổi nghĩa. Ai cũng biết bộ sách thông dụng Quốc Văn Giáo Khoa Thư. Ai cũng nghe câu nói danh tiếng của Nguyễn Văn Vĩnh: Nước Nam ta sau nầy hay hay dở là cũng ở chữ quốc ngữ. Vậy thì chữ quốc ngữ là thứ chữ do các cố đạo Bồ Đào Nha dùng các yếu tố trong chữ La tinh để ghi âm tiếng Việt, chớ không còn là thứ chữ thuộc khối vuông mượn từ các yếu tố chữ Hán như trước nữa. Nhiều sách vỡ còn ghi cụm từ chữ quốc ngữ mới, nhưng càng về sau thì tính từ mới rớt mất lần đi. Những chủ nhân ông mới của nước ta muốn chánh thức loại bỏ chữ Nôm, thứ chữ biểu ý, có nhiều khuyết điểm để thay bằng thứ chữ mới biểu âm, đơn giản, dễ học, là sản phẩm xa gần dính dáng đến họ… (1)

Cũng giống như trường hợp ở các nước Nhật Bản và Trung Quốc trong việc phiên âm văn tự của hai nước nầy bằng mẫu tự La tinh, các cố đạo Tây phương ban đầu đặt ra chữ quốc ngữ Việt Nam chỉ nhằm mục đích giản tiện cho họ trong việc học tiếng địa phương để giao tiếp và truyền giảng mà thôi. Họ theo nguyên tắc ghi chép, theo ký hiệu, tiếng nói của quốc gia mà mình đương truyền đạo. Họ không có ý định làm ra một thứ chữ mới cho dân Việt, cũng không nhằm ý hướng thay thế hệ thống chữ cũ vốn từ lâu ăn sâu vào đời sống văn hóa của dân tộc nầy. Tuy nhiên thứ chữ mới được đặt ra nhờ ưu điểm dễ học, dễ nhớ, dễ in, dễ viết.. nên đã đi ra khỏi phạm vi họ đạo, về sau lại được chánh quyền hổ trợ để quảng bá, dần dần trở thành thứ chữ chánh thức của cả nước, đánh bạt thứ chữ quốc ngữ cũ, rồi theo thời gian đã trở thành loại văn tự chánh thống của nước Việt ta.

Không phải chữ quốc ngữ không có những khuyết điểm (2) . Nhiều người còn coi các dấu giọng là khuyết điểm và muốn thay thế bằng các con chữ chưa dùng trong mẫu tự La Linh. Chữ quốc ngữ cũng không thể ghi hết các âm địa phương của người Việt cho nên chúng ta có tình trạng giọng Miền Trung khác với chữ viết ở các dấu và các âm cuối. Nhưng các khuyết điểm nầy nếu sửa chữa thì chữ quốc ngữ sẽ trở thành quá rắc rối, mất ưu điểm đơn giản vốn là yếu tính cơ bản của nó. Cuối cùng thì trong gần ba thế kỷ sanh thành và hơn một thế kỷ tăng trưởng, với thật nhiều đề nghị sửa đổi nhưng không bao giờ được áp dụng (3) chữ quốc ngữ đã giữ vai trò thật sự là văn tự của nước ta tuy rằng về hình thức nó không khác mấy với lúc được sáng chế. So sánh chữ quốc ngữ ngày nay với bản in Phép Giảng Tám Ngày của A. DeRhodes ta sẽ thấy ngay điều đó.

Trong bao nhiêu năm được sử dụng, thứ chữ nầy tất nhiên ghi lại được đời sống tinh thần của dân tộc cũng như ghi lại một nền văn chương mới của người Việt mà chúng ta gọi là nền văn chương quốc ngữ của văn học Việt Nam. Và cho đến bao giờ mà chữ quốc ngữ còn tồn tại thì văn học quốc ngữ vẫn còn tiến triển không như các loại hình văn học Hán Nôm đã thực sự đứng hẳn trong đời sống văn chương Việt.

Tuy không ai hoang tưởng mà cho rằng chỉ vì những tiện lợi của chữ quốc ngữ cho nên văn học Việt Nam thế kỷ 20 nở rộ, chỉ riêng bước đi của thế kỷ nầy không thôi cũng bằng mấy lần của cả từ thời lập quốc đến hết thế kỷ 19, nhưng ai cũng nhận rằng chính hình thức đơn giản của chữ quốc ngữ góp một phần quan trọng, phần còn lại là các yếu tố khác như dân tộc bớt bị câu thúc chặt chẽ trong tư tưởng, giao tiếp dễ dàng với các trào lưu văn minh, sự phát triển vượt bậc của nền in ấn phát hành, tình trạng dân trí được nâng cao… Khi làn sóng văn minh Tây Phương đến đâu thì tất cả mọi thứ nơi đó đều nở rộ, đó là chuyện đương nhiên, cho nên văn học quốc ngữ –nói cách khác là nền văn học Việt Nam khi thật sự giao tiếp với các trào lưu tư tưởng Tây Phương cho tới ngày nay– có vai trò thu nhận những sức tiến bộ trong tư tưởng Âu Tây để từ đó lấy đà kiến tạo một hình thái văn học mới cho người Việt ngang hàng với các nền văn học khác trên thế giới. Sự thành công hay thất bại của vai trò nầy tùy thuộc vào ý thức trách nhiệm của những người làm văn nghệ và các cách sử dụng văn nghệ của từng chánh quyền của mỗi giai đoạn, đám đông quần chúng chỉ đóng vai trò vô cùng thứ yếu mặc dầu lúc nào cũng được đề cao là quan trọng.

Vậy thì đặc tính Văn học quốc ngữ (VHQN) trong hơn một thế kỷ vừa qua như thế nào?

Tổng quan ta có thể thấy các đặc điểm sau:

1. VHQN, ngay từ những năm đầu tiên, cố gắng tạo nên hình dạng của mình, cho có mặt cái đão. Chuyển qua một dạng chữ viết mới với những cánh rừng mịt mùng chưa khai phá trước mặt, người viết không thể một sớm một chiều vứt bỏ các cách thế suy nghĩ của viết lách cũ xưa vốn mang nặng từ lâu. Họ cũng chưa có kinh nghiệm để đi thẳng vào những thể loại viết mới như văn xuôi, truyện ngắn truyện dài dầu đã thấy các thể loại nầy thành công và đang thịnh hành trong văn học Tây phương. Với những trở ngại đó, VHQN một thời gian dài ban đầu chỉ là một hình thái khác của Văn học chữ Nôm (VHCN). Nó chỉ khác mới ở loại hình văn tự mà không khác mới về mặt tư tưởng cũng như các thể loại sáng tác. Nói cách dễ hiểu giai đoạn đầu VHQN là VHCN hóa dạng.

2. Có hình dạng rồi, mặc dầu còn thật mơ hồ, VHQN cũng đã mạnh dạn tiếp tục bước trên con đường định hình. Công việc quan trọng nhưng không tốn nhiều suy nghĩ là dịch các sáng tác phẩm ngoại quốc sang quốc ngữ bằng văn xuôi, thể loại mà văn chương chữ nôm trước đây rất ít dùng, giờ đây thức giả ai cũng thấy hai nước Trung Hoa và Pháp dùng nhiều. Việc dịch thuật kiểu nầy có thể được coi như công phu tập tành làm cho trơn tru cách viết quốc ngữ sau nầy. Giai đoạn nầy cũng là giai đoạn đi vào quảng đại quần chúng bằng những chuyện ngoài đời được viết bằng các sáng tác ngắn hơi xuất bản dưới hình thức các tập sách mỏng hay in trên báo chí. Tư tưởng văn học thuần túy của giai đoạn nầy không có bao nhiêu, người viết truyền bá lại những tư tưởng có sẵn do thu thái được trong khi học khi đọc hơn là sáng tác ra từ chính nội tại suy tư của mình.

3. Khi đã định hình rồi thì VHQN như tin tưởng hơn ở mình. Với những kinh nghiệm về câu văn trong việc dịch, với những hình thức mượn của văn học nước ngoài VHQN lớn mạnh thật sự với sự rần rộ của các truyện ngắn, truyện dài, thi ca, các tác phẩm khảo cứu v.v. Đây là giai đoạn thật sự cớ mặt của một nền văn học với tất cả những cá biệt và vai trò của từng tư tưởng, từng thời kỳ, từng người viết…

4. Sau khi cực thịnh, VHQN do tầm ảnh hưởng sâu rộng của nó trong quần chúng nên bị lợi dụng hay bị cuốn hút vào vòng chánh trị phe nhóm nhứt thời. VHQN từ đây bị phân hóa theo bước đi truân chuyên của dân tộc. Những năm cãi cọ giữa duy tâm và duy vật trước khi đất nước chia hai, những năm thù nghịch tô hồng, bôi bẩn, một chiều do sự lưỡng phân thành hai nền văn học Quốc-Cộng và hai khuôn mặt văn học trong-ngoài nước Việt… đều có nguyên ủy từ ảnh hưởng quá mạnh của văn học quốc ngữ trong dân chúng. Văn học thời nầy không giống như thời xưa, cách xa với chánh trị, gần gũi với dân chúng và xuất phát từ cái tâm không nhiễm trần lụy của người viết. Thời nầy, đa phần văn học không phản ảnh được nội tâm thật sự của tác giả mà biểu lộ phần lớn con đường chánh trị họ bước theo, dầu ý thức hay không ý thức, trực tiếp hay gián tiếp.

Mỗi giai đoạn, nếu đi sâu vào chi tiết ta có thể chia làm nhiều giai đoạn ngắn hay những sự kiện nổi bật (khuynh hướng, nội dung, thể loại…) những nhân vật tên tuổi gắn liền với văn học (nhà văn, nhà thơ, người viết sách báo…) cũng như những trường hợp đi ngoài con đường tổng quát của trào lưu.

Vậy thì dựa theo nhận xét trên ta có thể chia VHQN thành bốn giai đoạn chính:

Giai đoạn đầu (1862-1897):

Giai đoạn nầy bắt đầu từ năm 1862, năm người Pháp đánh lấy và đặt nền cai trị ở ba tỉnh miền Đông Nam Kỳ đến năm 1897, là năm ra đời của tờ báo Nam Kỳ Địa Phận ở Sàigòn (hay những năm gần đó như 1898, năm Trương Vĩnh Ký từ trần, 1901, năm xuất bản tờ Nông Cổ Mín Đàm.)

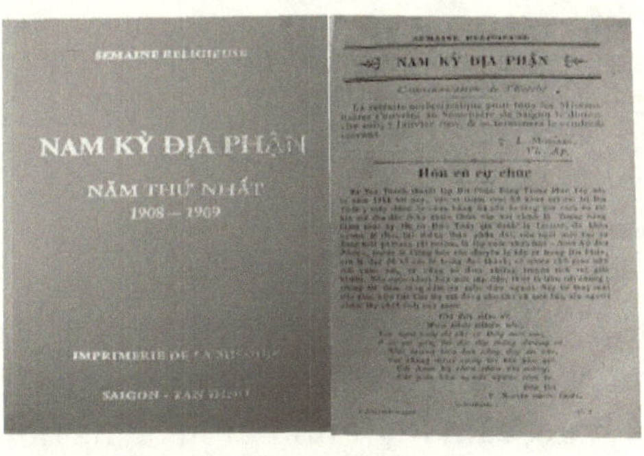

(Báo Nam Kỳ Địa Phận)

Thời gian nầy chữ quốc ngữ mới thật sự bước vào vùng ánh sáng ra mắt quảng đại quần chúng trong khi chữ Nôm và chữ Hán đã có mặt và đương chống trả lại để khỏi bị đào thải. (4) Là thứ chữ đi sau, được hợp thức hóa bởi tân trào và dùng bởi những người gọi là theo tân trào, được yểm trợ bởi những người 'theo Hoa Lan đạo' mặc dầu hiện tại đang có thế giá và vai trò chánh trị (5) nhưng chữ quốc ngữ lúc khởi thủy không được số đông đảo người theo. Thời nầy còn để lại biết bao giai thoại về những gia đình giàu có khi bị làng xã chỉ định con cái phải theo học chữ quốc ngữ đã mướn người đi học thế để con mình ở nhà theo mấy chữ chi hồ giã dã gọi là nối gót con đường thánh hiền của ông bà. Câu thơ của Trần Tế Xương vất bút lông đi lấy bút chì là một lời mỉa mai thứ chữ của tân trào hơn là một sự biểu đồng tình của người theo mới. Thời nầy nếu ai dùng chữ quốc ngữ để sáng tác thì chắc chắn rằng họ cũng là người đã được đào luyện trong nền học vấn cũ, thoải mái trong việc viết bằng chữ Hán chữ Nôm hơn là thứ chữ mới cho nên khi viết bằng quốc ngữ thì họ suy nghĩ và đi theo những khuôn phép của chữ Nôm, chỉ chuyển dịch điều mình viết ra loại hình quốc ngữ mà thôi.(6)

Đọc bài thơ Tuyệt Mạng (7) , bài Nhứt Nhựt Thanh Nhàn hay bài thơ Thường Bả Nhứt Tâm Hành Chánh Đạo (8) của Trương Vĩnh Ký không ai nghĩ rằng những bài nầy được viết bằng quốc ngữ. Ai cũng thấy rõ ràng rằng cảm hứng, nghệ thuật, cung cách diễn tả, cách dùng chữ đều không khác gì sáng tác của các nhà văn Nôm Huỳnh Mẫn Đạt, Bùi Hữu Nghĩa, Phan Văn Trị, Tôn Thọ Tường (9), Nguyễn Khuyến của thời kỳ nầy. Đọc bài thơ quốc ngữ Lên Chơi Núi Điện Bà (10) của Sương Nguyệt Anh, ai cũng thấy rằng những yếu tố văn chương và tư tưởng không khác gì hết với Bà Huyện Thanh Quan.

Một tác giả khuyết danh, với bài Ngũ Canh Vãn đăng trong tờ học báo Thông Loại Khoá Trình của Trương Vĩnh Ký vào năm 1889 (11):

Chạnh lòng khoăn khoái tưởng lo xa,
Mới đó sao canh đã đến ba.
Sương bủa hòa trời sao rải rác,
Tuyết giăng khắp núi nguyệt dần dà.
Bâng khuâng sầu thúc khôn cầm lụy,
Thốn thức buồn tuôn biếng nói ra.
Những mảng so đo tìm lẽ hỏi,

Hỏi ai hơn hỏi tấm lòng ta….

Con đường sáo ngữ của thơ nôm vẫn còn để lại dấu vết sau đậm trên bài thơ nầy: tuyết giăng khắp núi, không cầm lụy, buồn tuôn biếng nói… Đó là chưa kể chính hình thức Đường luật đã làm cho người đọc khó phân biệt được đâu là thơ quốc ngữ, đâu là thơ nôm.

Đọc một đoạn thơ sau, bạn nghĩ rằng đây là sản phẩm bằng quốc ngữ hay bằng chữ Nôm, nó có gốc tích bên Tàu hay bên Tây?

Có người phú quí trên đời,

Huỳnh Trâm tổng trấn ở nơi tây thành.
Lòng nhơn đạo, nết hiền lành,
Xa xôi mến đức, gần quanh đẹp lòng.
Một ngày rảo bươc thơ phòng,
Xem hai bức tượng, xét đồng tài nhau.
Phút đâu nghe động cửa lầu,
Giựt mình ngước mặt day đầu ngó ra.
Thấy công tử bước vào nhà,
Tuổi xuân tươi tắn, mặt hoa vui mầng.
Hỏi rằng 'gặp hội long vân'
Bảng rồng tên đứng đặng lần nầy chăng?
Con là An-Pháp thưa rằng.....

Thưa đấy là phần đầu của truyện Phú Bần Truyện Diễn Ca (12) của Thế Tải Trương Minh Ký. Đây là bản dịch ra quốc ngữ một quyển tiểu thuyết Pháp thời đó. Dịch giả đã sử dụng thể lục bát mà nguyên tác chúng ta có thể quyết đoán rằng được viết bằng văn xuôi. Lý do cũng dễ hiểu thôi, Trương Minh Ký vẫn còn chịu ảnh hưởng của nền văn học Hán Nôm với sự lấn lướt của các thể loại văn vần, ông viết văn vần dễ dàng hơn viết văn xuôi.....

Giai đoạn nầy có tác giả lại in tác phẩm mình bằng hai thứ tiếng, khi thì bằng quốc ngữ, khi thì bằng chữ Nôm (13). Ông Trương Minh Ký viết nhiều sách, in quyển Như Tây Nhựt Trình của mình bằng chữ Nôm . Bản quốc ngữ cũng phát hành khoảng thời gian nầy (14). Có tác giả, vì lý do nầy khác, được dịch tác phẩm mình từ quốc ngữ ra chữ Nôm (15). Điều nầy càng cho thấy rằng đối với người chú trọng đến văn chương Việt Nam thời nầy chỉ có sự thay đổi về hình thức văn tự, chứ chưa có sự thay đổi dứt khoát trong bất kỳ yếu tố gì của sự tạo thành một tác phẩm văn chương.

Thời nầy, để củng cố chữ quốc ngữ, để cho dân chúng làm quen với thứ chữ mới các tác giả quan trọng lo viết sách dạy chữ quốc ngữ, (Trương Minh Ký, Petrus Ký), soạn tự điển (Petrus Ký, Huỳnh Tịnh Của) sưu tập các câu ca dao, tục ngữ (Huỳnh Tịnh Của, Petrus Ký), ghi chép các truyện kể trong dân gian (Huỳnh Tịnh Của, Petrus Ký). Vì chưa muốn đoạn tuyệt hẳn với nền văn hóa Hán học nên các tác giả nầy cũng lo dịch thuật các tác phẩm nho gia có giá trị lâu dài (Petrus Ký), phiên âm và chú giải các tác phẩm được viết bằng chữ Nôm (16) (Huỳnh Tịnh Của, Trương Minh Ký, Petrus Ký) hay cố gắng diễn tả những vấn đề đương thời bằng quốc ngữ (Trương Minh Ký, Huỳnh Tịnh Của, Petrus Ký). Nhìn chung các công trình nầy thật là có giá trị, cho tới nay cả trăm năm sau, không mấy ai có công nghiệp vượt qua những vị nầy. Bộ tự điển Đại Nam Quốc Âm Tự Vị (1896) của Huỳnh Tịnh Của là công trình khoa học, nghiêm túc, kế thừa được những gì các cố đạo đi trước đã làm còn ghi lại được thực trạng của ngôn ngữ Việt Nam cuối thế kỷ 19, đến bao giờ còn có người nghiên cứu văn học thế kỷ 18, 19 , còn có người muốn biết trước đây ông bà chúng ta nói chuyện bằng những ngôn từ như thế nào, sinh hoạt ra sao thì quyển tự điển nầy còn có ích lợi thực dụng (17). Quyển Như Tây Nhựt Trình cho thấy được tinh thần hiếu học, muốn biết thật tường tận, thật nhiều chuyện khi tác giả đến một vùng đất lạ; các bản phiên âm tuồng Phong Thần Bá Ấp Khảo, Tuồng Thúy Kiều là sự giữ gìn thật hữu hiệu phần nào tài sản quý giá của dân tộc (18). Các công trình văn hóa của Petrus Ký là những viên gạch vững chãi nhứt để lót con đường xa lộ thênh thang quốc ngữ về sau nầy, việc đi sâu vào từng tác phẩm của ông cũng không phải là chuyện dễ dàng vì ông rẽ sang nhiều ngành quá chuyên môn. Riêng quyển Nữ Tắc ông phiên âm cẩn thận và chú thích tường tận đến nay ta khó lòng làm hơn được đối với một quyển nôm nào đó tương tợ. Cũng nhờ có ông mà tác phẩm nầy tồn tại vì cho tới ngày nay chúng ta không còn thấy ở đâu chứa bản chữ Nôm Nữ Tắc nữa! Quyển Đại Nam Quốc Sử Diễn Ca ông phiên âm và xuất bản cách đây hằng trăm năm cho đến bây giờ các bản in lại đều dựa một phần lớn trên công trình đó với những thêm thắt thật nhỏ, không đáng kể, đó là chưa kể có những sửa chữa làm cho sai lìa nguyên tác! Quyển Phong Hóa Điều Hành của ông, tuy là sự thu góp túi khôn của các hiền sĩ mượn từ các sử sách và chuyện đạo Tây phương nhưng cũng đưa ra được những chuẩn thằng của con người phải sống xứng đáng con người trong thời đại giao tiếp với Tây Phương. Các bài Kiếp Phong Trần, Bất Cượng… nói lên quan niệm sống Trung dung, thanh bần, bất cầu của ông. Nói một cách khác, về tư tưởng Trương Vĩnh Ký xa gần muốn đặt ra những cương chỉ cho con người quân tử mới trong hoàn cảnh mới có bóng dáng người cai trị mắt xanh mũi lõ trên quê hương chúng ta.

Về văn từ, nhìn chung, ta có thể thấy trong bất cứ sách nào của những người thời nầy là một thứ văn chương không có mục đích làm văn chương, thứ văn-chương-đời-sống-hằng-ngày để sự thấm nhuần của người đọc được tối đa về mặt ý tưởng.

Thời nầy một ngôi sao loé lên trong một công việc mà chưa ai làm trước đó là viết truyện ngắn theo lối Tây Phương: ông Nguyễn Trọng Quản. Văn Nguyễn Trọng Quản, gọn gàng, sáng sủa, kể truyện không rườm rà, hợp lý tuy rằng nghệ thuật dựng truyện của ông chỉ là nghệ thuật bước đầu của truyện ngắn. Nhìn chung, giá trị lịch sử của truyện ngắn Truyện Thầy Lazarro Phiền mở đầu cho sự bứt xiềng ra khỏi những vướng víu ràng buộc với văn chương Hán Nôm của thể loại sáng tác bằng văn xuôi vốn chỉ mới là những bước chân mò mẫm dè dặt từ Huỳnh Tịnh Của và Petrus Ký trong các Truyện Khôi Hài và Truyện Đời Xưa. Tiếc rằng Nguyễn Trọng Quản viết chỉ độc có truyện đó rồi thôi– dầu rằng ông có quảng cáo một cuốn nữa đã viết xong. Không có ai theo chân ông liền sau đó nên thể loại truyện ngắn vắng mặt một khoản thời gian tương đối dài, phải đợi mấy chục năm sau mới trở lại trên địa bàn văn chương miền Bắc bằng các sáng tác của Phạm Duy Tốn, Nguyễn Bá Học… (19)

Thời nầy cũng có lác đác vài tác phẩm liên quan đến chánh trị, hoặc là ủng hộ tân triều, hoặc là kể tội tân triều cùng những người theo chân bọn họ. Vè Khâm Sai, chống Pháp, chúng ta chỉ thấy được dạng quốc ngữ do Trương Vĩnh Ký in trong Thông Loại Khóa Trình nhưng không cho biết trước đây nguyên văn được viết ở dạng nào. Khảo cứu các tác phẩm nầy thuộc một đề tài tổng quát về văn chương hay tư tưởng Việt Nam, phù hợp hơn đề tài VHQN vốn dĩ giới hạn trong hình thức.

Vè Khâm Sai, có đoạn sau đáng được trích dẫn:
Sau lên Phong thữ, Nghĩa dõng tứ vi.
May chẳng hề chi, nhờ ba chú Pháp.
Thân qua Yển giáp, Trở lại La Thanh.
Từ ấy thất kinh, vừa làm vừa sợ.
Tướng chi, tướng dỡ! Vị luyện quân tinh.
Chẳng có Tây binh, e không khỏi chết… (20)

Bài Tân Trào Nhơn Chánh Ca, thân Tây, sau khi ca tụng Tân trào làm nhiều điều hay như là: sửa cầu (tu-kiều), bồi lộ, đào kinh, trồng trái (chưởng đậu), sưu thuế có hạng thứ lề luật, lập nhà thương, lập dây thu lôi, làm nhà dây thép…. tác giả khuyên người dân:

Nắng bề nào phải cho xuôi đỡ bề,
Làm ăn theo phận thú quê.
Thính thiên thuận mạng chớ hề thày lay,
Phận mình bụi bụi tro bay,
Dễ đâu châu chấu chống nay xe rồng… (21)

Tóm lại, bước đầu trong việc vun trồng cho lớn mạnh cây tùng bách Văn Học Quốc Ngữ là công trình của những cây bút cự phách trong vùng đất lưu dân, tân địa Nam Kỳ. Về sau Miền Bắc ngàn năm văn hiến mới nối tiếp với những tác giả làm việc không biết mệt mỏi của các nhóm Đông Dương Tạp Chí Và Nam Phong Tạp Chí.Thời kỳ nầy, dầu quốc ngữ mới manh nha người ta đã thấy ảnh hưởng của nó cho nên các xu hướng chánh trị cũng phản ảnh trên các sáng tác thời đó.

Giai đoạn hình thành: 1897-1930.

Những sáng tác ngắn hơi :

Các sự kiện nổi bật của giai đoạn nầy là những sáng tác ngắn hơi có tánh cách thời sự ở trong Nam và hai tờ báo quan trọng đến con đường học thuật Việt Nam ở ngoài Bắc.

Sau khi các tờ báo Nam Kỳ (Địa Phận, 21 10 1897), và Nông Cổ Mín Đàm (1 8 1901) xuất hiện và sống mạnh, các người viết lách thời đó đã thấy rằng chuyện thời sự vốn được quần chúng ưa thích hơn chuyện văn chương chữ nghĩa thuần túy cho nên trong hai thập niên đầu của thế kỷ 20 chúng ta có thật nhiều những tác phẩm ngắn hơi, viết bằng thể lục bát bình dân, nói về chuyện thiên hạ sự: Chuyện con gái kén chồng, rồi lỡ thời, chửa hoang (Vè con gái kén chồng của Đặng Văn Chiểu (22)). Chuyện vợ lớn vợ bé (Vè con cua của Phạn Thành Kỉnh, Vè vợ Tây của Trần Thiện Thành, Vè Vương sinh mê mèo bỏ mạng của Lê Trung Thu, Vè vợ lớn vợ bé, Vè vợ nhỏ đánh vợ lớn của Nguyễn Đăng Hưỡng, Vè vợ lớn vợ bé đánh ghen của Đinh Thái Sơn. Các chuyện về du côn, tù rạc, cờ bạc, hút sách… (Thơ Sáu Nhỏ, Thơ Sáu Trọng, Thơ Cậu Hai Miêng, Thơ Năm Tỵ, Thơ Vân Tiên ghiền, Thơ Vân Tiên Cờ Bạc)… .

Xem bảng quảng cáo sách mới in ra tháng 9 1915 của nhà xuất bản J. Viết ta thấy tính chất thời sự được nhà xuất bản chú ý: Vè cô Nam nhỏ, Vè thiện ác đáo đầu, Vè cứu vật vật trả ơn, Vè các thím đánh bài giờ, Vè Châu Thành Sàigòn, Vè gái du giang hồ, Vè anh hà tiện, Vè giải oan cho vợ chệt vợ chà… (23) Thư Viện Quốc Gia Pháp còn chứa nhiều các quyển loại nầy như: Vè Chết Chém Lê Hườn Nhi Long, Vè Ông Già Mười Bảy Cưới Gái Bảy Mươi, Vè Cô Năm T. Chôn Con, Thơ Mẹ Ghẻ Giết Con Ghẻ, Thơ Mừng Đại Pháp Quốc Với Đồng Minh Thắng Trận, Thơ Tuồng Lính Tập Đi Tây, Thơ Phan Xích Long Hoàng Đế Bị Bắt, Vè Máy Bay….

Tôi cho rằng người viết văn thời nầy đã coi chữ quốc ngữ như phương tiện hữu hiệu nhứt để nói với đám đông quần chúng về chuyện hằng ngày, chuyện trời ơi đất hỡi thấp tè tè trên mặt đất: chuyện lưu truyền trên cửa miệng của giới bình dân. Nó đã thật sự là công cụ ghi nhận của thể loại văn chương truyền miệng, nó nhắm về những chuyện đầu môi chót lưỡi của con người sống thật sự sống ở trên đời. Hết rồi thời của văn chương chữ nôm với công chúa công nương, đi đâu cũng có vài ba tỳ nữ. Hết rồi thời của Hoàng tử, công tử tướng văn, tướng võ, hoàng hậu, vua cha… Bởi vậy văn viết lúc nầy không có bộ áo trau chuốt, tươm tất, đã dài dòng còn lập đi lập lại như người nói chuyện đương tìm ý, kiếm từ. Cũng vì đặc tính bình dân về mặt văn chương đó ta thấy được rõ ràng như cụ thể trước mắt ta đời sống xã hội của thời đại, một đời sống không phải được đánh bóng bằng những mài gọt, cắt xén của từng lớp nhà văn khoa bảng, chức quyền ở trên cao thời trước hay tầng lớp học thức Tây phương xa rời quần chúng sau nầy.

Đọc một đoạn thơ Sáu Nhỏ:

Bây giờ khó nỗi vẫy vùng
Quản Long đánh chửi vốn không có chừa.
Ma tà cai đội không vừa
Không có đút nhét sớm trưa hành hà.
Luận suy thôi lại thở ra
Vận thời xét lại thiệt là chẳng yên.
Khôn cùng thảm thảm phiền phiền
Ngồi buồn nhớ đến Tôn quyền Châu Do.
Ở đời cuộc thế đắn đo
Nhiều năm đày đọa cam go thân mình.
Lâm râm khấn với thiên đình
Nửa đêm thình lình phá khám Long Xuyên.
Mở mấy chú tôi bị xiềng
Khám đường thả tội nó liền tuôn ra.
Trước sau lính gác ma tà
Trống quân hồi một tựu mà phủ vây.
Quản Long quở mắng vang dầy
Làm sao đến nỗi hội nây rộn ràng (24)

Các việc phiên âm quốc ngữ thời bây giờ thật là rần rộ. Mỗi tác phẩm nôm thường được hai ba, có khi bốn phiên giả chuyển hệ sang quốc ngữ với những thêm thắt, sửa đổi mà các vị nầy gọi là 'bổn cũ soạn lại'. Việc phiên âm với toàn quyền sửa lại bổn cũ như vậy dĩ nhiên làm mất đi tính cách chân xác của nguyên bản Nôm, nhưng ngược lại cũng thúc đẩy được việc đọc, đưa tới tay số đông đảo quần chúng một tác phẩm kiện toàn hơn, trong khi trước đó việc đọc những tác phẩm Nôm vốn là công việc của một số ít ỏi người có học hành và tiền bạc. Tất cả hàng mấy chục truyện thơ bình dân như Lý Công, Chiêu Quân Cống Hồ, Thạch Sanh Lý Thông, Lâm Sanh Xuân Nương, Thoại Khanh Châu Tuấn, Nam Kinh Bắc Kinh, Nàng Út, Ông Trượng Tiên Bửu… được phổ biến là nhờ giai đoạn sửa lại bổn cũ nầy, một giai đoạn không ai phủ nhận được công trình chuyển biến từ hình thức Nôm sang hình thức Quốc Ngữ.

Một số người sau một thời gian làm công việc dịch thuật và sửa lại bổn cũ, cảm thấy tin tưởng ngòi bút của mình hơn bèn bỏ công ra viết tuồng, viết truyện thơ, sáng tác truyện ngắn. Đó là các ông Nguyễn Chánh

Sắt, Trần Phong Sắc, Đặng Lễ Nghi. Những người nầy mở đường cho các nhà văn sáng tác sau đó hằng chục năm như Lê Hoằng Mưu, Trương Như Toản…

Giai đoạn nầy có sự chuyển hình từ thi phổ sang ca khúc với sự phổ biến rộng rãi của chữ quốc ngữ. Mặt đờn ca hồi những thập niên mười phát sinh ca cải lương đã đành, mặt in ấn các bài ca thời nầy thúc đẩy sự hoàn thành mau chóng hơn thể loại văn hóa đặc biệt của thế kỷ nầy. Không thể kể hết các bản in và người đặt, chép bài ca, chỉ xin ghi lại một vài: Bài Ca Cải Lương, Bài Ca Lục Vân Tiên, Bài Ca Sáu Trọng (25), Bài Ca Thập Nhị Tứ Hiếu, Bài Ca Tình Nhân, Bài Ca Tứ Tài Tử, Bài Ca Lục Tài Tử, Bài Ca Bát Tài Tử, Bài Ca Thập Tài Tử, Bài Ca Thập Nhị Tài Tử… và xin ghi nhận rằng về nội dung các bài ca vẫn bám vào các đề tài trong những tác phẩm giờ đây đã được chuyển sang quốc ngữ, chứ không tự mình đứng riêng như một tác phẩm độc lập phát xuất từ trí tưởng tượng của người viết. Các bài ca nầy là những viên gạch căn bản, giá trị, chúng sẽ hợp nhau lại thành lâu đài cải lương chừng độ chục năm sau đó.

Vai trò của báo chí:

So sánh với báo chí, sách vở thua xa việc phổ cập trong quần chúng. Báo chí cũng dễ dàng trong việc viết lách vì mỗi một số có thể chứa thật nhiều đề tài khác nhau, phục vụ cho nhiều người trình bộ bất đồng và sở thích khác nhau. Sách vở nói nhiều đến các tờ báo đầu tiên là Gia Định Báo, Đại Nam Đồng Văn Nhựt Báo v.v.. cũng vì lẽ đóng vai trò lịch sử của nó, xuất hiện sớm. Từ rất lâu ông Trương Vĩnh Ký với nhận định của mình đã cho xuất bản một tờ học báo để giới thiệu các vấn đề liên quan tới văn học Việt Nam bằng quốc ngữ, đó là nguyệt san Thông Loại Khóa Trình Miscellanées (5 1888). Ông nói trong số ra mắt tờ học báo nầy cái tôn chỉ và mục tiêu của mình:

GIA DINH BAO
嘉定報

GIA ĐỊNH BÁO

(Một số tờ báo quốc ngữ xuất hiện sớm)

“Coi sách lắm nó cũng nhàm; nên phải có cái chi vui pha vào một hai khi, nó mới thú. Vậy ta tính làm ra một tháng đôi ba kỳ, một tập mỏng mỏng nói chuyện sang đàng quốc chí, pha phách lộn lạo, xào bần để cho học trò coi chơi cho vui. Mà chẳng phải là chơi không vô ích đâu: cũng là những chuyện con người ta ở đời nên biết cả. Có ý, có chí thì lâu nó sẽ thấm…” (26)

Đó không phải là tờ báo đúng nghĩa mà là tờ học báo cho nên ảnh hưởng trong học giới và học sinh thì nhiều mà tác dụng trong quần chúng thì không có mấy. Thông Loại Khóa Trình sống không đầy hai năm thì đình bản vì người chủ trương không lấy lại được vốn bỏ ra hằng kỳ. Tiếc thay! Nhìn chung TLKT mạnh về phương diện sưu tập, bảo tồn mà vắng bóng những nhận định cũng như sáng tác đương thời. Riêng giá trị bảo tồn tư liệu thôi, TLKT cũng đáng cho ta trân trọng bởi vì ta không gặp đâu khác rất nhiều bài đặc biệt trong đó, nhứt là Lời Truyền Thị của Tôn Thọ Tường, Vè Khâm Sai của nghĩa quân kháng Pháp.

Phải đợi đến hai tờ Nam Kỳ Địa Phận và Nông Cổ Mín Đàm vai trò của báo chí quốc ngữ mới nổi bật. Nông Cổ Mín Đàm (ÓA Ĩẽ Ừú Ổễ , Causeries sur l’Agriculture et de Commerce) số đầu tiên ra ngày 1 tháng Tám, 1901, sống rất lâu, hơn hai mươi năm, thay đổi nhiều chủ bút chủ nhiệm nên đường lối cũng đổi thay… một sự khảo sát tường tận về tờ báo nẩy là việc khó khăn, ở đây chúng tôi chỉ nói đại lược về giai đoạn hai năm đầu tiên nó xuất hiện.

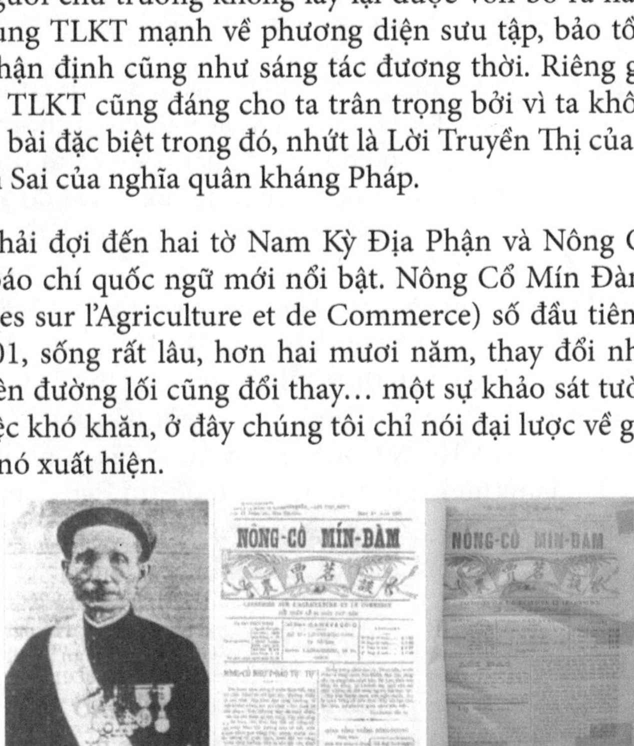

Ông Trần Chánh Sắt, một trong những chủ bút của tờ Nông Cổ Mín Đàm và số ra ngày 1/8/1901 (số đầu tiên) và số ra ngày 18/8/1904

(Báo Nông Cổ Mín Đàm)

Đây là một tuần báo, 8 trương, khổ 1/4 tờ báo lớn ngày nay. Chủ nhơn (=nhiệm) là người Pháp rành tiếng Việt và sống rất lâu và làm ăn lớn ở Việt Nam tên Canavaggio, chủ bút là nhà văn Lương Khắc Ninh, tục gọi là Hội Đồng Ninh vì ông có mấy nhiệm kỳ làm Hội Đồng Quản Hạt .

Trong số ra mắt có viết lời trần tình của chủ nhơn và lý do làm báo đáng cho ta chú ý:

Hai mươi năm chẵn ở miền Nam thổ, nay đã tiệm thành cơ chỉ qui mô. Đường thiên lý tục tình dầu khác, đạo cang thường lễ nghĩa như nhau. Nơi nơi cũng tạo doan hồ phu phụ. Việc hiếu sự nay đà rang rảnh, tình thê nhi thêm lại rịch ràng (27). Vậy nên công việc từ hưu, vui theo thú thê trì nông cổ. Thương nam thổ dường như cố thổ, mến Nam nhơn quá bằng Tây nhơn, muốn sao cho nông cổ phấn hành, sanh đại lợi cùng nhau cộng hưởng. Vậy nên sức lập nên nhựt báo, thông tình nhau mà lại rộng chỗ kiến văn, lần lần liệu ta cử đồ đại sự.

Trong Đông cảnh nước Cao Ly, Nhựt Bổn, nước Xiêm La cùng nước Đại Thanh đâu đâu cũng đều có công văn nhựt báo. Há Lục Tỉnh anh hùng trí dõng, lại khoanh tay ngồi dậy mà xem, không thi thố cùng người trục lợi…

Tờ báo bằng giọng văn nhiều tính biền ngẫu, sai nhiều lỗi chánh tả nên hơi xưa so với tờ Nam Kỳ Địa Phận xuất bản cùng thời. Báo viết những bài có tính cách cổ động cho công việc phát triển canh nông, chấn hưng thương nghiệp, giải thích khế ước và thương hội.. . Để đỡ khô khan thỉnh thoảng báo có đăng các truyện sáng tác hay truyện dịch từ sách Tàu, dưới dạng văn xuôi hay văn vần, của Lương Khắc Ninh, Nguyễn Viên Kiều, Nguyên Liên Phong, Nguyễn Khắc Huề, Nguyễn Thiện Kế, Đặng Quí Thuần, Lương Hòa Quí, Trần Giải Nguơn, Nguơn Dư Hoài, Nguyễn Chánh Sắt, Nguyễn Viết Khuông, Thổ Châu thơ sanh, Nam Song thị, Trần Khắc Kỷ, Lê Hoằng Mưu, Tô Ngọc Đường…. Chính các người nầy, với các bài của họ, tạo nên sự lớn mạnh của VHQN trong những bước đầu, ít nhứt là trong Nam Kỳ Lục Tỉnh. Từ năm thứ hai tờ báo mở ra mục Thi Phổ đăng thơ của các bạn đọc và văn hữu cộng tác. Các thơ nầy phần lớn theo thể Đường luật và xướng họa thù tạc nên giá trị văn chương không nhiều.

Các bài sưu tầm văn chương trong NCMD nhìn chung giá trị bảo tồn cũng giống như TLKT trước đó. Bản dịch Tam Quốc Chí ký tên Canavaggio là bản dịch Tam Quốc Chí ra quốc ngữ đầu tiên ở nước ta, trước bản dịch của Phan Kế Bính hơn một thập niên, đăng hơn năm năm từ số 1 đến số 210 là các số báo mà chúng tôi tham khảo được trước đây. Một số người ngờ rằng bản dịch nầy là của Lương Khắc Ninh, điều đó không có gì làm bằng. Xét về văn phong của Lương khắc Ninh thì ta thấy không phải, ông nầy dùng nhiều biền ngẫu, chữ sử dụng cao kỳ mà dư thừa trong khi bản dịch Tam Quốc Chí đúng là hình thái văn xuôi, không có những tiểu đối, chữ dùng lại dễ hiểu bình dân, tỏ ra là tài lực của một người ít chịu ảnh hưởng của Hán học.

Đó là chuyện đầu thế kỷ ở trong Nam, sau đấy một thập niên ở ngoài Bắc chúng ta có hai tờ báo nổi bật, tạo thế đứng vững mạnh cho VHQN là Đông Dương Tạp Chí và Nam Phong Tạp Chí.

Đông Dương Tạp Chí: (1913-1919) số đầu tiên ra mắt là ngày 15-5-1913. Do tình hình chánh trị, ĐDTC được người Pháp cho ra đời với mục đích tuyên truyền cho công cuộc đô hộ và dè-bỉu những chống đối. Dần dần về sau các người chủ trương đã khéo léo lèo lái thành một tờ báo văn nghệ và học thuật rất phong phú. Trần Trọng Kim viết về Sư Phạm, Nguyễn Văn Tố trích tuyển Pháp văn, Phạm Duy Tốn viết truyện ngắn, Phan Kế Bính và Nguyễn Đỗ Mục dịch thuật các tác phẩm Hán văn, Nguyễn Khắc Hiếu nghị luận về thi ca, Nguyễn Hữu Tiến , Nguyễn Bá Trạc, Thân Trọng Huề viết những điều thuộc về tư tưởng và học thuật Việt Nam…

ĐONG DƯƠNG TẠP CHI
TIN SAO CÔNG

(Đông Dương Tạp Chí)

Nam Phong Tạp Chí: (1917-1934) là tờ báo có ảnh hưởng trong giới trí thức thời nầy, do Phạm Quỳnh chủ trương và viết gần như tất cả các mục. Lúc nầy quốc ngữ đã lớn mạnh lại càng lớn mạnh hơn khi Phạm Quỳnh hô hào phổ biến quốc ngữ bằng cách dung hợp với tư tưởng Tây phương. Do sự làm việc cần cù và nhiệt tâm ông đã đem rất nhiều điều mới lạ trong sách vở Tây Âu thời đó diễn dịch ra quốc ngữ khiến cho thứ chữ viết nầy có dịp cọ xát với các vấn đề khó khăn để chứng tỏ khả năng diễn đạt của mình. Cho đến ngày nay những điều viết trong Nam Phong Tạp Chí phần lớn vẫn còn giá trị, tờ báo đáng được trân trọng như nó đã được trân trọng là di sản văn hóa của dân tộc trong bao lâu nay.

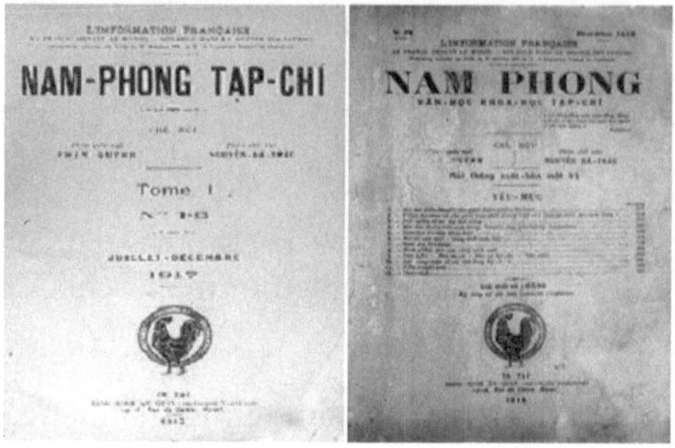

(Nam Phong Tạp Chí)

Về hai tờ ĐDTC và NPTC, Giáo Sư Dương Quảng Hàm kết luận rất cô đọng và chân xác:

Ông Vĩnh có công diễn dịch những tiểu thuyết và kịch bản của Âu Tây và phát biểu những cái hay trong tiếng Nam ra; ông Quỳnh thì có công dịch thuật các học thuyết tư tưởng của Thái Tây và luyện cho tiếng Nam có thể diễn đạt được các ý tưởng mới. Đối với nền văn hóa cũ của nước ta thì ông Vĩnh hay khảo cứu những phong tục tín ngưỡng của dân chúng, mà ông Quỳnh thường nghiên cứu đến chế độ văn chương của tiền nhân.

Văn ông Vĩnh có tính cách giản dị của một nhà văn bình dân, văn ông Quỳnh có tính cách trang nghiêm của một học giả. Tuy văn nghiệp của mỗi người có tính cách riêng, nhưng hai ông đều có công với việc thành lập quốc văn vậy (28).

Thập niên 30 trong Nam có một tờ tạp chí rất quan trọng là Phụ Nữ Tân Văn, với tờ nầy các vấn đề cải cách xã hội được đặt ra, cũng như vấn đề Thơ Mới được nói đến lần đầu tiên.

Giai đoạn cận đại và hiện đại (1932-2000)

Giai đoạn nầy không thể nói bằng một hai trang giấy vì đây là giai đoạn sung mãn nhứt của VHQN. chỉ xin tóm lược vài điểm chánh:

Những năm tiền chiến: 1932-1945: Thi ca nổi bật với những cách mạng về lề luật thi ca cũng như tiết điệu. Đặc điểm của thời nầy tổng quan là lãng mạn, với những chuyện yêu thương và đau khổ. Các thi sĩ phần nhiều nổi danh vì biết nhìn thật sâu vào tâm hồn mình để diễn tả những tình trạng tế vi ai cũng cảm nhận nhưng không thể tự mình diễn tả.

Những năm kháng chiến (1945-1954) Sàigòn trở lại là cái nôi của văn học với tràn ngập truyện ngắn và thi ca cổ động cho việc lên đường chống thực dân và đề cao công cuộc kháng chiến. Những nhà văn ở thành phần nhiều không trực tiếp nhận chỉ thị từ phía lãnh đạo công cuộc kháng chiến thời đó. Họ viết bằng trí tưởng tượng, bằng cái tâm bất bình của con người. Cùng thời gian nầy, ở vùng kháng chiến những nhà văn chịu ảnh hưởng của CS viết theo chỉ thị dù rằng họ có lợi thế được nhiều người đọc hơn và thực tế quan sát.

Những năm đất nước lưỡng phân (1954-1975) Đất nước bị chia hai kéo theo sự phân cách về suy nghĩ của hai Miền. Miền Nam tự do trong suy nghĩ nên người viết muốn viết gì thì cứ viết miễn là có một chút kỹ thuật và văn chương. Kết quả là có nhiều tác phẩm nhảm nhí xuất hiện. Những tác phẩm có giá trị văn chương lại mang ảnh hưởng tiêu cực trong việc đối đầu với Miền Bắc khi phân tích tai hại của chiến tranh, sự phi lý của cuộc đời, cổ võ cho cuộc sống buông trôi. Hà Nội dùng tất cả mọi nổ lực của nhà văn để sáng tác nên những quyển sách tưởng tượng ra sự chiến đấu thần thánh của nhân dân trong việc chống Ngụy, chống Mỹ, và bôi lọ đến tuyệt cùng chánh quyền và nhân dân Miền Nam.

Những năm trong và ngoài nước (1975-?) Đây là sự kéo dài của giai đoạn lưỡng phân với những thay đổi nho nhỏ ở cả hai phía. Bên ngoài tình yêu quê hương được tô đậm, bên trong những đề tài xây dựng được trát hồng. Sự thay đổi nầy tuy vậy vẫn không xóa được tính chất thù hằn trong văn chương ở hai vùng trong và ngoài nước…

oOo

Cũng nên nhắc lại rằng trong hai giai đoạn đầu của VHQN thì các hệ thống khác của văn học Việt Nam như truyền khẩu, Hán, Nôm vẫn hiện diện, mặc dầu mờ nhạt khói sương hơn thời kỳ chưa có chữ quốc ngữ. Ở những giai đoạn sau, các loại hình văn học Hán, Nôm chết khô dần như những dòng suối cạn nguồn mùa nắng, chẳng còn âm hưởng gì ngoài sự mua vui nho nhỏ của vài ba người trong các văn đàn khép kín, hoài vọng về một dĩ vãng không thể nào có lại được. Văn chương truyền khẩu cũng vậy ở các giai đoạn sau của VHQN không còn được coi trọng nữa vì hình thức văn tự đã được coi là ổn định, chuyện in ấn đã dễ dàng, chỉ còn lại như những hình thức biếm nhẽ, chống đối, khinh mạn.. người ta kể nhau nghe để làm trò cười trong vài ba người bạn, không ảnh hưởng đến ai… Hát hò cũng mất dần theo hình thái sinh hoạt mới của thời đại và những ảnh hưởng bất lợi của cuộc chiến vô lý triền miên, chỉ còn lại trong ký ức và tâm tưởng của những người lớn tuổi may mắn nghe được vài câu trong thời kỳ tàn tạ của loại hình văn học đặc biệt nầy.

VHQN đã trưởng thành quá mau, trong vòng một thế kỷ mà từ không thành có. Từ có thành một bản sắc riêng của cả dân tộc. Tiếc rằng ở nửa thế kỷ sau, về mặt viết lách, quá nhiều chất xám của dân tộc tiêu phí vô ích cho những mục tiêu chánh trị vốn không có bao nhiêu giá trị đối với đường dài của lịch sử, đó là chưa kể những bài viết đáng lẽ có đã không có được vì người viết không thể cầm bút hay bị bức tử. Đáng lẽ sinh ra và lớn lên trong lúc chiến tranh bao trùm đất nước nhà văn phải cho ra đời được những tác phẩm dính dáng đến chiến tranh mà đi vào lòng người như của Đỗ Phủ, Cao Bá Quát, Victor Hugo, Gogol, A. Tolstoy …. đằng nầy ta chỉ có quá nhiều những tiếng cãi cọ chửi bới chắc chắn không vui lòng gì đó những thế hệ con cháu mai sau…

NGUYỄN VĂN SÂM

(1) Một nghị định năm 1896 công nhận chữ quốc ngữ mới và dùng trong một số trường hợp trong thơ từ công chứng, năm 1903 bắt buộc có bài thi Pháp văn trong tất cả các kỳ thi của Triều đình Huế.

(2) Xem Hồ Ngọc Cẩn- Văn chương An Nam, HồngKong, Imp. de la Missions-Étrangères, 1933, trang 167-172

(3) Chẳng hạn một trăm năm trước ông Trương Minh Ký có một đề nghị nhỏ, có vẽ hợp lý và tiết kiệm được thì giờ trong việc viết in là không đánh dấu sắc trên các chữ đã đọc đúng âm mà không cần dấu, nghĩa là chữ của các vần at, ăt, ât, et, êt, ot, ôt, ơt, uc, ưc, ut, ưt…. chẳng hạn như hát, thác, cốt.. thì chỉ cần viết hat, thac, côt …là đủ. Trương Minh Ký đã thực hành trong các bài viết của mình, nhưng cho đến nay vấn đề cũng đâu vào đó, không nhúc nhích gì.

(4) Giai đoạn nầy các tuồng hát bội Nôm xuất hiện thật nhiều, nhiều đến nỗi ta có thể gọi văn Nôm giai đoạn nầy là giai đoạn của tuồng.

(5) Lời nói với bổn đạo, trong Thông Loại Khóa Trình,

(6) Đọc tác phẩm của Phan Chu Trinh ta thấy nhiều bài thơ của ông ở cả hai dạng quốc ngữ và nôm . Tuy nhiên phần quốc ngữ thì ít hơn phần nôm nhiều.

(7) Phạm Thế Ngũ, VNVHS, GUTB, quyển 3, trang 78.

(8) Nhứt nhựt…. Ước ao ngày một khỏi ưu phiền, Trọn bữa thanh nhàn giã thể tiên. Trần lụy vẫn rằng miền thế tục. Phong quang được gọi

cảnh thiên nhiên; Non cao chí cả ai là thú. Cõi tỉnh lòng trung bậc tợ hiền; Cái khúc nghê thường nghe khéo rộn, Lời ông Phương Sóc đáng nên khen.

Thường Bả…Thường gìn mối đạo dốc tay dương, Bả-chả đâu hề trễ tánh gương. Nhứt chí từng thơm danh bắc quyết, Tâm tình trải rạng tiếng Đông Dương. Chuyên vòng nghĩa lý noi long mực, Hành sự văn từ dãi dấu hương. Chánh ý bày hay, mong đổi tục, Đạo hằng giữ trọn ít ai thương.

(9) Về trường hợp Tôn Thọ Tường, ta có nhiều lý do để tin rằng ông viết bằng quốc ngữ. Tài liệu còn lại ca tụng rằng ông học chữ quốc ngữ rất mau sau khi đã nổi danh hay chữ trong hệ thống Hán, Nôm. Bài truyền thị của ông khi làm Đốc Phủ Sứ ở quận Vũng Liêm, còn in lại trong tập san Thông Loại Khóa Trình, tháng 6 1889, trang 12-13 chắc chắn nguyên bản phải là quốc ngữ vì những lý do chínhtrị. Trích:

Ra lời truyền tỏ với nhân dân,Làm người phải biết giả chơn.Chớ khá nghe lời huyển hoặc. Xưa sáu tỉnh súng đồng giáo sắt. Binh lương tiền túc chứa chan. Ô le tàu hải rỡ ràng. Thành tỉnh pháo đài nghiêm nhặt….

(10) Bút tích bài thơ nầy do bà Sương Nguyệt Anh viết tặng thi sĩ Tô Ngọc Đường khi bà lên chơi núi Bà Đen ở Tây Ninh vào đầu thế kỷ 20. Tài liệu nầy lần đầu tiên đăng trong Văn Hoá Nguyệt San trước 1975, sau được trích lại trong Huỳnh Minh, Tây Ninh xưa và Nay.

(11) Nên nhớ rằng đó là năm đăng trên TLKT, năm sáng tác chắc còn trước đó nhiều.

Tiểu sử Nguyễn Văn Sâm

Nguyễn Văn Sâm sanh tại Sài gòn, 1940. Từng dạy ở trường Nguyễn Đình Chiểu, Mỹ Tho, Pétrus Ký, Đại Học Văn Khoa (Sài gòn) và các trường Đại Học Vạn Hạnh, Cao Đài, Hoà Hảo, Cần Thơ.Sang Mỹ từ năm 1979, vẫn sống bằng nghề dạy học. Viết cho Văn, Văn Học và các tạp chí Việt ngữ của người Việt. Trước 1975 chuyên viết về biên khảo văn học. Đã in:

Văn Học Nam Hà (1971, 1973)
Văn Chương Tranh Đấu Miền Nam (1969)
Văn Chương Nam Bộ và Cuộc Kháng Pháp (1972)

Qua Mỹ viết truyện ngắn vì những thôi thúc phải nói lên sự suy nghĩ của mình về quê hương và thân phận người Việt, ngay trên quê hương, hay lạc loài tha hương. Đã in ở Mỹ:

Câu Hò Vân Tiên (1985)
Ngày Tháng Bồng Bềnh (1987)
Khói Sóng Trên Sông (2000)

Gần đây, trở về gia tài cổ của dân tộc bằng cách phiên âm các tuồng hát bội, truyện thơ viết bằng chữ Nôm chưa từng được phiên âm mà nguyên bản hiện còn đang nằm trong các thư viện lớn ở Âu Châu:

Tam Quốc Diễn Nghĩa
Lôi Phong Tháp
Sơn Hậu Diễn Truyện
Trương Ngáo
v.v…

Thành viên Ban Biên Tập Tự Điển Chữ Nôm Trích Dẫn. Giáo sư Viện Việt Học, California, Hoa Kỳ.

NGUYỄN VĂN SÂM

Nguồn:

https://nguoitinhhuvo.wordpress.com/2014/10/31/mot-the-ky-van-hoc-quoc-ngu-nguyen-van-sam/

Danh ngôn:

Tất cả chúng ta đều có cuộc đời riêng để theo đuổi, giấc mơ riêng để dệt nên, và tất cả chúng ta đều có sức mạnh để biến mơ ước trở thành hiện thực, miễn là chúng ta giữ vững niềm tin.

We all have our own life to pursue, our own kind of dream to be weaving, and we all have the power to make wishes come true, as long as we keep believing

Louisa May Alcott

Với một người đàn ông có tài chỉ cần một người phụ nữ nhạy cảm, vì cả hai người có tài cùng trong một mái nhà là quá thừa.

Khuyết danh

:

NGUYỄN VĂN SÂM

Truyện thơ Thạch Sanh Lý Thông – Tác phẩm của lưu dân hống lại sự sợ hãi thiên nhiên nơi vùng đất mới

Truyện Thạch Sanh Lý Thông lưu truyền trong dân gian dưới hình thức chuyện kể truyền miệng chắc có đã lâu, phải hiện hữu trước khi ông Dương Minh Đức đưa bản văn sáng tác của mình sang bên Quảng Đông khắc ván - cũng như đã từng đưa vài chục tác phẩm khác của nhóm, nhờ đó miền Nam Kỳ Lục tỉnh có được một số tác phẩm Nôm đáng kể mà người nghiên cứu Nôm thường gọi là Nôm Phật Trấn.

Nhóm thực hiện các bản Nôm Phật Trấn hoạt động vài ba chục năm trước khi người Pháp đến Việt Nam. Vậy thì, ít nhứt chuyện Thạch Sanh có mặt cách nay hai thế kỷ. Ta không có chứng cớ gì về sự lưu truyền của truyện nầy trong dân gian ngoài sự suy đoán gián tiếp từ mấy nhóm chữ trên bản bản Nôm Phật Trấn.

(1) Dương Minh Đức Thị soạn 楊明德氏撰 và

(2) Duy Minh Thị đính chánh 惟明氏訂正

Tôi hiểu nhóm chữ (1) theo nghĩa ông Dương Minh Đức – một người Minh Hương, sống ở vùng Xóm Dầu, Chợ Lớn, quận 6 ngày nay – sau khi nghe chuyện Thạch Sanh được kể trong dân gian ông đã chấp bút viết lại thành thơ. Có thể ông thêm hay bớt vài chi tiết những gì mình được nghe nhưng chắc chắn ông là người kể lại bằng văn vần đầu tiên. Trong bản nầy ông dùng nhiều từ ngữ người đương thời thường sử dụng mà người thời đại chúng ta khó hiểu hoặc không dùng nữa, học giới gọi là từ cổ.

Cũng vậy, nhóm chữ (2) có thể được hiểu là ông Duy Minh Thị - cũng là một người Minh Hương sống ở cùng vùng với người bạn họ Dương của ông - đã đính chánh lại câu văn của Dương Minh Đức cho có vẻ văn chương hơn. Cũng có thể ông nầy cắt xén một lần nữa bản văn của bạn mình trong trường hợp quá dài và sửa lại nầy nọ cho hợp lý hơn. Suy luận trên dựa trên giả thuyết Duy Minh Thị và Dương Minh Đức là hai người khác nhau. Trong trường hợp hai người là một thì kết quả sự suy luận trên không thay đổi bao nhiêu.

Trước Dương Minh Đức không có bản Thạch Sanh nào được in ấn. Cũng không tài liệu nào ghi lại bản kể truyền miệng dầu là sơ lược chuyện Thạch Sanh. Vậy thì chúng ta tạm chấp nhận giả thuyết rằng đây là văn bản sớm nhứt của câu chuyện Thạch Sanh. Tôi gọi đây là truyện Thạch Sanh Lý Thông thế hệ 1, cho tới khi nào tìm được bản sớm hơn, đời Tây Sơn hay là đời Gia Long chẳng hạn.

Chúng tôi chọn bản Nôm Phật Trấn để phiên âm và giới thiệu trước, ngoài sự ra đời sớm của nó còn có những lý do khác như:

(1) Chưa từng được giới thiệu;

(2) Mang bản sắc của văn chương Nam Kỳ Lục tỉnh ở chỗ câu văn đơn sơ mộc mạc - nhiều câu thất vận, không vần, đoạn văn chuyển tiếp thường được tác giả báo trước, và

(3) Mang nhiều từ ngữ Nam bộ không thấy ở sách vở các vùng ngoài.

Bản Thạch Sanh nầy gồm 42 tờ hai mặt, chúng tôi theo truyền thống đánh số trang a, b. Mỗi trang thông thường gồm 10 cặp lục bát, trừ đi bài thơ và mấy dòng tên tác giả… thì toàn văn của câu chuyện còn lại 1166 câu. Về mặt hình thức thì bản khắc dễ đọc, rõ ràng. Thỉnh thoảng cũng có chữ sai nét, chữ không đúng vị trí, chữ khắc quá đơn giản khó đọc, tuy nhiên sự kiện nầy không nhiều. Điều khó nhứt là phiên âm cho chính xác với giọng Nam kỳ vì phần nhiều âm đặc biệt nầy và âm gọi là chuẩn hiện nay đều được viết bằng một ký hiệu Nôm. Cũng có trường hợp chữ viết sai hay chữ mà ta tưởng viết sai tạo cho người phiên âm sự lúng túng trong việc tìm chữ thích hợp…

Trong việc phiên âm những tác phẩm khác trước đây, chúng tôi không dùng lại cái tựa cũ của tác phẩm Nôm mà lại đặt cho nó cái tựa mới để tạo một ấn tượng đối với người đọc, cái tựa mới nói thêm được điều gì đó, về phần chánh của truyện như Kể Chuyện Tình Buồn (U Tình Lục của Hồ Văn Trung), Mà Lòng Tôi Thương (Nam Kinh Bắc Kinh), Tội Vợ Vợ Chịu (Trương Thiện Hữu) hay phần chánh của nhân vật (Người hùng Bình Định nổi loạn Truông Mây (Văn Doan Diễn Ca), Trương Ngáo, người đi đòi nợ Phật (Trương Ngáo truyện)…

Truyện Nôm Thạch Sanh Lý Thông chúng tôi muốn đặt cho cái tên mới là Thạch Sanh Thì Ít… theo câu ca dao thời đại "Bạn bè (rượu) mỗi lúc mỗi đông/ Thạch Sanh thì ít, Lý Thông thì nhiều", nhưng xét rằng cái tên Thạch Sanh Lý Thông gợi nhiều ấn tượng và đi sâu vào lòng dân gian từ lâu nay nên đành giữ lại cái tựa cũ tuy rằng lòng không thích lắm vì nó đi ra ngoài chủ trương lâu nay của mình.

Bạn hiền là Thạch Sanh đời nào cũng ít, ít nên tên được nhắc đi nhắc lại qua thời gian như Dương Lễ, như người bạn chia vàng… nếu lịch sử có được bạn hiền nào thì người đời trân trọng và viết đi viết lại trong các tiểu phẩm để làm bài học cho người sau. Bạn xấu như Lý Thông đời nào cũng nhan nhản. Không cần nhìn đâu xa, liếc mắt vô các tin tức hằng ngày thì thấy, nào là giết bạn đoạt xe máy, đoạt điện thoại di động, nào là giết bạn vì một câu nói chạm tự ái, nào là đâm bạn chết vì giành nhau trả tiền, nào là chặt bạn ra từng khúc bỏ vào tủ lạnh vì muốn đoạt vợ bạn… Ối thôi, trăm ngàn vẻ, triệu ức cảnh, người viết tiểu thuyết không cần động não tìm cốt truyện đâu xa cũng thấy.

Truyện thơ Thạch Sanh Lý Thông nói gì trong đó?

Người trẻ Thạch Sanh nghèo, kết bạn với Lý Thông theo lời yêu cầu của anh nầy. Khi Lý Thông có chuyện ngặt là lần đó tới phiên phải đi nạp mình cho chằn tinh ăn thịt thì đánh lừa kêu Thạch Sanh đi để thế mạng. May thay Thạch Sanh có tài hay do được tiên ông chỉ dạy trước đây nên giết được chằn. Thấy vậy Lý Thông bèn gạt bạn nói là chằn của vua, giết là bị tội, hãy trốn đi. Sau đó Lý Thông tới đền vua báo cáo là mình đã lập kỳ công nầy để được phong chức… Những cuộc gạt gẫm như vậy xảy ra trong suốt cuốn truyện: Thạch Sanh giết Mãng Xà vương, Thạch Sanh trừ Đại bàng cứu Công chúa… đều được Lý Thông mạo nhận là công cán của mình để được hiển vinh mà không đời nào nhớ tới hay muốn giúp đỡ bạn nghèo.

Trời không phụ người ngay. Lần kia Thạch Sanh sau khi bị cáo gian ăn cắp vàng vua, sắp bị Lý Thông đem ra hành hình sớm để trừ hậu hoạn thì đã đem cái đờn thần của mình ra khảy giải buồn, cô Công chúa trước đây uất hận vì thấy Lý Thông cướp công của Thạch Sanh nên á khẩu không nói được, bây giờ nghe tiếng đàn, biết đó là tiếng đàn của Thạch Sanh nên tâu với vua cha giải oan cho họ Thạch. Cuối cùng thì người ngay mắc nạn còn có thể thoát, người gian mắc nạn như Lý Thông thoát được lưới nhân gian – do lòng nhân ái và tình bạn của người mình đã đối xử xấu – nhưng không thoát được lưới thiêng của Trời Đất, anh ta bị thiên lôi đánh chết và hồn biến thành con ảnh ương.

Thạch Sanh có tài, đã cứu được Công chúa mắc họa đại bàng, về sau lại còn cứu quốc gia khỏi nạn binh đao khi liên quân 18 nước kéo sang vây hãm do tức giận bị làm nhục nên được vua nhường ngôi là chuyện phải đến.

Người ngay mắc nạn, khổ sở sau đó được truyền ngôi vua trong truyện thơ bình dân Việt Nam đầy dẫy, kể không hết. Anh hùng trừ gian đảng, trừ nịnh thần, trừ giặc ngoài… hầu như truyện nào cũng có. Tuy nhiên anh hùng trừ Chằn tinh, trừ Mãng xà vương, trừ chim lớn đại bàng, cứu người bị giam trong cũi sắt, trừ giặc bằng tiếng đờn, giặc sợ vì họ bao vây thành mà mình cứ ngồi an nhiên… chỉ có độc nhứt trong truyện Thạch Sanh. Nhà biên khảo khuynh hướng Mác-xít Trương Tửu trước đây nói là truyện Thạch Sanh chịu ảnh hưởng từ văn hóa Campuchia với hình ảnh Mãng xà. Tôi nghĩ lý thuyết nầy cần phải xét lại vì con rắn lớn trong truyện tích nước bạn là con rắn thần, rắn tốt đối với người, rắn giúp người, đó là con vật huyền thoại như rồng của Việt Nam, Trung Quốc, rắn nầy có nhiều đầu, thân dài, được coi là linh vật mà người Campuchia thường dịch là con rồng. Con rắn lớn trong truyện Thạch Sanh thì là loại rắn xấu hại người, chết rồi hồn nó còn quậy phá người hiền Thạch Sanh gần mất mạng. Đại bàng là một hình ảnh khác, một trường hợp khác thể nhưng đồng tính với Mãng xà. Chằn tinh là hình tượng xấu nhứt mà người ta có thể tưởng tượng về con người hóa thú - hay thú hóa người - để làm hại kẻ yếu.

Tôi giải thích mấy việc trừ Chằn tinh, trừ Mãng xà, trừ Đại bàng, phá cũi cứu người bị giam giữ là những ước vọng trừ khử những thú dữ khi người lưu dân tiến vô rừng thiêng, vô khai phá đầm lầy của vùng đất mới phải đối phó với những khó khăn của vùng đất mới có cư dân lần đầu, đầy hùm beo rắn rít, voi tượng hữu hình và sự cô đơn sợ hãi khi đêm tối hoặc giông bão, bịnh tật là những thú dữ vô hình dễ dàng đem đến chết chóc…

Người lưu dân phải sống còn khi Nam tiến. Đến đất mới thì phải đối đầu với những khó khăn đang chờ chực, họ cầu mong sao cho có một người hùng bằng xương bằng thịt sống bên cạnh để cứu khổ cứu nạn. Từ đó câu chuyện Thạch Sanh dần dần được kể lại như là chuyện có thiệt để người ta lấy đấy làm điểm tựa cho lòng can đảm bật dậy mà sống trong hoàn cảnh nghiệt ngã của vùng đất chưa khai hoang, còn lạ lẫm.

Thập niên năm mươi miền Bắc lý giải người hùng Thạch Sanh là hình tượng người lao động cần cù rộng lượng vị tha, là người tốt do sống bằng sức làm việc của mình. Sự tổng quát hóa một nhân vật thành biểu tượng của một giới không thể nào có giá trị khoa học. Nó chỉ được dùng để đáp ứng nhu cầu chánh trị của giai đoạn, giai đoạn đó đã qua, lý giải đó chẳng còn đáng bàn tới.Tiếng đàn thần Tam Kỳ và nồi cơm thần ăn hoài không hết. Hai thứ nầy là nhu cầu cần có của người di dân Việt khi bước chân rụt rè vào vùng đất Thủy Chân Lạp của thế kỷ 17, 18. Tiếng đờn giải tỏa những buồn bực, tiếng đờn kết tình anh em với người chung quanh có thể là người bản xứ khác tộc có con mắt chẳng bao nhiêu thiện cảm, xoa dịu khổ đau buồn bực do hoàn cảnh, tiếng đờn là nhu cầu giải trí cần thiết của người xa xứ. Từ mơ ước có tiếng đờn réo rắt để làm nhẹ đi những cực nhọc của thực tế, người kể chuyện đã thăng hoa nó thành tiếng đờn thần tạo được sự thông cảm giữa người đờn và người nghe, giữa người đờn và địch thủ. Việc phát triển sự kiện đờn ca tài tử để biến thành một nghệ thuật đặc biệt được ưa chuộng của Miền Nam cũng là do những nhu cầu nói trên của lưu dân và hậu duệ.Nồi cơm Thạch Sanh mà Hầu Đôn khổ sở ăn hoài không hết rõ ràng là ước mơ dư ăn dư để ngàn đời của dân ta nói chung và lưu dân vào Nam nói riêng đứng trước sự khó nhọc phải có đủ thực phẩm để sanh tồn. Ta nên nhớ rằng thời lưu dân đường giao thông không tiện lợi, việc trao đổi hàng hóa vì vậy chỉ ở mức tối thiểu, người dân sống trong trạng thái tự cung tự cấp. Thiếu thốn do đó mà ra. Ước vọng vì miếng ăn cũng do đó mà có.

Cái cung thần và những phép tiên do Thạch Sanh sở đắc chẳng qua được tạo thành từ những ước vọng có được phương tiện bảo vệ hữu hiệu trước những khó khăn do hoàn cảnh mà thôi, không có gì khác.

***

Văn chương trong Thạch Sanh Lý Thông đơn giản mộc mạc, không có bao nhiêu chữ khó, không có điển tích Tàu, có thể mất vần, có thể cà kê dê ngỗng, có thể lặp đi lặp lại một số từ ngữ không cần thiết… Đó không là khuyết điểm. Đó là đặc điểm của văn chương Nam Kỳ, một vùng đất mới từ lúc lưu dân đến lập nghiệp cho đến hết thời cử nghiệp cũ chỉ có hai người đỗ Tiến sĩ, người đỗ Cử nhân, Tú tài do đó ta cũng biết rằng chẳng có bao nhiêu. Văn chương đối với một nhúm ít người biết chữ Hán Nôm vì vậy chắc chắn không lóng lánh, chẳng đài các kiêu sa tới khó hiểu như Kiều, cũng chẳng ai oán não nùng như Cung Oán Ngâm, Chinh Phụ Ngâm, Ai Tư Văn. Thạch Sanh Lý Thông có chỗ đứng riêng của nó: đơn giản mộc mạc để đáp ứng nhu cầu giải trí cấp bách cho người ít học lại sinh hoạt gần như cô độc trong vùng ít người của rừng thiêng, của đầm lầy chưa được khai phá. Với những người nầy, truyện Kiều là cô gái cực đẹp lại quá thông minh mà họ với tay không tới. Cung Oán Ngâm, Chinh Phụ Ngâm, Ai Tư Văn là những cô gái buồn vương đến cả cỏ cây làm mềm lòng người nên họ không muốn tiếp xúc. Thạch Sanh là người hùng họ mong được có bên cạnh nên văn chương phải được viết sao cho họ hiểu ngay. Câu văn càng gần với lời nói bên ngoài càng tốt, lặp lại nhiều lần cũng chẳng sao, chỉ là nhắc cho người đọc khỏi quên chi tiết quan trọng. Tôi cho rằng nhu cầu sống còn của người dân cần thiết phải có những bản văn đơn giản và tất cả truyện thơ Nôm Phật Trấn đã được sinh thành theo nhu cầu đó nên ở trong khuôn mẫu đó.

Xin trích mấy dòng đầu của bản văn để thấy sự mộc mạc của nó:

Con thời chẳng có nối truyền,
Vợ chồng khấn nguyện nó mà không con.
Nào là quan Bộ chép biên,
Xét tra số nó có con chăng là.
Thôi bà Vương mẫu tâu qua,
Nó đà khấn nguyện, số mà không con.
Ngọc Hoàng nghe nói héo don,
Tấm lòng phối động tư lương cho người.

Ta thấy văn chút nào đó không thỏa sự kỳ vọng của ta: (1) chữ dùng thường quá (nó mà, nào là, nó đà, chăng là, số mà, thôi bà…); (2) không vần ở nhiều chỗ, khi có vần lại là vần lưng; (3) lời văn và ý văn lặp đi lặp lại… Biết sao! Văn chương bình dân, thứ văn chương dùng làm nhu cầu tinh thần cho người lưu xứ nơi vùng đất mới sanh tồn trong sự cực nhọc đối đầu cùng thiên nhiên chưa thuần hóa, không có trường học, chẳng đủ lương thực, phải tự túc mọi thứ, phải đối phó với sự khắc nghiệt của hoàn cảnh, không có gì giải trí trong môi trường buồn bã chung quanh…

Tuy nhiên bản văn lại giá trị ở chỗ mang nhiều từ ngữ của thế kỷ 17, 18 không phải dễ tìm. Cách diễn tả cũng vậy, nhiều lúc phù hợp với lời nói thường ngày, với văn xuôi hơn là văn vần. Xin trích ra một vài từ ở phần đầu tác phẩm: Kính nắm, héo don, cả tài, nhuốm nên nhâm thần, chửa nghén, nước mắt ngùi ngùi, mãn tháng đủ no, những mảng, mỏi mệt bỏ cưng, khóc chuyển vang dậy trời, cận ngày sanh đẻ, những mảng tư lương, nằm đất ăn chay, nhẫn từ trong bụng mồ côi, nhúm rau mớ ốc, châu lệ đượm đầy chứa chan, mặt nhìn lơ láo trợn tròng con ngươi, sao mà đi đứt, làm thầy âm táng, mồ cha mả mẹ, đói no đỡ dạ, xăm xăm bước tới, cất tiếng hỏi rày, dạy thí công, ngồi thời xếp bằng, bồ nhìn, búa sắt lao xao, hỉ hả hi ha, hóa phép dầm trời, ha hả vỗ tay, nước kia muốn chảy mà mương chưa đào, hề chi, cái giải, chích bóng, suối đờn líu lo, lai láng tợ sông giang hà, đầu chằn bèn bỏ trước sân đùng đùng, (hồn về) nhát anh, giấy tiền vàng bạc, mất vía, nói nhát, tâu dộng, có phép ngoan, dưỡng lưng cho lớn, quở, tốt nên là tốt, vào nhắp hàng da…

***

Tóm lại: Truyện Thơ Thạch Sanh Lý Thông xuất phát từ nhu cầu thực tế của lưu dân từ Trung vào Nam trong giai đoạn Nam tiến qua vùng Đồng Nai đất đỏ tới vùng sông rạch đất thấp, nơi có nhiều rừng rậm, nơi sấu, cọp, voi còn lởn vởn quanh nhà (Đại Nam Nhứt Thống Chí, Lục Tỉnh Nam Việt). Người ta sợ hãi thú rừng, người ta cần giải trí để vui sống, người ta ước ao sống không thiếu ăn; từ đó nhảy ra người hùng Thạch Sanh trong trí tưởng tượng của người dân, từ đó có sự huyền diệu của tiếng đờn thần, từ đó có cung tên thần bắn được đại bàng, bắn nát cũi sắt mà người bị giam bên trong không hề hấn gì, từ đó có nồi cơm Thạch Sanh ăn không bao giờ hết…

Việt Nam chưa có tác phẩm nào được sinh ra từ ước vọng của số đông dân chúng bình dân bằng truyện Thạch Sanh Lý Thông. Được đón nhận nồng hậu nên Thạch Sanh có nhiều bản Nôm, nhiều bản quốc ngữ và có cả bản chèo… những phó phẩm chỉ được tạo thành từ những tác phẩm rất được ưa thích như Đoạn Trường Tân Thanh, Lục Vân Tiên ngày xưa, như Lá Ngọc Cành Vàng trước đây, như Tha La Xóm Đạo của nền Văn chương Tranh đấu Miền Nam.

Trong việc phiên âm và chú giải chúng tôi chủ trương phiên âm thật đúng theo bản văn, không phải đúng với ý mình. Cũng đưa ra trình làng bản văn Nôm mà mình có duyên khám phá được sau cả trăm năm nó nằm im trong Thư Viện Quốc Gia Pháp. Phiên âm tác phẩm gốc Nam coi vậy mà khó, nhứt là lần đầu tiên vì văn pháp và từ ngữ lạ lẫm. Sự sai sót thường thấy trong các bản phiên âm tuồng hát bội Sơn Hậu, Đinh Lưu Tú và Trần Trá Hôn của Phủ Quốc Vụ Khanh trước đây là một thí dụ, sự bỏ trống từ hay phiên không chính xác trong các bản của ông Durand là hai thí dụ. Chúng tôi do đó thấy có chữ nào ngờ ngợ trong cách đọc đều báo để bậc cao minh góp phần suy nghĩ sau nầy… Chú giải dầu đơn sơ cách mấy cũng cực nhọc cần phải suy nghĩ, tôi thông cảm vì sao ông Trương Vĩnh Ký ngày xưa trong rất nhiều bản chuyển sang quốc ngữ, chỉ phiên âm mà không chú giải. Trong chiều hướng đó, sự chú giải nhắm nhắm về việc giúp đỡ người đọc có trình độ trung bình về văn học Việt Nam hơn là nhắm về mặt trình bày kiến thức sách vở của người làm sách. Người đọc theo dõi những chú thích chắc chắn sẽ nắm vững hơn giá trị của tác phẩm mà mình đương đọc.

***

Căn bản truyện thơ Thạch Sanh Lý Thông là ước vọng của lưu dân đứng trước hoàn cảnh khó khăn khi đến đất mới, tuy nhiên truyện cũng có những điều đáng ghi nhận bên lề ngoài điều căn bản kể trên. Đó là tình trai gái tự nhiên, không e dè của người bình dân Nam Kỳ lục tỉnh. Cô Công chúa, nghĩ mình đã hứa hôn với Thạch Sanh nên sau thời gian dài không gặp, tới chừng gặp lại thấy tỏ tường đó là Thạch Sanh thì chạy ra ôm lấy mừng rỡ, than thở “Bấy lâu anh chịu lao tù, anh bị tội oan chi rày. Bây giờ mới thấy anh đây…” Ta có thể giải thích rằng Công chúa vui mừng nên không chú trọng đến sự phân cách vị thế, chẳng dè chừng chuyện giới hạn cần có giữa trai-gái đã chạy ra, đã ôm lấy, đã thân thiết bày tỏ sự hân hoan của mình, đã xưng hô bằng hai từ của người yêu nhau: anh, em. Nhưng đó là giải thích về tâm lý nhân vật trong tác phẩm, bước ra ngoài tác phẩm ta thấy rằng văn chương bình dân thường có cảnh nầy. Văn chương bác học thì không, Nguyệt Nga bị Vân Tiên ngầy: "Khoan khoan ngồi đó chớ ra" khi muốn bước ra khỏi kiệu thi lễ cảm ơn ân nhân cứu tử; Kiều nhắc khéo Kim Trọng: "Sợ lần khân quá e sàm sỡ chăng?" Một đàng phóng túng theo tình cảm đương có, một đàng câu thúc theo phong tục lễ nghi.

Theo dõi chi tiết toàn truyện ta thấy được nhiều sinh hoạt văn hóa của thời tác phẩm xuất hiện, thế kỷ 19, như:Bói toán vào cả trong triều đình, ma chay với nhiều chi tiết (làm thầy âm táng, làm sãi bó ma), mồ cha mả mẹ có thể chôn ở trước sân nhà, bịnh nặng, câm chẳng hạn, thầy pháp được rước đến chữa trị, (tương tợ những chi tiết trong thơ Lục Vân Tiên), đặt tên con khi đầy tháng với sự giúp đỡ của bà mụ, người quyền thế khi cần thiết thường cất rạp hát bội cho dân chúng xem cầu vui, xóm giềng thân thiết xúm lại giúp đỡ người lâm cảnh khó, người ta gánh rượu đi bán rong trong xóm (Chắc dân thời đó tiêu thụ rượu đế do người Pháp tạo điều kiện cũng bằng dân ta ngày nay được cổ động để tiêu thụ bia!)Con người thời nầy tương đối hiền lương, tin tưởng thần thánh, thường làm phước, xây cầu đắp đường thí nước, gặp ai cần chuyện gì thì giúp không nghĩ đến chuyện lợi lộc có được từ hành động của mình, tin tưởng rằng con người, kể cả các loài thú hay chằn tinh khi chết thì phần hồn còn lại cần phải được cúng quải, lập miếu thờ, tin tưởng ở sự tống gió để hồn người chết thảm được siêu thoát… "Cá cơm rượu thịt sẵn bày, tiểu thuyền một chiếc tống rày đưa xa".Khi làm việc với bản văn ta gặp chữ ca (ở ca nội đền, trấn ca mộ tiền, ở ca một mình) suy đoán văn cảnh phối hợp với chữ ca tìm thấy trong truyện Phạm Công Cúc Hoa xưa, ta có thể hiểu là trong, ở trong, ở tại… Từ làm song cũng hiện diện vài ba lần, nhưng ta khó đoán nghĩa… Từ mấy chữ quá cổ đó ta có thể an tâm kết luận rằng quyển Thạch Sanh Lý Thông nầy ra đời trễ nhứt là hai ba thập niên đầu của thế kỷ 19 nhưng không thể sớm hơn thời gian lên ngôi của Nguyễn Ánh.

Mặc dầu làm việc cẩn thận và cật lực, tôi không dám chắc mình không để lỗi nào khi phiên âm, chuyện sai sót chắc hẳn là phải có. Trong thời gian làm việc, tôi đã nhờ người bạn học, GS Nguyễn Hiền Tâm, tốt nghiệp Đại Học Sư Phạm Sàigòn góp ý cách đọc một số từ cho hợp với giọng Nam, xin bạn nhận nơi đây lòng biết ơn của tôi.

NGUYỄN VĂN SÂM

NGUYỄN VĂN SÂM

Khói sóng trên sông

Trên sông khói sóng cho buồn lòng ai.
(Tản Đà, dịch Hoàng Hạc Lâu)

Ngày cuối tuần nào cũng như ngày hội, đường phố khu thủ đô tỵ nạn nẩy đông khách lạ lùng. Thiên hạ các vùng chung quanh đổ xô đến, thi đua cùng với du khách từ những tiểu bang khác về. Nam thanh nữ tú thướt tha. Áo quần màu mè đủ vẻ đủ dáng. Những tiếng cười dòn tan yêu đời khắp chốn. Quán ăn được mọi người chiếu cố tận tình. Tiếng ồn ào đầy ngập buổi làm tạo nên một âm giai đinh tai điếc óc Chuyên. Nhiều khi vừa bưng thức ăn ra tiếp đãi khách Chuyên vừa tự hỏi không biết mình có thể tiếp tục công việc một vài tháng nữa hay không. Chẳng nặng nề cực nhọc gì, tiền típ lại khá, nhưng sao như có vẻ gì đè nặng tâm tư. Nhìn cử chỉ của tục khách càng thêm chán ngán: ăn uống vung vải, tung tóe, tăm xỉa răng và thức ăn vụn vất đầy trên bàn, giấy lau tay bung thừa, đổ tháo. Lại còn ơi ới kêu gọi mỗi khi thấy bóng dáng nàng bưng thức ăn lên cho bàn khác. Như là những kẻ có quyền, như là những ông chủ bự. Nhiều anh còn cố gằng giương cổ kêu to như sợ thực khách chung quanh không nhận ra tiếng mình trong đám đông ồn ào.

Thôi thế mới đúng là đời! Ru rú trong nhà làm sao hiểu được chuyện xảy ra trong xã hội lắm sự lạ lùng nẩy. Muốn ai cũng mềm mỏng nhu mì như mình thì cái thế giới nẩy hóa ra chỉ là thế giới của một loại người hay sao? Làm thân phận người bồi bàn mà khó chịu vì cử chỉ phàm phu của thực khách có mà tịch sớm, – tao từng có kinh nghiệm bồi bàn trong hai năm tao thấm thía cái nhọc nhằn của nghề, lượm mấy đồng tiền thiên hạ bỏ lại trên bàn cho mình cũng cười ra nước mắt lắm – câu nói của Trang tuy tếu một chút nhưng hàm chứa một chân lý: phớt lờ chuyện thiên hạ và bất cần sự hoàn toàn ở người khác. Hãy chấp nhận thế giới nầy như vậy đó, đừng đòi hỏi nó phải như thế nọ, thế kia theo ý mình.

Bây giờ là giữa trưa. Quán ăn lại ồn ào hơn. Hầu hết các bàn lớn đã bị các ông anh-chú-bác chiếm. Nhớ loại danh từ nầy, Chuyên mỉm cười với mình, cái cười nhẹ thiệt nhẹ nhưng hình như mấy tô phở nàng đang bưng trên khay cũng cười theo, nước trong tô sóng sánh, mấy miếng thịt thái mỏng nằm chồng lên nhau được dịp nhấp nhô. Cái con nhỏ Trang coi vậy mà ác ghê, mấy cha già đáng tuổi chú bác mà vô đây cứ anh anh em em với các cô bồi bàn bị nó đặt chết cái tên là các ông-anh-chú-bác không nên mới cố gỡ gạc giờ chót cuộc đời bằng một vài danh từ để tự đánh lừa mình. Họ đương ba hoa chích chòe về chuyện chánh trị kim cổ đông tây, về những thành tích ngày xưa được phóng đại theo thời gian.

Hồi đó có lần tụi Việt Công tung ra gần hai tiểu đoàn bao vây tụi tôi. Tụi nó tiền pháo hậu xung mấy chục lần trong hơn cả tháng. Tụi tui nằm dưới hầm dưỡng sức chờ cho tụi nó mệt chun lên, phản công lại, tóm gọn, diệt trọn. Trận đó báo chí đăng quá trời…

Hồi lúc tôi nắm Ty thuế vụ quận Năm, một bữa kia đi về nhà thấy hai hộp bánh bíscuit đầy nhóc vàng lá, hỏi ra mới biết mấy thằng Ba Tàu đem tới. Tôi la người nhà quá cỡ, biểu ngày mai tụi nó tới thì trả lại. Ăn của tụi nó thì phải làm theo tụi nó, đâu còn thể thống gì nữa. Dẹp….

Chuyên nghe câu được câu mất, vâng quý chú, quý bác có những công lao và thành tích ngày xưa. Đáng trân trọng biết là bao! Chuyên và những người không may còn ở lại Việt Nam chỉ mong quý chú, quý bác lập được những thành tích tương tợ trong hoàn cảnh mới. Mỗi thời có những khó khăn riêng của nó, ước gì quý chú, quý bác bỏ cái gói hành trang thành tích quá khứ nặng nề trên vai xuống đi mà nhảy ra tranh đấu cho nhân quyền, cho quyền tị nạn, cho sự phản đối cưỡng bách hồi hương, cho những ý kiến chống bang giao…Dùng thời giờ đánh bóng lại hằng ngày một thành tích đã móc meo ngày xưa của mình các chú các bác không thấy kỳ cục quá hay sao? Vừa vô ích vừa như con lạc đà chở cục bứu quái dị trên lưng mà lúc nào cũng khen cục bứu mình đẹp.

Một người nắm tay Chuyên- hơi mạnh khiến sắc mặt Chuyên đanh lại- ra vẻ như tình thân.

“ Dung nghĩ coi anh nói có phải không. Ngày xưa cái chết treo sợi tóc trên đầu anh, mấy thằng nầy ngồi ở Saigòn nếu mà con ăn hối lộ thì ngày nay đâu xứng đáng được ngồi ăn với anh, phải không? Tụi nó phải sao sao đó mới được ngồi chung bàn với anh chứ?

Chuyên cố gắng điều khiển bắp thịt mặt để tạo vẻ mỉm cười, ngó xuống chỗ cườm tay bị nắm, cánh tay thô bạo được tự động gở ra. Chuyên thường có những cử chỉ như vậy. Nàng dùng mắt để nói, để ra lệnh hơn là dùng lời.

Tất cả đều là chuyện đã qua. Mấy chú mấy bác đều xứng đáng cả. Xứng đáng nên Trời Phật độ qua được cái ải bảy mươi lăm, được đến xứ này an lành. Xin phép mấy chú mấy bác có cần gì nữa cháu mang ra.

"Cô Dung nói đúng và hay quá," một người nào đó sợ mình bị quên cố nói lớn, tay cầm đũa quơ quơ, thật buồn cười. Bây giờ không phải là lúc so đo chuyện trong quá khứ. Mà thôi, xin cô Dung cho chúng tôi một lượt bia nữa. Mỗi người một lon. Uống nha anh em, nói chuyện xưa chẳng đâu vào đâu thêm mích lòng nhau. Chỉ tổ cho cô Dung cười mũi chúng mình thôi. Bàn tiệc chớ không phải là chỗ tranh hơn thua chuyên xưa cũ".

"Cô cười càng tốt, có sao đâu," tiếng ai đó rất oai hùng, bất cần. " Người đẹp cười mình đỡ hơn là người xấu cười. Cười đi cô Dung, Tôi thích được ngắm cô cười".

Chuyên đếm người để khóa lại những lời tán tụng lả lơi có khuynh hướng càng lúc càng bành trướng.

Năm, sáu, bảy….Vậy là thêm bảy lon bia nữa", nàng lấy lòng khách " Xin các chú các bác đợi cho một chút, cháu sẽ đem ra ngay. Hôm nay khách đông quá, bốn người mà chạy bàn không xuể".

Vậy đó, tôi không biết tôi đang hành nghề gì đây. Thiên hạ lẫn lộn giữa một cô bồi bàn có bổn phận bưng dọn thức ăn cho thực khách và một cô gái bán bar trong các quán rượu Việt Nam ngày trước. Vậy đó những anh hùng về già, quên khuấy khoảng cách mười lăm năm đã qua, tưởng chừng đâu như mới hôm qua mình còn ngồi trên trước trong một dinh, một phủ nào. Tôi thông cảm với thái độ quên khuấy thời gian, lẫn lộn không gian của họ. Cha tôi cũng vậy, ông hay nói về chuyện oai hùng quá khứ của mình. Ông thường lập lại những điều mà bọn trẻ chúng tôi không muốn nghe vì quá xa lạ. Xa lạ về cả sự kiện lẫn thái độ của con người lúc đó. Hai thế hệ, hai hoàn cảnh vô cùng khác biệt, làm sao chúng ta có cùng một kỷ niệm mà quý vị già cứ bắt lớp trẻ chúng tôi nghe về những kỷ niệm của quý vị, những kỷ niệm, nói cùng mà nghe, vừa không thể kiểm chứng, vừa có tính cách tự cao tự đại về cá nhân mà ai nghe qua hai lần cũng chán.

Chúng tôi không biết chuyện các ông Thủ Tướng, các ông Tổng Thống, các ông Tổng Trưởng cũ, chúng tôi cũng không biết tên các ông

Tướng, ông Tá cũ, thế mà cha tôi mỗi lần có dịp là nhắc tới những tên tuổi xa lạ này, với một ánh mắt sáng ngời đáng tội nghiệp và một giọng nói bỗng nhiên cao hẳn lên. Chúng tôi những người lớn lên sau cuộc chiến đã chấm dứt. Những điều chúng tôi đối đầu khác xa một trời một vực với những điều các chú các bác phải đối đầu. ngày trước lạnh lùng giết nhau trong cái dửng dưng của không hận thù, ngày nay lạnh lùng làm khổ nhau đến chết trong bầu không khí tràn đầy thù hận âm ỉ. Các chú các bác mau chân nhanh tay chạy vọt qua đây đâu thấy chúng tôi bị hành hạ đủ điều đâu…

Chuyên mở freezer lấy mấy chùm bia lạnh, Đằng kia ông chủ tiệm đang cằn nhằn một thằng Mễ, vì nó rửa rau quá lâu, quá kỹ, kỳ cọ từng gốc rau, từng bẹ lá, tốn thì giờ và tốn nước. Nàng nói khi bước ra ngoài, đụng mặt ông chủ.

" Ông Tâm ơi, hết bia rồi đó nhá, gọi điện thoại kêu tụi nó đem lại là vừa đoa".

" Cám ơn cô Chuyên, à quên nữa cô Dung, cô biết việc ghê", ông chủ đương bừng bừng sát khí, mặt tươi rói ngay, giọng vừa ngọt vừa ởm ờ." Sẵn bữa nay vợ tôi đi vắng cô lên làm bà chủ ngày nay đi nhe. Tập dần là vừa"

Đó cha thấy không, cha còn đẩy con vào hoàn cảnh phải đi làm nữa thôi? Cha chỉ lo ôm cái tiệm của cha, cha chỉ lo sao cho êm ấm gia đình mới của cha thôi. Cha quên tụi con rồi. Cha quên mình còn hai đứa con mới qua, đang cần mọi thứ tình thương tới những sự giúp đỡ nhỏ nhoi cần thiết để bước vào đời. Giống như cha bòn mót từ chút thời gian để riêng lo cho cái tiệm của riêng cha, thiên hạ ăn gian từ lời nói dối với con gái của cha, cha có biết không? Nếu con không làm công cho họ đời thuở nào họ dám nói ởm ờ kiểu đó. Mập béo gì mà phải gài nhau một vài chữ mới thỏa lòng? Người ta chỉ nghĩ đến cái sướng khoái của riêng mình mà quên nỗi chán chường và bẽ bàng của người khác.

" Ông Tâm nói gì cơ ạ". Chuyên lên giọng, biểu lộ việc không vừa ý của một cô gái đẹp làm nghiêm. Tôi nghe không rõ vì quán ồn quá!

"Tôi muốn nhờ cô bữa nay quán xuyến giùm luôn cả chuyện order hàng và coi chừng tổng quát cửa tiệm vậy mà", ông chủ tiệm phở đỏ mặt chống chế. "Thấy cô có vẻ biết chú ý tới những việc mà tiệm mình cần phải làm"

"Ông Tâm chọn lầm người rồi", Chuyên quyết liệt nhưng vẫn từ tốn trong lời nói. Tôi mới vô làm chưa quen hết chuyện chạy bàn làm sao rành nấy chuyện khác được. Ông Tâm chỉ định người khác đi.

"Thấy em có khả năng tôi mới chỉ định", ông chủ cố vớt vát. "Sao bao nhiêu người khác, tôi không nhắc đến?, Có nhiệm vụ mới có thêm tiền".

"Cám ơn ông Tâm, tôi chưa quen với mấy chuyện đó", vừa dợm bước đi Chuyên vừa nói thêm với một nụ cười để không khí không quá nặng nề.

" Nhưng hình như ông Tâm quên giao ước ban đầu của hai bên rồi đó nhe!".

Người chủ trở mặt tức thì, đôi mắt lạnh tanh, trở về địa vị của người có tiền, có quyền.

"Thôi mấy cái chuyện nhỏ mọn mình nói sau, bây giờ cô làm ơn ra hai cái bàn quen kía xem họ có cần gì không. Nãy giờ tôi thấy hình như là họ giơ tay lên ngoắc nhiều lần rồi đấy. Bữa nay đông khách quá mà bà xã tôi lại bỏ đi làm tóc. Bực thiệt".

Chuyên chán nản quay ra. Bực thì bực. Nhưng đâu có nghĩa nhân dịp vợ đi vắng dở trò thả dê dò ý trước. Nếu tôi không phản đối ngay bây giờ thì ông ta đã tấn công hòa bình thêm. Tôi biết chắc chắn như vậy. Từ anh-em người lớn kẻ nhỏ đến anh-em bồ bịch đâu có bao nhiêu xa.

Bên ngoài vẫn là không khí ồn ào muôn thuở. Vẫn là nguyên nhân để Chuyên thấy rằng mình không thuộc thế giới nầy. Thế giới của những bon chen, vụ lợi đủ cách. Tiếc rằng tôi giống tính mẹ, giống cung cách ở đời của mẹ nên không cảm thấy thoải mái khi lọt vào đây, và tôi cũng không thể dửng dưng bỏ qua coi như không có trước những điều trái ý. Sao tôi không học được cách sống của con nhỏ Trang kia chứ? Coi đời như pha. Coi lời nói như gió thoảng. Coi một trăm cái nắm tay như bụi cát tắp vào. Có ai trách gió tạt vào mặt mình đâu? Mấy ai càm ràm về việc bụi lỡ bay lên tắp vào chân tay ta đâu? Tại tôi mang cái nề nếp Đông Phương trật thời khi xưa mẹ tôi đã nhồi nhét vào đầu óc lúc con bà còn non nớt ở bậc Tiểu Học mà bao nhiêu năm trời khó khăn trong cuộc sống ở bên kia vẫn không làm mờ phai hay méo mó đi được? Tại tôi không biết điều chỉnh nhân quan để phù hợp với cuộc đời mới bon chen bên này? Mà xét cho cùng cuộc đời này chỗ nào lại chẳng bon chen? Bon chen từ lời nói, cái va chạm, đến một chút tự hào, đó là chưa kể cái bon chen lớn nhất, tiền bac…

Vẫn những giọng thân tình mặc dầu Chuyên chỉ biết mặt mà không biết tên người đối thoại.

"Dung cho anh ly cà phê đen"

"Dung cho anh xin cái muỗng, ớt trái.."

"Dung lại đây anh order!"

Dung! Dung! và Dung! Những khuôn mặt mang nụ cười nham nhở. Những hàm răng cáu bợn thức ăn. Những hơi thở nồng hơi bia xú với thực phẩm chưa kịp tiêu hóa, tạo thành mùi cám heo lâu ngày, chuyển mùi. Chuyên muốn đẩy bật tung những cái bàn trước mặt, Chuyên muốn gạt phắc những chúng sinh lô nhô chung quanh sang một bên để chạy mau về phòng mình nằm sãi tay thở những hơi dài trút hết những ưu sầu, chán chường ra khỏi tâm tư. Bỏ hết. Quên hết.

Tiếng ồn ào mỗi lúc một tăng. Chuyên quay cuồng, mệt mỏi. Chung quanh không còn ai nữa.

Khoa đứng dậy khi Chuyên xách bóp bước ra khỏi quầy. Buổi tối tuy khách đã thưa thớt nhưng quán vẫn còn một hai bàn dở dang tiệc rượu. Những thực khách thanh niên nhiều thì giờ trước mặt để tiêu pha, không có quá khứ sau lưng để đè nặng.

Gió lạnh và sương đêm khiến Chuyên rùng mình, nàng nói với Khoa

"Em đi về một mình được rồi, đêm lạnh lẽo thật nhưng anh mất thì giờ quá nhiều chờ đợi còn thì giờ đâu học hành?"

Khoa đi sát vào người yêu hơn.

"Lạnh, mất thì giờ không thành vấn đề. Cái điều lo âu nhất ở anh là bản mặt nọng lợn của thằng chủ em. Nó ngó em theo cái chiều như ta đây là chủ toàn thể em, anh không chịu được cái nhìn đó".

"Thôi đi ông mãnh, Chuyên cố gắng nói giọng thiệt vui. Ngó hay nói, hay đụng thì đã mất đi chút nào kia chứ. Em biết giữ thân. Nếu có gì thì đã có gì ngay từ ở Việt Nam hay lúc rảnh rỗi nằm bên Phi kia. Còn bây giờ thì anh khỏi lo".

"Một trăm cô, cô nào cũng thế, nói thì hay lắm, Khoa cười, anh hít hít vai mình vào vai bạn. Nhưng rồi từng bước từng bước một…tới lúc nào đó xa người yêu".

Chuyên ngó lên bầu trời, ít khi có dịp ngó trời về đêm. Ánh sáng đô thị chói ngời tinh đẩu, sao cũng thường lặn vào trong mây, bữa nay lại có vài ngôi sao lấp lánh, đẹp thật, bầu trời đen mờ điểm một vài ngôi sao le lói. Nhưng sao tôi như những vì sao đơn lẻ kia? Càng lúc càng mờ đi, càng thấy chung quanh mình không ai tha thiết thiệt tình. Khoa. Khoa. Khoa là người yêu của tôi thật sao? Chưa bao giờ tôi thấy lòng mình rung động tuyệt cùng khi có Khoa bên cạnh. Cũng chưa bao giờ tôi thấy hé lên chút niềm yêu thương Khoa mà không có hình ảnh đáng thương của Hùng hiện lên cùng một lúc. Tôi chỉ thương hại anh mà thôi, anh biết không? Tôi chỉ cần anh để có người rước đèn. Tôi còn chưa biết nếu cha tôi bắt gả cho anh tôi sẽ phản ứng như thế nào đây. Sao mà tôi khổ quá vậy!

"Anh khinh thường Chuyên thì được, anh khinh thường đàn bà coi chừng Hội Phụ Nữ đả đảo anh bây giờ. Đời mấy ai dám nói mình giữ mãi lời hứa. Hoàn cảnh khắc nghiệt lắm anh, qua đây lâu anh không tưởng tượng được những khó khăn của người khác đâu".

Khoa mở cho Chuyên một viên kẹo chocolat bọc rượu.

"Anh thì anh tin tưởng lòng mình. Không yêu thì thôi. Nhưng yêu thì sống chết cho người yêu".

"Nhưng anh không tin tưởng người anh yêu?"

….Em muốn nói người yêu của anh? Vâng tin em thì tin nhưng nhìn cái thằng cha Tâm anh muốn ứa gan. Mà em nên nghỉ làm nghề nầy đi thì vừa. Mấy thằng cha già ngồi cái bàn bảy tên anh ước sức muốn đục cho mỗi thằng một đục vô mặt".

"Họ chỉ ba hoa lỗ miệng thôi nhằm nhò gì"?

"Hồi nãy thấy nó nắm tay em anh đã đứng dậy. Sau thấy nó buông ra anh mới yên bụng ngồi xuống".

Chuyên thúc cánh chỏ vào hông bạn, tưởng thưởng.

" Mà cái thằng nhóc kêu em bằng Chuyên nầy Chuyên nọ, nó là ai mà coi bộ em thân mật với nó vậy? Khoa hỏi.

"Đó là con bà Tư bán tạp hóa ở ngoài đầu ngõ hồi ở bên Việt Nam. Chuyên vừa nói vừa choàng tay qua hông Khoa. Nó mới theo gia đình qua đây tháng trước. Chị nó bảo lãnh cho cha mẹ, nó ở chung một hộ nên được đi theo. Gặp em ở đây nó mừng quá nhìn bà con chòm xóm vậy mà. Cái ông nầy hỏi kỹ quá. Bộ sợ mất hả?

Khoa kéo Chuyên đứng lại, đưa tay kéo cằm nàng lên. Đừng có thân mật với nó quá nhe. Như hồi nãy là coi không được đó, Nó cỡ tuổi của em.

Tôi không ưa thái độ đó của Khoa. Anh tưởng nói như vậy là tôi cảm động vì anh quá yêu tôi hay sao? Yêu không phải vậy. Tôi cũng là người. Tôi có những cách xử thế tiếp vật theo cách tôi. Anh đứng ngoài nhìn bằng cặp mắt chủ nhân sợ bị mất cắp món đồ sở hữu làm cho tôi khó chịu quá anh biết không? Ngày sau nếu chẳng may mà thành vợ chồng anh ghen hơn nữa thì ai mà chịu nổi. Sang đây lâu rồi sao mà cổ hủ quá. Phải tin tưởng người mình yêu chứ!

Chuyên giựt mạnh cằm mình ra, đi mau về phía chỗ đậu xe. Gió thổi bung mái tóc, nhiều sợi lòa xòa xuống trán cũng không buồn vén lên. Bực mình. Càng ngày càng thêm chuyện bực mình. Thằng cha chủ. Mấy thằng bồi và nấu ăn làm chung. Khách khứa. Bây giờ lại thêm Khoa. Tôi có phải là con người hay không chứ? Trong tất cả những người đó có ai coi tôi thật sự là con người không, hay đối với họ tôi chỉ là một viên ngọc quý cần phải bỏ vô túi cho chắc chắn? Quý cách mấy tôi cũng không muốn làm viên ngọc. Tôi chỉ muốn làm con người mà thôi, một con người thật sự, có đầy đủ tự do. Tự do trong suy nghĩ và trong hành động.

Cho hai tay vào túi, Khoa lủi thủi đi theo sau. Hình như lúc nầy Chuyên dễ giận hờn. Có điều gì thay đổi trong tâm tư một cô gái, tạo nên hai thái độ khác biệt, khi còn ở trong nhà với khi nàng bước vào đời, dầu chỉ một bước thật ngắn. Bây giờ Chuyên không còn nụ cười tươi như trước, giọng nói lại chua chát. Sóng đời đã cuốn tâm tình nàng xa dần tôi rồi hay sao?

Những vì sao trên trời đã tắt. Chuyên mở bóp tìm xâu chìa khóa, không nói một lời. Khoa đứng bên nàng theo dỏi từng cử chỉ. Xót xa. Cách biệt.

Nhưng rồi đến Mỹ tôi bị cuốn hút theo vào đời sống bận bịu. Mấy tháng đầu mỗi tuần một thơ, rồi cả tháng mới viết nổi nửa trang, ba tháng nay chưa viết đươc chữ nào. Tình yêu trong tôi không giảm, nhưng sự mời mọc chờ đón của Khoa, chiếm hết thời gian để nhớ về, lấp đầy kín lòng, không còn chỗ cho nỗi mong chờ. Tôi có đời sống mới, vẫn tôn thờ đời sống cũ trong tâm, nhưng không thể sống mãi với u sầu để thành quả phụ héo khô chờ đợi người tình. Tôi chưa có gì với Khoa, chỉ giao thiệp bạn bè của đời sống văn minh: bowling, nghe ca nhạc, đi khiêu vũ, dự party, shopping. Ở đâu chúng tôi cũng tươi cười giới thiệu nhau như bạn thân và luôn luôn tôi nói bóng gió cho mọi người biết trong tim tôi hình ảnh Hùng còn ở Việt Nam không thể xóa nhòa, không thể thay thế.

Tình cảm tôi giả dối với lòng tôi. Chạy theo đời mới nhưng mặc cảm với đời cũ? Tôi níu kéo quá khứ như một cái phao ngăn chặn đời chìm xuống dưới muôn trùng lớp sóng của những cuộc vui sang trọng, chói lòa mà tôi không thể tưởng tượng ra được khi còn ở Việt Nam. Tôi thích đọc thơ của Hùng, ngấu nghiến những câu tình tứ yêu thương gởi từ tận bên kia trời xa thẳm. Tôi hãnh diện vì được nhớ, được thương nhưng tôi cũng vui thích khi được Khoa đón, Khoa đưa. Tôi cho là chuyện đương nhiên khi được Khoa mời mọc, quí trọng. Những lần va chạm tay ban đầu tình cờ có tính toán, những lần nắm tay tha thiết cố tình, những bàn tay dìu hông âu yếm Tây phương xóa tan trong tôi lúc đó, những điều thiết tha đã viết cho người yêu bên kia trời. Tôi quên, Tôi cởi lớp. Tôi đứt đoạn với quá khứ, để thành tôi, Chuyên của hiện tại.

Lắm đêm, một mình trước bàn học, đứa em nhỏ đã cong lưng ôm con gấu ngủ ngon lành, tôi phân tách lòng mình và ước ao Hùng bỏ cuộc, quên tôi để tôi đỡ gánh gánh nặng mặc cảm phản bội. Tôi sống trong sự mâu thuẫn thường trực, miệng lòng nói không yêu, nhấn mạnh trên tư cách bạn bè, nhưng nhận lời đi đây đó. Viết thư kể lễ nhớ nhung, nhưng khi buồn bực tôi quên tất cả để quăng mình vào từng từng lớp lớp bủa vây của hiện tại. Tôi biện minh cho cha. Ai có hoàn cảnh quyễn rũ mới mà không bỏ cuộc sau những năm tháng vô vọng đợi chờ? Tôi còn vậy, huống chi cha, đàn ông đang ở tuổi trung niên. Biện hộ như để gỡ tội mình. Thông cảm như xóa tan mặc cảm tội lỗi khi được mời mọc cầu xin.

Thơ nhỏ Bình tới đúng lúc, chỉ chờ có vậy, không trách phiền. Hùng có lý do, người yêu nghèo khổ trong vòng tay vẫn hơn một bóng hình sang trọng nhưng xa xôi diệu viễn, mờ nhạt khói sương không biết bao giờ trở thành hiện thực. Và biết đâu được biến thiên của cuộc đời? Yêu nhau ngày xưa, tình ý vô vàn ngày trước, đồng ý. Nhưng tình yêu như một sinh vật sinh ra, trưởng thành, sinh lực lên đến cực độ rồi héo tàn nếu không được vun phân tưới nước. Biết bao nhiêu cuộc tình tàn úa quanh tôi mặc dầu hai người yêu ở cạnh bên nhau, huống hồ gì thời gian cách trở, không gian muôn trùng. Tôi không tin tôi. Tại sao tôi bắt Hùng ấp ôm hy vong? Chuyện phải vậy thôi. Trách phiền chỉ làm khổ mình vô ích. Tôi sẽ gởi về một món quà gì đó rất có ý nghĩa nói lên sự thông cảm, tha thứ và có tác dụng gợi ý về cuộc tình ngày trước. Hùng sẽ nghĩ tới sự rộng lượng của tôi, sẽ an tâm xây đời đời nhưng lòng anh luôn luôn nhớ, phục tôi. Và tôi khỏi thắc mắc gì về những điều tôi làm bên này. Gánh nặng trút xuống ngon lành. An tâm, thoải mái.

Tôi lấy giấy mực ra, định viết một bức thư thật cao cả, thật tình tứ, thật cảm thông, bỗng nhiên nước mắt từ vực sâu đau khổ tràn ra không thể cầm được. Thế là chấm dứt cuộc tình, thế là bay bổng khung trời cũ trong đó tôi e ấp nhận với nỗi bàng hoàng thích thú nụ hôn đầu đời ở khu Đức Mẹ Fatima bên Bình Triệu, tiếp theo là những nụ hôn nồng cháy rung động toàn thân ở hồ tắm Đại Đồng, ở trong khu vườn chỗ cư xá Thanh Đa, một ngôi chùa vắng ở vùng Thủ Đức. Quá khứ bị vùi chôn ngay khi Hùng chia tay tôi ở chợ Sài gòn, đứng nhìn tôi bên dưới, tôi ngồi trên xe bus nước mắt lưng tròng. Quá khứ đã bị hòa tan theo thời gian và sự xa cách. Hùng có lý do để bỏ cuộc. Tôi chắc đâu mình vững lòng chờ đợi. Hòn đá Vọng Phu ngày xưa có được trạng thái vững tin, biến niềm tin về người yêu, người chồng- và cả chính mình- thành đã chắc là bên trong tâm hồn người cô phụ đáng thương kia đã trãi qua những trận chiến kinh hoàng và tôi chắc chắn rằng nàng đã được hổ trợ bằng những cặp mắt dòm ngó, nghi kỵ của những người chung quanh và được bảo vệ bằng cuộc sống nghèo nàn, đơn giản. Tôi, tôi không có những thứ khí giới cần thiết đó ở đây. Tôi bị đẩy xô để làm như thiên hạ, sống theo cuộc đời vật chất mới, quần mới áo và những cuộc vui kích động của lứa tuổi tôi. Hùng không lỗi khi xé tan khẩu ước cuộc tình. Tôi không có lỗi khi chỉ là một con vật nhỏ dật dờ theo con sóng đời trôi dạt. Nhưng sao tôi nghe muôn ngang đổ vỡ tàn khốc trong hồn, nghe hụt hẫng như mình không còn quá khứ, hôm qua được sanh ra và hôm nay là tôi của hiện tại, tâm hồn trống không….

Chuyên đứng dậy xếp ngay ngắn mấy cuốn sách. Những cuốn sách thần diệu hóa giải những giờ phút trong rừng mơ mộng về quê cũ và về cuộc tình, giờ trở thành trơ trẻn lảng nhách. Bức thư mới viết được mấy dòng vẫn còn đó trước mắt nhưng không thể nào hoàn thành hôm nay. Lạ lùng. Chuyện mong chờ được xẩy ra, giờ xảy đến lại nghe bùi ngùi. Một cảm giác vừa thoải mái, nhẹ nhàng vừa bực bực nho nhỏ hòa lẫn nhau kéo theo những giọt nước mắt và nụ cười nhếch môi.

“ Mẹ ơi! Chuyên kêu lên nho nhỏ. “ Mẹ không hiện diện tại đây để con hỏi phải hành động thế nào cho đúng. Mẹ ở xa quá con không kể lễ được nỗi niềm. Ra đi cảm thấy cuộc tình bay bổng, quê người con chỉ còn kỷ niệm làm món tài sản cuối cùng, giờ kỷ niệm cũng bay theo hoàn cảnh thực tế của người yêu. Mẹ! Tại sao mẹ không qua đây sớm để con được gục đầu vào vai khóc cho vơi nỗi niềm u uất?

Chuyên đưa tay vặn tắt đèn. Ánh sáng vàng vọt từ một ngọn đèn đường phía xa xa chỉ đủ giúp Chuyên đi lại khoanh mình trên nệm. Trong bóng đêm, Chuyên nghe tiếng thở dài của mình cùng nhịp với hơi thở mạnh chìm sâu trong giấc mơ của đứa em cùng cha khác mẹ.

" Thôi thế cũng xong! Cho qua luôn", nàng nói như để an ủi mình. Khỏi bận tâm, bận lòng. Rồi với thời gian mọi chuyện sẽ vào quên lãng, tới già, con cháu đàn đống sống đời tha hương viễn xứ, có nhớ về những kỷ niệm đời mình cũng sẽ quay lưng lại, không dám lục lọi vào trong sâu cùng của ký ức. Còn Hùng sẽ lụm khụm với gánh nặng nghèo khó ở vùng trời xa. Một lúc nào đó người nầy nhớ đến người kia chỉ còn chép miệng than thầm cho quá khứ, xa xưa, duyên mà không nợ…

Tiếng xe lửa hú lên một hồi còi não nuột trong đêm vắng. Và Chuyên bật khóc. Tiếng khóc nghe rõ mồn một giữa khuya, sụt sùi,. Gường bên cạnh đứa em nhỏ cựa mình, ú ớ.

Buổi tối LA nhộn nhịp đầy ánh đèn. Ánh đèn giăng mắc trên không soi sáng một vùng trời, ánh đèn trải dài bất cứ một xa lộ nào bằng hàng hãng dãy dãy xe cộ. Ba tháng nay mình ở trong thân thể con quái vật lân tinh khổng lồ kỳ dị đó. Lái xe mà Vũ tự hỏi sao lại có cái xứ dân đông như vậy, mà giàu sang như vậy, xài bất cứ thứ gì cũng phủ phê không tiết kiệm, hay là nhà nước càng cho dân chúng xài thả cửa thì dân chúng càng mau làm giàu. Chẳng bù lại những cấm đoán tiết kiệm trồng lên cổ dân chúng bao nhiêu thì dân chúng càng nghèo khổ bấy nhiêu. Vũ cười cười, mình ở đây nhưng thuộc thành phần khác nên không giàu. Chạy cơm chạy gạo nên không thấy thành phố về đêm bao giờ, cũng không thấy dạng tươi tắn của nó lúc ngày mới lên, có chăng là một hai lần thấy nó vào lúc trời bắt đầu chiều với hàng ngàn dãy xe bò thật chậm ra khỏi thành phố…Lấy lối ra khỏi xa lộ vào một khu phụ cận gần xóm Mễ, Vũ về nhà. Những căn nhà chung quanh u tối, phần nhiều đèn phía trước, không được thắp hay leo lét những bóng nhỏ mù mờ. Sự tối tàn nghèo khổ có thể thấy được ngay trên hình thức tiêu thụ ánh sáng và tình trạng vệ sinh ở hai bên vệ đường. Như thường lệ, Vũ đậu xe dưới lòng đường. Hôm nay ngày chẵn, đậu phía bên tay mặt. Vũ nghĩ thầm, như vậy càng dễ, khỏi lo thức dậy sớm dời xe cho người ta quét đường. Xách cái hộp đựng thức ăn trưa, Vũ bước mau lên con đường dẫn vào nhà bằng phía cửa hông. Trước khi tra chìa khóa vào ổ, Vũ tiếc trách mình đã không ngừng lại nơi nào đó mua vài miếng gà chiên về cho Martha. Chắc giờ này nàng chưa ngủ. Mấy tháng nay đi lúc mặt trời sắp mọc mình có dành chút thì giờ nào cho Martha đâu. May quá hôm nay thằng trưởng toán cho cả đoàn biết phải về nửa chừng vì hết việc bất thình lình. Vậy là sướng rồi. Mới biết thời học sinh không có tiền vậy mà quí, mà tiên. Ra trường đi làm tuy rủng rỉnh nhưng phải gánh trên đầu bao nhiêu là trách nhiệm. Mở cửa ngõ vào nhà Vũ tưởng tượng ra đôi mắt đen lánh tròn to biểu lộ sự ngạc nhiên vô cùng của người yêu. Nhà vắng, chỉ có ánh đèn trong phòng mình. Vậy là Martha còn thức. Sao lại có tiếng xù xì, chắc nó lại bê cái ti vi nhỏ mượn của thằng em coi phim trễ rồi. Vũ muốn làm vợ ngạc nhiên hơn nên tra thật nhẹ chìa khóa vào cửa. Tiếng tách vừa nổi lên thì cũng là lúc đèn trong phòng chợt tắt ngấm và có tiếng động như người phóng ra ngoài cửa sổ đã mở sẵn. Vũ nghe tim mình se thắt như là có muôn ngàn lưỡi dao đâm vào thân thể. Chắc một tên lưu manh nào đã thừa lúc Martha ngủ mê để cửa nên vào trộm. Không biết nó có làm gì bậy không

" Martha, Martha…em có sao không? Vũ kêu thảng thốt.

Có tiếng ú ớ…Vũ tìm nút bật đèn. Chưa quen lắm với vị trí chính xác của chỗ bật đèn nên cả phút sau ánh sáng mới trở về căn phòng. Martha đó, nàng thu mình co ro trong chiếc khăn trải giường.

Vũ chợt hiểu…chẳng có trộm đạo gì, chỉ có người vợ khác màu da trao tình yêu của nàng cho một người nào đó. Vũ muốn bạt tai vợ, con nhỏ từng thốt ra bao nhiêu lời âu yếm trên cặp môi mọng của khuôn mặt tiên nữ ngây thơ. Bây giờ cũng chính nơi đó cho người ta hút mật mà Vũ thường nói mình may mắn là người độc nhất được hưởng và cũng là nguyên động lực khiến Vũ tận lực lăn xả vào đời bương chải. Sao lại có chuyện lạ như vậy chớ? Bầu đã bốn tháng rồi, bụng cũng đã thấy rõ ràng sao còn đành làm khổ đứa con còn trong trứng, sao đành quên người yêu của mình thức suốt đêm để lo cho tương lai, sao có người lại chịu dan díu với thiếu phụ đã có chồng và đang mang mển. Sung sướng gì? Phải chi không thấy cái bụng u u thì chạy theo cũng còn khả dĩ. Vũ chửi thề bằng tiếng Việt, đm tao giết mày, nhưng rồi lại thấy mình vô lý, giết Martha người phản bội đã đành nhưng cũng là giết luôn đứa con chưa có dịp thấy vũ trụ này và nhất là mình phải giết mình sau đó. Vô lý! Không thể đốt tan đời ba người chỉ vì hành động ham hố của một người dưng nước lã không liên quan chi tới mình.

" Martha, em điên rồi" Vũ nói với Martha bằng cặp mắt ráo hoảnh khi kềm sự tức giận xuống. " Dầu thấy tận mắt anh cũng không thể tưởng tượng được chuyện xảy ra".

Khuôn mặt Martha thật xanh, hai hàng nước mắt lăn nhỏ xuống. Vũ thấy mình như đoán sai về những diễn biến vừa rồi. Để giải quyết điều nghi ngờ, mà trong thâm tâm Vũ muốn mình nghi ngờ sai. Vũ giật mạnh tấm khăn trải gường ra khỏi thân thể Martha. Anh quay đi, thân thể đó đã phơi bày lồ lộ. Trắng đó, mắt đó, nhưng sao dơ dáng, dại hình. Vậy mà còn để đèn cho được! Chắc là chịu nhau hết mình nên muốn hưởng luôn khoái cảm bằng thị giác. Vũ lầm lì móc trong túi ra bao nhiêu tiền anh có, để lên trên bàn ngủ rồi sửa soạn quần áo đem ra xe. Tiếng khóc của Martha thút thít kể lể rằng đây là lần đầu, nó là người yêu lúc hai đứa mới bước vào trung học, nó cạy cửa sổ vào ẩu không được sự đồng thuận. Vũ nghe tiếng được tiếng mất. Hành động sai quấy nào cũng có lý lẽ biện minh. Tội lỗi tày trời nào cũng có những điểm ngay tình. Thôi tôi không muốn nghe nữa, đừng làm tôi sôi máu. Và đừng thị tôi như đứa con nít lên năm.

Cha mẹ Martha lấp ló trước cửa phòng, tiếng hai vợ chồng già xì xào Vũ không hiểu gì nhưng cũng thầm biết họ đang trách con. Vẫn thấy mình nên tùng theo cơn giận để khỏi chào, khỏi phân bua giả biệt. Vô ích thôi.

Trên đường xuôi nam về Orange County, Vũ như đi trong mộng, như lạc vào cõi sương mù. Xe qua khỏi ngã rẽ vào phi trường đã lâu mà Vũ vẫn còn bàng hoàng. Trí anh đọng lại. không đủ sáng suốt để biết mình phải làm gì.

Vậy là những dự định tương lai, viễn ảnh một cuộc đời cực nhọc nhưng thắm đượm tình thương yêu phải tan lìa. Vô lý là bước ngoặc cuộc đời mình lại tùy thuộc một yếu tố không phải do mình quyết định, vô lý là mình cực khổ lo tương lai hai đứa thì người vợ lại tàn phá đi một cách không tiếc thương. Vũ nhớ tới lời chị Chuyên cách đây mấy tháng trong điện thoại ngụ ý ngăn chặn một cuộc hôn nhân dị chủng. Có thể chị Chuyên chỉ nghĩ đến những vấn đề không hòa hợp ngôn ngữ, khác biệt văn hóa cũng như sự khó tương thông giữa hai đàng, nhưng không thể nào chị Chuyên có thể ngờ đến hành động kỳ quặc của người đàn bà khi lấy chồng dị chủng. Vũ chớp mắt cố xua đi nỗi buồn thì lại nhớ đến giọt máu của mình trong bụng Martha. Bỏ đi thì dễ, không liên lạc với nó thì dễ. Chuyện pháp lý về đứa con hay chuyện pháp lý về tình trạng vợ chồng của hai đứa cũng dễ, nhưng quên một giòng máu của mình trong bụng một người đàn bà mà mình chắc rằng sẽ lăng nhăng tình ái không phải là chuyện dễ dàng.

Trước mắt Vũ hiện lên hàng đàn thân thể gầy yếu trơ xương của biết bao đứa trẻ không cha, đứng chầu chực kế bên bàn ăn của người dư tiền khi Vũ còn ở Sài gòn. Chúng có thể còn khá hơn con Vũ sau nầy vì may mắn được mẹ Việt Nam chăm sóc. Còn Martha mới mười chín tuổi đã vậy thì hình ảnh đứa con sau nầy chắc bi đát hơn nhiều. Bất giác Vũ ứa nước mắt, rà thắng muốn kiếm lối ra để quanh trở lại nhưng rồi nhấn ga chạy thẳng. Con người ta không thẻ bước lên sự xấu hổ, tủi nhục của mình nhân danh bất cứ lý do gì.

Chuyên đưa mấy ngón tay quẹt quẹt những giọt nước đọng ngoài thành ly, hơi lạnh chuyển vào đầu Chuyên một cảm giác nhè nhẹ.

"Vũ bỏ đi là phải", nàng tán đồng quyết định của em. Khi tình yêu không còn gì sống bằng tình nghĩa. Sự dối trá chỉ đem đến địa ngục mà thôi. Vài tháng nữa Vũ gọi điện thoại về Martha giải quyết chuyện đứa con cũng đâu có muộn".

" Chị Chuyên có thấy rằng tha thứ là hay không", Vũ rụt rè hỏi. "Em muốn hy sinh mình cho con".

Ngó chăm chăm vào ly nước. Chuyên tránh nhìn Vũ.

"Không ai trả lời được ngoài Vũ. Chính Vũ sẽ gánh vác hậu quả về đời mình. Ai nại lý do gì cũng là để biện minh cho giải pháp của họ thôi. Theo chị, tha thứ nếu được thi hành, không hay cũng không dở, tùy theo tính khí của mỗi người. Chị biết Vũ lý tưởng, cứng cỏi, nếu tha thứ, chị nghĩ chắc Vũ tha thứ nửa vời thôi. Rồi cũng chẳng đâu vào đâu".

" Nghĩa là chị nói em sẽ quên lỗi lầm của Martha nhưng sẽ không trở về sống chung trở lại?"

"Chính đó mới là vấn đề", Chuyên nói mà vẫn không ngó lên. " Về lại sống chung với nhau mới quan trọng. Quên lỗi hay nhớ lỗi cũng thế mà thôi. Chi bằng Vũ coi như không có giọt máu kia của mình, ở đây tìm việc lo cho tương lai. Chuyện phải tới sau nầy sẽ tới".

Vũ đứng dậy đốt thuốc, ánh mắt Chuyên không vừa ý ngó theo.

Có thể sau này chị giới thiệu cho một cô nào vừa ý khá hơn nàng Martha. Biết đâu, phải, biết đâu?

Phun hơi thuốc dầy lên không Vũ cố gắng cười:

"Em còn phong độ lắm phải không chị, đâu có ai biết em đã một đời vợ đâu, dư sức lập lại cuộc đời phải không chị?

Chuyên đứng dậy theo Vũ tiếp:

"Đời sống lúc nào cũng có hai mặt. Cái khổ chỉ cho nó tác động một thời gian thôi. Đừng kê vai cõng, cũng đừng đưa lưng gánh nó suốt đời. Em thấy đó chuyện trên biển của chị em mình! Nếu sống bằng cái đau của quá khứ chắc chị em mình đã không sống nổi.

Ngồi lại xuống salon, nhưng bằng một cái ghế khác, Vũ nhìn Chuyên thương hại. Tội nghiệp chị tôi. Chuyện trên biển nặng nề là chị, chứ em mà nhằm nhò gì. Chị ghép em vào cho nhẹ nỗi buồn khổ đắng cay của chị.

“Chị Chuyên ấy. Sau này em có nên nhìn con em không. Em sợ nó giống tánh mẹ nó, không biết phải trái. Nếu nhìn phải tính ngay từ bây giờ. Bắt về. Để lại cho họ nuôi sau này sẽ hư thân mất nết”.

Đưa tay sờ cằm, Chuyên suy nghĩ một lúc rồi mới đáp.

“Đó cũng như chuyện tha thứ mà thôi, không ai quyết định được cho Vũ kể cả cha mẹ, nếu mẹ ở đây”.

Giơ thẳng hai chân ra gác trên bàn, Vũ nói trong mệt mỏi:

“Em sẽ không bao giờ hỏi ý kiến cha. Cha có nhiều chuyện lo riêng nên quên mất chúng mình rồi. Mình ở trong nhà nầy được vì cái bổn phận làm cha bắt buộc thôi, chứ sợi dây liên lạc cha con em coi mòi nó tiêu tan đã từ lâu lắm rồi”.

Nữa, thằng lại đặt vấn đề khó. Tôi cũng thấy cha sao sao ấy. Cha với tôi đã là những cái bóng không thể nào tương thông được. Mới có một năm mà thằng nầy tiến về phía thành nhơn mau quá. Nó xác nhận một đều vô cùng chí lý tôi còn miệng lưỡi nào để nói khác hơn?

Căn nhà chìm trong lặng thinh, ngột ngạt. Không nói ra mà đồng thời hai chị em đều hình dung rõ ràng trong trí ngôi nhà bên quê hương. Ngôi nhà tràn ngập tình gia đình. Đứng nép mình bên bờ con sông lớn ngàn đời sóng vỗ. Muôn vạn hạt nước nhỏ như khói bay bay hợp với sương mù buổi sáng khi qua ghềnh đá giữa dòng luôn luôn là hình ảnh hấp dẫn cho bất kỳ ai sanh trưởng tại đây.

“Tất cả đều là khói sóng trên sông cả”. Chuyên buột miệng với tiếng thở dài. “Mất mát, tan biến không thể nào tìm lại được”.

Vũ đứng dậy, bứt rứt. “Bỗng nhiên mà thấy nhớ nhà ghê! Nhớ dòng sông cũ. Muốn tung hê hết, về ở luôn bên ấy…

NGUYỄN VĂN SÂM
(Port Arthur, Texas, 01-2000)

NGUYỄN VĂN SÂM
Tuồng Hát Bội Viết Bằng Chữ Nôm Tam Cố Mao Lư

Nguyễn Văn Sâm phiên âm
Nguyễn Khắc Kham hiệu đính
Ban Tu Thư Viện Việt Học, California 2001

Lời Giới Thiệu

Nhà văn Nguyễn Văn Sâm lâu nay dùng nhiều thời giờ đọc các tác phẩm xưa của ông bà chúng ta viết bằng chữ Nôm, đặc biệt là những tác phẩm chưa ai biết đến và các tuồng hát bội cổ. Công việc ông làm rất âm thầm, các tác phẩm được phiên âm xong cũng khá nhiều nhưng ông chưa muốn phổ biến vội vì vẫn chưa hoàn toàn hài lòng với công việc mình. Phiên âm, theo ông, cần thiết phải kèm theo một sự khảo sát về tác phẩm, chú thích cẩn thận, tạo lại chữ Nôm trên máy điện toán toàn bộ bản văn để người bây giờ dễ đọc và kiểm chứng lại sự phiên âm nhằm làm căn cứ cho những khảo sát về sau. Một bản từ vựng chi tiết về chữ dùng cũng là điều ông muốn có trong mỗi tác phẩm. Tôi cho rằng đó là lý tưởng của một công việc làm nghiêm túc, nhưng tôi cũng nghĩ rằng chỉ riêng việc phiên âm giới thiệu những tác phẩm chưa từng được phổ biến rộng rãi cũng đã là một công trình đáng được lưu ý, các sự khảo sát nội dung, chú thích, làm từ vựng, chế bản chữ Nôm... có thể để cho sau này người khác thực hiện. Bây giờ cứ lo phiên âm trước đã.

Nhưng chọn quyển nào? Tuồng? Truyện thơ nổi tiếng hay truyện thơ bình dân? Tác phẩm dầy hay mỏng? Cuối cùng, theo hoàn cảnh và khả năng của Viện Việt Học, nhà văn Nguyễn Văn Sâm đồng ý cho trình làng quyển Tam Cố Mao Lư này. Bản Nôm rút từ ba hồi 37-39 trong truyện Tam Quốc Diễn Nghĩa vốn có ảnh hưởng trong dân chúng Việt Nam từ lâu, hồi 37 nói lên lòng tha thiết cầu hiền của Lưu Bị.

Có thể người xưa khi viết hồi này đã gởi gắm ý muốn nói lên nỗi lòng của mình với nhà vua đương thời rằng nhà nho thời đại bây giờ không được trọng dụng đúng mức, nhà vua thiếu cái nhẫn, thiếu sự biết tài kẻ sĩ hiền của người cầm vận nước. Người viết nào cũng thác gởi một điều gì đó trong tác phẩm mình. Tác giả viết tuồng cũng không ra ngoài quy luật đó.

Tác phẩm vô danh, nhưng ta biết được thời đại xuất hiện vào thời các vua đầu nhà Nguyễn càng cho ta tin rằng người viết không dám nói rõ ràng những điều mình muốn nói.

Có thể trong tuồng Tam Cố Mao Lư này nhà văn Nguyễn Văn Sâm trong khi phiên âm đã đọc một vài-- rất ít--- từ khiến tạo nên sự tranh cãi sau này, nhưng mà khi chọn chữ nào ông cũng đã suy nghĩ cẩn thận trên nhiều mặt, từ ngữ học đến ý nghĩa trong toàn thể câu văn hay tính chất địa phương của tác phẩm. Tôi giúp đọc lại sau cùng bản văn và gợi ý các vấn đề liên quan đến sự tìm hiểu bản văn, nhưng sự giúp đỡ này, tình thiệt mà nói, cũng không nhiều gì lắm.

Bất kỳ công việc gì liên quan đến sự tìm hiểu một tác phẩm của người xưa đều là công việc rất đáng được khích lệ. Phiên âm lại là công việc cần sự cẩn thận của người đã được đào tạo trong lãnh vực chuyên môn. Xin trân trọng giới thiệu cùng chư độc giả, hi vọng trong tương lai chúng ta có nhiều hơn những tác phẩm tương tự từ nhà văn Nguyễn Văn Sâm hay bất kỳ học giả nào khác.

California, tháng 10/2001
Nguyễn Khắc Kham

Dẫn nhập

Tuồng Tam Cố Mao Lư mà quý vị đang cầm trên tay là một trong bộ chín hồi của tuồng hát bội viết bằng chữ Nôm, lấy đề tài trong truyện Tam Quốc, tức Tam Quốc Chí Diễn Nghĩa. Nhóm tuồng này và hơn hai mươi tuồng khác, đã từng được công bố bằng chữ quốc ngữ hay chưa, đều được viết tay do học giả người Pháp chuyên về Việt Nam là A. Landes mướn người chép sưu tập của ông khi ông phục vụ ở Việt Nam vào cuối thế kỷ 19. Bản này hiện lưu trữ tại Thư Viện Anh Quốc, Luân Đốn. Là bản chép tay nên toàn thể số tuồng trong đó trở thành độc nhất, là kho tàng đáng trân trọng đối với giới Việt học nói chung và người nghiên cứu về tuồng hát bội hay văn chương Việt nam nói riêng. Trong sưu tập này, các tuồng đã được phổ biến nhiều từ trước như Sơn Hậu, Kim Thạch Kỳ Duyên.. thì không cần thiết lắm để được phiên âm giới thiệu lần nữa trong lúc ta chưa có phương tiện dồi dào, nhưng đối với các tuồng chưa từng được phiên âm thì việc giới thiệu dưới dạng chữ quốc ngữ quả là điều đáng thực hiện. Khóm 9 hồi của tuồng Tam Quốc trong số đó. Chúng tôi giới thiệu trước Tam Cố Mao Lư vì có thể lần lượt giới thiệu từng hồi mỏng, việc in ấn và chú thích vì vậy tương đối không mất bao nhiêu thời giờ. Cũng không cần phải giới thiệu một lúc nguyên nhóm chín hồi của sưu tập.

Chúng tôi sao được là tuồng này qua nhiều trung gian từ bản được tặng Chánh Phủ Anh quốc tặng cho Phủ Quốc Vụ Khanh Đặc Trách Văn Hóa của Quốc Vụ Khanh Mai Thọ Truyền vào năm 1971, tạm gọi bản này về mặt vật chất là bản QVK vì nội dung nó là bản A. Landes hay là bản TVAQ. Sao qua sao lại nhiều lần nên bản chúng tôi có được bị mờ nhòe nhiều chỗ. Mờ nhòe một vài chữ còn có thể tái tạo, mờ nhoè nhiều chữ nhiều trang thì không làm sao đọc được.

Chúng tôi đã nhiều lần đến tận nơi lưu trữ bản QVK tại Thư Viện Quốc Gia cũ nhưng không lần nào được phép sờ đến bản sao lại để tham khảo hiện chứa trong phòng gọi là ‹tham khảo hạn chế nói gì đến bản QVK. Mua lại một bản sao từ Thư Viện Anh Quốc cũng không phải là chuyện dễ dàng. Do đó chúng tôi đành sử dụng những gì mình đang có. Sự đánh máy lại trên máy điện toán toàn bộ các tuồng này là việc nên làm. Việc phiên âm toàn bộ các tuồng này càng cấp thiết hơn. Từ khi học giới có được bản QVK đến nay đã trên 30 năm nhưng chưa ai công bố tuồng nào trong bộ sưu tập này. Có thể có nhiều vị thông thạo Hán Nôm đã âm thầm phiên âm, nghiên cứu nhiều về bộ sưu tập này nhưng chưa có phương tiện công bố hay chưa muốn công bố. Nay Viện Việt Học có nhã ý cho in bản phiên âm do chúng tôi thực hiện, đó là điều đáng mừng cho người phiên âm vì sẽ được thấy cụ thể kết quả sự làm việc của mình, một công việc như là hành động nhốt gió, không bao giờ thấy kết quả!

*

Tam Cố Mao Lư là một lớp gồm năm hồi, trong đó có hồi Tam Cố Thảo Lư, một hồi trong truyện Tàu có tựa là Tam Quốc Chí Diễn Nghĩa --- cũng như tuồng Tiết Đinh San Cầu Phàn Lê Huê là một hồi trong truyện Tiết Đinh San Chinh Tây --- được khai thác nhiều về dạng tuồng hát bội cũng như tuồng cải lương vì tánh chất dễ diễn của nó, tính chất võ: những tình tiết dễ diễn đã đành, văn chương lại không khó khăn cao kỳ khiến dân chúng khán giả bình dân khó lòng lãnh hội, và kết cục thường có hậu, và nhất là trong tuồng có nhiều màn đánh nhau để khán giả được xem các tướng với những đao thương mũ mão, múa gươm đá giáp xông trận trừ gian diệt bạo. Các tuồng Lôi Phong Tháp, Tứ Linh, Trần Trá Hôn, Sơn Hậu, Nhạc Hoa Linh... thuộc loại này. Tính chất võ nhằm tạo nên sự hào hứng tức thời về mặt tình cảm và nhãn quan cho người xem, một số đông thính chúng mà trình độ văn học và ngôn ngữ trường ốc thật giới hạn. Nói cách khác sự lĩnh hội về nghệ thuật thật giới hạn, họ không cần đi sâu vào tình tiết, sự hay dở của từng câu nói, từng lời hát, họ thưởng thức bằng sự nắm bắt lấy toàn thể câu chuyện. Họ vui cười hể hả với những sự bị đày đọa khó khăn mà ngoài đời không có, như tam cố, quỳ trước thảo thất, tam bộ nhứt bái... Họ thích thú về những phát tiết từ sự nóng tánh của Trương Phi, thoải mái với những lời khổ công năn nỉ ỉ ôi của Tiết Đinh San, Tiết Nhơn Quý đối với người ngọc của những tướng này. Ngược với tuồng võ là tuồng văn, rất ít khi được trình diễn vì không hội được những điều kiện trên. Rất nhiều hồi khác trong bộ truyện Tam Quốc Chí Diễn Nghĩa bản, toàn bộ tuồng viết ra từ Tây Du Ký, tuồng Vạn Bửu Trình Tường, tuồng Kim Thạch Kỳ Duyên, tuồng Kim Vân Kiều, tuồng Lục Vân Tiên... ở trong loại liệt kê này. Tuồng văn chỉ được diễn bởi nhóm nhà nghề thật siêu đẳng hay diễn ở trong nội cho vua chúa xem mà thôi. Chúng tôi được mách rằng trước đây độ tám mươi năm, khoảng 1920 ở Huế, chỗ Chợ Dinh, gần Gia Hội có đoàn hát bội Thanh Bình chuyên diễn cho vua xem, diễn viên như công chức của triều đình, ngoài giờ diễn, thực tập tuồng đã đành, họ còn luyện võ nữa. Gánh này chỉ chuyên diễn cho vua và các cung tần mỹ nữ coi. Các tuồng diễn trong nội đều thật dài, theo sát truyện Tàu, có tuồng cả trăm hồi như Tây Du, Tam Quốc, có tuồng cũng vài chục hồi như Vạn Bửu Trình Tường, Đường Chinh Đông, Đường Chinh Tây... Ở đây người diễn cũng như người xem có đủ những yếu tố để thưởng thức những gì sâu ẩn mà tác giả vở tuồng muốn ký gởi. Rất nhiều khi đó là chuyện tình yêu, tâm tư, lòng ái quốc, sự hận thù... là những điều thuộc về cảm tính ít thấy được trên sân khấu về mặt diễn vốn là điều đòi hỏi của những người đầu tắt mặt tối cho miếng cơm manh áo, cần món ăn văn nghệ nhưng phải là thứ dễ nuốt trôi, ăn liền. Cũng vì vậy các tuồng võ được nhiều người biết và văn bản của bổn tuồng chẳng những được bảo tồn mà có khi còn hiện diện bằng nhiều thoại khác nhau do sự chỉnh lý của thầy tuồng hay sửa đổi nho nhỏ của diễn viên. Tuồng văn ít được trình diễn càng ngày càng mai một, ít người biết đến, và nếu ai còn may mắn gìn giữ được văn bản thì cũng chỉ lõm bõm chớ không mấy khi đầy đủ trọn bộ một tuồng dài. Thỉnh thoảng nếu gánh Thanh Thanh nói trên diễn cho công chúng xem thì các hồi được chọn, như đã nói, thường có tính chất võ và đã được cải biên lại hạ thấp mặt điển cố và giới hạn số lượng từ Hán Việt. Tuồng bấy giờ được rút ngắn lại nhiều. Phần loạn (hát khách), bạch (nói chí khí), thán (than thở) vốn viết thuần bằng thơ Hán Việt đã được giản lược đến tối thiểu, phần hài và vãn (hát Nam) đa phần được tăng bổ.

*

Chúng tôi không thấy rằng tuồng Tam Cố Mao Lư này là một tuyệt tác văn học hay là một viên ngọc quý của bộ môn trình diễn để chúng ta khổ công khảo sát, tôi chỉ thấy rằng đó là một di chỉ văn hóa về hoạt động của ông bà mình ngày trước mà mình cần biết. Ngày xưa người biết chữ thường thưởng thức các truyện từ Trung Hoa sang. Đó là điều không trách được vì đó là con đường văn hóa đến với đất nước chúng ta có thể nói là duy nhất. Đọc một mình họ không vừa ý, họ muốn chuyển những điều hay ho thích thú mà mình thu lượm được cho đám đông chung quanh. Họ có nhu cầu kể lại vốn là điều kiện đầu tiên của người sáng tác. Ngay ở thế kỷ 18 sự chuyển ý ra bằng văn xuôi cũng chưa có thể gọi là có, trường hợp Tân Biên Truyền Kỳ Mạn Lục của Nguyễn Thế Nghi trước đó khá lâu là sự ngoại lệ gần như duy nhứt. Thế kỷ 17-18 phương thức diễn đạt duy nhất cho số đông là hát bội, chèo chưa xuất hiện, nhà nho bèn đem truyện Tàu viết lại dưới dạng này. Người lưu dân từ Miền Trung trên đường Nam tiến, đến định cư vùng đất mới của Nam Kỳ chấp nhận dễ dàng hình thức mua vui cho mình là tuồng, khoái nhứt là tuồng võ. Đi coi một buổi trình diễn tuồng, họ được thưởng thức cùng nhau, có bạn có bè, có dịp gặp gỡ gái trai hay người lối xóm. Họ có dịp ra ngoài, đi đến nơi tụ họp đông đảo, thưởng thức món ăn tinh thần mà không cần trang bị trước bằng những năm dài ngồi trong trường ốc mày mò những chữ chi hồ dã giả. Họ lại thỏa mãn được thị quan vốn không có đối với người đọc sách thui thủi một mình. Sự phát rộ của tuồng ở thế kỷ 19 là vậy. Thế kỷ này là thế kỷ của tuồng. Một vài tác phẩm văn xuôi, dầu tuyệt tác như Đoạn Trường Tân Thanh hoặc khá hay như Nhị Độ Mai, Phan Trần... một vài nhà văn của thời này để lại thi tập này kia không thấm tháp vào đâu so với kho tàng rộng lớn của tuồng.

Ngày nay tuồng đã mất đi bộ áo hoàng tử của mình là sân khấu, mất sự trình diễn của diễn viên cũng như của âm nhạc và cả không khi vui tươi rộn ràng bao quanh buổi trình diễn. Tuồng chỉ còn lại thuần chữ trên văn bản, giống như con công mất đi bộ lông rực rỡ màu sắc. Giá trị của tuồng bị giảm đến mức tối thiểu.

Ta chỉ còn

(a) nhìn cách sử dụng từ trong tuồng để mà biết cách nói của người xưa như thế nào.

(b) khảo sát các hồi, cảnh, phân đoạn để thấy sự cấu trúc tuồng hay dở thế nào.

(c) xét hành vi và tâm tư của nhân vật để nhìn lại tư tưởng của người xưa.

Đại cương tuồng có nhiều giá trị về sử dụng nhuần nhuyễn và thông thạo kho tàng ngôn ngữ của dân tộc, đó là chưa kể về sự phổ biến rất hiệu quả các khái niệm tam cương ngũ thường bằng những hành vi sống động của nhân vật.

Đọc nhiều tuồng, ta có thể đi đến kết luận mà không sợ sai lầm rằng tuồng hát bội là tiền thân đồng thời của hai thể loại khác nhau là cải lương và tiểu thuyết văn xuôi. Cải lương lấy từ tuồng sự cấu trúc của phân cảnh, những bài ca bài hát xen với đối thoại dầu cho nhân vật ở vào tình huống bi đát như biệt ly, lao lý, bệnh tật, tử thương.... Cải lương là kịch bản viết theo hoàn cảnh mới của tuồng với những thể điệu ca lý mới, dàn dựng mới và loại bỏ câu Hán Việt trong đối thoại. Cải lương còn giữ lại sự dài dòng, sự diễn tả sự kiện bằng lời và sáo ngữ của tuồng như là những yếu tố ăn khách cần phải có. Y trang lộng lẫy của cải lương cũng là hình thức khác của xiêm y triều đình văn thần võ tướng của hát bội.

Tiểu thuyết --- hay nói rõ hơn là văn xuôi --- đã được trui rèn trong lời nói lối của tuồng nên khi hình thành nó chưa hóa thân hết, còn sót lại biết bao nhiêu từ Hán Việt và sự đối xứng, biền ngẫu điển tích chúng ta thấy được ở những nhà văn miền Bắc đầu thế kỷ. Sự sáo trong văn xuôi không ở chỗ nói nhiều như tuồng cải lương mà sáo trong sự sính dùng điển tích, cách nói cao kỳ, nhiều khi trở thành rườm rà nhiều lời vốn là điều được chấp nhận với sự hoan hỉ của khán giả hát bội nhưng lại không được độc giả văn xuôi chấp nhận.

Rồi với thời gian, hai thể loại mới sanh đó dần dần trưởng thành, một cung ứng cho số đông bình dân, một thoả mãn sự thưởng thức một mình của người có văn học thích ngồi bên quyển sách, tuồng hát bội ở ngay những năm ba mươi của thế kỷ 20 đã trên đà mất lần ảnh hưởng, thoái hóa và trở nên lạc hậu với bước tiến triển của xã hội cho đến ngày bị xô đẩy vào vùng hẻo lánh sanh sống quanh các đình và những đám kỳ yên. Người nghệ nhân mới đa phần không thuộc tuồng vì không hiểu rõ những gì mình sắp diễn, sắp nói. Hát bội chết dần như thứ cây khô trước sự phát triển của xã hội đô thị và ảnh hưởng của văn hóa Tây phương. Vài cố gắng gần đây ở quê nhà của những người tha thiết với bộ môn này, đặc biệt là người nghệ sĩ tài danh nhiều kiến thức hát bội Đinh Bằng Phi, hy vọng vực dậy con bệnh hát bội đang trong tình trạng hôn mê bằng những cải biến đến tận căn để là chọn tuồng tích lịch sử Việt Nam, khai thác đề tài hiện đại, triệt để loại bỏ đến tận cùng những thể loại hát, nói dùng toàn chữ Hán Việt... cũng không thấy chút gì gọi là sáng sủa. Hát bội ngay trên vùng đất ngày xưa nó tung tăng vùng vẫy, bây giờ trở nên le lói như ngọn đèn sắp tắt, chỉ sống nhờ sự trợ giúp ít oi của một chế độ không lưu ý nhiều đến văn hóa.

Ngày nay ta khảo sát tuồng để hy vọng đi lần đến chỗ vẽ lại một mặt nào đó của đời sống tinh thần, sự giải trí của người Việt xưa. Ta chắp vá những gì còn lại từ xưa với lòng trân tàng những tín hiệu văn hóa của người đi trước. Công việc thật có nhiều khó khăn, cần phải có sự giúp sức của nhiều người với những kiến thức khác nhau và ngành nghề khác nhau. Con đường thật dài, đầy khúc quanh và bẩy rập...

Nguyễn Văn Sâm
Phiên âm

[Quan Công](t1) nói:

Dám bẩm đại ca: Đại ca dốc dày sương đạp tuyết. Nhị đệ nguyền lặn suối trèo non. Thời có phải a, trảm hắc ngưu thề nọ còn ghi, tru bạch mã nguyền kia hỡi tạc. Chẳng như tôi: Chi rời nửa khắc, chẳng bỏ một giờ. Trên ca ca dầu dãi nắng mưa, dưới nhị đệ dễ từ sương tuyết a!

Trương Phi:

Dạ dám bẩm ca ca: Đông dầu trừ bắc dầu diệt là chi cho khỏi tay Phi, đánh thành nọ phá lũy kia ai dám đương cùng Dực Đức a! Bẩm ca ca: Nói nói rằng Khổng Minh đã nên tài tá quốc, vốn người đà đáng (t2) mặt làm tôi. Phải a! Vậy thời: Tân Dã thành huynh trưởng hỡi ngồi, em tới bắt Khổng Minh về nạp cho nè!

Lưu Bị:

Tam đệ quen tánh nóng, buông lời nói mặn nồng thời có phải a! Ba phen đều chẳng gặp hiền nhân, anh cũng nguyện lên cầu cho đặng. Sách xưa còn để dạy, nay ta phải ân cần. Nhị đệ, Thôi! Chớ nại sức hai em. Giang Nam quận trông chừng bắc mặt hè!

hát nam:

Giang Quận trông chừng bắc mặt,
Dốc cầu hiền tá quốc an bang.
Ngày nào đem lại trùng quang.
Lưu triều vững đặt Hán bang (t3) thâu về.
Ngọa Long kia đã gần kề.
Truyền quân tạm nghỉ ta huế dừng chân.

***

Điền phu:

Đời thạnh trị an cư lạc nghiệp, thời thái bình Nguyễn chúa ra làm . Chuyên một việc nông tang, Điền Phu là tên lão. Như tôi! Thuở đông thiên vũ thuận phong điều, sang thu tiết cày bừa giá sắc.

tán:

Số là thuở lão lên Giang Nam quận, lão thấy ông Khổng Minh có làm một bài thơ chi chi đấy ư.

ca:

Thân này thong thả chốn Giang Nam,
Phú quý công danh chí chẳng tham.
Thảo lư xịch xạc ngày ba bữa,
Chờ cho gặp chúa mới ra làm (t4)

***

Lưu Bị:

Dòng truyền Hán thất, ngã hiệu Lưu Huyền. Nghe tiên sanh dật sĩ Giang Nam, tôi xin rước về thành Tân Dã nào!

Điền phu:

Chúa công lầm đã quả, tôi vốn thiệt điền phu. Như tôi: Chuyên một việc làm mùa, biết đâu nghề đánh giặc.

Lưu Bị:

Điền phu ta hỏi: Ngươi phân ngươi nữa là người điền phu, ấy mần răng mà ngươi ca đặng bài thơ ấy?

Điền phu:

Dám bẩm chúa công: Thuở trước tôi tới đó, làm mùa mái Giang Nam. Thấy ông Khổng Minh miệng đọc tay làm, dán lên đó tôi bèn học đặng.(t5)

Lưu Bị:

Thiện a! Thời: Nghe đó nói đây đà nghiệm tỏ, dường như vén ngút thấy trời xanh. Quân! Truyền quân nhân khẩn cấp thừa hành, Giang Nam quận nhặt giong vó ký.

hát nam:

Giang Quận nhặt giong vó ký
Rước người hiền tá trị Lưu gia
Đoái nhìn sắc sảo cỏ hoa
Lá in màu lục ngửa mà hứng sương.
***

Đức Tháo:

Như tôi! Vốn dòng truyền học sĩ, tôi Đức Tháo là tên. Xem thấy đời Tam quốc chiến tranh, bui Lưu Bị lập an cơ nghiệp.

Lưu Bị:

Nghiêng mình làm lễ (t6), tôi hiệu Lưu Huyền. Nghe tôn sư dật sĩ Giang Nam, tôi xin rước về thành Tân Dã.

Đức Tháo:

Nếu vậy: Chúa công lầm đã quả, tôi Đức Tháo là tên. Bạn học với

Khổng Minh, chẳng phải Gia Cát Lượng. Chẳng qua là tôi thấy chưng đời bát loạn, nên tỏ [nỗi] thủy chung. Thời có phải a! Lưu Quý xưa điểm ứng trạch trung, trảm xà mới ra đời thạnh trị. Từ qua Đông Hán kỷ, Vương Mãng mới tiếm ngôi. Bao giờ hết vận suy, thời chúa công mới thạnh.

Lưu Bị:
Tiên sinh tua an nghỉ (t7) đặng tôi tới Giang Nam. Quân! Truyền quân nhân loan giá nghiêm bày. Y ngã lịnh trông chừng Nam Quận.

hát nam:
Nam Quận mau chân khoan khoái.
Trải lộ đồ nào nại thân ta.
Miễn cho gặp kẻ hiền lương.
Lưu triều vững đặt Hán gia lâu dài.
***

Khổng Minh:
Như ta! Bầu thế giới vai mang, quán càn khôn tay xách. Kim Ngọa Long Cương lãnh, ta biểu tự Khổng Minh. Thấy chưng đời Tam quốc chiến tranh, ta cũng muốn ra tay đánh dẹp. Nhưng mà: Gái tốt nỡ đành gả ép, ngọc lành há dễ (tờ 8) bán rao này! Mảng luận bàn quân tới lao-xao, thấy Lưu chúa tướng quân bày biện. Nọ Vạn Quân bảo đây! Ấy! Vạn Quân em gìn giữ thảo lư, dầu người có hỏi anh nữa, thời: Em nói chơi nhà bạn, coi người nói lẽ nào. Thử lòng kia cho hản. Như sự dầu hết ý, ta sẽ giúp cơ mưu. Chi nữa! Mặt chỉ dặm sơn đầu, kẻo quân nhân nối gót.

Lưu Bị:
Đoái thấy chim kêu vượt hót, chợt nhìn hạc múa thông reo. Kìa Khổng Minh còn ở trên lầu, âu là ta bước tới quỳ nơi các hạ. lại nói: (t.9) Dạ! Hán gia tôn thất, danh gọi Lưu Huyền. Nghe tiên sinh dật sĩ Nam Giang, tôi xin rước về thành Tân Dã.

Cát Quân:
Dạ dám bẩm chúa công: Anh tôi đã du sơn du thủy, tôi là em giữ cửa giữ nhà. Năm ba ngày vắng mặt phương xa, bảy tám bữa về nhà giáo sĩ. Tôi vốn thiệt liên chi đồng khí. Gia Cát Quân vốn thiệt tên tôi. Thưa người tỏ khúc nôi, anh tôi là Gia Cát Lượng.

Trương Phi:
Thôi! Ghe phen phiền lòng tướng, nhiều thuở mỏi dạ quân! Họa

(t.10) không tài tế thế trị dân, bởi vậy cho nên thấy ta tới dời chân lánh mặt đó mà thôi! Dạ dạ dám bẩm ca ca! Xin đem quân vào bắt, cầm Gia Cát chẳng tha. Đặng tiến nộp đại ca, rồi sẽ dời loan giá.

Lưu Bị:

Tam đệ đừng có nóng nảy, để anh phân lại cho mà nghe. Tôi hiền là báu nước, còn con thảo thiệt phước nhà. Non vàng tìm ngọc dễ ra, cầu sĩ cầu hiền phải vậy. Thời! Đã nhiều phen xe đẩy, đi rước chẳng đặng thầy. Cát Quân! Phiền Cát Quân nghiên bút đem đây, đặng ta tả thư kia gởi lại. Đã nhiều phen lên rước, (t.11) mà chẳng đặng tiên sinh. Gia Cát Quân còn ở lều tranh, đặng cho mỗ trở về Tân Dã.

***

Cát Quân:

Thưa! Từ anh ra khỏi cửa, có Lưu sứ tới nhà. Người nói rằng thỉnh anh về mưu quốc mưu gia, em rằng đã du sơn du thủy. Hữu tâm thơ cẩn ký, phiền tôi giao lại cho anh. Dám thưa anh! Người đã nên chỉ tín chỉ thành, lại đáng mặt cầm quyền thiên hạ!

Khổng Minh:

Ta dốc lòng thử gã, gã có dạ vì ta. Âu là, tâm thư này ta kíp xem qua, cho (t12) hãn lẽ tường trong ý chỉ a!

thư:

Mỗ tánh xưng Lưu Bị, thư ký thỉnh tiên sinh. Bốn phương dân lầm chốn đao binh, tám hướng chúng mắc nơi nước lửa. Xin giúp sức cứu dân thủy hỏa, ngõ ra tài tá quốc an bang.

lại nói:

Hảo a! Xem qua đà hãn ý, mới liểu đắc tâm tình. Ta là sĩ mai danh, người biết tài phụ quốc. Thời ta: Đã toan rồi chung thủy, đà phải vận làm tôi. Tiểu đồng! Thầy vào nhắp trướng mai, tiểu đồng lui môn ngoại.

***

Lưu Bị:

Quân! Lịnh truyền (t.13) tiến mã, tua chỉnh loan xa. Đồng tựu tại trang gia, rước người hiền tá quốc. Chư công! Ậy, nghe ta dặn: Trước nghiêm bày lễ vật, sau bố liệt can qua. Mặt trông chừng chỉ dặm sơn đầu, đặng ta tới thảo lư nghinh tiếp.

hát nam:
Ta tới thảo lư nghinh tiếp,
Biết bao giờ đặng hiệp hiền lương.
Muốn cho sửa trị bốn phương,
Nối theo Thang Võ tuyết sương mới thành.
Căm hờn Ngụy quốc tương tranh,
Hiểm thay Ngô địa hoành hành chẳng an.
Xa xem đã khỏi sơn trang,
Phút đâu lố thấy Giang Nam hầu gần.

lại nói:
(t.14) Tiểu đồng! Cậy tiểu đồng trình với tiên sinh, rằng có Lưu sứ thỉnh lai tương kiến.

Tiểu đồng:
Dạ dám bẩm chúa công! Thầy còn an giấc điệp, tôi chẳng dám vào thưa. Chừ thôi thời: Xin Chúa công quỳ trước thảo lư, chờ tỉnh giấc sẽ vào thưa lại.

Lưu Bị:
Nhị đệ, tam đệ! Giờ thời ta phải nghe theo lời gã, ta đều quỳ trước giai tiền.

lại nói:
Hán triều tôn thất, danh gọi Lưu Huyền. Nghe tiên sinh dật sĩ Giang Nam, tôi xin rước về thành Tân Dã.

Trương Phi:
(t.15) Thời! Ngoài còn dầm sương tuyết, trong bao nỡ chẳng vì. Nếu vậy thời, quả không tài tế hiểm trợ nguy, cho nên mới ẩn thân tàng tị. Chuyển lôi đình chi nộ, phấn tích lịch chi uy. Âu là: Kíp lấy lửa mau mau, tốc Dực thiêu lư thảo.

Lưu Bị:
Ư hự! Tam đệ quen tánh nóng, buông lời nói dọc ngang. Nói thiệt: Nếu mà ngươi đốt thửa nhà kia, ắt nhà gã đầu lìa nơi thử xứ.

Tiểu đồng:
Dạ! Lưu sứ đã tới nơi thảo thất, dạy tôi vào trình quá tôn sư. (t.16)

Khổng Minh:
Thỉnh nhập! Thưa! Hoang mang lễ tiếp, cung thỉnh sứ quân.

Lưu Bị:

Diện thượng long mi phụng nhãn, hình dung nho nhã phong tư. Xin nhậm chức quân sư, hồi thành trung phụ quốc.

Khổng Minh:

Thưa! Chúa công đã lựa mặt, tôi đâu dám chối từ. Giờ thôi thời: Sấp lưng từ giã thảo lư, bắc mặt trông chừng thành phụng.

Lưu Bị:

Hảo a! Quân sư đà an dạ, ta khôn xiết mừng lòng. Thiên niên khắc cốt nan vong, vạn cổ minh tâm (t.17) bất phụ đi mà thôi!

Quan Công, Trương Phi:

Phỉ bấy tôi hiền giúp nước, toại thay tướng ngõ an bang. Quân! Truyền quân nhân loan giá sẵn sàng, đồng cử bộ hồi thành giải giáp.

Bốn người cùng hát khách:
Huề thủ đồng hành tẩu như phi.
Bôn ba kinh địa mạc khu trì.
Thiên kim vị trọng, giao tình trọng.
Vạn tải tinh di, chí bất di.

Lưu Bị:

Đây đã tới Dã thành, truyền chúng tướng loan xa yển tức.

lại nói:

Phỉ bấy đặng người tá quốc, mừng thay Hán thất hữu nhơn. Lời phán trước bệ đơn, phong Quân sư chi chức, phiền cùng trợ lực, điều khiển binh nhung. Ta trở lại cung trung, bá quan hồi công phủ.

***

Tào Tháo:

Như ta: Suất hổ lữ nhứt thân chinh chiến, thống hùng sư vạn đội thiên viên. Lực cường lược hổ thao long, ngô nãi danh xưng Mạnh Đức. Văn thần dường phụng vũ, võ tướng tựa bằng phi. Hoàng gia xem bằng dạ bằng lòng, chư tướng nhắm như tâm như phúc. Ơ này! Nghe hiệu quân phi báo, Lưu Huyền (t.19) đà tức vị Dã thành. Sứ quân còn ngụ đất Kinh Châu, nên ta phải chiêu binh mãi mã. Bây giờ đà thong thả, lại súc tích binh lương. Gã có chí bốn phương, còn ta dốc thâu một mối.

Hầu Đôn:

Dạ! Thời, Lưu Bị thiệt là thằng đóng dép, Huyền Đức [vốn] một đứa bán giày. Có đâu trời lại thêm vây, dám bẩm lại, cho dẫu có thiệt đi nữa, thời cũng chẳng khác phụ tân nhi cứu hỏa. Phen này: Nguyện hết sức lấy thành Tân Dã, quyết ra tài tận sát Lưu gia. Thề phấn động can qua, kẻo yếm tài yến hạc. Nguyện phi thiết giáp, (t.20) lãnh ấn tiên phong. Sanh cầm Gia Cát, Lưu Huyền, nhược bất đắc nạp Hầu Đôn thủ cho này.

Tào Tháo:

Hảo a! Thị thần long diệu diệu, chân hổ tướng hoàn hoàn. Vậy mới phải tôi Tào, quả anh hùng bạt tụy. Hầu hữu nhứt tâm tá quốc, Ngụy quyền phong Đô Đốc ấn ban. Phó hổ lữ ba ngàn, suất hùng binh vạn đội.

Hầu Đôn:

Thệ dương ngô thần lực, nguyện diệt đảng Ô Sào.

***

Lưu Bị:

Rày đà nhàn hạ, thêm đặng người hiền. Tôi chúa mới phỉ duyên, (t.21) quân thần giai hội ngộ.

Quân báo:

Dạ! Cấp dã cấp dã, nguy tai nguy tai! Hạ Hầu Đôn binh tiến chỉ huy, xem đội ngũ tinh kỳ lẫm liệt.

Lưu Bị:

Nay Tào Tháo hưng binh khởi ngụy, sai Hầu Đôn chiếm đoạt Dã thành. Xin quân sư quyết sách vận trù, luận hà kế tương binh cự chiến nào!

Khổng Minh:

Chúa công đà chỉ phán, tôi đâu dám từ lao. Nếu xuất binh binh bại sao nên, bằng khiển tướng tướng hoàn nghịch mệnh.

Lưu Bị:

(t.22) Chức quân sư đã định, quyền Thượng Phụ nấy trao. Hay còn khuất thửa tiếng nào, xin quân sư phân lại thử nào!

Khổng Minh:

Dám bẩm chúa công! Chúa công đà chức nấy quân sư, thời tôi phải giữ quyền Thượng Phụ. Giờ thời phải mần ri mới đặng: Xin ban ấn hổ, điều khiển một tay. Đặng mà: Rao chư tướng đều hay, cứ tuân y pháp luật thời mới đặng cho!

Lưu Bị:

Lời quân sư phân lại, mới liểu đắc cơ quan. Kiếm ấn nọ nấy ban, điều khiển một tay cử chỉ. Lịnh truyền triều sĩ, vâng thửa lời ta. (t.23) Nghi chỉnh túc loan xa, ngõ đăng đàn bái tướng.

Khổng Minh:

Trương Phi không phải tớ, còn ta chưa có phải mặt làm thầy. Lập trận đồ ngươi phá đặng xong, thời ta nộp chức về non chẳng ở.

Trương Phi:

Đã rằng làm vậy, lời nói chẳng quên. Phân phó có bá quan. Xà mâu nguyền phá tan bốn phía.

Khổng Minh:

Hạ lịnh truyền quân sĩ, xuất trận bố tứ phương. Nghe ta dặn, bát hướng mạc ngôn, tam quân hổn chiến. Nhược hà nhân sai thiển, trảm thủ huyền đầu. (t.24) Y lịnh cổ hồi, tam quân thượng trận.

Trương Phi:

Khâm thừa huynh trưởng, phụng lệnh quân sư. Hoang mang phấn lực để thương, tốc tốc giải khai đồ trận.

(chiến trận...)

Trương Phi:

Cả khen trận rắn, chưa mỏi mình rồng. Quyết nỗ lực giải khai, huy xà mâu đả phá.

Khổng Minh:

Trương Phi! Ấy! Ngươi sa trận lẽ thời chẳng thứ đó. Nhưng mà đương để binh hạ lịnh truyền tha đó. Ta thụ quyền thụ chức quốc gia, đâu có lẽ vị thân vị kỷ. (t.25)! Nói thiệt! Thuận phép min thời thứ, bằng mà, nghịch mệnh mỗ chẳng dung. Ấy! Ai ai cũng tai nghe, người người đều thấy mặt. Chư công lai thính lịnh. Tiên phong ấn phó, Triệu Tử đương chi. Bạch Vị thủy tiến binh, thừa kinh tàng yếu lộ. Chúa công tập hậu, quản nhị đạo hùng binh. Kíp thả chiến thả công, cơ mưu cho cẩn thận. Ấy! Dụ gã vào nơi đất Vọng, phân tứ phương mai phục hỏa binh... Trương Phi! Khá đem binh hữu dực, Vân Trường nghi lãnh tả chi. Nghe ta dặn: Ấy! Dụ Hầu Đôn qua đất Vọng thành, khỏi (t.26) đó sẽ hỏa phần bắt gã. Chư quân! Chư quân đều thính lịnh, chúng tướng khá cử binh. Còn phần ta cẩn thủ bản doanh, Tôn Càn khá tiếp binh cho sẵn.

Trương Phi:

Vậy cũng gọi điều binh khiển tướng, vậy cũng rằng lược trận đồ thành. Lão nầy quỷ cha chả! Đánh vòng nọ không lo, thịt kia đà khỏi bẩy. Nước bắc lên chửa nóng, bầu còn ở ngoài dàn. Cắc cớ thay giặc bắc đón nam, ngã ngớn bấy hùm non vẩy nội. Ba phen đà tuyết sương lặn lội, kiếm người về tá quốc khuôn phò. Như lão này khi không xong (t.27) [Nói thiệt], chẳng làm nên Trương nguyện bẻ giò, bằng thất trận Phi xin ăn thịt thôi!

Lưu Bị:

Tam đệ còn táu tánh, hỡi nghịch mạng quân sư mà thôi! Ừ! Phá trận đồ tội nọ mới tha, sa binh thế mà không biết hổ. Chúng tướng! Hạ lịnh truyền bản bộ, khá tua chỉnh đao thương, kíp thẳng tới Ngụy thành, đặng đem binh cự chiến.

***

Triệu Tử:

Phò Lưu trào Hán thất, mỗ xưng Triệu Tử Long. Nay vâng lịnh chúa công, dạy tôi ra nghinh tiếp. Dám phiền quan Đốc Tướng, xin rước lại bổn (t.28) dinh. Trước là hiệp mặt Dã thành, sau ngõ ưu tư Hán thất. Dạy tôi ra thông thuyết, còn người hỡi đi sau. Kìa quân sư lễ vật đem theo, nọ Lưu chúa cũng đều nối gót.

Hầu Đôn:

Bất thính bất thính, vô văn vô văn. Dĩ cam ngôn dụ ngã, bất úy nhĩ Triệu Vân.

(hai bên đánh nhau)

lại nói:

Tiên phong gã Triệu Vân tẩu thoát rồi nè, tập hậu xem Lưu Bị hỡi còn. Quân! Hạ lịnh dữ ngô binh, kíp sanh cầm Lưu Bị. Mặt thấy Bị dường như mùi ngọt, nhìn Triệu Vân khác thể (t.29) miếng ngon. Nguyện giết ngươi lấy đất Kinh Châu, bắt nhà gã về dâng Ngụy chúa.

Lưu Phong:

Phụng lịnh mai phục, mỗ tự hiệu Lưu Phong. Kìa chúa công Triệu Tử khỏi vòng, y kế nội truyền quân khởi hỏa.

Hầu Đôn:

Khổ dã chân khổ dã, nguy nhiên thị nguy nhiên! Chẳng nghe lời

Từ Thứ gián ngôn, đà trúng kế Khổng Minh vây nội rồi! Thương hại: Bốn phía rần rần lửa cháy, tám phương mịt mịt khói đen. Khôn thoát khỏi trùng vây, nhứt thân tao lâm trận. Tôi biết lo mần răng chừ. Bát diện (t.30) quân reo tở mở, tứ phương lửa cháy rần rần. Thác dư muôn đội hùng binh, Chừ thời ta phải trở lại Bạch Hà Vị Thủy.

hát khách:

Đoạt lộ bôn ba tự điểu phi,
Đáo lai Vị Thủy giải kỳ nguy.
Nhứt thân nan địch thiên viên tướng.
Vạn đội hùng binh tận tử chi.

Quan Công:

Tả chi mai phục, ngã hiệu Vân Trường. Hạ Hầu Đôn xuống đất không nanh, Tào Mạnh Đức lên trời thiếu cánh.

Trương Phi:

Ngô đam binh hữu dực, ngã hiệu viết Yên nhân. Hầu Đôn (t.31) ngươi chốn cũ khôn về, xà mâu kíp lấy đầu nhà gã.

Hầu Đôn:

Ta cả khoe sức mạnh, hay đâu mắc kế cao. Thương hại: Binh mười muôn bị chốn đau thương, tướng bốn đạo mắc nơi tên pháo. Sau lưng thấy binh reo bát hướng, trước mặt nhìn tướng phủ tứ phương. Giang Bắc quân thuyền rước mau mau, kíp đưa mỗ khỏi nơi tử địa.

Trương Phi:

Nó đã khỏi miền Hà Vị, chốn Bạch Hà ta ắt khó theo. Truyền chúng tướng thu quân, đặng hồi thành Tân Dã.

lại nói:

Bái tạ bái tạ, quân sư, quân sư! Phi những nghĩ là kẻ sất phu, như trận thế cũng đà đáng mặt. Dạ! Mỗ lạy quân sư đừng có chấp Phi. Bạch Hà thủy thây trôi dường củi, đất Vọng thành chúng thác tựa mưa. Dám bẩm quân sư từ nay sấp lên: Dầu quân sư người có ngủ trưa, thời Phi cũng đứng hầu ngoài trướng.

Lưu Bị:

Có ra sức đá, mới biết tuổi vàng. Mất thịt nọ không màng, thắng hùm kia rất toại. Rày an mối nước, thêm vững đạo nhà. Chư tướng lại doanh gia, ta lui nơi ngọc

các.

Khổng Minh, Quan Công, Trương Phi:

(t.33) Trước trừ an Bắc Ngụy, sau sẽ diệt Đông Ngô. Chúc Nguyễn triều hạc toán thiên thu, dâng tuổi chúa hạ hồi phân giải.

NGUYỄN VĂN SÂM phiên âm

NGUYỄN VĂN SÂM
MỘT CHÚT CẢM KHÁI VỀ THƠ NGUYỄN BÍNH

Đọc thơ Nguyễn Bính trước khi đi viếng nhà lưu niệm thi sĩ.
(Sài gòn, tháng 3-07)

1. Viếng Hồn Trinh Nữ (1937)

Tác giả chọn đề tài độc đáo: Thương tiếc một người con gái nằm xuống khi tuổi còn xanh dầu mình không quen biết. Ông khéo léo hình dung ra những sinh hoạt thiếu nữ của nàng trước khi mất để làm nổi bật hơn tính cách bi đát. Những hình ảnh phụ như người mẹ, mấy đứa em, người để ý nàng được thêm vào để minh họa sự luyến tiếc của người thân thương. Càng bi thương hơn khi ông nói rồi mọi chuyện sẽ qua đi, hình ảnh về nàng sẽ chìm vào quên lãng của thời gian… Bài thơ gồm nhiều chữ trắng để diễn tả sự tang tóc đồng thời hàm ngụ ý trinh bạch của thiếu nữ và cái họ Bạch của nàng. Bài thơ man mác buồn dầu chữ dùng thiệt là đơn giản và ý được trải rộng ra quá nhiều. Bài nầy chịu ảnh hưởng của giai đoạn thi ca lãng mạn và cũng tác động mạnh lên sự lãng mạn của những thi nhân đồng thời.

Chiều về chầm chậm trong hiu quạnh,
Tơ liễu thi nhau chảy xuống hồ,
Tôi thấy bên tôi và tất cả
Kinh thành Hà Nội quấn khăn sô,
Nước mắt chạy quanh tình thắt lại.
Giờ đây tôi tiễn một người về
Giờ đây tôi thấy lòng đau đớn
Như có ai mời chén biệt ly
Sáng nay vô số lá vàng rơi.
Người gái trinh kia đã chết rồi,

Có một chiếc xe màu trắng đục,
Hai con ngựa trắng xếp hàng đôi.
Đem đi một chiếc quan tài trắng,
Và những vòng hoa trắng lạnh người,
Theo gót những người khăn áo trắng,
Khóc hồn trinh trắng mãi không thôi,
Để đưa nàng tới nghĩa trang nầy
Nàng tới đây rồi ở lại đây,
Ờ nhĩ hôm nay là mấy nhĩ?
Suốt đời tôi nhớ mãi hôm nay.

Sáng nay sau một cơn mưa lớn,
Hà nội bừng lên những nắng vàng,
Có những cô nàng trinh trắng lắm,
Buồn rầu theo gót bánh xe tang.
Thế là xa cách mãi mà thôi,
Tìm thấy làm sao được bóng người.
Vừa mới hôm qua còn thẹn thẹn,
Tay cầm sáp đỏ để lên môi,
Chiếc áo màu xanh tựa nước hồ,
Nàng vừa may vội gió đầu thu,
Gió thu còn lại bao nhiêu gió,

Chiếc áo giờ đây ở dưới mồ,
Chắc hẳn những đêm như đêm qua,
Nàng còn say mộng ở chăn hoa,
Chăn hoa ướp một trời xuân sắc,
Cho tới tàn canh tan trống gà,
Chắc hẳn những đêm như đêm kia,
Nửa đêm lành lạnh gió thu về,
Nàng còn thao thức ôm cho chặt,
Chiếc áo nhung mềm tựa giấc mê,
Nhưng sáng hôm nay nàng lặng im,

Máu đào ngừng lại ở nơi tim,
Mẹ già xé vội khăn tang trắng,
Quấn vội lên đầu mấy đứa em,
Người mẹ già kia tuổi đã nhiều,
Đã từng đau khổ biết bao nhiêu,
Mà nay lại khóc thêm lần nữa,

Nước mắt còn đâu buổi xế chiều,
Những đứa em kia chưa khóc ai,
Mà nay đã khóc một người rồi,
Mà nay trên những môi ngoan ấy,
Chẳng được bao giờ gọi Chị ơi.
Nàng đã qua đời để bửa nay,
Có chàng đi hứng gió heo may,
Bên đường để mặc mưa rơi ướt,
Đem mãi bâng quơ những gót giầy.
Người ấy hình như có biết nàng,
Có lần toan tính chuyện sang ngang,
Nhưng hồn nàng tựa con thuyền bé
Đã cắm ngàn thu ở suối vàng.

Có gì vừa mất ở đâu đây,
Lòng thấy mềm hơn rượu quá say,
Hốt hoảng chàng tìm trong bóng tối,
Bàn tay lại nắm phải bàn tay.
Chỉ một vài ba năm thế rồi…
Người ta thương nhớ có ngần thôi,
Người ta nhắc đến tên nàng để
Kể chuyện nàng như một chuyện vui.
Tôi với nàng đây không biết nhau,
Mà tôi thương nhớ bởi vì đâu?
Than ôi: 'Tự cổ bao người đẹp
Chẳng hẹn trần gian đến bạc đầu.'

2. Tương Tư (1939)

Chuyện tình tự kể. Những hình ảnh nông thôn được sử dụng, những thống trách mang hơi hướm của người đồng quê chơn chất làm cho sự tương tư trở nên lung linh đẹp. Hàng loạt câu hỏi và lời tự giải thích biểu lộ cái yêu đã sâu đậm nhưng không được đáp ứng. Tác giả giấu cái thất bại trong tình yêu khi so sánh nỗi tương tư của mình với chuyện nắng mưa của trời đất. Câu hỏi cuối bài là câu đánh đố đáng yêu gởi đến ai kia:

Anh nhớ ai em có biết không?
Thôn Đoài ngồi nhớ thôn Đông,
Một người chín nhớ mười mong một người.
Nắng mưa là chuyện của giời,

Tương tư là bệnh của tôi yêu nàng.
Hai thôn chung lại một làng,
Cớ sao bên ấy chẳng sang bên này?
Ngày qua ngày lại qua ngày,
Lá xanh nhuộm đã thành cây lá vàng.
Bảo rằng cách trở đò giang,
Không sang là chẳng đường sang đã đành.
Nhưng đây cách một đầu đình,
Có xa xôi mấy mà tình xa xôi?
Tương tư thức mấy đêm rồi,
Biết cho ai, hỏi ai người biết cho?
Bao giờ bến mới gặp đò,
Hoa khuê các bướm giang hồ gặp nhau?
Nhà em có một giàn giầu,
Nhà anh có một hàng cau liên phòng.
Thôn Đoài thì nhớ thôn Đông,
Cau thôn Đoài nhớ giầu không thôn nào?

3. Chân quê

Sự đổi đời lúc nào cũng có. Những thay đổi nho nhỏ bên ngoài tưởng chừng là xao động bề mặt, nhưng thật sự là mầm chối bỏ quá khứ, xóa bỏ chân quê để ướm lốt thị thành. Cố gắng níu kéo cái đẹp đơn sơ ban đầu là một cố gắng tuyệt vọng vì sẽ thất bại.

Hôm qua em đi tỉnh về
Đợi em ở mãi con đê đầu làng
Khăn nhung quần lĩnh rộn ràng
Áo cài khuy bấm, em làm khổ tôi!

Nào đâu cái yếm lụa sồi?
Cái dây lưng đũi nhuộm hồi sang xuân?
Nào đâu cái áo tứ thân?
Cái khăn mỏ quạ, cái quần nái đen?

Nói ra sợ mất lòng em
Van em em hãy giữ nguyên quê mùa
Như hôm em đi lễ chùa
Cứ ăn mặc thế cho vừa lòng anh!
Hoa chanh nở giữa vườn chanh

Thầy u mình với chúng mình chân quê
Hôm qua em đi tỉnh về
Hương đồng gió nội bay đi ít nhiều

(1936)

4. Oan nghiệt

Những suy nghĩ vẩn vơ, ý nầy kéo ý kia của thi sĩ khi nghe tin người vợ cũ sanh con gái. Trong tưởng tượng có cái lo lắng cho kiếp đời đau khổ có thể xảy ra oan nghiệt của con mình. Mấy câu trở thành cổ điển: Nhất kiêng đừng lấy chồng thi sĩ / Nghèo lắm con ôi! Bạc lắm con!, là một lời dặn, một lời tự trách, tự biện. Tác giả dẫn Tỳ Bà Hành thiệt là hay!

Hôm nay bắt được thư Hà Nội
Cho biết tin Dung đã đẻ rồi
Giờ sửu, tháng ngâu, ngày nguyệt tận
Bao giờ tôi biết mặt con tôi?
Nào xem thử đoán tên con gái
Oanh, Yến, Đào, Trâm, Bích, Ngọc, Hồi?

Tôi biết vô tình Dung lại muốn
Con mình mang lấy nghiệp ăn chơi.
Ngọc nữ trót sinh vào tục lụy
Đời con rồi khổ đấy con ơi!
Mẹ con đeo đẳng nghề ca xướng
Nuôi được con sao, giời hỡi giời!
Mẹ con chỉ đợi hồng đôi má
Chỉ đợi chiều xuân kia thắm tươi
Hôn con một chiếc hay là khóc

Rồi gởi cho nhgười thiên hạ nuôi
Mẹ con nịt vú cho tròn lại
Chiều cái hoang đàng lũ khách chơi
Đời cha lưu lạc quê người mãi
Kiếp mẹ đêm đêm bán khóc cười
Có mẹ có cha mà đến nỗi
Miệng đời mai mỉa gái mồ côi
Vài ba năm nữa con khôn lớn
Uốn lưỡi làm sao tiếng "mẹ ơi"
Đời em xuống dốc tôi lên dốc

Nào có vui gì, khổ cả đôi
Sương chiều gió sớm bao đơn chiếc
Bướm lại ong qua mấy ngậm ngùi
Sắt son một chuyến giăng còn sáng
Tâm sự đôi dòng nước chảy xuôi
Cỏ bồng trở lại kinh kì được
Hoa đợi hay bay xứ khác rồi.
Vô khối ngọc trong the thắm đấy
Dung còn chung thủy nữa hay thôi?
Rồi có một đêm màn rủ thấp
Ngã vào tay một khách làng chơi.
Em có nghĩ rằng trong hắt hủi
Con mình trằn trọc cánh tay ai?
Em có nghĩ rằng trong quán trọ
Đầu tôi lại gối cánh tay tôi?

Cha mẹ đã không nuôi dạy được
Con là phận gái hạt mưa sa
Chân bùn tay lấm hay hài hán
Hay lại bình khang lại nguyệt hoa?
Cành đưa lá đón theo đời mẹ
Phách ngọt đàn hay tục xướng ca
Cha lo ngại lắm là con gái
Chẳng có bao giờ biết mặt cha
Con mười sáu bảy xuân đương độ
Cha bốn năm mươi chửa trót già
Cha buồn tiễn khách hơi thu quạnh

Con thẹn che đàn nửa mặt hoa
Chàng chàng thiếp thiếp vui bằng được
Bố bố con con chẳng nhận ra
Một lứa bên giời chung lận đận
Thương nhau cha soạn khúc Tì bà
Áo xanh mà ướt vì đêm ấy
Tội nghiệp đời con, xấu hổ cha
"Khóm cúc tuôn đôi dòng lệ cũ
"Con thuyền buộc một mối tình nhà..."
Giờ đây cha khóc vì thương nhớ
Gửi vọng về con một chiếc hôn
Tiền cha không đủ hoàn lương mẹ,

Còn lấy đâu mà nuôi nấng con?
Thôi cha cầu chúc cho con gái
Mắt chớ lưu cầu môi chớ son
Càng tài sắc lắm càng oan nghiệp
"Bảy nổi ba chìm với nước non"
Nhất kiêng đừng lấy chồng thi sĩ
Nghèo lắm con ơi! bạc lắm con!
Ở đây cha khóc mà thương nhớ
Đất Huế dầm mưa mấy tháng tròn...
Huế 1941

5. Rắc bướm lên hoa

Những câu hỏi là cũng những câu than. Những cảnh đẹp cũng là cảnh khổ. Người đọc bàng hoàng với hai chữ rắc, nhuộm của thi sĩ : sinh động đồng thời cho thấy viễn ảnh xấu. Hạnh phúc và đau khổ đan xen, sanh hóa. Đây không là lời trách phiền tình phụ mà là lời trách móc cuộc đời đã sanh ra cái nếp phụ tình.

Ai đem rắc bướm lên hoa
Rắc bèo xuống giếng, rắc ta vào nàng?
Ai đem nhuộm lá cho vàng?
Nhuộm đời cho bạc, cho nàng phụ ta?

NGUYỄN VĂN SÂM

Cao dao

Nhất cao có một ả trăng,
Đến khi trụt xuống cũng bằng ngọn tre.
Nâu sồng nào quản khen chê,
Khó thì cho sạch, rách thì cho thơm.

**

Chẳng tham bồ lúa anh đầy,
Tham ba hàng chữ làm thầy thế gian.

NGUYỄN VĂN SÂM

Nguyên Sa, nhà thơ tình và nhiều phương diện văn nghệ

Nguyên Sa (sanh năm 1932) là người trước tôi một thế hệ. Khi thằng bé nhà quê theo học những năm cuối của Trung học, đương bị cuốn hút bởi từng bài trong tạp chí Sáng Tạo với văn phong mới của mấy cây bút di cư vào Nam và với những bài viết về văn học rất đặc biệt…. luôn ngóng chờ ngày cuối tháng để tới tòa soạn của tạp chí Sáng Tạo ở một khu xóm bình dân mà đa số là người Tàu tại góc đường Nguyễn Công Trứ và Ký Con gần chợ Cầu Ông Lãnh, Sàigòn. Mua số mới nhất vừa đọc vừa đi bộ về nhà, quên cả trời đất, mê mẩn thưởng thức những bài nóng hổi, còn thơm mùi giấy mực, băng qua đoạn đường đầy người Tàu cho mướn sách hình trên lề đường… thì TRần Bích Lan đã có những bài viết về văn học trong những số đầu của tờ nguyệt San rất được bạn bè cùng lứa chúng tôi ưa thích.

Bài về Hồ Xuân Hương, ông xác nhận rằng thì là không có nhân vật Hồ Xuân Hương, chẳng qua là người ta, bất kỳ ai thích làm bài thơ không thanh nhã thì sáng tác rồi cứ việc ký tên Hồ Xuân Hương. Thế là xong, khỏi trách nhiệm, khỏi ngại bị lời ong tiếng ve. Luận cứ nầy rất được đồng tình thời đó, lúc người làm công việc nghiên cứu văn học chưa tìm thấy được những tài liệu khả tín về tiểu sử của nữ thi sĩ quá độc đáo nầy.

Bài viết về Phan Huy Vịnh với bản dịch Tỳ Bà Hành, ông dùng cái tựa rất khéo, hình như là Phan Huy Vịnh và cái đũa thần âm thanh, chỉ cần nghe ông xác định như vậy là học sinh Trung học có thể theo đó mà tán thành một bài luận khá trong kỳ thi Tú Tài 1.

Một bài khác ông nói về Tạo Hóa, ông Trời, con Tạo, ông Tạo, Trẻ Tạo, ông Xanh, Khuôn thiêng, Khuôn xanh… trong thi ca Việt Nam cũng là ý tưởng mới, có cái nhìn tổng hợp thoát ra ngoài vòng sách vở…

Lúc đó thì hầu hết học sinh chúng tôi đều không biết người viết những bài hay ho và đặc biệt như vậy với cái tên Trần Bích Lan là thi sĩ Nguyên Sa, có thơ tình trên Sáng Tạo chạm vô tâm thức những người mới lớn. Một người bạn cùng lớp, tên Tỵ (?) nói với tôi anh ta là bà con sao đó, vai em, với Trần Bích Lan, Nguyên Sa. Tới lúc nầy tôi mới nhập tâm được hai cái tên của tác giả hai lãnh vực văn học và thi ca là một và tôi thưởng thức những bài thơ tình đặc biệt đối với tôi rất mới lạ bằng một cảm thức vị nể, khang khác.

Rồi có lúc, 1958, tôi đứng ngoài lớp dạy luyện thi Triết học của Giáo Sư Trần Bích Lan. Khi ấy trong trường Chu Văn An, Cha T. dạy Triết rất buồn ngủ khi ngài cầm và đọc từng đoạn trong những quyển sách giáo khoa Triết quá dài dòng của cha Cao Văn Luận mà tôi cho rằng mình học mấy quyển sách của Foulqué dễ hiểu hơn. Đứng ngoài lớp đâu chừng hai lần để quyết định mình có nên học thêm Triết học với Giáo Sư thi sĩ hay không. Ông giảng vui, đưa ra nhiều câu chuyện liên hệ với đời sống thực tế (ông kể chuyện khi ở Pháp mình học kinh nghiệm nấu cơm sao cho không khét, không ba từng, bằng cách đo ngón tay mực nước cần phải cho vô nồi (thí nghiệm trong khoa học). Ông kể chuyện sáu cây cầu trên sông Seine nhưng đi qua hết sáu cái cầu đó phải qua cầu 7 lần (Toán học vị trí, Topology). Ông đọc nhiều thơ tình của các thi sĩ nổi tiếng thời tiền chiến và có khi đọc cả thơ của Nguyên Sa.

Không biết tại sao tôi không ghi tên học lớp Luyện Thi Triết đó sau hai lần đứng ngoài dò đường. Có thể là do thời khóa biểu không thích hợp, chạy đến lớp có thể trễ giờ, có thể là tiền học phí tôi không xoay xở được do nhà nghèo, mồ côi, ở nhà người cô cũng nghèo, khó có thể cho thêm tiền học trong nhiều tháng.

Có điều là từ hai lần kinh nghiệm đứng ở ngoài lớp như Trần Minh khố chuối ngày xưa, sau nầy lúc về dạy Triết ở trường Petrus Ký tôi tự biết mình kể chuyện không duyên dáng và không tự tin bằng Nguyên Sa hay Nguyễn Xuân Hoàng, không viết sách Triết gọn ghẽ, rõ ràng bằng Vĩnh Đễ nên không dạy tư ở bất cứ trường lớp nào và khi có dịp từ giã Triết học thì đi thẳng luôn, không quay lại…

Bà Nga, nhân vật trong bài thơ Nga :
Hôm nay Nga buồn như con chó ốm,
Như con mèo ngái ngủ trên tay anh
Đôi mắt cá ươn như sắp sửa se mình
Để anh giận sao chả là nước biển…

kể với tôi (NVS) rằng đầu thập niên 50, bà đương du học ở Pháp theo ngành Toán học gặp Nguyên Sa đương theo đuổi môn Triết học. Hai người quen nhau và yêu nhau. Có những bài thơ tình bà được tặng lúc tình yên đầu đời nhưng cả hai quyết định không đưa ra công chúng vì có tính cách riêng tư. Bà cũng kể rằng bài thơ Nga được in thay giấy báo hỷ - lúc đó cả hai đương là sinh viên nghèo, mà cũng thấy rằng đây là một ý nghĩ ngộ nghĩnh nên thực hiện – cho buổi tiệc cưới đơn giản ở Áo quốc, mùa Noel 1954.

Tôi gọi Nguyên Sa là thi sĩ của nhiều mặt văn nghệ vì ông viết nhiều mặt: Sách giáo khoa Triết học, sách về một tác giả Triết cổ thụ của Pháp, sáng tác thể truyện ngắn, thể thi ca, làm báo về những ca sĩ, chủ trương một tạp chí thời danh… Ở thi ca ông nổi trội nhứt với những bài thơ tình, từ lục bát, sang tự do, sang thơ văn xuôi, thơ phá thể, nhiều bài thiên nhiều về lý trí nhưng đa phần trong thơ đều có nhạc điệu réo rắc và thiên nhiều về biểu lộ tình cảm nhớ thương hay như đối thoại với người yêu.

Chắc chắn rằng một bài thơ được phổ nhạc mà bản nhạc được các ca sĩ hàng đầu hát tới hát lui nhiều lần thì bài thơ như lãng đãng trong không gian chờ đợi người đọc nhìn vào nó thì âm thanh và ý nghĩa liền bay vào hồn , mê tơi phải cất tiếng hát theo…

Nguyên Sa đã ra đi hai mươi năm rồi, cũng tháng tư, ngày 24, tháng ông quyết định bỏ tất cả cơ ngơi mình gầy dựng, một nhà in, hai trường Trung học đồ sộ, dắt díu vợ con lên đường sang Pháp, xứ ông học hành và sống cả chục năm thời thanh xuân.

Bạn bè văn nghệ xác nhận rằng ông an nhiên làm lại cuộc đời khi di cư sang Mỹ, không bao giờ tỏ ý tiếc rẻ về những gì đã bỏ lại sao lưng. Ông quan niệm đời có khi thành công khi thất bại, nhưng con người muốn sống thoải mái thì phải coi mình nhỏ nhoi, là hạt cát giữa mênh mông đại ngàn như cái nghĩa của chữ Nguyên Sa.

Thơ tình Nguyên Sa cũng như thơ tình của Nhất Tuấn, của Xuân Diệu, Huy Cận, đã ảnh hưởng lên thanh thiếu niên một thời, thể thơ như văn xuôi mượt mà giai điệu, thanh thoát réo rắt làm xao xuyến trái tim học trò mới lớn "không có anh lấy ai cười trong mắt, ai ngồi nghe em nói chuyện thu phong, ai cầm tay mà dắt mùa Xuân, nghe đường máu run từng cành lộc biếc.."(Cần Thiết) hoặc hút hồn theo kiểu tuổi mười ba mà ai cũng thuộc long "trời hôm nay mưa nhiều hay rất nắng, mưa tôi chả về bong bong vỡ đầy tay " hay ầm vang như thác đổ " tôi trân trọng mời em dự chuyến tàu tình ái…vé có thể là những thư xanh, tàu là gian nhà rất nhỏ, nhưng mỗi ga chắc chắn sẽ là những chiếc hôn nồng cháy cuộc đời." Và nhiều đoạn thơ ru hồn con gái khác mà tôi thườn gthấy đứa em họ trân trọng nhiều đêm chép vào tập giấy pelure màu sắc…

Nguyên Sa in bốn tập thơ và một quyển Toàn Tập cuối đời, nhưng với tôi, Nguyên Sa thể hiện bản sắc mình chỉ ở Tập Một, trong đó có những bài thơ tình viết trong những ngày ở Pháp. Điều đó cũng là bình thường, Đông Tây kim cổ thi sĩ, văn nhân, nhạc sĩ, họa sĩ, điêu khắc gia… thường sáng nhiều, nổi tiếng nhưng tóm lại chỉ được dăm tác phẩm trở nên bất hũ, làm nên cái tên, cái ấn tín của nghệ nhân đó.

Hai mươi năm Nguyên Sa ra đi, ta nhìn lại công trình ông, khen chê chắc là, nếu có linh hồn, thi sĩ bên cõi kia cũng mỉm cười… Đã là hạt cát thì có sá gì!

NGUYỄN VĂN SÂM

Victorville, CA, tháng 03, 2019

NGUYỄN VĂN SÂM

Bút ký về vị thầy của tôi: GS Nghiêm Toản, người lúc trẻ làm cách mạng, lúc trung niên về làm chuyện văn học

Trong hai thập niên lớn mạnh của nền Đại Học Việt Nam ở Miền Nam, nói về mặt công trình khảo cứu, giáo sư các khoa, Sư phạm Sài gòn và Huế đóng góp nhiều hơn cả. Muốn tìm hiểu học thuật Việt Nam thời này ta không thể bỏ qua các sách vở, trước tác của những giáo sư từng phục vụ tại đây. Thật vậy, các tên tuổi Nguyễn Sỹ Giác, Thẩm Quỳnh, Nguyễn Nam Châu, Nguyễn Văn Thích, Lê Văn Lý, Hoàng Sỹ Quý, Trần Trọng San, Lê Thanh Minh Châu, Thanh Lãng, Thích Quảng Liên, Trần Kinh Hòa, Bửu Cầm, Nguyễn Đăng Thục, Nguyễn Khắc Kham, Lê Tôn Nghiêm, Nguyễn Ngọc Quỳnh, Nghiêm Toản, Lê Ngọc Trụ, Nguyễn Văn Trung, Trần Thái Đĩnh, Nguyễn Thế Anh, Bùi Xuân Bào, Lê Hữu Mục, Nguyễn Thiên Thụ, Huỳnh Minh Đức, Nguyễn Khuê, Đoàn Khoách… là những tên tuổi có giá trị về phong cách trong lĩnh vực giáo dục đào tạo lẫn giá trị về đóng góp tư tưởng để lại đó đây trong các bài viết và những công trình nghiên cứu có thế giá.

Sự khảo sát nghiêm túc về tác phẩm của những vị nầy là chuyện cần thiết để thấy rõ bộ mặt học thuật, văn hóa – và những nguồn gốc ảnh hưởng lên nó - của VNCH, một phần đất Việt Nam thật quan trọng thời nước nhà còn chia cắt.

Bài này chỉ là những nhận định sơ khởi, có tính chất như một bài bút ký, phần nhiều mang thái độ cảm tính về hai vị Giáo sư của Sài Gòn là Nghiêm Toản và Thanh Lãng, hai người thầy học của tôi, theo yêu cầu của chủ đề tờ tập san quý vị đang cầm trên tay (tờ Dòng Việt, xuất bản ở California, do GS Lê Văn nguyên Khoa Trưởng khoa Văn trường Đại Học Sư Phạm Sài Gòn chủ trương…)

2.- Tôi học với thầy Nghiêm Toản môn Việt văn năm Đệ Nhị B (57-58) trường tư thục Văn Lang đường Đề Thám, buổi chiều. Thầy Toản dạy lớp nầy song song với thi sĩ Vũ Hoàng Chương chỉ thuần giảng Kiều. Những gì học được lúc đó, có lẽ vẫn còn nằm đâu đó trong số kiến thức tôi có cho tới bây giờ, nhưng biểu nói những gì mình học ở thầy thì thú thiệt là không thể nhớ để kể ra. Mấy ai làm được điều đó! Điều lớn nhứt tôi chịu ảnh hưởng từ thầy là quyết định sau nầy mình sẽ cố gắng để khi lớn lên có thể viết sách được về Văn chương Việt Nam. Thời gian nầy phần lớn học sinh đi thi Tú Tài theo học Toán, ban B hay Vạn vật ban A. Hai ban nầy thi dễ đậu hơn Văn Chương, Triết Học, ban C, nếu nắm vững Toán Lý Hóa hay Vạn Vật Lý Hóa. Mặt khác, theo các ban A, B chân trời mở rộng hơn khi vào Đại học (1). Tôi ở trong số đông đó. Cày cục với Toán và các môn Lý, Hóa cho tới một ngày tôi bùng vỡ ý thức về mình để thấy mình thích và muốn hòa điệu với những vần thơ Việt trong Đoạn Trường Tân Thanh, những câu ca dao tục ngữ, những phát biểu của Nguyễn Công Trứ, Cao Bá Quát về thái độ ở đời, của Trần Tế Xương về cuộc đời bất ưng ý, của Phan Bội Châu, Phan Chu Trinh về con đường cứu nước… qua sự cắt nghĩa của những vị thầy dạy Việt Văn của mình từ những năm Đệ Tứ, (thi sĩ Bàng Bá Lân), Đệ Nhị (2) mà thầy Nghiêm Toản là một…

Thầy Toản đến với học sinh chúng tôi bằng một phong cách từ tốn, khoan thai của nhà Nho cựu học. Lúc nào ông cũng nhẹ nhàng – nhẹ nhàng trong cử chỉ, trong từng lời giảng dạy, từng câu giải thích, trong lời nói chuyện bên ngoài giờ học với học trò. Tôi nhớ như in người thầy thấp thấp nhưng tròn trịa, mặt vuông, đầy đặn, nhiều tàn nhang của người lớn tuổi, một cái răng hàm trên, phía trước mọc xiên xiên, hé ló nửa mình ra khỏi hàng, nhưng trắng bóng và mạnh mẽ. Vào tới lớp, lúc ở Trung học hay sau này gặp lại thầy ở Đại Học Văn Khoa cũng vậy thôi, thầy ngồi xuống ghế, mở cặp lấy ra cái quạt giấy, quạt quạt nhẹ nhàng rồi mới bắt đầu giảng bài. "Tôi thích dùng quạt tay, quạt máy cung cấp cho chúng ta cái hư khí, không phải là cái gió thật. Quạt tay cho ta chân khí, cái gió thật, không phải do cơ khí tạo ra". Thầy cắt nghĩa khi thấy ánh mắt của cô cậu học trò nào đó tỏ vẻ lạ lùng về cử chỉ của thầy. Nghe thì nghe vậy thôi. Cái chân khí mà thầy nói đến, chúng tôi thấy vẫn không bằng cái hư khí cả lớp cần có cho một gian phòng đầy người, nhất là buổi chiều oi ả của Miền Nam nóng bức. Điều nhỏ mọn đó có thể nhiều bạn học cùng thời với tôi đã quên, nhưng tôi vẫn còn nhớ. Mỗi người trong chúng ta bị ký ức mình gạn lọc những gì cần giữ hay bỏ đi tùy theo tính tình và sở thích của từng người. Biết sao!

3. Trong hai năm học với thầy ở Đại Học sau đó, năm Dự Bị Việt (1960 – 1961) và năm chứng chỉ Việt Hán (61 – 62), tôi học được cách chú thích cẩn thận từng điển tích, từng từ khó, từng tên nhân vật, tên người, tên đất. Thầy cẩn thận đối với vấn đề nầy. Thầy nói hiểu điển tích mà tác giả muốn dùng, hiểu nhân danh, địa danh của câu chuyện, nắm vững từ khó, từ cổ thì hiểu hết tác phẩm. Phần tư tưởng và thái độ của tác giả ta suy ra từ đó, không khó. Sinh viên học xong, ra trường, nếu giữ lại những ghi chú cẩn thận của bài học thì khi đi dạy trung học việc soạn bài đã đỡ được một phần lớn. Thật vậy, sau này, coi lại các công trình của thầy về mặt nầy như: Thơ văn Việt Nam từ đời Trần đến cuối đời Mạc (3), Quân Trung Đối (4), Tam Quốc (5), Đạo Đức Kinh, tôi thấy rằng đi vào đường tìm hiểu từng điển tích, từng chữ, từng câu, từng địa danh nhân danh, chưa ai làm được những gì hơn thầy Toản đã làm. Đây không phải là sự tầm chương trích cú lạc lối trong rừng rậm ngã rẽ như người xưa đã làm, đây là phản ảnh việc làm cẩn thận, kiên nhẫn và học rộng biết nhiều của người viết. Công việc nhìn qua thấy dễ dàng nhưng thiệt là khó khăn vì không được đưa ra những suy luận chủ quan, những lời dao to búa lớn, gây sự chú ý trong học giới nhưng thực tế thì không gì quan trọng, rỗng tuếch…

Trong phần nhận xét về "động tác" của truyện Quân Trung Đối, thầy Nghiêm Toản cho thấy kiến văn quảng bác và việc làm nghiêm chỉnh của ông. Ông sử dụng suy luận khi cần thiết để giải quyết những vấn đề sanh ra từ tác phẩm như tìm hiểu thời gian xảy ra câu chuyện, các nhân vật thực hay được tạo ra do ngòi bút của người sáng tác….

"Quân Trung Đối" là một cuốn tiểu thuyết thuộc loại Thông tục diễn nghĩa như Thuyết Đường. La Thông Tảo Bắc… có lẽ có lam bản bằng chữ Hán, nhưng cho tới nay chưa thấy lưu hành ở Việt Nam. Đã là diễn nghĩa, tự nhiên cốt truyện thêu dệt rất nhiều; tuy có một vài nhân vật lịch sử nhưng hoạt động khác với những điều ghi chép trong tín sử rất xa, còn phần lớn đều do tác giả đặt bày, ngay những vai chính chưa hẳn đã là người có thực (tỷ dụ: La Thành, Đậu Tuyến Nương, Phàn Lê Huê, Tiết Đinh Sơn, La Côn, La Xán…). Dầu sao nếu ta căn cứ vào mấy điểm: Đậu Kiến Đức và La Nghệ đánh nhau năm 620 (tháng chín), Đậu Kiến Đức, Đơn Hùng Tín bị nhà Đường giết năm 621, và La Nghệ làm phản, bị giết năm 627, thì động tác ắt phải diễn tiến vào đầu thế kỷ VII, trong khoảng thời gian nhất định là năm sáu năm." (6)

Chịu ảnh hưởng và cách viết của nhà nho, phần đánh giá về loại văn của Quân Trung Đối, ông viết:

"Cách hành văn già dặn, có khuôn phép, song hoàn toàn thuộc lối kể chuyện, thiếu hẳn những câu phân tích tâm lý sâu sắc hay những đoạn tả cảnh xứng với lời phê "trong thơ có vẽ" cho nên mặc dầu Đạm Trai đã đặt tác giả bên cạnh ông anh (7) mà quá khen với hai chữ "nan đệ", ta cũng phải giữ thái độ khách quan mà nói: Quân Trung Đối xấp xỉ vào cỡ Nhị Độ Mai (8).

Nhận xét nầy ngắn gọn nhưng là lời xác định chắc nịch về giá trị văn chương của tác phẩm. Đưa ra ý mình, muốn nói rằng mình không đồng ý với nhận xét quá khen của một nhà nho đi trước, Nghiêm Toản nói nhẹ nhàng, gián tiếp, thật ít có ngòi bút như vậy!

Tuy nhiên tôi rất tiếc trong khi giới thiệu tác phẩm Quân Trung Đối. Giáo sư Nghiêm Toản muốn cho công việc làm của mình thật khách quan, đã không sử dụng kiến thức uyên bác của mình để bày tỏ lập trường về trường hợp có thể gây ra tranh luận sau này, mặc dầu tranh luận về một vấn đề rất thích thú trong văn học. Khi ông giao điều có thể gây tranh luận lại cho độc giả, ta biết rằng ông không đồng ý với một kiến giải nào đó, nhưng mà người đi sau chúng ta sẽ thích thú biết bao nếu chính ông nói bằng những dẫn chứng và lý luận cụ thể. Chẳng hạn về trường hợp lý do sáng tác quyển Quân Trung Đối của Nguyễn Chu Kiều, Nghiêm Toản giao trái banh lại cho chúng ta, ta cầm banh mà ngơ ngác không biết thảy về phía nào! Mấy ai trong số độc giả ít ỏi thời đó của Quân Trung Đối đọc kỹ bằng ông. Vậy mà sự cẩn thận và hòa nhã đã không cho phép ông nói rõ ý mình! Tiếc thay (9)!

"Ông bạn tôi mượn sách (10) có ý kiến rằng Nguyễn Chu Kiều viết Quân Trung Đối có dụng ý trái ngược với ông anh viết Đoạn Trường Tân Thanh. Nếu Nguyễn Du muốn gởi gắm nỗi lòng "bất đắc dĩ phải làm một tôi hai chúa" vào truyện Kiều, thì ở đây Nguyễn Chu Kiều, muốn mượn truyện La Thành, Đậu Tuyến Nương để gởi gắm tấc lòng 'trung trinh trước sau như một'. Ý kiến ông bạn, xin nhường để độc giả xét lại xem." (11).

Dầu sao đi nữa, các công trình nặng về giới thiệu và chú giải của Nghiêm Toản rất có giá trị, ngoài giá trị về lao tác cung cho học giới phương tiện để hiểu rõ hơn tác phẩm, còn có giá trị như mẫu mực của một công trình thâm cứu nghiêm túc.

Quyển sách mà người làm công tác văn học Việt nào cũng biết là quyển "Việt Nam văn học sử trích yếu (12). Đây là quyển Văn học sử viết sau quyển của Dương Quảng Hàm nên được những ưu điểm mà sách cụ Hàm không có: gọn gàng, hợp lý trong sự phân chia chương mục (13) và các thời kỳ văn học. Tác giả nói trước rằng khi viết sách này ông chọn con đường ngắn gọn, hy sinh tất cả những chi tiết có thể làm rối rắm người đọc khi phải đi sâu vào những ngõ ngách tiểu sử hay những vấn đề sanh ra từ tác phẩm. Mỗi cách viết, ngắn gọn hay chi tiết đều có ưu và khuyết điểm, đều có số độc giả riêng của mình.

Không có sự đúng sai ở sự lựa chọn cách viết, chỉ có sự đúng sai về những gì được viết ra mà thôi. Quyển Việt Nam Văn Học Sử Trích Yếu không có sai lầm nào về mặt tài liệu, đó cũng là một lý do cho tới ngày nay quyển sách vẫn còn được ưa chuộng bởi người nghiên cứu văn học Việt Nam.

Điều quan trọng và đáng nêu ra ở đây là tác giả có một quan điểm văn học rõ ràng khi viết quyển sách này. Hãy đọc lời nói đầu… - nên nhớ sách viết và in năm 1949, những năm đầu của cuộc chiến tranh giải phóng

Việt Nam, những năm bắt đầu sự thành công của họ Mao ở phía Bắc, những năm có những nghị quyết căn bản về Đề Cương Văn Hóa của Cộng Sản Việt Nam.

"Sau hết, trong quyển Việt Nam Văn Học Sử Trích Yếu nầy, lập trường của chúng tôi rất rõ ràng: Văn học là phản ảnh của xã hội, tự do dân chủ phát sinh và phải luôn luôn quay về dân chúng mới đủ khả năng trưởng thành; văn học Việt Nam theo hai động lực phát triển nhịp nhàng; tranh đấu và dân chúng hóa. Chúng tôi đã tự thú nhận những khuyết điểm, lại nói rõ lập trường chúng tôi làm cơ sở lập luận, nhưng công việc chứng minh không chắc thành tựu hẳn; chúng tôi chỉ là người ngồi giữa đường đan sọt, hy vọng duy nhất là được bàng nhân nghịch mắt chỉ cho những chỗ sai lầm".

Viết văn học sử mà dùng một lập trường cơ bản làm mối để giải thích sự kiện văn học hay giải thích sự phát sinh một trào lưu tư tưởng của một thời kỳ hay hệ thống tư tưởng của một tác giả là điều rất tốt, đáng hoan nghinh và noi theo. Người đọc dễ dàng thấy trong muôn ngàn ngõ ngách của các vấn đề văn học một nước hay một thời kỳ đều không ngoài những điểm cốt yếu mà người viết nắm lấy làm quan điểm của mình (14). Quan điểm tranh đấu và dân chúng hóa là quan điểm tiến bộ thời đó và cho cả ngày nay nữa nếu ta sử dụng đúng cách và không đi lạc lối vô con đường phục vụ cho nhóm của mình, dầu là nhóm đương nắm chánh quyền. GS Nghiêm Toản can đảm và thành thật khi đưa ra lập trường của mình, nhưng viết theo và giải thích bằng lập trường đó là cả một vấn đề. Suốt trong quyển sách ta không thấy các điểm cơ bản là tranh đấu và dân chúng hóa được theo sát. Tôi không thấy những giải thích bằng sự đấu tranh và vai trò của quần chúng trong toàn bộ tác phẩm. Phần ca dao, tục ngữ, truyện cổ, phần lý do sáng tác chữ Nôm, phần thắng thế của chữ quốc ngữ…, sự giải thích bằng quan điểm trên sẽ mang được rất nhiều tính cách thuyết phục, nhưng tiếc thay giáo sư Nghiêm Toản ở những chỗ này đã không đưa ra lý giải.\

Trong phần khảo sát về thơ ca thời Đông Dương Tạp Chí và Nam Phong Tạp Chí, ông có nói xa xôi:

"Thơ ca trong hồi này thực phản ảnh tâm hồn dân tộc đang sống trong vòng áp bức cho nên có ba đặc tánh:

1. vẫn giữ khuôn sáo cũ (dù cổ phong hay thơ luật);
2. là sản phẩm của bọn tư sản trí thức, lại dành riêng cho bọn họ ngâm đọc, vì họ sống đầy đủ về vật chất nhưng tâm hồn trống rỗng;
3. ủy mị, lãng mạn, chuyên tả những nỗi buồn vơ vẩn, hay những sự chán nản trước đời sống không lý tưởng, không mảy may hy vọng vào ngày mai (15)."

Chắc chắn không các đặc tánh trên sở dĩ hiện hữu là vì dân tộc đang bị áp bức như tác giả quả quyết? Tôi e rằng nhiều người không đồng ý với lời quyết đoán đó.

Cái khổ của sự viết với một lập trường có sẵn làm cương chỉ là ở đó! Rất nhiều chỗ sự giải thích của mình không thuyết phục được người đọc, tranh luận dễ dàng xảy ra, đó là chưa kể những cương chỉ này một đảng phái nào từng đem ra dùng nhiều lần thì người viết rất dễ dàng bị coi như là một thành phần của đảng phái chính trị đó.

Bài viết giá trị, đáng đọc khi tìm hiểu về Nghiêm Toản là bài ở cuối sách: "Việc xây dựng một nền quốc học và văn hóa Việt Nam". Trong bài nầy ông đã dùng giọng văn tranh biện, sôi nổi cần thiết để bác bỏ ý kiến khác mình và đưa ra ý kiến riêng về về nền quốc học. Ông cho rằng phục cổ là "khờ khạo", chiết trung là "vá víu, chắp nhặt" (16). Một nền quốc học mới phải khởi sự từ những cái mới đương đại, bỏ hết những cái cũ.

Thái độ dứt khoát nầy rất cần thiết. Tôi chỉ dám nói cần thiết thôi, chưa dám nói đúng sai. Càng không dám nói đúng sai khi đi vào chi tiết những gì cần phải có để làm nền tảng mới cho một nền quốc học mới, nguyên chuyện có cần phải đặt sẵn cái nền móng cho một nền quốc học hay không đã là vấn đề sống chết của dân tộc không phải ai cũng có thể bàn được.

Tôi từng học với thầy Nghiêm Toản trong ba năm, tôi ngồi đây viết bài đưa ra ý kiến mình về công trình của thầy, vẫn cảm thấy có điều gì bất ổn. Càng bất ổn hơn khi viết vội và không đủ điều kiện đọc lại hết những gì thầy mình đã viết ra. Chỉ có một điều làm tôi tạm vừa ý là đã nhìn lại công trình của thầy với cái nhìn phải xuất phát từ tấm lòng yêu mến sự khách quan và thiết tha với văn chương chữ nghĩa.

Tôi từng làm việc chung trường với thầy 8 năm, tôi biết rõ phong cách của thầy. Đâu đó trong báo chí thời xa xưa tôi đọc được rằng thầy có mặt trong nhóm VNQDĐ của lãnh tụ Nguyễn Thái Học và biến cố 1930, thầy đã từng bị tù Côn Đảo vì lòng yêu nước, không chịu được sự áp bức của ngoại bang. Tôi tâm phục và kính nể những người từng có những hành vi dấn thân chánh trị / cách mạng trong thời thanh niên. Tôi luôn luôn nhìn thầy như một người đã trả xong món nợ tranh đấu cho nền độc lập của quốc gia; khi dạy học, khi viết sách là thầy trả thêm món nợ văn hóa cho dân tộc. Những món nợ nầy chính từng cá nhân thấy rằng mình phải trả, không ai ngoài chúng ta bắt buộc được. Bắt buộc là áp đặt, là sai trái.

Năm 1977, thầy xin nghỉ khỏi ngôi trường mà mình có mặt hai chục năm cũng là vì muốn muốn tránh những áp đặt sai trái đó. Tóm lại, dưới mắt tôi, giáo sư Nghiêm Toản là một trong số những nhà nho cuối mùa, yêu nước. Khi thất bại trong tiến trình đấu tranh chánh trị, trở về vai trò một học giả, ở mặt nầy các tác phẩm của ông đã thành công trong chừng mực nào đó. Tên tuổi của nhà Nho Nghiêm Toản ít được biết đến ngoài giới nghiên cứu văn học Việt Nam vì những đề tài viết lách của ông cao sâu quá, chuyên môn quá, không va chạm đến những vấn đề gây ra do hoàn cảnh thực tế của thời đại để có ảnh hưởng trong quần chúng thời tác phẩm của ông xuất hiện hay sau đó…

Bút ký về vị thầy của tôi, Giáo sư Thanh Lãng, người đã gắn bó với văn học VN lâu dài, nhưng cuối đời lại bị đưa vô hoàn cảnh không thể cầm bút.

NGUYỄN VĂN SÂM

Trung Tâm Huấn Huyện Quang Trung 1968, vườn Tao Ngộ, buổi trưa. Trời mưa tầm tả từ sáng sớm tới giờ. Người đi thăm nuôi và tân binh đều ướt loi ngoi. Tân binh còn tìm được chút ít chỗ trú ẩn dưới tàng những cây sầu đông ít lá đầy gai nơi thân, nơi gốc (??). người đi thăm nuôi thời đành chịu, bốn bề là đồng ruộng mênh mông, trơ trọi. Tôi mặc kệ cơn mưa, đứng cạnh rào kẽm gai, rảo mắt nhìn quanh mong ngóng người thân, luôn tiện quan sát hoạt cảnh. Tôi đang buồn nẫu ruột mà mưa lại lê thê như không bao giờ dứt. Mẹ tôi mới qua đời chừng một tháng, tôi vừa sạt nghiệp nợ nần vì tái ứng cử lại đơn vị nhưng bị rớt đài vì nhiều lý do trong đó có lý do chánh trị là chuyện bẩn thỉu đáng ghê tởm. Từng sinh hoạt chánh trị trên bình diện quốc gia, giờ đứng bên hàng rào kẽm gai trong vai trò Tân Binh Dự Bị Sĩ Quan, nghe từng hạt mưa nhỏ rớt nhẹ trên đầu, len lỏi lên cổ, trong một vòng rào của trường huấn huyện tân binh quân dịch, với bộ đồ binh nhì dơ dáy mặc cả tuần nay, tôi thấy lòng trống trải một cách kỳ lạ về sự thay đổi của cuộc đời. Một người cô tôi kêu tên tôi từ xa. Trước mặt bà có nhiều thân nhân của tân binh với những cồng kềnh của giỏ thức ăn khiến bà khó thể tới gần. Tôi nhìn bà mà tội nghiệp. Những giọt mưa làm bà khổ sở hơn so với tuổi đời. Cô tôi, cuối cùng cũng đến được hàng rào khi tôi men tới một chỗ ít người, trao cho tôi một bức thơ viết tay của Linh Mục Thanh Lãng, người thầy đỡ đầu của tôi ở ban Cao Học bốn năm nay. Bức thơ bị nước, ướt, khi mở ra thì bị rách nhiều chỗ theo lằn xếp. Đại ý cha Lãng hỏi sao hơn hai năm rồi tôi bỏ ngang công việc hoàn tất luận văn Cao Học, không liên lạc, cũng không cho địa chỉ, giờ thấy địa chỉ của tôi nhân lời phân ưu mẹ tôi mất, nên mới liên lạc lại. “Toa có thể về trường mình làm phụ khảo cho ban Việt văn vì không ai xong hay gần xong luận văn như toa. Nếu muốn thì xúc tiến việc giấy tờ… Trong khi đó toa cố gắng viết cho xong, càng sớm càng tốt.” Tôi mừng rỡ, lật mặt sau bức thơ ra viết vài dòng cám ơn và nói mình sẽ lo việc giấy tờ khi có thể…

Cuộc đời tôi thay đổi và dính luôn với văn chương Việt Nam kể từ bức thơ đó của cha Thanh Lãng. Chuyện đã hơn 30 năm qua, Giờ nhìn di ảnh thầy trên tường, cạnh ảnh cha mẹ tôi, tôi vẫn nhớ cảnh tượng hôm ấy, nhớ luôn nụ cười của thầy khi tôi mặc đồ tân binh thùng thình, với đôi giày trận nặng nề đến Trụ Sở Địa Phận Thanh Hóa trong một con đường nhỏ trên đường Trương Minh Giảng thăm thầy sau đó. "Toa đi đâu mà đi luôn mấy năm không gặp, bây giờ trở về đây trong bộ đồ này!" Thầy trò cùng cười. Tuổi trẻ ngày nay có nhiều cách để làm cho đất nước nầy khá hơn. Quan trọng là nhìn đúng đường, và đi bằng tất cả tấm lòng chân thật của mình. Cha bóng gió: "Có nhiều đường mà cũng có nhiều bảng cấm không cho vào đó khiến người ra cực chẳng đã phải rẽ sang đường mình không thích. Tạm thời toa về giúp ban Việt của moa vậy. Mọi chuyện khác tính sau."

Tôi thật sự bước vào và để hết tâm trí trong việc tìm hiểu cũng như sống với văn chương Việt kể từ đó. Công việc, sở thích và những thách đố. Bao năm trời làm việc với cha, tôi thấy cha tranh đấu không mệt mỏi, từ những định chế mới của Đại Học đến những điều tự do của dân chúng và báo chí. Cha tranh đấu với tấm lòng hồn nhiên vì mục tiêu cần đạt chớ không phải vì thù hằn người bị cha chỉ trích, càng không phải vì những danh tiếng nhứt thời. Có thể những hoạt động của cha gián tiếp góp phần cho một vài xáo trộn bất lợi cho VNCH, nhưng ít nhứt cha đã nói lên tiếng nói lương tâm con người trong hoàn cảnh mà con buôn chánh trị đầy rẫy khắp nơi.

Cha viết bài về văn học, chánh trị, cha lo chuyện Văn Bút, cha diễn thuyết, cha nâng đỡ những bước tiến của các anh em trẻ khi mới vào trường. Cha hồn nhiên và vui tính. Cha dùng những ngôn từ bình nhựt, không kiêu sa, không làm dáng trú ẩn trong những câu nói cao kỳ, xa cách cuộc đời với những con người thật lăn lộn kiếm sống từng bữa.... Cha thơm phức dầu thơm và không có áo chùng dài, cha hối thúc tôi hoàn tất luận văn như lời tôi đã hứa, cha với tủ sách gần như đầy đủ nhứt về văn học Việt Nam mà chúng tôi có thể mượn được không khó khăn lắm.

Và rồi tháng 4 năm đó…Những người mới đến chỉ chịu gọi cha bằng anh. Tiếng thầy không được sử dụng, tiếng cha cũng vắng mặt, tiếng giáo sư cũng không được dùng. Người mới có những cấm kỵ phải theo, mang một lập trường rõ ràng khi sử dụng nhân danh đại danh từ, như anh, như thằng, như bọn... Đó là chưa kể khi những đại danh từ nầy được thêm các tĩnh từ, trạng từ chết người kèm thao... Nhưng chúng tôi, những người cũ, "lưu dung" - khi thì lưu dụng - thì vẫn cứ cha, thầy tùy theo vị trí và ý thích cùng sự quen miệng của từng người.

Rồi cha được cám ơn để về vườn, từ giả ngôi trường vì lý do không thể để tôn giáo trong Đại Học, các Linh Mục và Thượng Tọa từng dạy ở đây phải ra đi. Tôi thiệt tình không hiểu chữ tôn giáo được hiểu theo nghĩa nào. Con người tôn giáo của cha, vâng, nhưng có bao giờ cha đả động đến tôn giáo ở trường đâu. Cha đến với ngôi trường như một người văn chương, một chuyên viên về văn học. Cha văn chương văn học hơn chán vạn người khác không phải là linh mục như cha. Không ai học với cha mà bị ảnh hưởng về tôn giáo của cha cả. Cha có giảng dạy tôn giáo đâu! Nhưng mà thôi, lý do chỉ là cái cớ để đưa ra cho có, cái cớ không bao giờ thật. Cái cớ đưa ra cho có của kẻ mạnh. Ai dám phản đối lúc đó khi guồng máy sẵn sàng san bằng!

Người đã dùng hết vốn liếng của tuổi đời đầu tư về giáo dục về văn học như cha mà không được dạy, không được viết hẳn bức xúc lắm. Cha chuyển ngành sang địa hạt ngôn ngữ chỉ là có thể được đọc, có thể còn viết, cho hết thì giờ, cho cảm thấy rằng đời mình cũng không đến nỗi bỏ đi. Cha trao đổi thêm vốn liếng chữ Nôm, cộng tác với Ủy Ban Khoa Học Xã Hội Thành Phố để thực hiện những công trình phiên âm các tác phẩm nôm về đạo Thiên Chúa của giáo sĩ Majorica (17). Quyển tự điển Annam-Lusitan-Latinh (Việt Bồ La) cùng dịch chung với các ông Hoàng Xuân Việt, Đỗ Quang Chính (18) là công trình giới thiệu một cách hữu hiệu nhứt quyển tự điển có giá trị lịch sử của cố đạo A. De Rhodes. Cho đến ngày nay quyển này vẫn là sách gối đầu giường cho những ai muốn biết về ngôn ngữ Việt thế kỷ 17, với sự dịch phần tiếng La tinh ra tiếng Việt, quyển nầy càng có lợi ích thiết thực hơn. Công trình viết lách của Cha Lãng quá nhiều. Thư mục đồ sộ của cha để lại cần phải có thì giờ đọc đi đọc lại nhiều lần và phân tích tỉ mỉ mới thấy hết giá trị công trình. Tôi không có ý định đó khi viết bài nầy. Tôi chỉ muốn ghi lại vài nét đại cương về người thầy của mình, một người thầy đã thay đổi cách suy nghĩ và số phận của tôi. Con đường viết lách của tôi hôm nay cũng là thể hiện phần nào sự bắt chước con đường của thầy mình. Tôi cám ơn Trời Phật đã cho mình viết được, đăng được. Và tôi ứa nước mắt khi đọc lời nói của thầy nghe như xót xa cho thân phận của một người bị bẻ bút: “Tôi khi ở Pháp chuyên nghiên cứu văn học Việt Nam; về nước tôi dồn tất cả công sức vào công việc viết lách và đào tạo sinh viên Văn Khoa. Nhưng 14 năm qua tôi không có điều kiện làm văn học. Nay quý anh gọi tôi ra làm văn học, chẳng khác nào đã chôn dưới đất lại được moi lên, các anh cần dùng về công việc gì tôi xin tận lực”(19).

Mỏi mòn chờ đợi, chìm ngập trong nỗi buồn thất vọng (20) cha mất mấy tháng sau ngày tuyên bố câu nói lịch sử đầy nước mắt trên kia. Sau đó công trình của cha được ‘người ta’ in lại ở bên nhà cũng như ở bên nầy để trục lợi trên công trình của người đã thất vọng vì hoàn cảnh cho đến không còn thiết sống.

Than ôi!

Texas, Tết Kỷ Mão, in lại bài đã đăng trong tạp chí Dòng Việt, CA năm Kỷ Mão.

Chú thích:

(1). Đó là nói về học sinh theo chương trình Việt từ nhỏ, học sinh theo chương trình Pháp từ nhỏ thì thi Tú Tài Việt ban C lại dễ đậu hơn vì có lợi thế sinh ngữ. Vào những năm cuối cùng của thế hệ chương trình Pháp. Đại Học Sư Phạm và Đại Học Văn Khoa. Các ban Triết, Pháp văn, Anh văn có nguồn gốc sinh viên từ chương trình Pháp nhiều hơn từ chương trình Việt.

(2). Xin mượn bài này để nói một chút ít riêng tư: Tôi lúc còn nhỏ, ở Trung Học, hay học chạy trường, đổi từ trường nầy sang trường kia nhiều lần trong năm vì thích hay không thích một thầy nào đó, nên may mắn được nghe lời giảng của nhiều vị giáo sư vốn là những nhà văn, nhà thơ tên tuổi như Vũ Hoàng Chương, Bàng Bá Lân, Bùi Xuân Uyên, Lữ Hồ, Nguyễn Sỹ Tế, Nguyễn Duy Diễn, Vũ Ký… xin có lời cám ơn các thầy, người còn cũng như người đã khuất.

(3). Nhà Xuất bản Sông Nhị 1951, Hoàng Xuân Hãn chọn, phiên âm và giới thiệu, Nghiêm Toản chú thích từ ngữ. Quyển nầy rất có giá trị về mặt tài liệu khả tín, công bố lần đầu tiên và chú thích chính xác. Đã nửa thế kỷ trôi qua, về mặt nầy, chưa có quyển nào vượt hơn. Bộ Thơ Văn rất đồ sộ về đời Lý Trần do Nguyễn Huệ Chi chủ biên, nhà xuất bản Khoa Học Xã Hội, Hà Nội, 1988 có giá trị về phần tác phẩm chữ Hán, nhưng phần tác phẩm Nôm, chưa có những khám phá hay công trình gì độc đáo khả dĩ vượt qua mặt quyển Thơ Văn Việt Nam từ đời Trần đến cuối đời Mạc của thầy Nghiêm Toản.

(4). Tác phẩm Nôm ít người biết đến, tương truyền là của Nguyễn Chu Kiều, em ruột Nguyễn Du. Cụ phó bản Võ Hoành phiên âm, Giáo sư Nghiêm Toản hiệu đính và chú thích, đăng lần đầu trong nguyệt san Luận Đàm 1961- 1962, mới in lại ở Pháp năm vừa rồi do sự xúc tiến của Giáo sư Võ Thu Tịnh, thứ nam của cụ Võ Hoành.

(5). Tam quốc: Mới dịch và in được một phần thôi. Phụ dịch với Giáo sư Langlet, Nghiêm Toản chú trọng nhiều về nhân danh và địa danh. Langlet chú trọng đến mặt sử liệu và sự kiện. Đạo Đức Kinh: chú trọng nhiều đến sự chấm câu. Nghiêm Toản nhiều chỗ cho thấy 2, 3 cách ngắt câu trong văn bản. Từ đây có nhiều cách hiểu khác nhau về tác phẩm lừng danh của Lão Tử. Cả hai quyển này hiện có trong thư viện Đại Học Washington State ở Seattle.

(6). Luận Đàm Bộ II, số 9, tháng 9 -1962, trang 80 tức 1156.

(7) Giáo Sư Nghiêm Toản muốn nhắc đến Nguyễn Du.

(8 Luận Đàm Bộ II số 9, tháng 9 -1962, trang 81 tức 1157.

(9. Cũng bằng cách vậy GS Nghiêm Toản chú giải Đạo Đức Kinh. Ông cho thấy có nhiều cách hiểu, nhưng ông không bao giờ cho biết cách hiểu nào là đúng nhứt hay cách hiểu mà ông lựa chọn.

(10). Tức Giáo Sư Võ Thu Tịnh, hiện đang cư ngụ tại Paris, người thường viết bài/sách giới thiệu văn hóa Việt Nam với người đọc tiếng Pháp.

(11). Luận Đàm Bộ II, số 9, tháng 9 – 1962, trang 81 tức 1157.

(12). In lần đầu tiên năm 1949, nhà Xuất bản Vĩnh Bảo, Saigon. Sống Mới in lại tại Hoa Kỳ, độ mười năm trước đây. Cho tới ngày nay, bộ sách này vẫn còn có giá trị như một quyển tóm lược những kiến văn cơ bản cần phải có về văn học Việt Nam, cho người đọc một cái nhìn bao quát về sự tiến triển của con đường văn học nước nhà.

(13). Chương mục quyển Việt Nam Văn Học Sử Yếu của Dương Quảng Hàm lộn xộn, bề bộn không phải lỗi của người viết, mà là vì người viết phải viết theo đúng chương trình quốc văn thời đó, đề cập hết những gì do chương trình đưa ra và theo thứ tự của chương trình.

(14). Những trường hợp Kinh Thi của Trương Tửu, Văn Học Khái Luận của Đặng Thai Mai là trường hợp đầu tiên. Sau này mới có bộ Văn Học Việt Nam của nhóm Văn Tân, cuốn Cuộc Tiến hóa của Văn học Việt Nam của Kiều Thanh Quế có tựa đề Tiến hóa nhưng không cho thấy được sự tiến hóa và cũng thiếu giải thích động lực của sự tiến hóa.

(15). Việt Nam Văn Học Sử Trích Yếu, trang 151.

(16). Việt Nam Văn Học Sử Trích Yếu, trang 189.

(17). Nguyên bản các sách Nôm này hiện chứa tại Thư Viện Quốc Gia Pháp. Các bản phiên âm nghe rằng đã xong nhiều nhưng cho tới ngày nay vẫn chưa được công bố.

(18). Nhà xuất bản Khoa Học Xã Hội, Sài Gòn, 1991. Bản in có giá trị ở chỗ đã cho in lại nguyên văn ấn bản lần đầu ở Roma năm 1651 và bản dịch phần tiếng Latinh của Thanh Lãng, Hoàng Xuân Việt, Đỗ Quang Chính.

(19). Trích lời nói đầu của GS Hoàng Như Mai, viết cho "13 năm tranh luận Văn Học", nhà xuất bản Sàigòn, 1995. Bản in ở Mỹ không ghi năm in và nhà xuất bản.

(20). Giáo Sư Nguyễn Văn Trung nói với tôi rằng cha Thanh Lãng buồn chán đến nỗi bỏ hết sách vở, kêu ve chai bán kí lô như là giấy vụn không có giá trị. Cha cũng không trả lời thư từ bạn bè và môn đệ trong và ngoài nước gởi đến.

NGUYỄN VĂN SÂM

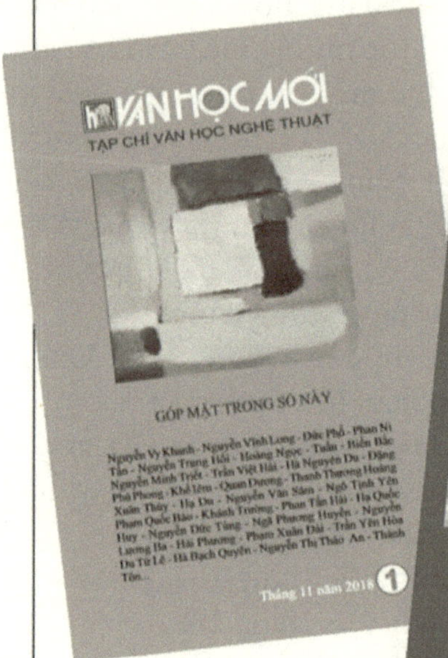
VĂN HỌC MỚI
TẠP CHÍ VĂN HỌC NGHỆ THUẬT
GÓP MẶT TRONG SỐ NÀY
Nguyễn Vy Khanh - Nguyễn Vĩnh Long - Đức Phổ - Phan Ni Tấn - Nguyễn Trung Hối - Hoàng Ngọc - Tuấn - Biển Bắc Nguyễn Minh Triết - Trần Việt Hải - Hà Nguyên Du - Đặng Phú Phong - Khế Iêm - Quan Dương - Thanh Thương Hoàng Xuân Thủy - Hạ Du - Nguyễn Văn Sâm - Ngô Tịnh Yên Phạm Quốc Bảo - Khánh Trường - Phan Tấn Hải - Hạ Quốc Huy - Nguyễn Đức Tùng - Ngã Phương Huyền - Nguyễn Lương Ba - Hải Phương - Phạm Xuân Đài - Trần Yên Hòa Du Tử Lê - Hà Bạch Quyên - Nguyễn Thị Thảo An - Thành Tôn...
Tháng 11 năm 2018
1

VĂN HỌC MỚI
TẠP CHÍ VĂN HỌC NGHỆ THUẬT
Số Đặc Biệt Tưởng Niệm Nhà Thơ
Và Lý Luận Văn Học
TRẦN VĂN NAM
Tháng 3 năm 2019
2

NGỌC BÚT
GIỌT NƯỚC NGHIÊNG MÌNH(*)

Tôi đưa quyển sách cho con trai, nói con đọc đi. Nó đọc một hai truyện gì đó, rồi nói, ngôn ngữ cũ mèm má ơi. Có vài chỗ khó hiểu nữa. Phải, ngôn ngữ "cũ mèm", và có vài chỗ "khó hiểu" nữa, ngay cả với tôi. Con tôi thuộc thế hệ của Doraemon rồi Harry Potter. Tôi thuộc thế hệ của Hương Rừng Cà Mau của Sơn Nam, của những truyện ngắn của Bình Nguyên Lộc trên tạp chí Hương Quê một thời xa lơ xa lắc có lẽ đã trên dưới 60 năm. Cho nên tôi đã miệt mài "ôm" quyển sách trong nhiều ngày liên tục, rảnh được lúc nào là đọc, không theo thói quen con-cà-con-kê của mình.

Quyển sách có gì hấp dẫn? Chẳng có gì hấp dẫn, nếu hiểu theo nghĩa là sách của những câu chuyện diễm tình, giật gân, hay thời sự nóng bỏng. Tôi thích nó chỉ là vì qua nó tôi thấy lại bầu không khí của Nam-kỳ ngày trước và ngôn ngữ cũng đặc sệt Nam-kỳ. Chẳng hạn trong truyện Hương Vị Đời:

"*Chị coi, con nhỏ* ***lớn sộ****, thằng này có chút nhí mà* tối ngày ***tò vè, xẩn quẩn****. Muốn lắm nên kiếm chuyện tới lui hoài. Mà khổ, con nhỏ coi bộ* ***chịu đèn*** *mới* ***chết một cửa tứ*** *mấy thằng trang lứa lối xóm của nó.*" (trang 37)

"*Bạn hữu thì ai* ***chấp nhứt*** gì, nhưng xin đừng ***nói chơi,*** *nó* ***nhẹ thể con người mình*** *đi. Hai đứa cúi đầu* ***mạnh ai nấy ăn****, không khí tuy không còn* ***nặng chình chịch*** *như* ***hồi nãy****...*" (trang 41)

Hay như trong Người Con Gái Của Nước:

"*Nước đồng* ***minh mông san dã, mút mắt*** *không biết đâu là bến bờ. Thỉnh thoảng rời rạc lơ thơ mấy ngọn dừa* **trồi lên** *mặt nước vài ba tàu trên đó* đeo, đu năm sáu người ướt như chuột lột, ***té lên*** té xuống." (trang 71)

Trong truyện Chiếc Ba Lô Để Lại:

"*Chết vì tài xế mua bằng nữa đó cha nội. Học* **ba xí ba tú***, lái chưa rành, mót tiền quá chạy đi mua bằng, lên xe ngồi điều khiển mà không hiểu luật lại vụng về nên thường làm chết thiên hạ rồi bỏ xe lẫn trốn... chuyện này xảy ra* ***hà rầm***" (trang 187)

Có vô số những đoạn những câu như vậy từ đầu đến cuối quyển sách: "Ông già ngừng một lúc **hèn lâu**..." (trang 48); "*Rốc, trẻ nhứt bọn, đương nằm, tay lót dưới ót làm gối, hơi ngóc đầu dậy,* **nói chõ vô** *ba người ngồi...*" (trang 27); "*Mười ba tuổi nó* ***bự xộn, cao nhồng****, xách hai tay hai thùng nước,* *loại thùng dầu hôi hiệu con gà,* ***đi te te một hơi*** *tới nhà ai đó mướn đổ nước tháng...*" (trang162). Vân vân và vân vân.

Ngôn ngữ rặt Nam-kỳ xuất hiện suốt từ truyện đầu cho đến truyện cuối, nhưng không phải tất cả mười chín truyện trong tập Giọt Nước Nghiêng Mình đều là chuyện của quá khứ, mà còn có chuyện của hiện tại và chuyện của tương lai (được tưởng tượng), nếu lấy cái mốc từ năm 1975 về trước là quá khứ và hiện tại là từ 1975 trở về sau cho đến hôm nay.

Trong nhiều truyện có bối cảnh quá khứ, người đọc như thấy ngay trước mắt cảnh thật (và có lẽ người thật) của Nam kỳ và đất Sài Gòn xưa. Trong truyện Người Em Xóm Giếng, nhân vật ông Ba nói "kiểu lập đi lập lại của dân nhậu":

"*Đường Huỳnh Quang Tiên đó hả? Nói vầy cho dễ hiểu nè! Bắt đầu từ góc đường Nguyễn Cư Trinh với đường Trần Hưng Đạo nhe! Từ đó băng qua đường Trần Hưng Đạo thẳng xuống tới bờ sông Bến Chương Dương là đường Huỳnh Quang Tiên.* Tôi nói là nói tên đường Việt Nam có sau thời Pháp *chớ nói tên đường trước đó [...] thì anh em còn bù trất hơn nữa!*" (trang 155)

Mấy con đường đó thuộc quận 1. Cũng trong truyện trên, nhân vật Tín nhắc tới một địa danh quen thuộc khác bây giờ thuộc quận 4 và quận 7:

"*Tôi về thẳng bên Tân Qui Đông. Lúc qua bến đò Tôn Thất Thuyết, nhìn bóng mình trôi trôi trong dòng nước tôi tự an ủi rằng mình đúng , rồi má với bà em sẽ bắt em đi lấy chồng*". (trang 169)

Còn đây, trong Chiếc Ba Lô Để Lại, nhân vật như đang đứng thật ngoài đời ở quận 10 chứ không phải trong truyện.

"*Nếu chừng mờ mờ sáng đi tới đây, góc Nhật Tảo và Nguyễn Kim nầy, dưới gốc cây dầu bự chảng bên tay trái, thì sẽ gặp một người đàn ông còm cõi đứng phụ vợ bán bánh giò.* Đó là người bạn lính trước đây cùng đơn vị của tôi ở Pleiku". (trang 187)

Trong số những truyện gọi là của Sài Gòn ngày xưa ấy, rất cảm động là truyện Bạn Thời Chơi Nhà Chòi. Én và nhân vật người lính cảnh sát trẻ là bạn hàng xóm lúc còn nhỏ ở khu Vườn Lài quận 10. Lớn lên, đời mỗi người phiêu dạt một hướng. Én trở thành gái điếm ở khu Cầu Hàn quận Nhà Bè (bây giờ là quận 7). Trong một lần bố ráp, người cảnh sát nhận ra Én qua thẻ-kiểm-tra (chắc là thẻ căn-cước). Anh gọi cô lên "thẩm vấn" (hỏi cung) và qua đó biết được tình hình cũng như số phận những người quen ở xóm cũ. Anh cứu Én khỏi cuộc bố ráp bằng cách nói với người bạn lính khác rằng cô bị "đau bụng-máu" và dẫn cô ra nhà xí... Én thoát, và nhờ sự lanh lợi của mình, cô còn xin cho một cô bé 17 tuổi "mới bị gạt bán vô động" cũng được thoát theo cô.

Các truyện có bối cảnh hiện tại cũng rất thời-sự. Chuyện vượt biên có truyện Có Khi Biển Lặng. Chuyện ông già Việt kiều già mê gặm-cỏ-non rồi bị lừa cướp hết tiền có truyện Ở Một Nơi Tình Người Quá Lạt. Chuyện chồng hà hiếp vợ đánh chửi vợ tục tằn có truyện Cái Vuốt Trán Vô Ngôn. Chuyện đường sá Sài Gòn ngập lụt và chuyện người lính cũ từ chối đi Mỹ theo diện HO có truyện Chiếc Ba Lô Để Lại. Chuyện một "doanh nhân thành đạt" kiểu mới, hãnh tiến và tự đắc một cách rẻ tiền có truyện Xâu Chuỗi Da Voi. Chuyện mê tín dị đoan có trong truyện Dấu Hoa Vun Cây. Chuyện tận diệt cá tôm hủy hoại môi trường có trong truyện Người Con Gái Của Nước. Chuyện lấy cát dưới lòng sông tạo ra những cái hàm ếch gây sụp lở bờ sông chết người ở miền Tây có trong truyện Giữ Tròn Lời Hứa. Tác giả sống ở Mỹ, nhưng hình như lòng vẫn lo nghĩ đau buồn vì những chuyện rất thời-sự như vậy ở quê nhà. Người đọc có thể thấy điều đó qua câu đề từ ngay trang đầu tiên của tập truyện:

"Những truyện ngắn viết trong khoảng thời gian mà những nỗi đau buồn của thời đại luôn làm trái tim chúng ta đau đớn khi phải bị bắt buộc chứng kiến hàng ngày".

Một chuyện duy nhất thuộc thì tương lai, xảy ra năm 2048, là truyện Lão Hát Rong Trên Bờ Biển Cạnh Đặc Khu. Truyện giả tưởng, nhưng thật thú vị, với chi tiết người Việt Nam "vượt biên" từ đặc-khu Phú Quốc của Tàu trở về Việt Nam. Phú Quốc, hòn đảo đẹp bình dị, cùng với Hòn Khoai hoang sơ và Thổ Châu cô đơn man dại gợi nhớ chuyến du khảo năm 1973 của đoàn sinh viên đại học Văn Khoa Saigon và đại học Cao Đài Tây Ninh. Chuyến du khảo trên hạm y tế Hàn Giang 401 năm đó có tác giả tập truyện Giọt Nước Nghiêng Mình và học trò của Thầy, kẻ viết bài này.

Giọt Nước Nghiêng Mình có những truyện rất ngắn, nhưng chứa đầy sức nặng của tư tưởng. Như nhà văn Phạm Phú Minh có nói trong Lời Tựa, nhiều truyện của tác giả hầu hết đều mang tính luận đề: truyện được viết ra cốt là để nói lên một triết lý một tư tưởng gì đó. Trong truyện cuối cùng, Paris Vẫn Đứng Vững, những người bạn tụ họp nhau trong một bữa tiệc nhỏ khi đến thăm một người bạn của họ bị thương trong vụ thảm sát do khủng bố ở Paris ngày 13.10.2015 . Họ bàn về giây phút cận-tử, về cái sống cái chết và kết luận như sau:

"Chưởng trở về từ cõi khác ***trên hình thể****. Chúng ta, những người không có mặt ở sáu địa điểm bi kịch kia phải trở về từ cõi khác* ***trong tâm hồn*** *nhân sự kiện kinh hoàng vừa rồi. Câu nói của Đức mấy năm trước, khi chúng tôi bắt đầu thân nhau ù ù trong tai tôi: 'Cái chết của hồn nước trong tâm thức mới thiệt sự ghê rợn. Nó làm chết một số đông không thể đếm được.'* " (trang 248). Đây là một sự liên tưởng rất đắt: cái chết trong tâm hồn một con người và những con người dẫn đến cái chết của một đất nước. Tôi nghĩ thêm: bản sắc của một con người và nhiều con người mà mất đi thì nước mất!

Trong truyện Khói Thuốc Cả!, nhân vật Ngoạn Nguyệt cũng triết lý:

"... em học được rằng ở đời phải biết việc gì quan trọng việc gì không. Nói chung tất cả mọi chuyện rồi sẽ tan biến như khói thuốc. Biến thành không. Nhưng cùng lúc đó mọi chuyện cũng quan trọng, nó làm cho con người mình trở nên có giá trị hay tồi tệ." (trang 230)

Nhưng "luận đề" rõ nhất ở nhiều truyện trong tập này là những tư tưởng, triết lý, ý niệm trong Phật giáo. Người viết bài này chỉ biết lỏm-bỏm đôi ba điều về Phật pháp, nhưng cũng thấy rõ bầu không khí của từ-bi bao trùm trong truyện đầu tiên được lấy làm tựa chung cho cả tập truyện, Giọt Nước Nghiêng Mình. Ni sư trong truyện tâm sự:

"Ni ở trong chùa này một mình [...]. Quí khách thử tưởng tượng đêm vắng, không một tiếng động, chùa rộng hơn nhà thường, lại có phòng thờ các linh, nếu không đủ ***tinh tấn*** *thì dễ buồn chán biết bao."* (trang 23)

[...]

"Tiểu bang này lắm mưa,nhiều khi một mình ngồi ngó mưa rơi, ni nghĩ rằng từng giọt mưa là ***từng linh hồn con người nghiêng mình rớt xuống để nhập làm một với Đại Ngã là sông, biển****.Chết là giai đoạn hủy xác, hồn về lại nơi phát sinh. Chết sống chỉ là những giai đoạn du hành rong chơi của tiểu linh hồn."* (trang 25)

Truyện Có Khi Biển Lặng kể lại một chuyến vượt biên của nhiều người trên một con tàu thường khi chỉ để chạy trên sông. Hãy nghe một anh chàng trên tàu triết lý mang hơi hướng Phật pháp, về ý niệm ***nghiệp***:

"Sống chết cả tàu là do ***cộng nghiệp*** *tất cả người trên tàu, không phải phước hay hung của một vài lời nói. Cộng nghiệp tức là tổng số phước trừ đi tổng số hung của từng người trên tàu. Trừ qua trừ lại còn nhiều phước thì cả đoàn thoát, còn nhiều hung thì họa tới cho cả đoàn..."* (trang 29)

Ý niệm nghiệp cũng được nhận ra trong truyện Ông Đạo Chuối khi Ông Đạo nói với con chó tên Tuệ của mình:

"Thôi Tuệ à! Đừng buồn nữa con. Đó là cái nghiệp của Thầy. Nếu họ không đốt chùa, thì có thể Thầy cũng bỏ chùa mà đi thôi. Tuệ có thấy thầy chớm phạm tội không vậy?" (trang 97)

Chữ ***nghiệp*** còn trở đi trở lại vài lần trong suốt truyện từ đầu đến cuối:

"... Nhiều khi con muốn nhảy liều xuống giếng, xuống sông, nhưng nghĩ bỏ lại con thơ dại trên đời thì tạo thêm nghiệp nặng khác nên nuốt nước mắt mà sống qua ngày." (trang 104)

"Tôi từ giã sư ra về mà trí như mông lung. Nắm tay con, tôi thầm nói: Sư giảng dạy nhiều nhưng đệ tử thu nhận không được bao nhiêu vì còn mang nặng nghiệp chướng." (trang 108)

Một truyện khác, Tiếng Hát Người Tín Nữ Ni Sư, nhân vật chính cô Nguyện phải chịu khổ nạn cả đời mù lòa và gương mặt bị tàn phá thê thảm vì nghiệp cô quá nặng: cô bị đánh ghen vì lấy chồng người khác. Ông lão, mà trong mơ màng cô tin là Phật xuất hiện đã nói với cô:

"Con dao động vì xót xa đời con nhiều chướng nghiệp. Ta biết! Nhưng chướng nghiệp người đời ai mà không có đâu con. Chướng nghiệp tới không do con tạo kiếp này thì nên quên nó và tha thứ cho người gây hại; chướng nghiệp tới do con huấn tập kiếp này thì nên thành tâm sám hối." (trang 121)

Tôi có cảm giác chữ "nghiệp" của Phật giáo bao trùm hầu hết tập truyện này, dù nó có xuất hiện hay không. "Văn dĩ tải đạo" có là khiên cưỡng lắm không khi tôi nói về quyển truyện này?

Nhà văn Sơn Nam, Ông Già Nam Bộ, xuất thân từ miền Tây, có hạt-bụi-nghiêng-mình; nhà văn Nguyễn Văn Sâm, xuất thân từ Sài Gòn, một kiểu ông già Nam Bộ khác (với tôi), có giọt-nước-nghiêng-mình. Bụi bay mông lung đâu đó rồi cuối cùng cũng nghiêng-mình rơi về đất, đất mẹ. Giọt nước nghiêng-mình trong gió bão rồi cuối cùng cũng rơi về sông, sông mẹ. Đại-ngã là đất, là sông, là biển, là quê nhà, là hồn cốt của dân tộc. Con người dù có đi trăm hướng ngàn phương nhưng nếu tận đáy lòng vẫn còn giữ được cái bản sắc cái hồn cốt ấy của mình thì chắc rằng quê hương không mất. Đây có lẽ là điều tinh túy nhất còn đọng lại trong tôi khi khép lại quyển sách.

Trên đây chỉ là một vài cảm nhận ban đầu khi tôi đọc tập truyện mới nhất của thầy cũ của mình. Tôi học thầy Nguyễn Văn Sâm suốt hai năm ở Đại học Văn Khoa Saigon: Văn Học Nam Hà năm thứ nhất, niên khóa 1972-1973, và Các Tôn Giáo Ở Miền Nam năm chứng chỉ Văn Minh Việt Nam, niên khóa 1973-1974. Tôi nhớ hồi đó thầy chưa viết văn, vì nếu có viết thì thầy chắc đã giới thiệu cho đám sinh viên chúng tôi đọc. Sau cuộc đổi đời năm 1975, có nhiều thứ đã rơi rớt khỏi trí nhớ của mình vì cơm áo gạo tiền, Văn Học Nam Hà chỉ còn lờ mờ trong tôi những cái tên Đào Duy Từ, Lũy Thầy, Ngọc Hân Công Chúa, Ai Tư Vãn..., còn nội dung thì không nhớ gì rõ ràng. Chữ của thầy trả hết cho thầy! Rồi tôi gặp lại Thầy sau đúng 50 năm, nhưng trước đó, năm ngoái, qua messenger tôi có nói chuyện với Thầy sau 49 năm không còn học và gặp thầy. Mừng thầy vẫn khỏe mạnh minh mẫn và bút lực vẫn dồi dào. Tôi muốn đọc thêm nữa những truyện với giọng văn rặt từ ngữ và cách nói Nam-kỳ của Thầy, không phải vì tôi phân biệt vùng miền, mà vì với riêng tôi, những gì thuộc về bản sắc Nam kỳ phải được trân trọng và gìn giữ.

NGỌC BÚT

Saigon , 09.02.2023

(*) Nguyễn Văn Sâm, ***Giọt Nước Nghiêng Mình***, tập truyện ngắn, Viện Việt Học California 2021

NGỌC ÁNH
Chuyện Ông Đồ già trên xứ Mỹ

Khi nói đến một lớp học như thế, ai cũng đều tròn mắt ngạc nhiên. Có thật là lớp chữ Nôm mở ra giữa thành phố này, chỉ duy nhất trong tiểu bang này, nơi mà người ta nói đủ thứ tiếng như Nhật, Hàn, Anh, Pháp, Tàu, Nga, Ấn Độ, Á Rập.... Khi mà chữ Nôm như bóng mờ trong quá khứ hàng mấy trăm năm của người Việt cổ, thì ông Đồ già còn cắm cúi bên bàn gõ hàng ngày với mớ ngôn ngữ nét dọc nét ngang, mà mới nhìn qua thấy hao hao như chữ của "cắc chú"một thời đô hộ VN. Công việc chăm chỉ và lòng kiên nhẫn tuyệt vời của con ong thợ nhỏ nhoi với hoài bảo to lớn là muốn giữ lại chút di sản còn có thể giữ được trong phần văn hóa nguyên thủy của cả một dân tộc. Đây chính là tấm lòng đáng quý mà chúng ta nên trân trọng khi nhắc đến tên Ông.

Khi nghe vài anh em trong Viện Việt Học đề nghị mở lớp dạy chữ Nôm, thú thật ông không tin rằng sẽ có người đến học, bởi vì trước đây Viện đã từng mở lớp Nôm online, lớp Nôm hàm thụ, người học rải rác, lưa thưa rồi cũng im vắng vì khó mà nuốt nổi mớ chữ nghĩa lỗi thời, chẳng đem lại chút lợi ích gì cho thực tế cuộc sống..

Vậy mà ngày đầu tiên khai giảng, sĩ số học viên tuy khiêm tốn trên dưới 30 trò nhưng ông Đồ lòng mừng khấp khởi, dự tính chương trình học chừng vài tháng, và mỗi tuần ông chịu khó lái xe đi về hơn 170 mile với tuổi "thất thập cũng ok".

Là người tha thiết với nền văn hoá cổ sắp bị mai một theo gió bụi thời gian, và sự vô tâm hững hờ của nhân thế, ông săm soi trân quý từng bìa sách Nôm ố vàng có nguyên bản từ hơn trăm năm trước của ông cha mình, mà duyên may ông còn giữ được trong tay, để ngày đêm miệt mài phiên âm chú giải từng con chữ, từng áng văn hay với khao khát sách được in ra cho thời nay biết được người xưa đã sống, đã nghĩ như thế nào, thể hiện qua văn học trong từng thời kỳ nổi trôi vận nước...

Là một lớp học đặc biệt nên số người ngồi dưới lớp cũng có nhiều khác biệt, có bác lớn hơn tuổi Thầy gần cả chục, có em còn rất trẻ, nên họ đến lớp cũng khác cả mục đích.Người trẻ thì tò mò về môn học lạ, người già thì muốn tìm chỗ giải khuây, ít ra cũng dịp để trở lại thời "làm học trò không sách cầm tay"(thơ Đinh Hùng).Có anh chị đã từng đứng trên bục giảng, biết rành về chữ Hán, có người muốn tìm hiểu thêm về chữ Nôm để nghiên cứu chuyên ngành cho công việc của mình… Nhưng dù lý do gì thì khi ngồi lại cùng nhau trong lớp học này, mọi người thật thân thiện, thoải mái. Nếu có dịp ghé qua một buổi học, người ta dễ dàng cảm nhận ra sự thú vị của cả Thầy lẫn trò khi trao đổi về thứ chữ mà ai cũng nghe, cũng nói hàng ngày, nhưng không phải ai cũng biết đúng cái nghĩa hay viết đúng cái mặt chữ mà ngày xưa ông bà mình đã dùng trước khi có chữ Quốc ngữ Latin công khai xuất hiện vào cuối thế kỷ 19.

Có bác biết qua chữ Hán rồi, nên khi theo học vài tuần chữ Nôm là dễ dàng bắt kịp bài giảng về nét, về bộ, nhìn tuồng chữ là đọc ra nghĩa được, nhưng đối với các bạn trẻ lớn lên sau thời di tản, hay khi qua Mỹ còn ở tuổi thiếu niên thì việc cảm nhận văn học VN rất mù mờ, huống chi "nét ngang chưa biết, chữ a chưa từng"thì nhìn vào vài trang trong tuồng Nôm "Nhị Độ Mai" hay mấy đoạn thơ "Chinh Phụ Ngâm " hoặc phân biệt chữ Hán với chữ Nôm qua bài một bài thơ của Nguyễn Trãi hay của Nguyễn Bỉnh Khiêm chằng chịt nét dọc nét ngang giống như ma trận thì ..có nước ngọng luôn! Nhưng bù lại cả lớp rất hào hứng khi bàn về văn chương tiếng ..Việt, khi Thầy nói về câu thơ trong tuồng Nhị Độ Mai " chiếm vũ trường danh hiệu Thạch Lân" có trò buột miệng " hồi xưa cũng có vũ trường hả Thầy?", Thầy cắt nghĩa " vũ là võ, võ trường là nơi các quan võ thi thố tài năng..". Còn can chi?(trong cách tính năm của người Tàu)có phải tiếng Việt mình là"không can chi", tiếng Huế là "không can chi mô.." tiếng Anh là "no star where" không? Mỗi người một câu vui vẻ nói cười, hỏi mà không sợ bị chê dốt, bị quê độ...

Trong những tất bật lo toan bận rộn của đời sống hàng ngày, đến được lớp học cuối tuần không hẳn là điều dễ dàng đối với một số người. Có anh than đi học phải lén ..vợ vì bà xã không hài lòng, bảo rằng già rồi còn chữ nghĩa đâu mà nhét vào đầu, có người không lái xe được, chờ ông bạn cho đi có giang (quá giang), bữa nào bạn nghỉ là ống bó chân luôn. Ngược lại có bác may mắn được vợ con quan tâm nhắc đi học, sợ trễ giờ, "lớn tuổi rồi, có chỗ để khuây khỏa cũng tốt cho sức khỏe của Bố."đứa con bộc bạch khi đưa bố tới lớp.

Thương nhất là chị Ngự Bình, trước kia chị là cô giáo dạy Văn, qua đây lớn tuổi rồi, ở nhà cũng buồn nên khi nghe có lớp Nôm mừng quá ghi tên ngay, được đến lớp mỗi tuần là niềm vui của chị, "thấy như mình trở lại thời đi học ngày xưa", chị chân tình bày tỏ. Quả đúng như vậy, có khi chị đi bộ đến lớp rất sớm, mặc áo dài nghiêm chỉnh, khoác áo len mỏng bên ngoài giống như nữ sinh Đàlạt, có hôm chị đạp chiếc xe mini nhỏ xíu (chắc mượn của cháu nội / ngoại) xe được khóa cẩn thận ở chân cầu thang và hai ống quần được cột thắt để khỏi bị "ăn sên"(sao mà y chang thời áo trắng đến thế!) và lần nào đến lớp chị cũng mang cho Thầy khi thì trái táo, chùm nho, khi thìvài trái mận hái ở vườn nhà để bày tỏ tấm lòng quý mến. Thầy học trò tóc bạc da mồi nhưng một điều Thầy hai điều Thầy, làm trái tim ông Đồ già cảm kích hết sức. Sợ các bạn trẻ nãn lòng bỏ học, Thầy luôn khuyến khích sự cố gắng trong câu chuyện kể " bình đựng nước trà lâu ngày nếu đem đựng nước lạnh thì khi uống vào cũng nghe thoang thoảng mùi thơm của trà, giống như học chữ Nôm, lâu ngày thế nào cũng thấm, cũng thoang thoảng cái hương hoa của hồn quê đất nước, tư tưởng cổ nhân Việt tộc."

Và cuối cùng thì khóa học cũng kết thúc trong luyến tiếc bịn rịn của mọi người, dù thời gian đến lớp không nhiều, học không được bao nhiêu, nhưng mà vui quá phải không? Nếu gom hết những chữ nghĩa học được trong các buổi bỏ lên sàng sẩy, chữ quên rớt xuống và chữ nhớ đọng lại không đầy bụm tay thì các bạn ơi, xin đừng thất vọng, đừng như ngày xưa trả chữ cho Thầy, xin hãy cất giữ đâu đó trong trí nhớ bạn cái vốn quí của quê mình, thứ tài sản quốc gia mà không phải ai cũng nhận ra chân giá trị của nó. Thầy đã chọn con đường khó đi và ít ai đi, nhưng với những công trình biên khảo, tìm tòi, lưu giữ những tác phẩm Nôm quý hiếm mà Thầy đã và đang lọ mọ một mình, thì việc đến lớp học chữ Nôm của các bạn quả là sự khích lệ đầy lạc quan. Ít ra Thầy cũng đở thấy cô đơn trên con đường thênh thang phía trước, và ít ra trong số trò còn can đảm ngồi lại lớp "chiến đấu đến giây phút cuối cùng" thì vẫn có người viết được mấy câu đối bằng chữ Nôm vừa mới học được để trịnh trọng tặng Thầy nhân ngày mãn khóa:

" Chữ Nôm còn văn hoá Việt thêm vững 𡨸喃群文化越添凭. / Ráng bước theo chí cả của Thầy ta 𠫾跳遶誌奇古傑参."

"Học trò học chữ Nôm còn chưa khá 学徒学𡨸喃群渚可/ Thầy ta lo lắng ngủ không yên 傑参群忙湖𢠩昨空安."

Mấy câu đối như viên ngọc thô sơ chưa mài dũa nhưng mà quý lắm thay tấm lòng Tôn Sư Trọng Đạo của "bác học trò" vừa mới qua tuổi 80. Như một chút nắng mùa đông làm ấm Nghĩa Thầy Trò, hâm lại cái chí nhỏ mày mò ba quyển sách cũ xưa của thầy Đồ già lạc lỏng trên đất khách quê người. u cũng là cái duyên chữ nghĩa và Ông Đồ già cố gắng để làm người dẫn đường trong áng sáng loe loét của ngọn đèn dầu giữa thời đại mà tia chớp Laser nhanh trong tích tắc.

Hơn chục năm nay ông đã làm việc chăm chỉ như con ong thợ xây cái tổ mật ngọt cho đời, giữ cái hương hoa tinh túy của nền văn hoá xưa cũ sắp mai một theo thời gian, trong bối cảnh xã hội ViệtNam ngày càng suy sụp về nhiều mặt từ kinh tế, tài nguyên, môi trường.. đến giáo dục, văn hoá, đạo đức...vì những tham vọng chính trị đen tối của một nhóm người đang lãnh đạo làm nghèo đất nước, hư hại đến tiền đồ dân tộc. Con đường ông đi có vẻ như đơn độc vì lớp bạn già trang lứa đã mệt mỏi chùng tay, có người yên nghĩ trong giấc ngủ dài từ mươi năm trước, tụi trẻ thì hăm hở với những điều mới lạ trong cuộc sống xô bồ vây quanh, chúng nó học ngoại ngữ Anh,Tàu,Pháp, Đức, Hàn, Nhật nhanh như học hát trong Karaoke, mấy đứa nhỏ còn nhớ vanh vách tên các ngôi sao ca nhạc hay cái váy thời trang của người mẫu, nhưng nếu hỏi về lịch sử cận đại của VN thì ấm ớ đến tội nghiệp!Ông thương đám con cháu của ông quá nhưng vòng tay ông nhỏ nhoi không bao bọc hết lũ trẻ dại khờ đang u mê sa đoạ trong hoàn cảnh nhiễu nhương của đất nước. Gia tài mà ông theo đuổi không biểu hiện bằng vàng bạc kim cương mà nó lại quý hiếm giá trị gấp trăm lần, có những bản Nôm tuổi hàng thế kỷ, do thời cuộc chiến tranh thất thoát lưu lạc khắp nơi, VN từng bị Tàu bị Tây đô hộ nên chuyện lâu lâu tìm thấy vài bản Nôm trong thư viện bên Paris cũng là nổi vui mừng khôn xiết của kẻ sưu tầm như ông.

Mỗi năm thay vì đi du lịch đó đây cho thư thả tuổi già, ông lại về ViệtNam lân la trong các thôn xóm heo hút hay lục tìm trong bao "ve chai" hoặc góc chợ trời để may ra vớ được cuốn sách cũ mèm bám bụi mà ưng ý cũng khiến ông trằn trọc cả đêm vì thích thú. Có lần một lão nông ở trong quê xa hút, biết ông rành chữ Nôm lật đật sai con trèo lên đòn dông (xà ngang trên trần nhà) lấy xuống một bó giấy đen thui từ đời ông cố tổ để lại mà lão không biết nói cái gì trong đó, nhờ Thầy đọc dùm, thời xưa các cụ hay viết lại mấy toa thuốc Nam thuốc Bắc, tử vi tướng số này nọ, nhưng thỉnh thoảng cũng có lạc vài cuốn thơ phú nổi tiếng thì đúng là quý hơn lượm được vàng, Thầy đồ mừng rơn trong bụng...

Rồi khi trở qua Mỹ ông lại ngồi suốt trên Computer để phiên âm từ chữ Nôm ra chữ Quốc ngữ từng áng văn hay của người xưa, rồi bỏ tiền ra in thành sách phổ biến ra cho mọi người đọc để biết hồi đó ông bà mình đã sinh sống ra sao , suy nghĩ ra sao, những khuyên dạy của người xưa về nền tảng đạo đức có phần thay đổi theo thời gian nhưng không phủ nhận luân lý tốt đẹp của nó. Sách phiên âm chú giải của ông được phát hành khá nhiều bản, nói bán cho vui chứ thật ra đa phần đều lỗ vốn, cuốn nào "chạy"lắm thì huề tiền hay lâu lâu có ai đó ký check ủng hộ vài trăm là ông vui như trẻ nhỏ được quà, để dành tiền cho lần in kế tiếp. Tuy không có đông đảo người đọc như những cuốn tiểu thuyết mang đậm tính thời sự gay cấn như hiện nay, nhưng qua sự chuyển tải của ông khiến những ai quan tâm tới nền văn hóa nước nhà sẽ nhận ra giá trị của những bản văn Nôm hiếm hoi mà ông bỏ công sức ra sưu tập và gìn giữ bấy lâu nay, tuy không quý như trống đồng thời vua Hùng hay cái bình cổ thời nhà Tống nhưng giá trị văn hoá của những bản Nôm này sẽ khó mà tìm thấy về sau, nếu chúng ta cố tình quên đi cái gốc của cội nguồn dân tộc Việt Nam, và tiếc thay lớp trẻ bây giờ không ai nhắc chúng phải biết yêu quý đất nước và gìn giữ quê hương thoát khỏi họa xăm lăng, không ai dạy chúng phải biết bảo vệ nhân phẩm, biết sống đạo đức và biết ngẩng cao đầu trước những bất công áp bức... Việc làm của ông có vẽ như không phù hợp với nhịp sống hối hả sinh động của thời này nhưng ông vẫn miệt mài với mớ chữ nghĩa mà theo ông rất đáng được trân trọng gìn giữ, vì nó được hình thành từ tầng lớp trí thức yêu nước thời xa xưa, những người đã sáng tạo ra chữ viết đầu tiên của ViệtNam trước khi chữ Quốc ngữ abc đến được đất nước mình qua những linh mục truyền giáo.

Quyển "Tự Điển Chữ Nôm Trích Dẫn" được soạn thảo công phu và hoàn thành sau 6 năm trời ròng rã giữa ông và nhóm bạn quen thân trên mạng, có người chưa hề gặp nhau ở ngoài đời , có người còn rất trẻ, họ sống rải rác ở khắp nơi như Đài Loan, Pháp và các tiểu bang xa xôi trong nước Mỹ, nhưng tất cả đều có chung tấm lòng với việc giữ gìn nguyên bản gốc chữ Nôm của dân tộc mình.

Hãy nghe họ nói về cuốn Tự Điển mà nhóm họ đã dày công tìm tòi gạn lọc trong điều kiện khó khăn ở hải ngoại , trong khi những chuyên gia học vị cao cấp của Việt Nam XHCN có cả một thư viện Hán Nôm đồ sộ với rất nhiều tài liệu quý hiếm bị bỏ xó đã không thực hiện nổi :

" Chưa kể đến thứ chữ cổ khác còn ở trong vòng nghiên cứu, người Việt Nam đã dùng ba thứ chữ viết có chứng tích rõ rệt là chữ Hán, chữ Nôm và chữ Quốc Ngữ, trong đó nền văn học chữ Nôm đã để lại những tác phẩm văn học quan trọng hàng đầu như Quốc m Thi Tập, Truyện Kiều, Cung Oán Ngâm Khúc, Chinh Phụ Ngâm v.v ..Tuy nhiên hiện nay vẫn còn hàng ngàn văn bản Nôm nằm rải rác tại các Thư Viện trên thế giới hay trong các tủ sách tư nhân mà chưa từng được phiên âm ra chữ Quốc ngữ, và việc phiên âm các tác phẩm này như là một công việc khai quật những chứng tích văn hoá...Nguyên tắc của Ban Biên Tập là đãi lọc những chữ Nôm nào đã từng có mặt trong một văn bản Nôm với xuất xứ rõ rệt để làm bằng cứ vững chắc cho công việc nghiên cứu chữ Nôm, tiếng Việt, cũng như văn học cổ Việt Nam, cái kho tàng ngữ văn của người Việt trải dài suốt bảy thế kỷ,"

Công trình trên mạng hoàn thành nhưng làm sao in nó ra khi các fond chữ trong Google không hề có fond chữ Nôm? Ban Biên Tập có bảy người nhưng chỉ có bạn nữ duy nhất đã lảm được công việc tuyệt vời này, Cô "chế " ra bàn phím để gõ thành công cái fond chữ Nôm. Và cuốn sách dầy cộm " Tự Điển Chữ Nôm Trích Dẫn" đã được in ra năm 2009 do Viện Việt Học phát hành tại miền Nam California. Quả thật đây là điều đáng tự hào cho những ai còn quan tâm tới sự tồn vong của văn hoá Việt trên đất nước tạm dung này.

Câu chuyện về ông Đồ già lạc lỏng trên xứ người có lẽ cũng bình thường như bao người già khác đang sống mòn mỏi trong Nursing home, nhìn mỗi ngày lặng lẽ trôi qua chờ đến cuối đời để ra đi trong thầm lặng.

Nhưng ông lại khác những bạn già của ông khi ông còn sức lái xe trên xa lộ hàng trăm cây số, lòng vui vì cuộc sống an nhiên mà ông nghĩ mình đã chọn lựa đúng.

Như chiều nay sau một buổi ra mắt sách thành công theo cái nghĩa lạc quan của tác giả , không phải vấn đề ông đã bán được bao nhiêu cuốn sách để tính lời tính lỗ, mà là có bao nhiêu người đến nghe ông nói về những câu chuyện chữ nghĩa văn chương có tự bao đời, những tác phẩm văn học mà lớp trẻ 30-40 tuổi ở quê nhà hay lớn lên bên nước Mỹ này không chắc gì đã biết tường tận... Ông thong dong lái xe trở về nhà trên đoạn đường dài, lòng vui vì vừa gặp lại vài đồng nghiệp cũ, thêm mấy đứa học trò Petrus Ký đến chào Thầy với lòng kính trọng quý mến như ngày xưa, cái thời mà họ đã được giáo dục tử tế để trở thành người có nhân cách. Ông thật sự hài lòng về sự chọn lựa của mình, cả đời ông chỉ biết dạy học và dạy học cho đến khi buông cục phấn ra thì tóc ông cũng bạc trắng, nhưng nào đã chịu nghỉ hưu, ông lại tiếp tục mày mò với những trang giấy ố vàng nhòe mực, chữ Nôm và cái gia tài cổ ngữ đồ sộ mà ông mê đắm từ thời trẻ nhưng chưa có thời gian để tìm tòi, lục lọi trong ngăn tủ thời gian đã bị mối mọt, nhện giăng.

Về nhà ông ngồi thong thả đọc thư bạn bè, bổng ông thấy tim mình nhói đau và trời đất quay mòng...Vội vã đưa ông vào Emergency kịp thời, sau bao nhiêu là xét nghiệm với dây nhợ quanh người, gia đình một phen lo lắng hú hồn, bác sĩ bảo ông bị một cú shocked nhẹ, xuất viện về nhà mà ông cứ bần thần buồn bã không nói đến mấy hôm, gặng hỏi mãi mới biết có email FW tới lui của người bạn cùng thời với vài câu ngắn:

-“ quý vị coi tên anh ta nè...mỗi năm anh ta về VN làm gì bên đó ?” kèm theo là danh sách 60 nhân vật tiêu biểu của trường ĐHVK, trong đó có tên ông “ bị” vinh danh bởi nhóm học trò cũ, ngưỡng mộ công trình nghiên cứu văn học của Thầy từ trước 1975, dĩ nhiên đó không phải là lỗi của ông, không phải là điều ông ao ước. Chuyện cũng chẳng có gì ầm ĩ nếu ông đang sống ở Sàigòn với những tung hô sáo rỗng kiểu đó, nhưng đằng này ông đang ở một nơi mà người ta gọi là Thủ đô tị nạn nên công cuộc chống Cộng là một điều kiên quyết và cũng có lắm cấp độ chống khác nhau, chửi ra rả như bà Lisa trên Youtube, hay thâm thúy như mấy ông nhà báo, nhà văn, hoặc có bài bản như mấy bác H.O một thời xương máu. Nói chung thì ai cũng có tấm lòng với đại cuộc, nhưng nhè ông Đồ già trói gà không chặt này mà tặng ông cái mũ cối thân Cộng thì quá đáng, câu hỏi gằn của cái email chiều nay như vết cứa vào lòng tự trọng của ông làm tim ông đau nhói nếu không muốn nói là sự nhẫn tâm đâm sau lưng bè bạn của ai đó đã khiến ông Đồ tổn thương phẩn uất suýt mạng vong, “Cây cổ thụ chữ Nôm” hay “Người giữ lửa cho nền văn hoá cổ” mà mọi người vừa khen tặng cho ông trong buổi ra mắt sách vừa qua xém chút nữa đã tiêu diêu miền cực lạc thì thật đáng tiếc biết bao.

Ơn Trời! Ông Đồ vẫn sống sau cú choáng nghiệt ngã đó, lời nói như gió thoảng , ông đã tỉnh dậy và lại ngồi vào máy gõ mãi miết những con chữ nửa Ta nửa Tàu như một niềm vui bất tận và chưa bao giờ ông tự hỏi "trăm năm sau có còn ai nhớ đến ta như ta đã nhớ đến ai ?" Nhưng tôi biết chắc một điều: công việc ông làm hôm nay không phải là vô nghĩa! Lớp trẻ sau này sẽ có lúc cầm cuốn Tự Điển chữ Nôm "made in USA" mà tự hào " thời xưa thiệt xưa có một thứ ngôn ngữ gọi là chữ Nôm của người Việt chúng ta, mà các bậc tiền nhân đã mang theo trong một cuộc di dân lịch sử, và nó đã không bị đồng hóa để lẫn lộn với fond chữ của bất cứ quốc gia nào khác trên thế giới này"

NGỌC ÁNH

NGỌC ÁNH
Một mai trở lại cùng người

21/10/2023

Cả tháng nay, anh chàng than đau chân, đi khập khểnh như chim cánh cụt, gọi bác sĩ hẹn ngày khám, thấy anh cũng ăn được ngủ được nên cũng không lo lắng gì. Vậy mà chiều nay anh té cái độp trong phòng tắm, chới với vì chóng mặt, may mắn là không trầy da tróc vẩy, cả người mọi thứ đều ok, nhưng phải gọi xe cứu thương cho an toàn long thể, hồi đó tới giờ nghe tiếng còi hú vang vọng đâu đâu, vậy mà bữa nay nó đậu ngay nhà mình mới ghê. Mấy nhân viên AMR khiêng anh lên xe chạy cái vèo tới phòng emergency, rồi xúm nhau xét nghiệm tùm lum, phát hiện ra anh có khối u trong não, nhưng hên là nó nằm ở vị trí không nguy hiểm tới tánh mạng. Nhưng ông bác sĩ quyết định chuyển anh tới bệnh viện chuyên khoa về vấn đề u (ám) này càng sớm càng tốt, mà chuyển bằng máy bay mới hết hồn chớ, trong khi khoảng cách chỉ có 42miles, tội nghiệp anh chàng hoang mang "rình rang kiểu này mai mốt nó gởi bill về chắc mất đứt căn nhà" hai vợ chồng nhìn nhau cười méo xẹo. Kệ, miễn bảo toàn tánh mạng là tốt rồi ông Đồ ơi.

Đứng chờ máy bay cất cánh trong màn đêm mất hút, cô nàng mới lủi thủi ra gọi Uber về nhà, bệnh viện lúc nửa đêm về sáng vắng đến rợn người, ma quỷ nhà thương không làm em run sợ, chỉ lo có kẻ xấu nào lang thang qua đây thì em chết chắc. May quá tới nhà lúc 3 giờ sáng bình yên. Một cuộc gọi từ bệnh viện báo tin anh chàng nhập viện OK, «don› t worry, good night.»

Biết vậy chớ dễ gì ngủ ngon đêm nay, ngày mai phải khăn gói lên ở bên chàng thôi, hồi đó tới giờ chưa bao giờ hai đứa hai nơi...

- Đó là một bệnh viện lớn mà tôi mới biết được ở vùng heo hút này, tôi hỏi tên anh và đi thẳng vào phòng cấp cứu, gặp nhau vui hết biết, chỉ có xa mấy tiếng trong đêm về sáng mà cả hai mừng như mấy thế kỷ không gặp, tôi nắm tay anh âu yếm như cố truyền chút năng lượng tự tin cho bệnh nhân "đừng lo, có em đây rồi".

Lại đẩy qua một phòng chờ khang trang sáng sủa, có cả sofabeds cho người nhà, nhân viên thấy người phụ nữ dáng vẻ nhỏ con, đội nón kết che mái tóc đen rối bù, quấn quýt bên anh chàng nói cười ríu rít, họ hỏi bằng câu lịch sự dè dặt, "người này là gì của ông?"

Vốn tánh hay đùa, anh chàng giới thiệu một cách hóm hỉnh về tôi bằng một câu tiếng Mỹ rành rọt "có người tưởng là con gái tôi, có người nghĩ rằng là bồ nhí tôi, nhưng đây là vợ tôi, cô ta sẽ chịu mọi trách nhiệm về cuộc đời tôi."

Ai cũng bật cười khi thấy ông già 84 tuổi móm mém, cái đầu mới cạo trọc trong chiếc áo khoác chỏng chơ của bệnh viện, kín trước hở sau, trước giờ lên bàn mổ còn lạc quan tếu. "Cười lên đi em ơi, cười lên giấu những dòng lệ rơi." Phải sẵn sàng để đối diện với cơn đau long trời lở đất này thôi, cả hai chúng tôi đều biết như vậy mà.

Rồi dây nhợ quấn đầy chuẩn bị cho cuộc kiểm tra sức khỏe toàn diện, họ lấy không biết bao nhiêu là ống máu để xét nghiệm, kiểu này chắc anh chàng khô máu như ve sầu thoát xác, con nhỏ cứ xót xa hít hà, chút xíu là đo huyết áp, chút xíu là đo nhịp tim, lâu lâu lại vạch mắt đo cái gì hổng biết... y tá, bác sĩ cứ vào ra nhộn nhịp. Hình như trong bệnh viện không có khái niệm về thời gian, không có ranh giới ngày đêm hay sao ấy, vì lúc nào đèn đuốc cũng sáng choang, người người cứ lượn lờ phòng nọ phòng kia.

Rồi giờ "hoàng đạo" cũng lù lù tới, tôi nắm bàn tay lủng lẳng kim tiêm của anh chàng để trấn an, "Đừng lo, có em luôn luôn bên cạnh anh." Nói cứng vậy chớ trong bụng rầu thúi ruột khi nhìn ánh mắt đau đáu lo âu của anh, chợt nhớ chuyện xưa cảnh thiếu phụ tiễn chồng ra chiến trận, để rồi "anh trở về trên chiếc băng ca"... Mới nghĩ tới đó thôi đã rùng mình lo sợ. Làm gì có em bên cạnh được khi người ta đẩy băng ca anh vào phòng mổ khép kín mít bằng cánh cửa sắt lạnh lùng.

Tôi thẫn thờ ôm ba lô lang thang xuống phòng chờ đợi, còn mấy tiếng nữa hai đứa con gái của anh mới bay từ TX qua yểm trợ tinh thần bà "stepmother" này? Tin nhắn là tụi nó sẽ xuống máy bay lúc 12 giờ khuya nay.

Đêm chợt dài thê thảm!

Tôi ngồi dật dựa ở phòng chờ giữa mênh mông hàng ghế của bệnh viện lúc nửa đêm, sự im vắng rờn rợn vì không còn ai lúc này. Tôi thật sự mệt mỏi và chỉ muốn ngủ gục nhưng ráng đợi tụi nhỏ tới, chúng nó đã đặt khách sạn gần đâu đây và sẽ chở tôi về đó tắm rửa nghỉ ngơi để chờ trời mau sáng.

Những căng thẳng lo âu mấy ngày nay khiến tôi không nhớ chút gì sinh nhật của mình, đến khi thấy bạn bè chúc mừng tá lả trên Facebook mới nhận ra cái ngày trùng với ngày anh vào phòng mổ, đứa con gái viết trong thiệp mừng, "Món quà sinh nhật lớn nhất năm nay của Má là sự phục hồi sức khỏe của Daddy sau ca mổ."

Ừ, chắc nó nói đúng.

Cả ngày đi tới đi lui chờ đợi mỏi mòn trước phòng ICU để mong được thấy anh sống sót trở về, cái lo lắng bồn chồn này không phải vô cớ, khi mà những người bạn trạc tuổi anh trước đây, sau ca mổ họ đã ngủ giấc ngàn thu vì trụy tim, vở mạch máu...

Khi băng ca được đẩy ra khỏi phòng mổ, thấy mắt anh mở ra ngơ ngác mệt mỏi, tim tôi đập mạnh hò reo. Ơn Trời, vậy là anh sống rồi, nhìn nụ cười tươi vui của nhóm bác sĩ phẫu thuật, tôi đến " hug" từng người để rối rít cảm ơn... Có lẽ họ chưa gặp người phụ nữ Châu Á nào nhiều cảm xúc đến như vậy.

Phòng ICU có nơi họ không cho người nhà ở lại, nhưng chắc thấy tôi lăng xăng lo lắng cho bệnh nhân quá nên họ kéo thêm cái sofabeds để cạnh bên, thêm mền gối trắng tinh, ngày 3 bữa ăn đầy đủ cho người nhà, sự chu đáo ở đây khiến tôi chạnh lòng nhớ tới mấy bệnh viện ở Sài Gòn, lúc nào cũng đông nghẹt người, họ chen chúc dưới gầm giường, nằm la liệt ngoài hành lang chật hẹp để nuôi bệnh, để chờ đợi gọi tên vào phòng khám với số tiền tốn kém không hề nhỏ cho mỗi trường hợp bệnh tật. Có người phải đành ôm cơn đau về nhà chờ chết vì không có tiền đóng viện phí... Thấy mình hết sức may mắn khi được ở đây và lòng xót xa cay đắng nghĩ về người dân nghèo ở quê nhà, bao giờ đất nước tôi có được những "nhà thương" đúng nghĩa như của thời VNCH?

- Anh chàng "sống "nhưng còn mê mệt vật vã sau ca đại phẫu, vết mổ trên đầu không băng kín, thấy rõ mấy cây kim bấm ghim vết thương giống như staples đóng tập, cái này tôi ngạc nhiên thiệt, sao mà sơ sài quá vậy trời, da thịt mà làm như bìa giấy hổng bằng, hổng lẽ nước Mỹ không có chỉ may vết thương?

Anh nằm thoi thóp như vậy cả tuần, ăn-thở -tiểu đều bằng ống, dây nhợ lằng nhằng quanh người, bắp tay bầm tím trong các đợt lấy máu, mắt nhắm lại khi tỉnh khi mê, trông anh chàng xanh xao thấy mà thương, bác sĩ, y tá cứ vào ra thăm chừng, thỉnh thoảng anh cựa quậy theo yêu cầu, tay và chân trái như tê liệt không nhấc lên nổi. Đứa con gái lo lắng hỏi bác sĩ, ông bảo trường hợp này không sao, khi nào vết thương trên đầu lành thì mọi thứ sẽ được hồi phục lại.

Tôi thì nhấp nhổm không yên, cứ suốt ngày ngồi cạnh đầu giường thủ thỉ nói chuyện này kia, theo lời dặn của ông anh chồng bên TX gọi qua dặn dò "em ráng nói chuyện cho nó nghe nha "(cái kiểu này chắc ông coi trong phim Hàn Quốc) và tôi cũng cố dụ dỗ bệnh nhân mỗi ngày, "Anh à, anh phải ráng tỉnh lại nhe, anh có vợ đẹp (?) con khôn, có cháu nội ngoại cả bầy, có nhà xe đầy đủ, có lương hưu mỗi tháng vô acc, có nhiều bạn bè luôn quan tâm thăm hỏi, có học trò gần xa đều quý mến thương yêu, anh đã sống một đời đàng hoàng có ý nghĩa cho xã hội, vậy còn chút xíu đoạn đường mười mấy năm nữa anh phải ráng bước với em nhe anh..."

Không biết anh có nghe không, hay nhờ lời cầu nguyện bình an của bạn bè thân quen góp lại động lòng Trời Phật, hoặc do cảm nhận tấm chân tình của vợ hiền mà khuya ngày thứ mười một, khi tôi đang trăn trở khó ngủ thì nghe anh chàng kêu tên "Ánh ơi" thảng thốt, dù âm thanh còn lùng bùng trong họng, nhưng đó là dấu hiệu của sự hồi sinh sau cơn mê, mừng quá tôi nắm tay anh reo vui "Dạ em đây", anh cố gắng mở mắt nhìn "người yêu bé nhỏ" và mấp máy đôi môi khô héo.

- Ánh ơi, anh thương em.
- Dạ em cũng vậy, em thương anh mà.

Nói xong hai đứa cười hớn hở, thiệt tình thấy cảnh này sao giống trong cải lương ghê, tôi bấm máy thu lại hình ảnh người trở về từ cõi chết để khoe với mọi người là anh ấy tỉnh lại rồi. Mỗi ngày đều có các bác sĩ ,thực tập sinh đến theo dõi bệnh trạng của anh, họ quan tâm đến sự phục hồi trí nhớ của bệnh nhân nhiều hơn, đứa con gái thấy vậy cũng đố vui ba vài câu như "Ba biết truyện Kiều của ai không?" Anh đáp nhanh "Nguyễn Du."

Ba biết đoạn tiếp theo "biên cương lá rơi Thu Hà em ơi..." và hỏi cái gì anh cũng đều nhớ, đều biết rất rõ ràng, sự phục hồi nhanh chóng so với tuổi 84 gần đất xa trời của anh khiến ai cũng vui mừng, kinh ngạc, không biết cái năng lượng tình yêu của tôi có góp phần vào sức mạnh phục sinh cho anh không, nhưng sự tỉnh lại này là một Hạnh Phúc cho cả hai đứa.

Thú thật những ngày anh còn nằm mê man, tôi cứ lo lắng tâm trí anh lãng đãng, quên trước quên sau như bệnh thường gặp của một số người già, nhưng bây giờ thì yên tâm rồi, tôi kể chuyện với bạn bè là anh tỉnh dậy gọi đúng tên tôi, chớ nhớ tên Hồng Lan Đào Diễm nào đó thì chắc buồn chết đi được...

Thấy tình trạng sức khỏe của anh dần ổn định, bệnh viện lại chuyển anh qua Rehab để tập vật lý trị liệu, điều đáng tiếc là ở đây không cho người nhà được ở lại.

Xe chuyển tới nơi cũng 5-6 giờ chiều, nhìn quanh khu Rehab này sao thấy nhếch nhác quá, toàn là người già giống như nursing home mà tôi từng biết. Tự dưng thấy lo lắng cho anh khi ở lại một mình nơi đây, phòng chật hẹp có 2 người, cách nhau cái màn mỏng, giường không có thanh chắn an toàn, nó khác xa mọi tiện nghi của bệnh viện mà chúng tôi đã ở mấy tuần trước. Nhưng thôi cũng đành, chắc anh chỉ ở tạm chừng tuần. Tôi tự an ủi mình ráng lên, và xách giỏ ra đón xe về khi trời sụp tối.

Hồi trẻ, đi giang hồ đây đó, khi bóng chiều lãng đãng hoàng hôn mà còn lang thang chưa về tới nhà, nhìn con đường vắng vẻ phía trước, hay thấp thoáng nhà ai có đèn lúc trời chạng vạng thì đã thấy chùn bước vì buồn rồi. Huống gì bây giờ già, đi một mình trong buổi chiều tối mà nhà còn xa lắc, thấy cả trời cô đơn vây bủa. Chia tay ra về cho kịp chuyến xe, anh chàng nhìn theo như sắp khóc khi ở lại một mình đêm nay. Biết thế nào hai đứa cũng mất ngủ vì phải chấp nhận cảnh "mình ên."

Dù khu Rehab thì có đông người ở, nhân viên lúc nào cũng tới lui bận rộn, nhưng vẫn thấy thiếu một bàn tay để nắm, một ánh mắt chia sẻ ấm áp luôn dành cho nhau của cặp tình nhân trong buổi xế chiều. Ba tuần nay có ngủ nghê gì đâu, đêm trong bịnh viện cứ chập chờn nhân viên vào ra, khi thì lấy mẫu máu, lúc lại đo nhiệt độ. Nửa khuya lại có nhóm sinh viên thực tập bu quanh hỏi những câu như ngớ ngẩn để kiểm tra xem trí nhớ người bệnh có bị hỏng hóc ở đâu không, chọc cù lét coi tay chân có nhúc nhích hay bị liệt chỗ nào. Thiệt tình mất ngủ nên dễ nổi quạu, nhưng ít ra hai đứa cũng bên cạnh nhau trong suốt thời gian mệt mỏi, dù chỉ một chiếc dép sút quai,và chiếc kia coi cũng không lành lặn gì, có điều vẫn song hành chia sẻ bước thấp bước cao trên đường đời còn lại.

Cứ nghĩ một tuần có là bao, để anh chàng phục hồi mấy cái chức năng vận động còn lạng quạng sau ca phẫu thuật, tập đi, tập ngồi dậy, tập cầm muỗng ăn, tập nuốt và thậm chí tập ngồi bô như em bé.

Hãy ráng lên nhe anh, chỉ cần đứng vững trên đôi chân của mình là anh có thể vịn vai em mà bước tới, mọi gập ghềnh phía trước đã có em lo. Dĩ nhiên em không phải cây tùng cây bách để chở che mọi sóng gió cuộc đời của anh, em chỉ là cây sậy mỏng manh nhưng sức chịu đựng thì luôn bền vững, chấp luôn!

Nói vậy chứ tối ngủ một mình thấy cô đơn gì đâu á. Ở đằng nớ chắc ảnh cũng trằn trọc mong trời mau sáng để gặp em với "nụ cười tỏa nắng." Tội nghiệp mấy bữa rày cứ nắm tay em miết, rồi thủ thỉ "Già rồi, tụi mình cần có nhau biết bao nhiêu." Ừa, hứa nhen.

Buổi sáng tất tả vô thăm, thấy anh thảm hại như con mèo ướt, hỏi ra mới biết tối qua anh bị té xuống sàn nhà, bản năng sinh tồn anh vớ cái gối che đầu lại, may mà giường cũng thấp nhưng sức yếu anh loay hoay cả buổi vẫn không leo lên được, trời tối không tìm thấy nút bấm gọi nhân viên giúp đỡ, và anh đã nằm chỏng chơ dưới sàn đến sáng. Nghe anh kể mà thương anh đến nghẹn ngào, kể lại cho con gái, nó nóng mặt gọi vô văn phòng la một trận, dĩ nhiên là họ sorry cho xong chuyện, như được nước làm tới con bé yêu sách là phải cho tôi ngủ lại để chăm sóc anh. Có lẽ thấy con bé Châu Á dữ dằn quá nên họ đành chấp nhận.

Thế là hai đứa lại bên nhau, ngủ hơi chật chội chút, nhưng yên lòng, có điều tôi sống cực khổ hơn vì không có chỗ tắm rửa, không biết tiệm quán nào gần để ăn uống đàng hoàng, cứ mì gói trường kỳ kháng chiến, vài bữa đi vô fitness tắm lần, còn quần áo thì tìm chỗ giặt công cộng bằng tiền coin, có lần gặp tên homeless đi lang thang, ôm bọc đồ dơ sao giống mình quá, nhưng mà hắn không có tiền để giặt, tôi lại động lòng giúp kẻ sa cơ, thấy hắn vui ra mặt. Có bữa sáng sớm tắm ở Fitness ra đói bụng cồn cào, tôi gõ cửa xe một tên đậu trong parking, nhờ hắn chỉ chỗ mua thức ăn, chắc dòm điệu bộ của tôi nghèo khổ quá, hắn móc túi cho 1$, tôi bật cười và tự dưng thấy thương mình ghê, bụi đời cở nào cũng chịu được.

Mấy bạn nghe kể khổ quá, nhà xa cả tiếng lái xe cũng ráng chạy lên thăm, mang theo đầy nhóc đồ ăn giúp sống sót được vài ngày, thiệt là tình thương mến thương, cám ơn bạn hiền, cám ơn luôn chị bạn mới quen trong khu Rehab, lâu lâu cho hộp cơm nóng ngon gì đâu.

Tưởng 1 tuần thôi, dè đâu ở đây gần cả tháng, nhưng được ở lại bên anh là vui rồi, tôi có dịp học cách thay tả dọn giường rất bài bản của nhân viên y tá, học cách điều chỉnh độ cao thấp giường để cho anh ngồi dậy dễ dàng và tự tay múc đồ ăn đưa vào miệng, cái tay còn run run nên đôi khi rơi vãi "không sao, có em dọn cho, nhưng anh giống baby quá trời," tôi cười chọc anh, và mỗi lần như vậy anh cố gắng hơn. Ngày ngày đẩy xe anh đến phòng physical therapy để tập tay chân, tôi cũng quan sát để mai mốt về nhà tập cho anh, cứ vô Fitness thì máy móc có đủ loại, còn đi bộ mỗi ngày 2 miles đối với chúng tôi là chuyện nhỏ.

Tôi và anh đều cố gắng hết sức để mong được sớm xuất viện trở về nhà, hơn tháng trời rồi, tôi thật sự mỏi đuối, nhưng nhìn sức khỏe anh ngày dần hồi phục, tôi vui mừng lắm. Anh có thể bỏ walker đi chầm chậm một mình, anh nắm tay tôi thật chặt và nói đùa là bên anh luôn có cây gậy 110 lbs giúp anh vững bước. Anh đâu biết rằng qua cơn bệnh của anh, cây gậy sụt mất mấy ký lô, bạc nửa mái đầu.

Rồi cũng tới ngày được trở về mái nhà xưa, anh chầm chậm bước xuống xe, home sweet home thật tuyệt vời, dù cả tháng vắng nhà, cây cối rác bụi ngập tràn, hoa lá héo úa xác xơ, bụi cúc vàng nở muộn vì thiếu nước nhưng cũng ráng vẫy mừng anh bước lê trên thềm nắng, mừng anh thoát qua bờ tử sinh mong manh bằng hơi tàn sức tận của một kiếp người sương gió, bằng tình yêu thương thăm hỏi, lo lắng, chia sẻ của bạn bè người thân ở khắp nơi gởi về qua email, qua tin nhắn tràn phone, lớp lớp học trò gần xa quý mến đã thường xuyên vấn an sức khỏe Thầy và hơn thế nữa là trái tim yêu thương cùng sự chăm lo tận tụy hết lòng của "người vợ bé (bỏng)" suốt những ngày trên giường bệnh đã giúp anh bình phục như điều kỳ diệu đầy ơn phước của Đấng thiêng liêng, để thấy yêu đời yêu người hơn, biết quý trọng cuộc sống chung quanh, biết khoan dung và buông bỏ.

Xin cám ơn tất cả bạn bè quý mến, cám ơn các con cháu học trò khắp nơi bằng tấm lòng thương yêu.

Xin cám ơn người, cám ơn đời đã mang niềm tin và sức mạnh cho anh ấy, để chúng tôi còn có thể nắm tay nhau thêm mười mấy năm nữa trên đoạn đời còn lại.

NGỌC ÁNH

HOÀNG XUÂN SƠN
ĐỂ ANH ĐEN

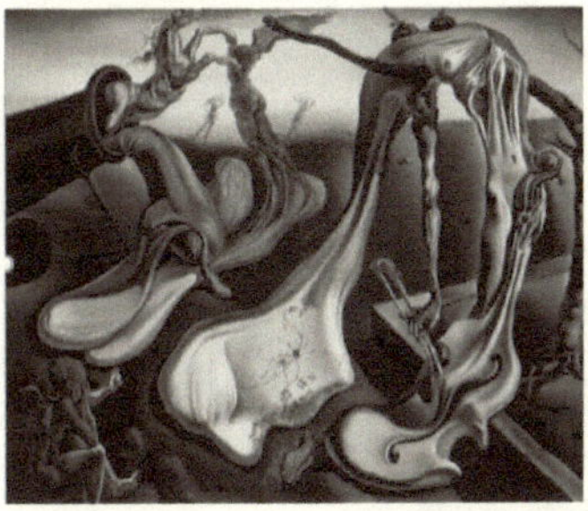

)(

Hãy ngoạm trúng anh già nâu thổ
Rưng rưng sóng nước đẹp hằng hà
Những uốn lượn cao niên kỳ vĩ
Nhìn riết con mắt đẹp phù sa

Những ngọn dát vàng chân giao chỉ
Bấm vào huyệt sâu nhừ tử yêu
Thả lỏng gian hàng rên siết nợ
Một thửa môi hôn nát quận liều

Không cần chén rượu lòng thanh tẩy
Có bấy giang sơn vẫy điệu chào
Đừng bắt anh dang tay làm bẫy
Sớm muộn gì hạt gió đèo sao

Anh muốn đèo em lên cung mê
Những móng son sướt mướt đêm hè
Sơn động ướt lưng trần giăng mắc
Thụy âm mềm mụp đóa tuyên thề

Vì tinh anh sáng miền lân nhã
Ừ thì bát giác nặn thiên trù
Nơi anh có huyện đời gai góc
Núi hào hoa lừng trận gió thu

Gió thổi gió thổi không buốt rát
Mà chỉ hiu hiu giấc ngủ tình
Em hãy kê đầu lên ngực nóng
Để sáng trời một giấc sôi sinh

Hãy ngoạm lấy anh trúng ngay tim
Cho dù có bảy nổi ba chìm
Ngoạm lấy anh từ da em trắng
Để anh đen một góc đời nhìn

Thổ ngơi là của dài đêm trận
Trấn thủ đời nhau cơn học nhân
Bịt mắt. gạ cách yêu thầm kín
Cần mẫn thiên thai uống một lần
)(
h o à n g x u â n s ơ n
12 octobre 2023

TUYÊN NGÔN

Người nằm trở ngược đầu
Đồi núi dò theo sau
Những câu thơ mặc áo
Sém chút nữa qua cầu

Làm sao gối lên ngực
Khi mùa thu đang về
Ho hen trong ký ức
Ngọn gió trùm hoang tê

Những thếp quà đóng vảy
Loài bò sát tinh tường
Hãy mở ra ngày mới
Chép một tràng linh dương

Như phiên bản của đá
Khắc ghi lời sấm truyền
Sục sạo tìm hang động
Bản vẽ của mật ngôn

Ta qua sông thả nổi
Mênh mang tận suối nguồn
Hình hài là nguyên thủy
Vạt áo gầy tinh sương

Như vạt tình của nắng
Trở đầu hay quay đầu
Xoay chiều nào cũng đến
Bán cầu một nửa nhau

Trong chu kỳ vĩnh phúc
Lời kinh đã chép vào
Trang sách hồng cựu ước
Tuyên ngôn triệu vì sao
Có. ta vẫn hằng có
Mặt trời và sức lao
)(
h o à n g x u â n s ơ n
24 Septembre, 23

NƯỚC RÚT
Tôi quán quân em toàn phần
Nên chi vô địch là tầng thiệt thua
Đó. chính huân chương già nua
Cặp kè tuổi tác mới vừa lão qua

Ờ. đi đường giấc mơ hoa
Hãy cứ mường tượng lòa xòa mạnh xuân
Tôi đồng hạng giải nhân quần
Bao la. và một chút thân phận buồn

Chạy liều. quãng gió. mưa tuôn
Giọt phơi phới hạt qua đường phóng phơi
Tình râm ran ngóng ngực đồi
Túa bay hành trạng bời rời sương hoa
Trăng ở đâu sáng hệ lòa
Hồ như nước rút đã khoa nghi tình
)(
h o à n g x u â n s ơ n.

TINH SƯƠNG
CHO MỘT NGÀY THÁNG MƯỜI

Thế giới của em là ở đó
Rực rỡ tòng quân hết đam mê
Hãy vui như một đa tình chiến sĩ
Anh cầu chúc cho em ở bên lề

Như một kẻ muôn đời lóng ngóng
Thu hết mình vào chiếc vỏ cô đơn
Anh muốn hạnh phúc em thật đơn giản
Ở giữa thân thương cùng chúng bạn hiền

Sinh nhật mới an vui tuổi mới
Không nhất thiết quan tâm hộ chiếu già
Hắn vẫn đó tự nguyện làm đơn chiếc
Để ngày vui nàng từng cánh vạn hoa

Hãy rực rỡ rực rỡ rực rỡ
Khuôn mặt xinh và đóa tâm tình
Không quyền phép nào ban cho ta hạnh ngộ
Những mai hồng rạng với bình minh

)(
HOÀNG XUÂN SƠN
6 giờ sáng ngày 16 tháng 10 năm 23
[Happy Birthday San Phi]

TUỆ TRUNG

Mãi Bên Đời Nhau *(tiếp theo và hết)*

20.

Chiếc taxi dừng ở đầu hẻm , Hân xuống xe ngoài đườngvà đi bộ vào . Là khu nhà giàu ở vùng Tân Định nên gọi là hẻm nhưng con hẻm khá lớn có trải nhựa , xe hơi ra vào dễ dàng , Hân tự dưng nhớ con hẻm đất đỏ dẫn vào nhà anh Hai ở Gò vấp rồi cũng tự dưng bật cười .

Hân đưa tay lên xem đồng hồ ," sớm quá , còn hai tiếng nữa mới là giờ hẹn ", nàng quay trở ra phố , chậm rãi đi về phía trung tâm Sài gòn , qua một khúc quanh ngắn , có một tiệm bán hàng lưu niệm , nàng bước vào chọn một sấp vải lụa màu hồ thủy để làm quà tặng cho mẹ chồng tương lai . Cầm sấp vải đã được gói cẩn thận , thấy vẫn còn sớm , Hân ghé vào một quán nước,chọn chiếc bàn sát hàng rào ngồi nhìn ra đường và gọi một ly nước dừa tươi , chậm chạp uống trong khi chờ đợi .

Cuộc đời mỗi người như một dòng sông miên man chảy, chảy mãi rồi cuối cùng cũng phải có lúc dừng lại rồi hoà lẫn vào biển lớn, dừng lại sau khi đã qua đi nhiều khúc quanh , nhiều thác ghềnh , có phải vậy không ? , Hân đã đôi khi thầm hỏi lòng mình , phải chăng đã đến lúc nàng phải đứng lại để nhìn dòng đời trôi . " Anh Việt , thà rằng em không gặp anh , hoặc thà rằng có gặp mà em không hề yêu anh , như vậy có lẽ sẽ tốt hơn nhiều, phải không anh ? " .

Hân lơ đãng nhìn đồng hồ rồi ngước nhìn ra ngoài đường, đường phố Sàgòn giờ này tấp nập xe cộ qua lại , có lẽ vì là giờ tan sở làm , ai cũng có vẻ vội vàng hối hả.

Bỗng chợt Hân rùng mình , cảm thấy nhịp tim đập mạnh, tay chân run rẩy , như cái run của một phím đàn đang cao vút, bất ngờ xuống một nốt trầm vang động . Hân kịp nhận ra rằng nàng vừa thoáng nhìn thấy một chiếc xe gắn máy từ xa chạy về phía chợ Tân Định , không nhanh lắm , cũng đủ để nàng cảm nhận được một hình bóng thật thân thiết của người ngồi trên xe. Người ấy mặc quân phục đội mũ lưỡi chai , kiểu mũ lính quen thuộc , mang kính mát .

Lặng người đi trong một thoáng giây , Hân ngẩng cao đầu và dõi mắt nhìn theo , nín thở một hồi lâu cho cơn run rẩy từ từ giảm bớt , mới đột nhiên kêu lớn , " Anh Việt , anh Việt " .

Hân chạy vội ra ngoài , đứng trên lề đường bất động nhìn dòng xe đang cuồn cuộn chảy xuôi về phía trước , cố tìm lại hình bóng người lính trên chiếc xe gắn máy hồi nãy .

Hân lẩm bẩm trong miệng như một kẻ mất hồn :

-Đúng là anh rồi , anh Việt , dừng lại đi , chờ em với . Hân đứng đó thật lâu , đôi mắtu uẩn nhìn theo một cách vô vọng , người línhcùng chiếc xe gắn máy có lẽ đã đi xa , quá xa rồi , chẳng còn chi ngoài một đám bụi mờ bốc lên từ mặt đường ."Vậy là không phải anh rồi . . ., nhưng , . . nhưng đúng là anh mà , anh cũng biết dù em có cách xa anh cả trăm năm thì cũng vẫn nhận ra anh , tại sao anh không nhìn thấy em ?".

Hân lặng người , như một pho tượng ngơ ngác và bất động , một lúc lâu sau , pho tượng ấy run rẩy , hai giọt nước trào ra từ hai khoé mắt thẩm sâu .

Lâu lắm và chừng như đã qua đi cơn chấn động mà Hân vừa cảm nhận được, nàng trở vào quán nước , ngồi xuống , uống một hơi ly nước dừa , đá lạnh và vị ngọt đã khiến nàng hơi một chút bình tâm , những ý nghĩ mâu thuẫn đang khuấy động đầu óc nàng ," vậy là anh chưa chết sao ? , người sĩ quan nào đã hy sinh ở Pleiku mà Thủy báo tin trong thư ? , sao mình quá vội vàng nhận lời của Tuân ? lỡ biết đâu Việt còn sống , còn đang quanh quẩn ở đâu đây ?, nhưng có đúng là mình vừa nhìn thấy anh không ? , hay chỉ là ảo giác do mình quá nhớ nhung ? , làm sao em quên được hình ảnh của anh , dù anh có đang trong mịt mù bóng tối em cũng sẽ nhận ra anh mà ".

Rồi chừng như đã nguôi ngoai chút ít , Hân nhìn đồng hồ, thấy đã trễ , nàng vội vàng trả tiền nước , khoác túi xách và cầm gói quà rồi bước ra khỏi quán .

Khi đến nhà Tuân , qua cánh cổng sắt , Hân thấy vài ba đứa trẻ đang chơi đùa trước khoảng sân rộng và sâu dẫn vào ngôi biệt thự khá lớn , xe của Tuân đậu ở cuối sân , Hân biết là Tuân đã đi làm về , một cô gái thấy nàng ở cổng đứng nhìn vào thì tươi cười tiến đến gần , mở cổng và nói rất nhanh :

-Chị Hân phải không , cả nhà đang chờ , chị vào nhà đi , em là Bảo Trân , em anh Tuân .

Hân đặt đầu nói "chị đây ,cám ơn Trân"rồi đi thẳng vào

nhà .

Chợt những tiếng ồn ào trong nhà vọng ra làm nàng vội dừng bước , nàng đã nghe được tiếng bà Huy nói lớn :" Con thấy chưa , mời đến nhà ăn thôi mà giờ này chưa tới sao ? " , rồi một giọng nói khác của Tuân :

" má đừng nói vậy nữa , chắc vì cô ấy kẹt xe hay vì có chuyện gì đó thôi ".

" nó tưởng vô được cái nhà này dễ như vậy nên nó coi thường má chắc"

" không có đâu má , cô ấy không như vậy đâu , má đừng nghĩ vậy mà ". . .

Nghe tới đó thì Hân cũng chợt nghe lòng mình như cómột gáo nước lạnh tạt trên mặt và một chút nghẹn ngào , uất ức.

Nước mắt sắp sửa như trào ra và cổ họng thì đắng chát, Hân lặng người suy nghĩ một chút rồi quay mình bước ra phía cổng , cùng lúc Trân vừa đóng cổng xong và dắt tay hai đứa nhỏ vào nhà , nhìn thấy Hân trở ra , cô nói :

-Sao chị chưa vào nhà ?.

-Chị sực nhớ là còn quên một việc rất quan trọng phải làm cho xong đã , chị đi một chút sẽ quay trở lại ngay , Hân đáp vội , tiện tay đưa cho Trân gói quà rồi tiếp :

-Cô Trân đem cái này đưa cho má dùm chị , nói là của chị gởi biếu má và xin lỗi vì sẽ đến trễ , bây giờ cô ra mở và đóng cổng lại cho chị , chị cám ơn cô .

Trân ngơ ngác nhìn Hân, không biết chuyện gì xảy ra nhưng cũng nghe lời cùng đi với Hân ra cổng :

-Chị nhớ quay lại em chờ , chị đẹp quá , em muốn được nói chuyện với chị , nhiều chuyện lắm .

Hân vẫy tay chào :

-Cám ơn em , chị sẽ quay về liền .

Hân vừa đi vừa chạy , ra tới đường cái , vẫy tay gọi một chiếc Taxi , nàng leo vội lên xe , nói địa chỉ nhà chị Hai cho người tài xế, ngồi bất động trên xe một lúc sau nước mắt mới thực sự tuôn ra , như hai dòng suối nhỏ .

. . .

Nhà chị Hai cũng đang sắp sửa ăn cơm tối , có cả Bích Hiền đi đưa thiệp mời đám cưới về , chị Hai thấy Hân bước vào thì vừa vui vừa hơi ngạc nhiên , chị hỏi dồn dập :

-Sao lại tới đây giờ này ? , Ba má có chuyện gì sao ? , chị có vẻ lo lắng khi nhìn đôi mắt đỏ hoe của Hân , em lại khóc nữa à ?.

-Đâu có , em đâu có khóc .

-Em đừng dấu chị , lên phòng chị rồi nói cho chị nghe coi .

-Chút nữa em nói, Hân chỉ tay vào anh Hai cùng mấy đứa con của anh chị và Bích Hiền , chị ăn cơm đã đừng để anh Hai phải chờ , em cũng đói rồi cho em ăn với .

Hân chỉ không muốn làm chị Hai buồn , gắng gượng ăn hết chén cơm rồi ngồi nhìn cảnh hạnh phúc của gia đình chị đểnghĩ về mình , bất giác bật lên một tiếng nấc nghẹn ngào .

21.

Từ trong nhà , tiếng bà Huy vang lên :

-Con thấy chưa, rõ ràng là nó coi thường má nên không tới , mà cũng không thèm nói một tiếng .

Ngay lúc ấy , Trân cũng vừa vào đến nơi , nghe bà Huy nói vậy , cô sững người một chút rồi mới lên tiếng :

-Má nói ai vậy , phải má nói chị Hân không ?, chị ấy tới nãy giờ không biết sao lại quay trở ra .

Tuân sững người một lúc rồi vội vàng hỏi :

-Em nói sao ?, chị ấy đến rồi đi ? , chị ấy có nói gì không ?

-Chị nói có việc gấp phải làm , nên đi một chút sẽ quay trở lại , con quên nữa , cái này chị nói nhờ con đưa biếu cho má , Trân nói xong đưa gói quà cho bà Huy .

Cùng một lúc , Bà Huy và Tuân đều hiểu ngay rằng Hân đã vì đi mua quà cho mẹ chồng nên đến trễ , và vì đến trễ nên đã nghe hết được những gì bà nói về người con dâu tương lai ; thoáng một chút hối hận nhưng vẫn không dấu được một chút kiêu hãnh và bực tức , bà nói với Tuân :

-Con mau đuổi theo đi , nếu gặp thì đưa nó về cho má nói chuyện .

Tuân ngần ngừ :

-Chắc là không kịp đâu ,mà con cũng không biết cô ấy đi đâu , con hiểu tánh tình cô ấy mà .

Tuân nhìn mẹ rồi nhẹ lắc đầu .

-Vậy má đi với con , con lấy xe ra còn má vào thay áo rồi đi .

Bà Huy đi lên lầu còn Tuân đến bên chiếc kệ đặt điện thoại nơi góc phòng , nhấc máy quay số gọi về nhà chị Hai Bích

Chi :

-A lô , a lô , cho tôi gặp cô Hai .

Bên kia đầu dây , chị Hai nhắc điện thoại lên :

-Chị đây , Tuân gọi chị có chuyện gì không ?.

-Em có chuyện gấp lắm , mà Ngọc Hân có ở nhà chị không ?.

Chị Hai đưa mắt nhìn cô em gái , Hân vội vàng vừa xua tay vừa lắc đầu , ý nói chị đừng cho Tuân biết em ở đây , chị hiểu ý Hân nên ngần ngừ một lúc rồi mới trả lời Tuân :

-Không đâu , chị tưởng nó đang ở nhà em ăn cơm với gia đình , có chuyện gì , nói cho chị nghe .

-Cám ơn chị , em sẽ gặp chị nói chuyện sau , bây giờ em phải đi gấp , em chào chị .

Tuân vừa lái xe ra cổng thì bà Huy cũng vừa ra tới , bà lên xe hối Tuân chạy ,"bây giờ con tính đi đâu ?". Tuân lầm lì không trả lời , vừa lái xe vừa nhìn hai bên đường , hy vọng sẽ thấy được Hân đang ở đâu đó , qua ngã tư Phú Nhuận rồi thẳng xuống Gò Vấp . Thực ra , Tuân biết chắc là Hânđang rất buồn và cũng sớm nghĩ là Hân không về nhà mà sẽ đi đâu đó cho khuây khỏa ,nhưng Sàigòn rộng lớn biết tìm nơi nào .

Bà Huy biết là Tuân đang giận và buồn , nên bà cũng không nói gì thêm , chỉ dáo dác nhìn quanh rồi thở dài . Đối với bà , thực ra Hân nếu so với những người con gái khác trước đây là con của bạn hai ông bà , do mai mối hoặc quen biết giới thiệu để làm bạn với Tuân , cũng có phần hơn về sắc vóc và học thức , nhưng vẫn chưa đủ để được gọi là môn đăng hộ đối với gia đình bà , nên bà tuy thương con trai nhưng vẫn thầm trách con trai sao quá vội để quyết định kết hôn với Hân , đồng thời thầm trách ông Huy , chồng bà , sao quá vội khi đề nghị và hứa rất nhiều cho Hân sau này , bây giờ thì sao đây ?.

Do thói quen gia trưởng của bà Huy trong gia đình , những gì trái ý bà càng khiến bà nổi giận , nên chuyện vừa xảy ra đã làm cho bà ấm ức thêm , bà rất khó có thể chấp nhận người con dâu tương lai được mời đến dùng cơm đã đến trễ , dù là đểđi mua quà cho bà , rồi lại bỏ đi không một lời giải thích , nhưng bà thương con trai nên phải coi như không có chuyện gì , tự hạ mình xuống để đi tìm và xin lỗi khiến bà thấy khó chịu vô cùng .

-Con quay xe lại cho má về nhà , má không đi nữa .

Tuân không trả lời , liếc nhìn bà Huy hồi lâu rồi cũng vâng lời , dừng xe rồi quay vòng trở lại , đi thẳng về nhà .

Để cho mẹ xuống và vào nhà xong , Tuân mới quay xe ra đi thẳng xuống Gò vấp , "đi một mình có lẽ sẽ tốt hơn", anh thầm nghĩ , gặp Hân anh sẽ nói gì , nói má xin lỗi đã làm em buồn , nói chỉ là hiểu lầm thôi , . . . , rồi sao nữa ? , tình cảm này giữa họ sao quá mong manh và giống một vở kịch .

Đậu xe ngoài lộ , Tuân lầm lũi bước vào con hẻm dẫn đến nhà , ngẩn ngừ đứng trước cổng , đi qua đi lại vài lần cho đến khi chị Tư, đang kéo thùng nước ở giếng lên , nhìn thấy . Chị ngừng tay , đi ra mở cổng , " cậu Tuân mới xuống , mời cậu vào , ông bà đang dùng cơm " , Tuân nói cám ơn rồi chậm chạp theo chị Tư vào nhà . Bà Vinh thấy Tuân , vội bỏ đũa xuống mâm , dồndập hỏi :

-Sao con xuống đây giờ này , Hân đâu , có chuyện gì vậy ?.

-Thưa hai bác , Tuân cúi đầu chào , con đang tìm cô ấy , Hân không về đây sao ?, con xin lỗi đã làm phiền hai bác , nhưng con sẽ thưa chuyện với hai bác sau , bây giờ con xin phép .

-Không , ông Vinh lên tiếng , con nói đi , có chuyện gì ?.

-Thưa . . . chính con cũng không biết chuyện gì đã xảy ra nữa và không hiểu tại sao , cô ấy đến nhà , con chưa kịp gặp thì đã bỏ đi , xin hai bác yên tâm và nghỉ ngơi , chắc là Hân cần đi đâu đó mà không kịp nói thôi , con sẽ tiếp tục đi tìm . Tuân cúi đầu chào rồi quayngười bước ra , Ông Vinh không nói thêm lời nào , bà Vinh chỉ lắc đầu , nhìn theo hình bóng Tuân khuất sau chiếc cổng gỗ rồi bà thở dài .

. . .

-Chị Hai , tối nay cho em ngủ lại đây .

-Được , phòng của em trên đó vẫn chưa dọn mà , chị kêu taxi cho Bích Hiền về báo cho Ba me biết em ở đây , để Ba me lo lắng không ngủ được , Ba trở bệnh lại thì không nên .

-Cám ơn chị .

. . .

Khi Hân đã phần nào bớt đi cái cảm giác nhói đau trong lòng , nàng thấy sao vô cùng trống vắng , cái hạnh phúc dù chỉ là tạm bợ tưởng như đã chín mùi nay đã rữa nát thảm hại , rồi bỗng Hân mỉm cười , nụ cười của niềm cay đắng .

Chị Hai gọi Hân ơi rồi mở cửa bước vào phòng , chị nói :

-Em uống ly sữa này rồi nói cho chị biết chuyện gì , nói xong em sẽ nhẹ người mà ngủ một giấc cho ngon , sáng mai thức dậy là quên hết thôi mà .

Hân vâng lời chị Hai , cầm ly sữa uống một hớp , chậm rãi kể lại cho chị mọi chuyện xảy ra lúc chiều ở nhà Tuân , nàng hỏi :

-Chị nghĩ em có thể làm gì bây giờ ?.

-Tùy em , vì đây là hạnh phúc của riêng em , tự em sẽ quyết định cuộc đời của em , chị Hai đáp , nhưng phải suy nghĩ thật kỹ .

-Em đã nghĩ xong rồi , ngày mai nếu Tuân có đến tìm em , nhờ chị đưa cho anh ấy lá thư này , cứ nói em không có đây .

-Em định làm gì?

-Em hẹn anh ấy để nói chuyện .

. . .

Nơi Hân hẹn Tuân là quán nước,cũng là nơi mà chiều hôm qua khi nàng ngồi đó ,qua hàng rào sắt ,đã thoáng nhìn thấy hình bóng Việt , dù không rõ lắm , vụt qua rồi cuốn đi mất hút trong dòng người xuôi ngược .Hân biết Tuân sẽ xong công việc và rời Bệnh viện khoảng lúc 6 giờ chiều nên nàng đến sớm , gọi một ly cà phê đá quen thuộc của Việt hồi xưa vào những ngày hò hẹn , và lặng lẽ ngồi chờ . “Anh yêu , nếu chỉ còn một chút hy vọng nhỏ nhoi , em cũng sẽ vẫn chờ đợi anh “.

Hân ngồi đó , mơ màng trong những hồi ức và những kỷ niệm cũ của một thời thơ ấu dưới vùng trời Đà lạt , tuổi thanh xuân gắn liền với những ngôi trường và những người bạn học trò , cùng những buồn vui lẫn lộn .

Tất cả đều khiến Hân không thể không nhớ lại lần đầu gặp gỡ Việt , trên đường từ Viện Đại học về nhà sau buổi học thêm trong Thư viện vào một ngày đẹp trời chủ nhật mùa xuân năm ấy . . .

. . . "Xin cô cho tôi hỏi thăm , đường này đi đến Viện Đại học phải không ?".

Giọng nói thật êm và dịu dàng khiến Hân phải quay lại nhìn thoáng qua , rồi cũng dịu dàng trả lời :

"Đúng rồi , anh cứ đi thẳng , chừng 10 phút thì đến ".

" Cám ơn cô .. .nhưng . . . xin lỗi cô , hình như cô vừa làm rơi một cành hoa ".

" Anh nhầm rồi , đâu có hoa nào rớt trên đường đâu ".

" Có mà , rõ ràng hoa từ gót chân cô rơi xuống đường ".

" Đâu nào , anh lượm lên dùm tôi đi ".

" Thưa cô , cành hoa đào này có phải của cô không ?".

" Cách làm quen này của anh rất mới lạ , nó không hợp với tôi lắm , nhưng cành hoa này anh kiếm đâu ra vậy ? , dù sao cũng cám ơn anh ".

Nhớ đến đó , Hân gượng gạo bật lên một tiếng cười , nàng không còn để ý được những gì đang xảy ra quanh đây vì những ký ức chất chứa từ lâu , nay đang tuôn chảy ào ạt trong đầu như một khúc phim .

Hân nhớ lại có những buổi tối , Việt liều lĩnh chui qua hàng rào kẽm gai vây quanh Trường của chàng rồi lần theo con đường mòn băng qua ấp Thái Phiên , để đến nhà nàng , để được gặp nàng , để nắn nót viết chữ và vẽ hình trình bày cho cuốn sách học của nàng .

Anh chẳng nói gì nhiều , đến giờ thì lại theo đường cũ về Trường cho kịp phiên gác đêm .Tuổi trai trẻ thường có những ngông cuồng như vậy đó , anh hay nói vậy , nhưng em biết anh không phải như vậy đâu , mà vì anh yêu em , đúng không anh ? .

Tuân đã đến và đứng sau lưng Hân từ lúc nào , " Cứ để cô ấy vui như vậy đi , biết đâu nhờ vậy sẽ bớt đi cơn giận ngày hôm trước ", anh nghĩ thầm và chỉ lặng nhìn cho đến khi Hân quay lại :

-Anh đến rồi sao , anh ngồi đi rồi chúng ta nói chuyện .

Tuân kéo ghế , ngồi xuống , rót một tách trà trên bàn ,uống một hơi , rồi lại tiếp tục nhìn Hân , anh sợ nếu nói trước và nếu là những điều trái ý nàng , thì không biết mọi chuyện sẽ ra sao .

-Anh có điều gì muốn nói với em không ?, Hân lên tiếng .

-Anh biết nói gì với em bây giờ , anh đến nhà , chị Hai đưa thư cho anh rồi anh tới đây , để nghe em nói ,Tuân ngập ngừng đáp .

Hân nhìn Tuân , một chút thương cảm dâng lên , nàng nói :

-Trước hết , em cám ơn anh về tất cả những gì anh đã làm cho em , và cả những tình cảm mà anh đã cho em .

-Em đừng nói vậy , Tuân ngắt lời Hân , tất cả trong anh là sự thật lòng anh mong muốn , tự nguyện được làm mà thôi .

Ngập ngừng giây lát , Tuân nói tiếp :

-Anh xin em hiểu cho anh và bỏ qua những gì em đã nghe và đã thấy , má anh rất buồn và tiếc vì đã hiểu lầm về em .

-Anh có biết em thấy gì không ?, em đã thấy cái tương lai mù mịt của em , em cũng đã nghe cái tương lai đó nó nói với em rằng sẽ có vô vàn khó khăn để được là vợ anh , và nếu được làm vợ anh , em sẽ phải đối diện với rất nhiều đau khổ , mà anh chắc là không muốn em bị khổ đâu , phải không ?.

Ngừng một chút , và trong khi Tuân không nói được lời nào ,Hân tiếp :

-Có lẽ chúng ta có một chút duyên mà không có nợ nần gì nhau hết , vậy chắc là cũng không nên trói buộc nhau lâu dài, anh đồng ý không ?.

-Ý của em là sao , anh không hiểu, dù sao mình cũng sẽ là vợ chồng mà , em có thể bỏ qua cho anh một lần được không ?.

-Chúng ta đều có lỗi là không hiểu nhau , em và anh đều quá vội vàng trong một quyết định vô cùng quan trọng của cuộc đời , cho nên chấm dứt sớm để lỗi lầm này không đi quá xa là tốt cho cả hai , anh hiểu không ?.

-Đây chính là điều em muốn hay sao ?, Tuân đau khổ hỏi lại .

-Bây giờ không còn là chuyện muốn hay không muốn , vì nó đã và đang xảy ra , không thay đổi được nữa , em mong anh hiểu .

-Tại sao em không nghĩ lại cho anh một lần ?, em có cảm nhận được tình yêu của anh cho em không ?

Hân cười , nụ cười đầy vẻ chua chát :

-Em biết anh thích em và có thể là yêu em , nhưng anh có biết , tình yêu đó không đủ cho một cuộc sống lứa đôi lâu dài trong tương lai , nó còn phải có thêm sự kính trọng lẫn nhau nữa .

Tuân lặng im không biết trả lời sao , Hân với tay mở túi xách , lấy ra một chiếc hộp nhỏ , đặt nó trên bàn rồi nói tiếp :

-Em gởi anh chiếc nhẫn đính hôn , mong anh nhận lại , tuy chúng ta không thành vợ chồng nhưng em lúc nào cũng coi anh là một người bạn tốt nhất ,hay là một người anh chân thành mà em luôn tôn trọng và quý mến .

Ngập ngừng hồi lâu , Hân thấy Tuân thẫn thờ nhìn chiếc hộp nhẫn trên bàn , và với một chút ẩn ý thương cảm , nàng nói nhỏ nhẹ :

-Em mong anh sẽ gặp được một người vợ biết yêu thương anh và sống thật hạnh phúc lâu dài .

Không đợi Tuân nói gì thêm , Hân cầm túi xách , đứng dậy và cảm động , nàng thực sự cảm động , nói:

-Bây giờ em phải đi rồi , xin anh cho em gởi lời xin lỗi hai bác , chào anh .

Hân bước nhanh ra khỏi quán nước , vẫy tay gọi taxi , không quay đầu lại vì nàng biết nếu nhìn thấy bộ dạng của Tuân lúc này , có thể nàng sẽ đổi ý , con người cứng rắn của nàng , đôi lúc cũng trở nên mềm yếu ," không thể nào đâu , mọi việc rồi cũng qua thôi ", Hân nghĩ thầm , mở cửa xe taxi , nói địa chỉ rồi ngồi im , nhắm mắt lại .

Khi Hân về tới nhà đã gần 7 giờ tối , ông bà Vinh và Bích Hiền đang ngồi ăn cơm , nàng chào cha mẹ và cố làm ra vẻ tự nhiên , nhìn mâm cơm , ngồi xuống ghế , nói nhanh :

-Cơm ngon quá , con đói rồi , cho con ăn với .

Bà Vinh nhìn Hân lặng lẽ ngồi ăn ngấu nghiến , bà biết ngay là đã có chuyện gì đó nghiêm trọng vừa xảy ra , nhưng bà chỉ nhẹ nhàng lắc đầu .

Hân ăn xong chén cơm , bỏ đũa xuống rồi ngước lên hỏi Hiền :

-Thứ bảy tuần sau là đám cưới phải không em ?.

-Đúng rồi chị , áo dài cưới và áo phù dâu chị Hai may xong rồi , mai chị em mình lên thử , Hiền nhẹ nhàng trả lời chị , chị làm phù dâu cho em năm nay , năm sau là tới phiên chị rồi , à mà chị có mời anh Tuân dùm em không ? , hay để em gởi thiệp ?.

-Không , mà cũng khỏi gởi thiệp mời , Hân lạnh lùng đáp , sẽ không có anh Tuân đâu .

-Sao vậy ?, Hiền hỏi lại .

Lúc ấy , bà Vinh mới lên tiếng :

-Có chuyện gì vậy con , nói cho ba me khỏi lo lắng .

Hân nhìn mẹ một lúc rồi lạnh lùng đáp :

-Con đã từ hôn với anh ấy rồi .

Hân trả lời xong thì tiếp theo là một tiếng nấc nghẹn ngào và nước mắt sau đó mới ứa ra , nàng bước vào phòng và khép cửa lại.

CHƯƠNG VI . Em muốn chúng ta mãi bên nhau

22.

Việt về trình diện lại đơn vị , Trung tá Kiên , Trưởng khối , gọi chàng vào văn phòng và cho biết Việt sẽ có năm ngày phép, khi hết phép sẽ được giao công tác mới , có thể là thêm một chuyến đi dài hạn nữa về Cần Thơ chừng một , hai tháng . Việt đưa tay chào , nói cám ơn Trung tá rồi đến khối

Hành chánh nhận giấy phép , xong về phòng xếp dọn các giấy tờ , sách vở cho gọn gàng rồi ra về .

Cầm tờ giấy phép trong tay , Việt vừa bâng khuâng vừa buồn vừa vui lẫn lộn , chàng về nhà chị Hiếu thăm mẹ , ở lại chơi với cháu Đông Nhi , ăn cơm chiều với mẹ và gia đình anh chị , nhân lúc chị Hiếu lại đang có tin vui vì cháu Đông Nhi sắp có thêm em Đông Phương , Việt hỏi là con gái hay sao , chị nói chưa biết , mà có lẽ là con gái thật nên đặt tên trước cho vui ấy mà .

Lâu lắm rồi , Việt mới có được một buổi chiều hưởng cái không khí vui vẻ của gia đình , cái hương vị của tình yêu thương .

Mẹ chỉ hỏi Việt có bệnh tật gì không , chị Hiếu hỏi còn cô Huyền Nga , em để cho cô ấy chờ đến bao giờ , anh Kha hỏi han qua loa về tình hình chiến sự , Việt cười cười nói nói đủ thứ chuyện cùng mẹ và anh chị Kha đến chập tối mới thưa mẹ để đi về.

Chị Hiếu theo ra mở cổng và tiện tay đưa cho Việt một bao thư rồi nói , "lương lính chắc là không đủ tiêu , chú cầm thêm một ít tiền để tiêu vặt ".

Việt , một chút ngần ngừ nhưng rồi cũng cảm động cầm bao thư tiền xếp bỏ vào túi áo , nói cám ơn chị rồi nổ máy xe từ từ chạy về căn nhà nhỏ ở Phú Nhuận .

Mở cửa , dắt xe vào nhà , Việt thấy một bao thư lớn màu hồng nhạt nằm dưới đất , chàng đoán là thiệp cưới của Đức , có lẽ vì chàng không có nhà nên Đức nhét qua khe cửa . Việt nhặt bao thư lên đặt trên bàn mà không suy nghĩ và để ý gì thêm .

Cảm thấy hơi một chút mệt mỏi , Việt vào nhà sau tắm rửa rồi lên giường cố dỗ giấc ngủ .

Trời bỗng nhiên đổ mưa . Những tiếng mưa rơi nghe lộp bộp vỗ trên mái tôn , khiến Việt nhớ lại những cơn mưa Pleiku và mưa Đà lạt .

Mưa Sài gòn thì giống như một người tình khó tính , ưa sự đổi thay , mưa ào ạt một lát rồi tạnh , rồi lại mưa . Mưa Pleiku lại được chàng ví như người vợ hay ghen chồng , gầm thét hồi lâu đến khi mệt thì nằm nghỉ , hết mệt thì lầm lì chẳng nói , rồi lại tiếp tục ồn ào suốt đêm . Còn mưa Đàlạt . . .mưa Đà lạt êm đềm hơn nhiều , một mái nhà trong mưa như đang trong vòng tay ấm áp của một người tình dịu dàng đằm thắm , nó lành lạnh nhưng không lạnh cắt da mà hình như có cái cảm giác nồn gấm của tình người .

Thế đó , qua khung cửa sổ , nhìn mưa nhỏ giọt từ mái tôn thấp lè tè , Việt thấy hình bóng Ngọc Hân ẩn hiện , hắt hiu từ ánh sáng vàng vọt của một bóng đèn điện hiếm hoi rọi trong con hẻm nhỏ , chàng thấy nhớ , nỗi nhớ như cuồng điên , chàng mong được gặp nàng , niềm ước mong gặp gỡ thúc dục đến cháy bỏng thịt da .

Cho đến sáng hôm sau , Việt chỉ kịp xếp vài bộ quần áo , một chiếc áo lạnh và dụng cụ vệ sinh vào túi xách , để đón taxi ra bến xe Minh Trung và đáp chuyến xe sớm nhất về lại Đà lạt sau gần ba năm xa cách . Đà lạt mến thương , nơi có Ngọc Hân yêu dấu của chàng , người con gái mà Việt đã yêu say đắm , đã nghĩ rằng mãi mãi không thể ngăn cách và không thể chia lìa .

Chuyến xe đò chạy chậm , gần 4 giờ chiều mới vào đến bến xe dưới khu chợ mới , Việt xuống xe đi bộ ngược lên dốc Ngọc Lan , thuê một phòng khách sạn , nghỉ ngơi đến xẩm tối mới đi xuống phố . Có nên tìm đến nhà Hân ngay không , nếu gặp thì sẽ nói gì , cơn giận dữ của Hân nếu bùng lên như sấm sét thì sẽ làm sao để xoa dịu , còn nếu không gặp thì sao đây . . ., hàng trăm câu hỏi , hàng trăm chữ nếu , hàng trăm tình huống vui buồn , Việt có thể tự trả lời được không ?.

Việt sực nhớ là mình chưa ăn gì , và cũng chợt nhớ tới quán mì quảng của cô Sáu Thơm , không biết bây giờ còn không?.

Cô Sáu nhìn người khách mới bước vào quán hồi lâu mới nhận ra là khách quen , cô tỏ vẻ vui mừng :

-Cậu Việt phải không , cậu bận đồ xi vin tôi nhìn không ra , mấy năm nay cậu ở đâu ?, bàn trong góc đó cậu ngồi đi .

-Cô Sáu có khỏe không , cám ơn cô còn nhớ, Việt đáp, mà không biết cô còn nhớ con thích ăn gì không , con đói rồi .

-Cô nhớ , chờ một chú .

Việt cười và ngồi xuống ghế , nơi chiếc bàn hồi xưa chàng hay ngồi với Hân , đã có lần nàng nói :" Em yêu sự thủy chung này của anh lắm , anh có biết không , đã thích rồi thì sẽ không thay đổi " .

Việt nhớ lần đầu tiên chàng đưa Hân đến đây , trời đang là cuối mùa thu như hôm nay , hoa đào thì không còn và những đoá hoa hướng dương dại hai bên đường đang lụi tàn dần , Hân hỏi :

" Ngày anh gặp em , anh nói em làm rớt cành hoa đào, tại sao lại là hoa đào ?".

" Lúc ấy từ phía sau lưng , anh thấy gót chân em có màu hồng nhạt , mỗi bước đi trên đường giống như một bông hoa đào nở , khi em đứng lại thì đó là hình ảnh của cả một cành đào, anh nói vậy là đúng rồi ".

" Anh tưởng tượng dễ sợ như vậy , còn tán tỉnh giống như trong tuồng cải lương , không biết tại sao em lại chịu để anh làm quen ".

Rồi cả hai cùng cười , ôi , hạnh phúc biết bao .

Cô Sáu bưng khay mì và ly cà phê đến , ngồi xuống ghế
và nói :

-Cậu Việt ăn đi cho nóng , về Đà lạt chơi hay sao ?, à mà cô Hân đâu sao không thấy ? , hồi năm ngoái , cô ấy có đến đây với mấy người bạn , tới nay không thấy ghé lại nữa .

-Vậy sao cô ?.

Việt thấy trong lòng se thắt , cùng với hy vọng trong lòng là sẽ tìm gặp lại Hân dễ dàng.

-Từ hồi ra trường rồi đi Pleiku tới nay tụi con không gặp lại , kỳ này lên đây để tìm cô ấy , cô thấy lúc đó Ngọc Hân ra sao ?

-Để cô nhớ lại coi , cô ấy ốm lắm , lại có vẻ buồn buồn

-Cám ơn cô Sáu .

"Anh xin lỗi đã làm em buồn , lúc đó quả thực là anh quá yêu em và không muốn vì yêu anh mà em sẽ khổ cả một đời . . . , nhưng tiếc rằng anh đã sai , hôm nay anh tìm em chỉ để nói với em rằng anh không thể không có em trong đời anh , anh biết em vẫn còn yêu anh và vẫn chờ anh trở lại mà ".

Ăn xong , uống hết ly cà phê quen thuộc của cô Sáu , Việt chào cô rồi đi ngược lên phía dốc khu Hoà Bình , tìm đến ngôi nhà của gia đình Hân , nơi đã trở thành nơi chốn quen thuộc với chàng từ mấy năm về trước . Việt đứng trước cửa nhà hồi lâu , đưa tay gõ cửa rồi hồi hộp đợi chờ .

Trong nhà không một tiếng động , cũng không một chút ánh sáng nào hắt ra như những lần chàng đến nhà vào những năm xưa đầm ấm , mà nay sao lạnh lẽo ,đượm nét buồn phảng phất của nỗi cách chia .

Một cơn gió ùa đến , Việt chợt rùng mình, kéo cao cổ chiếc áo lạnh , nhìn quanh rồi ngồi xuống bậc thềm . Việt không thể biết được chuyện gì đã xảy ra cho Hân và gia đình sau gần ba năm xa vắng, bây giờ thì lặng lẽ và trống trải biết chừng nào , lúc hăm hở từ Sài gòn lên đây với bao hy vọng được gặp lại người yêu, nay thì nỗi thất vọng dâng cao và lớn dần.

Việt nhìn đồng hồ , đã gần 8 giờ tối , như vậy là chàng đã ngồi đó hơn nửa tiếng sau khi suy nghĩ miên man và nhớ về những kỷ niệm xa xưa ở nơi đây cùng với biết bao ký ức ùa về vây kín tâm hồn.

Đà lạt sáng đèn có lẽ đã lâu rồi , Việt buồn bã đứng lên, nhìn ngôi nhà một lần nữa rồi quyết định về lại khách sạn nghỉ, sáng mai sẽ trở lại tìm .

Việt bước chầm chậm ngược lên phía dốc Hoà Bình , chợt một giọng nói vang lên từ sau , giọng con gái miền Trung , nhẹ và êm :-Xin lỗi, tui có thể nói chuyện với ông một chút không ?.

-Cô hỏi tôià ? , Việt ngạc nhiên quay lại đưa tay chỉ vào ngực mình , thấy cô gái gật đầu , Việt tiếp luôn , vậy được chứ ,cô muốn nói chuyện gì ?.

-Tui mời anh vô đây ngồi rồi nói , anh có rảnh không ?, cô gái chỉ tay ra phía trước , nhà có đèn sáng hắt ra tới ngoài phố, vài chiếc bàn và ghế nhỏ cùng một chiếc sạp bày nhiều ly tách, chén muỗng .

Việt cười :

-Cô muốn ăn chè sao, tôi mời .

-Để tui mời , cô gái cũng cười theo , đây là quán nhà tui mờ .

-Thì ra là vậy , Việt kéo ghế ngồi xuống nơi chiếc bàn nhỏ kê sát tường , vậy tôi không khách sáo đâu .

-Thực ra tui không tốt như anh nghĩ đâu , bán suốt ngày còn vài ly , mời anh ăn hết dùm , nhưng trước hết tui đường đột xin hỏi anh tên chi đã ?.

Thêm một lần nữa ngạc nhiên , Việt chỉ nhìn cô gái sửng sốt mà không nói , cuối cùng thì gật đầu mỉm cười , chàng run giọng trả lời :

-Tên tôi là Việt.

-Ui chao ôi , là anh Việt thiệt sao , nếu đúng là anh thì tui không dấu , tui là Hồng Thủy bạn thân của Ngọc Hân, hồi nãy thấy anh đứng xớ rớ trước nhà nó , tui nghĩ anh là người quen với ai đó trong nhà , tui cũng chợt nghĩ tới bạn tui nên tui hỏi đại, may mà đúng là anh Việt rồi .

Việt vui mừng khôn xiết , tự trách mình sao không nghĩ tới việc tìm người quen Hân ở chung quanh đây để hỏi , trong cái thị xã nhỏ bé này , người dân biết nhau cũng nhiều mà .

Thủy kể lại cho Việt biết mọi chuyện về Hân từ thời gian sau khi Việt ra trường cho đến nay , cả gia đình đã về Sài gòn bắt đầu với bệnh tình của ông Vinh , bà Vinh chờ bán xong ngôi nhà sẽ dọn đi xuống đó để sinh sống và tiện việc lo cho chồng.

Kể xong một hơi dài , Thuỷ hạ giọng :

-Hân nó nhớ anh và trông tin anh như điên như khùng , có lần nó đòi chết đó , anh biết không ? .

Chợt nhớ lại bức thư nhờ Bích Hiền đưa lại cho Hân, Thủy bất ngờ la lớn :

-Ủa , mà anh chưa chết sao , ở kho xăng trên Pleiku đó, vậy là anh không chết mà là tui chết , tui đã viết thư nói với nó rằng có một ông sĩ quan Đà lạt bị tử trận ở đó, thôi rồi , chắc nó nổi khùng lên thiệt rồi .

Lúc này thì Việt đúng là nửa cười nửa khóc, chàng rõ ràng là không biết mình sẽ nói gì để an ủi và trấn an cô bạn Hồng Thủy này , Thủy tiếp tục nói mếu máo :

-Anh Việt , răng mà lúc chồng tôi hỏi thăm , họ nói trong Tiểu khu không có ai tên Việt hết vậy ?.

-Không sao đâu , Việt bật cười , tôi không chết mà đó là một người bạn cùng khoá học với tôi mà thôi ,cô Thủy cứ yên tâm , chắc là lúc đó tôi đã được chuyển công tác về Sài gòn rồi .

-Bây chừ mần răng đây ?.

-Chuyện đâu còn có đó mà , Việt nhẹ nhàng đáp, mai tôi về lại Sài Gòn sẽ đi tìm Hân , xảy ra chuyện gì tôi cũng sẽ báo lại cho cô biết , được không ?.

-Anh biết nơi mô mà tìm , Sài gòn rộng mênh mông , tui lại chưa được thư hồi âm của nó , quên cả xin địa chỉ nhà nó ở Sài gòn trước khi nó đi .

Thủy lắc đầu lia lịa , rồi lẩm bẩm một mình :

-Người mô mà biết anh còn sống rồi bây chừ quay về đâu nà ?.

Hoạt đã nghe loáng thoáng lời Thủy , chỉ mỉm cười và nói :

-Vậy là coi như tôi đã chết một lần rồi , bây giờ sống lại nên chắc chắn sẽ tìm được Hân mà.

-Chắc là con nhỏ đó nó yêu anh vì anh làm mọi người phải cười như ri nì , phải không ?, bây chừ mà anh còn cười được sao ?.

Vừa lúc ấy có tiếng gọi Thủy ơi từ trong nhà vọng ra, Thủy nói là anh Minh chồng tui đó , Việt đứng dậy , sốc chiếc áo lạnh che kín cổ rồi nói :

-Thôi đã trễ lắm rồi , không làm phiền cô Thủy nữa, tôi về lại khách sạn rồi sáng mai sẽ đi Sài gòn sớm , cho tôi gởi lời chào anh Minh , có dịp sẽ gặp lại .

Ra tới cửa , Việt quay lại nói thêm :

-Một lần nữa cám ơn cô Thủy , vì nếu tôi không gặp cô ngày hôm nay , tôi sẽ không còn một chút hy vọng nào để tìm lại Ngọc Hân được nữa .

-Nhưng anh không có manh mối chi thì răng mà tìm được ?.

Việt vì quá vui nên không nghĩ đến vấn đề này, nhưng cũng cố làm ra vẻ như không lo lắng nhiều , chàng đáp :

-Tôi sẽ để địa chỉ nhà tôi ở Sài gòn , nếu cô có tin tức gì thì xin cô viết cho tôi vài chữ .

Ngừng một chút , rút cuốn sổ tay viết vài giòng đưa cho Thủy, Việt nói tiếp :

-Chỉ cần biết được Hân đang ở Sài gòn thì tôi sẽ tìm ra thôi , ngày mai , ngày mốt hay một năm , mười năm nữa tôi cũng sẽ vẫn đi tìm.

23.

Ngồi trên xe đò trở lại Sài gòn , Việt thấy một niềm vuilạ kỳ đang dâng lên , vì với nỗi mong sớm tìm gặp lại người yêu , dù có bị nàng trách móc hay hờn giận bất cứ điều gì , miễn là được gặp lại . Cái suy nghĩ của một người lính đơn giản vậy đó , khiến Việt thoải mái hơn .

Mặc cảm lúc bắt đầu rời xa Hân đã làm Việt hối hận , chàng tự trách mình đã không gởi những lá thư viết từ Pleiku, tự giận mình đã không đi tìm lại nàng sớm hơn .

Những dằn vặt trong tâm tưởng của Việt đã lẽo đẽo theo chân chàng suốt mấy năm qua , đến nay hình như đã được bỏ hết lại bên đường , chàng thấy nhẹ nhõm hơn và còn lại là niềm hy vọng dù chỉ rất mong manh .

Việt về tới nhà thì đã hơn 5 giờ chiều .Cởi chiếc áo khoác vắt trên thành ghế và chợt thấy chiếc bao thư màu hồng trên bàn , chàng với tay lấy mở ra đọc . Đó là thiệp cưới của ông bạn Đức Đà lạt, tiệc mời tối thứ bảy ở một nhà hàng ngoài xa lộ , hôm nay mới là thứ sáu nên Việt nghĩ không cần gấp , vả lại vẫn còn trong thời gian nghỉ phép nên cũng chẳng phải vội vàng .

Căn nhà nhỏ với mái tôn thấp vẫn còn hâm hấp nóng , dù trời đã vào thu và đang là xế chiều , chất chứa biết bao kỷ niệm của gia đình từ hồi mới di cư vào Nam , Việt bồi hồi nhìn chiếc sập gỗ nơi bố nằm , bên kia tủ quần áo là một chiếc sập gỗ khác là chỗ ngủ của Việt và em Hưng , vào nhà trong là giường ngủ của mẹ và chị Hiếu , nhìn ra một cửa sổ nhỏ có hồ chứa nước mưa dùng để nấu ăn quanh năm.

Căn nhà hình như thấp hơn từ khi bố mẹ quyết định nâng nền nhà cao lên một tấc , phần để tránh lúc trời mưa lớn cho nước khỏi tràn vào nhà , phần nữa là muốn thay nền xi măng bằng đá hoa cho mát mẻ và sạch sẽ hơn , “ để cho các con nếu muốn ngủ trên sàn nhà cho mát “, bố nói vậy .

Lúc xưa ba chị em thay nhau lau nhà mỗi ngày đến lúc lớn , mỗi đứa bay nhảy một nơi thì chỉ mình mẹ lau chùi , “thế mà khỏe mà lại vui ông ạ “, mẹ nói thế .

Mải suy nghĩ miên man , Việt quên là chưa ăn gì , chàng khoác áo rồi khoá cửa đi ra phố , chân bước theo thói quen vào quán phở đầu chợ .

Nơi này cũng đầy ắp kỷ niệm với bố , nhất là vào ngày cuối tháng vì cứ mỗi tháng bố lĩnh lương công chức ba cọc ba đồng , và chỉ một lần mỗi tháng lại dắt ba chị em đến đây ăn phở, mua vài gói thuốc lào xong rồi còn bao nhiêu về đưa hết cho mẹ để mẹ tiêu dùng trong gia đình .

Việt nhìn tô phở , lòng rưng rưng nhớ bố và em Hưng , “tuổi thơ của anh là thế đó , em yêu dấu “.

Trên đường về , đi ngang qua tiệm may quần áo và nhớ đến đám cưới ngày mai của ông bạn Đức Đà lạt , Việt móc ví coi lại số tiền chị Hiếu cho hôm trước , rồi ghé vào mua một bộ áo vét may sẵn , lính mà , đâu cần những thứ này , nhưng đôi khi vì bắt buộc thì cũng phải có thôi .

Về đến nhà , tắm rửa xong , Việt giăng mùng trên chiếc sập gỗ , rồi vén mùng chui vào . Qua làn vải mùng thưa, Việt thấy tấm thiệp cưới rớt trên sàn đá hoa , chàng đưa tay nhặt lên, và với hơi một chút tò mò , mở ra coi lại địa điểm và giờ giấc , rồi lơ đãng đọc qua tên chú rể và tên cô dâu .

Ngay lúc đó , một vầng ánh sáng chói loà ập tới ,và như trong cái khoảnh khắc của một chú tiểu đã tu Thiền từ lâu nay vừa tìm được lời giải đáp cho một công án , liền lập tức ngộ đạo ,Việt vùng ngồi dậy mặc quần áo , tìm lại tấm danh thiếp của Đức rồi mở cửa , lấy xe , nổ máy phóng đi như điên dại .

Việt biết chắc rằng mình sẽ tìm lại và gặp lại Ngọc Hân .

24.

Từ sáng sớm , chị Hai Bích Chi nói với anh Phú :

-Hôm nay đóng cửa tiệm may một bữa, anh lái xe cho em xuống dưới đó giúp me lo đám cưới Bích Hiền.

Bốn đứa con của anh chị , chúng đã lớn , có thể tự lo , vả lại còn chị bếp ở nhà coi sóc , chị Hai nghĩ vậy nên chẳng có gì phải lo nghĩ , số chị an nhàn , sung sướng tự nhỏ là như vậy đó .

Anh Hai Phú mở cửa cho xe ra khỏi nhà để chuẩn bị cho vợ xuống Gò vấp , anh thương chị , thương cả gia đình bên vợ , không nề hà làm mọi chuyện cho chị vui .

Cả hai anh chị kêu chị bếp dặn dò công việc , khuân ra xe mọi thứ đồ ăn , đồ uống , bánh trái , trà rượu chuẩn bị cho lễ đón dâu , đã mua từ mấy hôm trước , không quên thùng bát đĩa tô chén và ly tách cùng mấy chiếc khăn trải bàn , mấy bình hoa, chút nữa ghé chợ mua hoa tươi là xong .

Chị Hai biết ba me và các em mới từ Đà lạt về , chưa có gì gọi là ổn định , làm sao mà lo được cho đàng hoàng tươm tất nên đã dặn dò chú thím Tư lo trang hoàng nhà cửa , treo tấm bảng Vu Quy kết viền bông hoa rực rỡ trước cổng nhà . Dù sao chị là chị lớn , phải lo cho các em là đúng thôi , chị Hai và cả anh

Phú đều lấy đó làm vui .

Ngọc Hân cũng vậy , lo cho em gái và vui cùng em gái mà quên cả những chuyện buồn của mình đã và đang dồn dập xảy đến với nàng trong những ngày qua , tạm quên cả niềm hy vọng mỏng manh khi thoáng nhìn ra hình bóng Việt vụt qua nhanh trong tầm mắt nàng mấy ngày trước đây .

Đúng là anh đó phải không và có gặp lại được anh nữa không ?.

Mọi việc rồi cũng qua nhanh , Hân theo đoàn người rước dâu đến nhà Đức đến khoảng 3 giờ chiều mới xong, nàng quay trở về nhà để cùng với chú thím Tư dọn dẹp nhà cửa , thím nói :

-Lâu lắm rồi ở xóm này mới có ngày vui vậy đó , rồi khi nào tới phiên cô Hân đám cưới đây ?.

-Sắp rồi đó thím Tư à , Hân chúm môi trả lời , em gái lấy chồng trước , tui cũng nôn lắm chớ bộ .

Chú thím cùng cười vang , ông bà Vinh cũng cười theo, lâu rồi, đúng là lâu rồi mới thấy ông Vinh nở nụ cười trên môi , Hân cảm thấy hạnh phúc đang đến gần với nàng , những nỗi vui hình như cũng đang sắp bước tới trong đời nàng , như một niềm an ủi dù có hơi chút muộn màng .

Buổi chiều đến sớm , sau khoảng một tiếng nghỉ mệt, Hân thấy đã khỏe lại đôi chút , nàng đứng trước tủ gương trang điểm sơ sài , mặc lại chiếc áo dài phù dâu màu hồng nhạt mà chị

Hai đã may từ mấy hôm trước rồi ngắm mình trong gương .

-Con ốm đi nhiều quá , tiếng bà Vinh vang lên từ phía sau khiến Hân giật mình quay lại , con xong chưa , mấy giờ thì mình đi ?.

Hân thảng thốt nhận ra là mình thực sự đã gầy đi rất nhiều, và đang cảm thấy chiếc áo dài hôm nay sao mặc vào lại quá rộng với nàng . Đắn đo một lúc , Hân mở tủ , chọn một chiếc áo đầm màu tím than thay cho chiếc áo dài , cũng là chị Hai mới may xong .

-Chị Hai nói anh chị sẽ xuống đón lúc sáu giờ , Hân trả lời mẹ, me sửa soạn xong rồi thìra ngoài chờ con thay áo rồi mình đi .

Bà Vinh gọi chị Tư lên dặn dò chị coi sóc cho ông Vinh , cho ông ăn và uống thuốc , rồi mới yên tâm cùng Hân đi ra cổng .

Anh chị Hai Phú và mấy đứa con trên xe nói cười ríu rít , Hân cũng cảm thấy vui , thấy mình thật may mắn có được một gia đình lúc nào cũng tràn đầy vẻ đầm ấm . Chợt anh Hai lên tiếng :

-Chừng nào dì Hân lấy chồng chắc sẽ còn vui hơn nữa .

-Cám ơn anh Hai , Hân đáp , em cũng mong tới lúc đó lắm chứ bộ .

Thoáng một chút nghĩ ngợi , Hân nói tiếp với vẻ mặt buồn buồn mà giọng nói thì cố làm như đang vui lắm nhưng vẫn không dấu được nét ngậm ngùi :

-Làm phù dâu miết , chắc em ế mất rồi .

Chị Hai cười :" Con nhỏ này , làm gì có chuyện đó , chưa tới lúc thôi mà ", bà Vinh tiếp :"Con gái , không được nói bậy, con còn nhớ có bao nhiêu người đòi cưới con không ? " , Hân cười nói :" Con không nhớ ".

Xe đến nơi , hình như còn hơi sớm , Hân thấy Đức và Bích Hiền đứng đón khách mời ở cửa nhà hàng , vẻ hạnh phúc tràn đầy trên nét mặt , nàng thực sự cảm thấy vui lây . Đức lễ phép chào :

-Mời me với các anh chị vào trong ngồi nghỉ , chắc là tám giờ mới bắt đầu được.

Bà Vinh và gia đình anh chị Hai cùng Hân được đưa đến bàn phía trên , anh chị Hợp và mấy đứa con đã ngồi sẵn đó , mấy đứa nhỏ gặp nhau nói cười ríu rít .Cả nhà mừng vui đoàn tụ , Hân nghẹn ngào thầm nghĩ," nếu có anh nữa thì vui biết bao ".

Bỗng Hân nhìn thấy Đức bước vào , đi nhanh về phía nàng , anh ta vội vàng nói :

-Tôi xin lỗi chị , có người nhờ tôi đưa cái này cho chị , mà vì lu bu quá nên quên mất .

Đức lấy trong túi áo một phong thư đưa cho Hân rồi lại quay bước ra cửa . Thốt nhiên , Hân nghe tim mình đập mạnh liên tiếp , linh cảm đến một việc gì đó sắp đến sẽ làm thay đổi cả cuộc đời nàng .

Cầm phong thư , Hân run rẩy mở ra và đọc , ánh đèn từ xa hắt trên lá thư rực rỡ như ngàn ánh sao trời giữa một đêm mùa thu .

"Em yêu ,

"Em có mang về cho anh cành hoa đào mà anh đã bỏ quên ở "Đà lạt hơn hai năm trước đây không ?.

"Anh vô cùng xin lỗi em vì đã không đem theo chúng bên mình "trong những ngày tháng qua với rất nhiều lý do , mà những lý do đó "đến rồi đi rất bất ngờ và rất nhanh mà anh không thể biết trước "được mà cũng không thể nghĩ được hậuquả ra sao .

"Cũng bởi anh quá trân trọng tình yêu của chúng ta nên đã có "những suy nghĩ không đúng về tình yêu đó , tất cả đã khiến em phải "chịu quá nhiều khổ đau và anh thì đã có quá nhiều dằn vặt .

"Anh cám ơn ngày hôm nay , nếu đây chính là ngày anh được "em tha lỗi và được gặp lại em .

"Bởi vì bây giờ anh đang ở đây , rất gần bên em . . .

Hân thảng thốt , ngơ ngác vùng đứng lên, với lá thư còn trong tay

, nàng bước đi như người đang mơ ngủ , đưa mắt nhìn ngược nhìn xuôi , "Anh Việt , anh đang ở đâu , anh có đang thấy em đang đi tìm anh không, anh biến đi đâu mấy năm rồi , em ra lệnh cho anh phải mau ra đây với em , anh ác lắm , em ghét anh em ghét anh . . . em khóc cho anh coi".

-Anh đây , anh đây .

Việt đứng sau lưng Hân tự bao giờ , đưa tay ôm trọn đôi bờ vai nhỏ nhắn của nàng .

-Đừng khóc , anh sẽ không bao giờ biến mất nữa đâu .

Hân vụt quay lại , sững sờ nhìn Việt đứng trước mặt :

-Là Anh thật rồi ? , sao Anh ốm quá vậy ?.

Hân ngắm nhìn Việt một hồi lâu , run rẩy và chậm chạp quàng hai tay ôm lấy chàng , vòng tay từ từ xiết chặt lại tưởng chừng như nếu nàng buông ra thì Việt sẽ lại tan biến đi như những giọt sương mai .

-Em không khóc , em không khóc .

Hân nói vậy nhưng đôi mắt chợt nhoà đi , nàng không còn thấy gì nữa ngoài một khung trời rộng có ánh sáng chói loà màu hồng tươi và rực rỡ vàng lóng lánh của những bông hoa đào, những đoá dã quỳ của Đà lạt năm xưa .

-Em cũng ốm đi nhiều quá .

. . .

Họ đã gặp lại nhau như vậy đó , sau hơn hai năm xa cách .

Tôi chỉ là một người bạn trong số những bạn bè của họ , xin là chứng nhân cho cuộc tình này .

Tới đây thôi , còn chuyện sau này là chuyện riêng của họ .

25.

Sau đám cưới của Bích Hiền , Việt đưa Hân về căn nhà cũ nơi con hẻm nhỏ bên hông chợ Phú Nhuận , chàng nói :

-Nơi đây là thời thơ ấu của anh , nơi anh đã có rất nhiều những kỷ niệm và dấu vết của mọi khúc quanh trong cuộc đời anh .

-Em đi tìm căn nhà này lâu lắm rồi , bây giờ mới được gặp .

Việt thầm thì bên tai Hân , " Cám ơn em , đúng là em rồi, em không hề thay đổi ", rồi chàng vuốt tóc và ôm đầu người yêu, nồng nàn hôn lên đôi môi hồng màu hoa đào .

-Em có còn giận anh không ? .

Hân xúng xính trong chiếc áo thung và chiếc quần pyjama của Hoạt , bước ra từ khung cửa buồng xuống nhà dưới , cột lại mái tóc dài lên cao , dưới ánh đèn lộ ra ngấn cổ cao và trắng ngần như màu sữa .

-Không giận , không giận . . . nhưng chỉ là không ưa và ghét anh nhiều lắm .

-Nếu không ưa thì tại sao còn theo anh đến đây làm chi ? .

-Vì em là em , là Ngọc Hân đó anh biết không , em biết và hiểu tất cả những gì anh nghĩ trong đầu , cho nên từ nay em sẽ không để mất anh được nữa đâu .

Việt cười , Hân cũng cười vui , giống như họ chưa bao giờ được vui như vậy , rồi họ lại hôn nhau say đắm , giống như họ chưa bao giờ được hôn nhau như thế .

-Anh có biết em yêu anh nhiều lắm không ?, Hân hỏi .

-Anh không biết là nhiều như thế nào , nhưng anh có thể cảm nhận được .

Im lặng hồi lâu , Việt thầm thì bên tai Hân :

-Chỉ một chút nữa là anh mất em rồi , phải không ?

-Dượng Đức nói cho anh biết hết rồi phải không ?, Em xin lỗi , thực lòng em không muốn như vậy đâu , em không biết tại sao nữa , nhưng cũng tại anh một phần , đúng không ? , rất may là em đã thoát ra được .

Rồi lại im lặng , Việt bồi hồi nhớ lại khoảng thời gian hơn hai năm trước , khi chàng vừa đặt chân xuống Pleiku , đến những trăn trở của nỗi nhớ , đến những suy tư về cuộc sống và những bất trắc của chiến tranh .Cuối cùng , Việt nồng nàn lên tiếng :

-Em có chịu làm vợ anh không ?, Anh xin em đồng ý để anh sẽ không bao giờ sợ bị mất em nữa .

-Em chịu , em chịu . . . , Em muốn chúng ta mãi bên nhau , không xa rời nữa .

-Làm vợ lính thì khổ lắm .

-Không sao , không sao , cùng lắm là khổ giống như hai năm trước đây thôi mà .

Việt cười :

-Không đơn giản thế đâu , ôi chao , sao em ngây thơ quá .

Hân cũng cười , rồi như chợt nhớ ra điều gì , nàng hỏi :

-Sao Anh không viết thư cho em ?.

Việt ngập ngừng rồi thành thực trả lời :

-Có , Anh có viết , chỉ là không gởi đi mà thôi .

-Tại sao ? , tại sao anh không gởi ?.

Việt mở ngăn bàn , lấy ra hai phong thư đưa cho Hân:

-Lúc đó , Anh chỉ nghĩ rằng . . . , tại vì . . .

Hân nhìn thẳng vào mắt Việt rồi nghiêm giọng :

-Anh đừng nói nữa , anh còn giữ không , đưa cho em coi .

Hân cầm hai phong thư đã hơi ngả màu cỏ úa , mở ra đọc ,lâu chừng đến hơn nửa tiếng đồng hồ sau thì những hàng chữ nhoè dần qua màng nước mắt .

Việt nhìn Hân đọc thư và như định muốn nói gì đó , Hân xua tay nói :

-Bây giờ , coi như anh đã gởi và em đã nhận được đã đọc rồi, anh không cần giải thích nữa , em hiểu , em hiểu mà . . .

Cứ thế , cho đến quá nửa đêm .

Hân từ từ chìm dần trong giấc ngủ trong vòng tay người yêu , giấc ngủ đầu tiên của hạnh phúc sau những tháng ngày buồn bã qua đi với những thất vọng và biết bao khổ đau đồng thời cũng ngập tràn hy vọng của tình yêu thuở ban đầu .

Việt nằm nghiêng , chăm chú nhìn nàng ngủ , Hân đẹp lắm , dịu dàng và mong manh , như sương như khói , vẻ mặt thơ ngây như một bé gái dại khờ .

Việt bỗng chợt thấy nàng mỉm cười , chàng nghĩ thầm :“ cô ấy mơ thấy gì mà vui vậy không biết nữa “ , trong cơn mơ đó của Hân, chàng nghe tiếng nàng thầm thì :

-Đúng mà , đúng là anh rồi .

Buổi sáng mùa thu Sài gòn lúc này đối với Hân đẹp vô cùng , trời chỉ hơi lạnh và nắng thì trong vắt như thủy tinh , Việt nói :

-Mình đi ăn sáng rồi anh đưa em về nhà , anh muốn được chào ba me của em và xin lỗi hai bác, sau đó anh đưa em về gặp Mẹ và chị Hiếu .

-Xin lỗi gì ?.

-Vì anh đã để cho con gái của hai bác cô đơn , đau khổ suốt hơn hai năm qua mà không nói một tiếng nào .

-Anh cải lương quá ,nhưng ăn sáng đã , em đói bụng rồi, ăn xong rồi mình cùng về cho ba me em khỏi lo , Hân đáp trong tiếng cười dòn , không dấu được nét vui mừng .

-Đêm hôm qua , lúc đang ngủ em nói gì đó mà anh không
nghe rõ ?.Việt hỏi .

-Em có nói gì trong giấc ngủ sao ?.

Việt cười “ có mà “ . Hân nói “ vậy để khi nào em nhớ lại sẽ cho anh biết em nói gì “.

Việt đưa Hân đến quán phở quen đầu chợ ,khi hai người
ăn xong , chàng hỏi “ em ăn phởcó thấy ngon không ?”, Hân vừa gật đầu vừa nói “ ngon lắm , không thể có tô phở nào ngon hơnđâu , Anh tin không ? “.

Việt chỉ nhìn nàng, gật đầu và mỉm cười .

-Em đang nghĩ gì đó ?, Việt hỏi .

-Em đang lo , không biết chút nữa gặp Mẹ , sẽ ra sao .

. . . .

Để tôi kể thêm cho các bạn chút nữa

Việt chờ đến sau khi mãn tang ông Phán , mới xin phép Mẹ làm đám cưới với Ngọc Hân . . . chỉ hơn một tháng sau , họ lại phải xa cách nhau vì Việt cùng chung số phận với bao nhiêu người lính khác , nổi trôi theo mệnh nước , phải lên đường đi trình diện và vào tù . . . cho đến gần 6 năm sau .

Ngọc Hân , một lần nữa , giống như bao nhiêu người vợ lính khác , tiếp tục đợi chờ , đến khi Việt trở về . . . ., họ sống với nhau , khó khăn , chật vật như hầu hết những gia đình người lính khác , 6 năm sau nữa thì bé Beau ra đời , thêm vào nỗi vui hạnh phúc của họ . . .

ĐÓNG

-A lô ... , tôi xin lỗi , cho hỏi đây có phải số điện thoại của anh Việt không ?.

-Dạ đúng rồi , tôi đây , xin lỗi ai đang gọi tôi đó ?.

-Tôi là Bắc đây , ông có nhớ tôi không ?.

. . . .

Việt nói với Ngọc Hân :

-Em còn nhớ , có lần anh đã kể cho em nghe thời gian anh công tác ở Rạch Dừa , anh Bắc là người cùng công tác với anh ở đó , sau khi anh về lại Sai gon thì không còn liên lạc lại được nữa , vì đơn vị của Bắc khá xa Sai gon .

-Em nhớ , hình như có liên quan đến một cô gái đẹp, phải không anh ?

Việt phì cười , " đúng rồi , cô ấy tên là Phượng , bây giờ chính là vợ của anh Bắc đó ".

-Anh nói cô ấy không nói được mà ?.

Việt gật đầu :

-Gia đình anh Bắc đã đưa Phượng về Saigon , nhờ một người bạn của ba anh ấy là bác sĩ ở Bệnh viện Vì Dân để chữa trị , sau đó , theo như anh ấy nói thì cô ấy đã khỏi bệnh và nói lại được như bình thường , Việt ngậm ngùi nói tiếp , nhưng cũng phải mất một thời gian khá lâu và rất nhiều công chạy chữa .

-Chuyện tình của hai người này chắc là đẹp lắm , phải không anh ? , nhưng cô ấy bị mắc bệnh gì ?.

-Anh Bắc chỉ kể sơ rằng , đó là một chứng bệnh về tâm lý khi bị ức chế , Phượng vì giận người mẹ đã ly dị cha cô lúc ônglàm ăn thất bại , bỏ lại hai anh em cho chồng nuôi rồi đi mất luôn, còn chuyện tình của họ thì anh chưa rõ lắm , nhưng chắc như em nói , có lẽ là đẹp vì nó có hậu , em nhỉ ?.

. . . .

-Còn ông anh vợ của cậu , anh Thìn đó , bây giờ ra sao ?

-Sau khi ba của anh Thìn và Phượng qua đời lúc tôi vừa ở tù về thì anh ấy giao Phượng lại cho tôi , rồi hai vợ chồng tìm cách đi vượt biên , nhưng sau hai , ba lần thất bại thì đành ở lại Vũng Tàu tiếp tục làm ăn , cho tới nay luôn , bây giờ cũng khá ổn định , chấp nhận số phận và cuộc sống hiện tại bên người vợ hiền cùng hai người con trai và cô con gái út .

Việt bỗng nhớ lại bao nhiêu là kỷ niệm với Thìn , người bạn ngang tàng này từ khi còn học chung Trường , chung lớp cho đến khi lên Đại học mới chia tay , rồi gặp lại ở Pleiku , rồi ở Vũng Tàu ; đến nay con người này vẫn không hề thay đổi .

. . . .

-Anh Bắc có bị đi cải tạo , em quên , đi ở tù như anh không ?, Hân hỏi .

-Có chứ , Việt vừa cười vừa trả lời vợ , anh ấy bị bắt trên đường di tản về phía nam , ở tù đến sáu năm rồi cùng Phượng đi H.O trước mình một năm cùng với hai đứa con , nay đã khá lắm rồi . Anh ấy gửi lời hỏi thăm em , mời mình đến mùa hè này , anh xin nghỉ phép thường niên để qua bên đó chơi .

-Hình như cô Phượng đó thích anh chứ không phải anh Bắc , Hân nhìn chồng , nheo mắt cười .

Việt gật đầu nhẹ , cười theo :

-Cũng có chút chút , nhưng chỉ lúc đầu thôi , sau đó anh nhờ anh Bắc thường xuyên đến an ủi cô bé , rồi tình yêu của họ nảy nở từ lúc nào không biết , nhưng dù sao Bắc đã thích Phượng ngay lần đầu mới gặp dù đã biết cô bé ấy bị câm .

-Chắc là Phượng đã cảm kích tấm chân tình của bạn anh nhiều lắm nên mới siêu lòng phải không anh ?.

-Em nghĩ đúng rồi , nhất là sau khi công tác ở Rạch Dừa xong , Bắc về nhà liền nói với gia đình mọi chuyện , gia đình họ cho người chị lớn của Bắc đang ở Sài gòn , xuống Vũng Tàu gặp mặt và chăm lo cho Phượng rồi đem cô bé về chữa bệnh .

-Đúng là tình yêu phải không anh ?.

-Anh nhớ tới câu nhạc " ta gặp nhau yêu chẳng hạn kỳ ", giống như chuyện của Anh và Em vậy đó. Hân bất ngờ hỏi :

-Còn có cô gái nào khác thích anh mà yêu anh chẳng hạn kỳ không ?, anh nói thiệt đi .

-Cũng có , mà thôi , anh sẽ không nói cho em biết đâu .

-Em biết , có cô gái mà chị Hiếu muốn làm mai cho anh đó , mẹ kể cho em nghe hết rồi , mẹ còn kể nhiều lắm nữa kìa .

-Hồi nào ?.

-Hồi Em lên thăm mẹ trong thời gian anh đi công tác ở Cần Thơ đó .

-Hóa ra là vì chuyện đó mà em âm thầm bỏ về Đà lạt với Me , rồi gặp lại ông sĩ quan nào đó , hình như là tên là Trác phải không ? , lúc đó anh vừa phải làm việc vừa phải chạy khắp nơi tìm em, cuối cùng anh phải nhờ chị Hai và cả chị Thảo nữa , năn nỉ mãi em mới chịu về , đúng không ?.

-Sao anh biết ?.

-Vì Anh gặp lại ông Trác trong tù , anh ta kể lại là chính anh ta đưa em về Sài gòn mà , vì Me lúc ấy chưa bán xong nhà .

-Anh Trác còn nói gì thêm không ?

-Anh ta nói đã rất yêu Em , nhưng biết rằng Em thì không có chút tình ý gì với anh ta hết .

-Gì nữa ?

-Không gì nữa , Anh chỉ cảm ơn anh ta đã đưa Em về Sàigòn rồi thôi.

-Nếu lúc đó em không về , anh có cưới cái cô đó không ? , cô gì nhỉ , em nhớ rồi , cô Huyền Nga phải không ?.

Trời bỗng đổ mưa ,mưa không ào ạt mà âm thầm rơi , rồi bỗng thêm vào lất phất những bông tuyết đầu mùa đông.

Mưa ở New York khác hẳn những cơn mưa nơi quê nhà, lúc nào cũng lạnh rát và dường như rất vô tình khi những giọt mưa như những ngọn roi vỗ trên da mặt không biết tiếc thương , và không một chút ấm áp tình người . Hân nheo mắt cười :

-Anh coi chừng , còn nhiều chuyên nữa mẹ kể cho em nghe về anh lúc anh đi cải tạo , à không , đi ở tù nữa kìa .

Rất dịu dàng , Việt nói :

-Thôi , mình không nhắc lại mấy chuyện đó nữa , anh nhớ hình như chủ nhật này mình có hẹn qua bên nhà chị Hiếu để gói bánh chưng Tết cúng Ông Bà phải không em ?.

-Đúng rồi , vậy là sắp sửa qua sáu năm rồi , anh nhỉ ?

-Con mình mười một tuổi rồi đó , nhanh thật , mà cũng sắp đến giờ rồi , em chuẩn bị mặc áo ấm rồi mình cùng đi đón con tan học về.

Nhìn qua khung cửa sổ , Hân nói :

-Tuyết bắt đầu rơi rồi kìa anh .

Hân cười , tiếng cười rộn ràng vui . Giờ đây , bé Beau chính là niềm an ủi , là niềm hạnh phúc , là lẽ sống , là tất cả , cho Việt và cho nàng , sau những tháng năm dài nuôi dưỡng tình yêu với biết bao nước mắt và khổ đau trong nỗi chờ đợi , nhớ mong nhưng tràn đầy tình yêu thương , sau những cách xa muôn trùng nhưng vẫn mãi mãi bên đời nhau .

TUỆ TRUNG

Viết xong ngày 16 tháng 4 năm 2022

Sinh nhật cháu nội Chào thứ 2 , Margot Le

LÂM HẢO DŨNG
Đi Tìm Hương Quá Khứ

Đi tìm hương quá khứ
nhớ một thời rất xưa
cây rừng ươm tiếng thở
tịch nhiên đến vô bờ…

những phù điêu ẩn mật
bên cảnh tượng đời thường
người hòa vai sinh vật
uống chung dòng bi thương

đường vòng cao mấy bậc ?
giữa hằng sa bụi trần
giữa mông mênh chuyển động
đâu nẻo về chân không ?

đi tìm hương quá khứ
trái tim mùa cổ sinh
lấy sao làm mắt biếc
lấy nước để soi hình…

lấy trăng làm ánh sáng
lấy gió chuyển lời kinh
lấy mây đo thời tiết
lấy tâm hướng thần linh…

bản địa những sắc màu
điệu đồng hương đất mới
đền vút thẳng trời cao
Phật cười thay tiếng nói…

đi tìm hương quá khứ
tượng tháp buồn bao dung
tôi từ đâu quá độ ?
giữa ngày mai chập chùng…

những tâm hồn thảo mộc
trong trí tưởng đơn thuần
hạt mầm xanh lúa sớm
trống bập bùng xóm thôn…

tôi tìm hương quá khứ
giữa một ngày nắng reo…

LÂM HẢO DŨNG

Ảnh: Đền Borobudur – Jogja-Java-Indo- 3-2023.
Van-July 29 th- 2023-2 H 23' PM

VÕ VĂN NHƠN

Thầy Nguyễn Văn Sâm - một vài cảm nghĩ

Nửa thế kỷ trước, vào năm 1973, lúc 18 tuổi, tôi ghi danh học Ban Triết của Đại học Văn khoa Sài Gòn, đó là vì mến mộ hai ông thầy tôi được thụ giáo hồi trung học, đó là thầy Trần Thái Đỉnh dạy Pháp văn cho tôi ở lớp 11 trường Thánh Liêm, Hóc Môn và thầy Trần Bích Lan (tức nhà thơ Nguyên Sa) dạy triết ở lớp 12 trường Văn học, Sài Gòn. Chương trình học của năm thứ nhất Ban Triết ngày ấy có hai môn tự chọn là Hán văn và Việt văn. Tôi vốn sợ học chữ Hán nên đăng ký học môn Việt văn. Các thầy dạy Việt văn cho năm thứ nhất ban Triết ngày ấy tôi còn nhớ có thầy Lê Hữu Mục bên Đại học Sư phạm sang và có thầy Nguyễn Văn Sâm. Thầy Sâm lúc đó rất gầy ốm, hình như luôn mặc áo sơ mi trắng.

Sau ngày 30 tháng 4 năm 1975, do những năm đầu trường Đại học Văn khoa chưa đào tạo ngành Triết học nên các sinh viên Ban Triết của chúng tôi phải chuyển sang học văn học, làm người Khoa Văn bất đắc dĩ. Sau khi ra trường, tôi ở lại làm giảng viên của Khoa Ngữ văn, do là người Nam Bộ nên tôi cũng mon men nghiên cứu về văn học Nam Bộ, vì thế nên gặp lại thầy Nguyễn Văn Sâm, mặc dù hai thầy trò rất xa cách về mặt địa lý, bởi vì thầy vốn là một chuyên gia của văn học Đàng Trong, văn học tranh đấu thời kháng chiến chống Pháp với những công trình đến bây giờ vẫn còn giá trị như *Văn chương tranh đấu miền Nam* (1969), Văn học Nam Hà (1971), *Văn chương Nam Bộ và cuộc kháng Pháp* (1972). Đặc biệt sau này khi tôi nghiên cứu văn học Nam Bộ giai đoạn 1945-1954, tôi đã được sự giúp đỡ của thầy rất nhiều về mặt tư liệu. Thầy đã chịu khó scan từng trang tác phẩm của Vũ Anh Khanh, Lý Văn Sâm… để gửi từ Mỹ về cho tôi. Có thể nói nếu không có sự giúp đỡ nhiệt tình của thầy, công trình *Văn học Nam Bộ 1945 – 1954* của tôi và một số đồng nghiệp chắc chắn sẽ khó mà hoàn thành. Khi tôi sang Mỹ thăm thầy, thầy cũng đem hết những tài liệu quý hiếm cho tôi sao chép, trong đó có những tài liệu thầy đã cất công sưu tầm, mua lại từ trong nước, từ nước ngoài như ở Pháp với giá không hề rẻ. Thầy cũng dẫn tôi đi thăm các nhà văn Nguyễn Đình Toàn, Minh Đức Hoài Trinh, Viên Linh, những tên tuổi mà tôi đã đọc từ trước năm 1975 mà mãi khi đến Mỹ mới gặp được.

Mỗi lần về Việt Nam ,thầy đều rủ tôi đi thăm nhiều người trong giới văn học, không chỉ là các nhà văn, dịch giả của miền Nam như Trang Thế Hy, Võ Hòa Khanh, Nguyễn Minh Hoàng… mà còn đi gặp cả các giáo sư ở miền Bắc vào như thầy Hoàng Như Mai, thầy Trần Hữu Tá, bởi vì thầy cho rằng đó có thể là những lần gặp gỡ cuối cùng trong đời. Tiếc là có người đến mấy lần nhưng không gặp được do đã chuyển chỗ ở, như nhà văn Trần Kim

Trắc chẳng hạn. Niềm vui của thầy mỗi lần về nước là đi sưu tầm các truyện Nôm, các tác phẩm của Nam Bộ, một công việc mất rất nhiều thời gian và tốn kém. Thầy chịu khó lặn lội đến các nhà sưu tầm sách, đến các tiệm sách cũ ở đường Trần Nhân Tôn, ở cư xá Bắc Hải… để lục lọi, nhiều khi phải mua lại với giá rất đắt một truyện Nôm xưa, có lúc may mắn reo vui khi mua được một tác phẩm cũ nát của Trương Vĩnh Ký.

Điều đáng quý ở thầy là tình yêu đối với văn học Nam Bộ, tình yêu đối với văn hóa cổ của cha ông. Ngoài việc sáng tác những truyện ngắn đậm chất Nam Bộ, thầy còn là một tấm gương nghiên cứu rất đáng khâm phục. Nhiều tác phẩm chữ Nôm Nam Bộ đã được thầy phiên âm, chú thích rất công phu, từ T*uồng Kim Vân Kiều, tức Truyện Kiều ở Nam Kỳ lục tỉnh* đến các truyện thơ *Tam quốc diễn nghĩa, Sơn Hậu diễn truyện,Trương Ngáo, Thạch Sanh Lý Thông,* tiểu thuyết bằng chữ Nôm đầu tiên Báo ứng nhân quả… Chuyện đời xưa của Trương Vĩnh Ký cũng được thầy cho in lại và chú giải. Truyện thơ viết bằng chữ quốc ngữ *U tình lục, t*ác phẩm đầu tay của Hồ Biểu Chánh, cũng được thầy giới thiệu, chú giải một cách hết sức kỹ càng và ghi lại bằng một cái tên rất gợi cảm là *Kể chuyện tình buồn*. Thầy còn là thành viên Ban Biên Tập Tự Điển *Chữ Nôm Trích Dẫn*, thầy tham gia vào dự án số hóa *Đại Nam quốc âm tự vị* của Huình Tịnh Của, một công cụ rất hữu ích cho những người nghiên cứu và muốn đọc hiểu những tác phẩm xưa cũ. Thầy cũng mở những lớp dạy chữ Nôm tại Viện Việt học ở Little Sài Gòn mà mỗi buổi đi dạy phải lái xe cả một tiếng rưỡi khi tuổi đã cao, học trò thì đủ mọi lứa tuổi, có người tuổi còn thanh niên, có người tuổi không thua gì thầy. Cô Ánh, người bạn đời của thầy do đó đã gọi thầy một cách âu yếm là "Ông đồ già trên đất Mỹ".

Lớn tuổi, nhưng thầy vẫn chịu khó rèn luyện thân thể.

Sáng nào thầy cũng đi bộ, chiều lại đi bơi. Thời gian ở nhà thầy bên Mỹ, sáng sáng tôi cũng đi theo thầy cô đi bộ, nhưng thú thật là còn đuối khi phải cố gắng hết sức mới theo kịp thầy cô. Vì thế, khi nghe tin thầy vào bệnh viện cấp cứu, mà phải chuyển bằng máy bay, tôi đã rất bàng hoàng vì không ngờ thầy lại gặp một vấn đề về sức khỏe đáng lo lắng như vậy. Tôi lạitiếc nuối vì biết thầy còn có rất nhiều công trình đang thực hiện dang dở, như việc nghiên cứu tuồng Công giáo chẳng hạn.

Nên khi nghe cô Ánh báo tin thầy đã được bệnh viện cho về nhà, tôi đã rất vui mừng. Mong thầy sớm bình phục để tiếp tục đam mê của thầy, để hoàn thành những dự định rất tâm huyết cho văn học Nam Bộ, cho văn học dân tộc.

VÕ VĂN NHƠN *Sài Gòn 18/10/2023*
Học trò của thầy

HẠ QUỐC HUY
HUYẾT NGỌC

Mây rồi tan, hư danh rồi tàn. Giang sơn còn thay đổi, hề
chi thân ta vài bước điêu linh dặm đường phiêu giạt

Tình đời như núi. Nghĩa người bạc bẽo như vôi. Dòng
sông xao xuyến con lạch cạn chạnh nhớ bên cát bồi.

Ai còn đứng ngóng nắng chiều phai nhạt môi em
Tất cả chỉ là phù vân mây trắng. Trăng về đỉnh núi ôm
tiếng chim kêu

Con chim thương thảng thốt trong động trầm luân dội
tiếng khóc cười
Nàng khỏa thân vùi thân trên cát nghe thơ ca bay lượn
giữa hư không rộn rã buổi hoàng hôn chưa tắt trong
đám mây kia

Những đám mây không sắc, bay qua bờ cát lở, rơi tiếng
thở dài thành giọt sương mặn trên bầu vú lạnh mùa đông
Thành hồn ma ám chướng dạo chơi tình trường giả dối
điêu ngoa. Kêu con sông. Kêu cái núi. Kêu con suối vũ khúc liên
hoan đổi đại ngàn xanh thẳm một nụ thương yêu
Rồi thành Huyết Ngọc lẫn vào trong đá
Đá bạc đầu non. Ngàn năm sót lại

Ta vỡ những mảnh sắc chọc thủng lưới thù, trả nợ nhân
gian bằng hương sắc bạt ngàn cát bụi

Hành quân tử sinh qua bạt ngàn cát bụi.
Cát bụi tụ thành hoa.
Hoa là nàng. Hoa là em.

Hoa cũng là ta, kết tóc bềnh bồng hào hoa phóng đãng.
Trên hai tay huyết ngọc lấp lánh lung linh reo ca loảng
xoảng thanh âm khiên giáp giáo khua

Hề chi. Ta không nhớ. Buổi gươm cùn. Chỉ kiếm hướng
thành xưa...

HẠ QUỐC HUY

Cali 2023

(trích trong bài HẠ QUỐC HUY TRONG TÙ đăng ngày 9.7.2

HẠ QUỐC HUY

KHỔ NGẬP ĐỜI ANH

1*
Những con đom đóm
Như sao lấp lánh
Lập lòe cô quạnh
Chìm khuất đời anh
2*
Rồi tráng sĩ biến mất
Vì anh là chim
Là gió
Là mây
Bay ngang đời nầy
Để lại tiếng than
3*
Nàng không biết
Sóng tràn qua bao hải lý
Vượt trùng
Thủy chung bờ cát trắng.
Về điểm hẹn
Từ thiên cổ đến cổ độ ngàn sau
4*
Nàng không biết
Tà dương thống khổ,
Quỷ thần đau
Trong mùa dâu bể
Còn ai nghe chuyện kể
Những viên đạn hết đường bay
5*
Nàng không biết
Bạn đường tráng sĩ
Là thiên địa thăng trầm
Chiến mã đồng sinh
Phong trần gió loạn cát đưa
Bốn phương bung bờm ngựa
Hồ thỉ một đường gươm
6*
Em nâng tà hoa bướm
Thăm thẳm nợ tình trường
Anh không biết trăng hoang đường
Sáng bao nhiêu niên đại
Chỉ biết tình nàng
Khổ ngập đời anh

HẠ QUỐC HUY

CHU VƯƠNG MIỆN

1.TẠP LỤC THI

thế sự như diệp đa
hắc như cẩu khẩu
trên bảo
dưới o nghe ?
nhậu quất cần câu
cho chó ăn chè
trảm phụ thế sự
2 tai chưa điếc
nhưng
làm o được
huề
con cò con trai
con cò vừa đi vừa bay
con trai chỉ nằm yên 1 chỗ
thật quá khổ
được bạc thất tình
được tình thua bạc
huề vốn
làm thinh
chỉ là chim
chỉ là bướm
chỉ là thế thôi ?
mà khốn khổ khốn nạn
1 kiếp người
Tôn Ngộ Không
1 tay thiết bảng
1 tay kính chiếu yêu
nam chinh bắc thảo
mệt bở hơi tai
chuyện dài dài

Trư Bát Giới
chỉ ăn uống ngủ
chuyện thiên hạ
chuyện ruồi bu
ngoài tai ?
còn sống còn thở
còn thở còn làm thơ
làm cho chính mình
cho tỉnh o mơ
o cần cho mai sau ?
dòng sông dòng đời
y như nước qua cầu

2.THƠ TẬP LỤC

hết ?
anh nghĩ gì ?
khi đám bụi bay qua
chợt nhớ ra rằng em vốn m.h
anh tới trễ
còn em đứng đó
em sống nhăn răng
mà ngỡ là con ma ?
tóc trắng rồi tóc xanh
sòng đời trôi bất tận
tròn thêm nơi định mệnh
y chim hót trên cành
mới ngày vừa nhú sáng
thoáng đó đã tàn canh
thời gian qua chớp nhoáng
mờ mờ rồi chạng vạng
quá giờ trống canh 3
chưa chợp mắt đã gà
gáy làm xàm ba tiếng
sống mãi đời bận rộn
ta vẫn chả là ta
ngồi lẩm cà lẩm cẩm
tình gần lại tình xa ?

con chó theo chủ tới mãn đời
anh theo em 1 lúc rồi thôi
con chó còn có tình chủ tớ
mình lỡ lơ nhau ? lỡ mất rời ?
em nơi đó còn ta nơi đây ?
2 nơi toàn rặt lá phong đầy
lớp vàng lớp đỏ phơi trên cỏ
mà chỉ 1 loài bông cỏ may
ta ở đây còn em ở đó
sầu đâu ? bốc mãi tại Giang Tây
tràng giang 1 giải chia lắm ngả
mà nước Tiêu Tương cạn thế này ?
3. TẠP LỤC THI
Cụ Nguyễn Bính khóc cụ Nguyễn Du
thăng ở ngoai khóc thằng trong tù
cũng toàn cái nghiệp thơ văn cả
buồn 3 mùa + cộng cả mùa thu
hậu duệ của cụ Tản Đà là ai ?
hậu duệ của củ cụ Hàn Mặc Tử là ai?
kẻ nơi đầu đường kẻ xó chợ
ù ơ nghe tiếng hát u hoài
sống thì cũng o ra là sống
mà chết thì cũng chưa chết ngay ?
hỏi làm gì ? ăn mày
em về quê lấy chồng
anh tu thành chánh quả
chuyện cũ kể là o
ồ con khỉ đành vòng
rồi con khỉ gánh nước
chuyện mãi võ Sơn Đông
cũng toàn là xiệc ?
con nít thì khóc
người già thì cười
vừa khở vừa yêu
tuổi 20
CHU VƯƠNG MIỆN

NGÔ NGUYÊN NGHIỄM
LUẬN VỚI HÀ THÚC SINH
Gác Kiếm Giang Hồ

Định số chẳng thể rời
Muốn vậy sao được vậy
Thất thập cổ lai hy
Quẩn quanh đâu thoát mệnh

Quân tử từ con tàu
Vũ trụ cùng xoay chuyển
Đời người tận không gian
Đắn đo nhập thế sự...

Mang đầy mầm phục sinh
Tận lỗ đen vũ trụ
Mới ươm mầm thiên thu
Bước qua chưa đáo tuế

Nghiệp chẳng đủ trăm năm
Lại muốn rời long trượng
Vổ, suốt đời chưa qua
Dạo núi mình ta, hả?

Chim phượng hoàng ai thấy
Mà lại muốn hoàn nguyên
Kỳ lân chỉ huyền thoại
Họa còn một văn nhân

Xưa sách có mỹ nữ
Giờ đất nước sơ hoang
Sao tổ tiên ngậm được
Nụ cười dưới cửu tuyền!

Cuộc đời nhiều trận chiến
Mỗi thời mỗi khác xa
Tâm địa như lục lạc
Rung hoài giữa phong ba

Thế gian còn bao người
Bạn hiền trong chiến loạn
Cứ một trăm năm qua
Sót bao nhiêu nhân cách?

Nỗi đau của thế nhân
Ngoài sinh lão bệnh tử
Còn có trí tuệ người
Cài thành hoa bất tử

Trong hố đen vũ trụ
Thời gian ngừng thiên thu
Ngàn năm sau, thoát khỏi
Mới hay đời vẫn xoay

Thiên hà dù biến thể
Vô lượng cát bụi bay
Nhưng một mình dạo núi
Ấn chứng làm sao phai?

Quân tử rời con tàu
Muốn trở về cố xứ
Cờ bỏ lại ai đây
Mà mài gươm dưới nguyệt?

NGÔ NGUYÊN NGHIỄM
Thư trang Quang Hạnh,
Trưa 29/03/2019

NGÔ NGUYÊN NGHIỄM

GIỮA BỜ SINH TỬ, HÁT KHÚC THIỀN CA

(24 khúc Thiền ca,
tặng một Thiền sinh lữ hành vào 6 cửa)

Từng sát na vô nhiễm
Bỗng rực rỡ trang nghiêm
Thân tâm cõi vô lượng
Thoát bến bờ khói sương

Từng lệ hồng hạnh ngộ
Thanh thoát giọt giọt hương
Rơi nhẹ nhàng vai áo
Hành giả, khách lưu phương

Quang quả trong cát bụi
Hội tụ giữa đất trời
Ngàn xưa như chiếc bóng
Có-không, mà đầy vơi?

Trong mỗi đợt sóng vỗ
Chiếc thuyền nan quay về
Giữa biển khơi đưa đẩy
Giày rơm đạp cơn mê

Hàng hàng bông vạn thọ
Hé ngàn mắt ngàn tay
Tinh quang khe khẽ gọi
Chiếu trăm miền đóa mây

Hoa vô ưu vàng ối
Lững thững nở bên tai
Thầm thì giọt mật pháp
Hành giả nghiêng đầy vai…

Mười phương trời rúng động
Hiển thánh giữa mây hồng
Lại giọt giọt phủ xuống
Đầm đìa ướt bình minh

Ô hay, kinh vừa niệm
Làm thức giấc đất đai
Đốn ngộ trên sắc áo
Khiến mình vàng Như Lai

Muôn câu kệ loang loáng
Khép kín giữa dòng thơ
Khiến thảo am bát ngát
Tình khúc bóng kinh xưa…

Có một người thao thức
Dưới vầng trăng nguyên sơ
Chấp tay soi nhân dạng
Mênh mông một cõi về!

Giọt hồng chung khép lại
Bên cánh cửa vô sinh
Một mùi hương bay lạc
Từ thượng cổ giọt kinh…

Cuộc hóa thân bao kiếp
Ảo diệu suốt đường dài
Ngưu đồ soi dưới nến
Vào chợ thõng đôi tay…

Thì ra, đời vô lượng
Phút chốc giữa bến bờ
Diệu pháp vừa phổ hiện
Trôi giữa khúc Thiền ca

Chợt miên man tâm thức
Bên ngọn gió giao mùa
Có bóng nghiêng hành giả
Ngồi lay động đường tu!

Xôn xao lời hoa cỏ
Rải đầy gót bản lai
Giữa hình hài cát bụi
Khác gì gió thoảng bay

Ừm, càn khôn xanh mướt
Khép mở kiếp tử sinh
Pháp thoại như tuế nguyệt
Áo mây ướt màu sương

Cội nguồn, đã mở cửa
Ngày tháng cũng vô cùng
Ngửa tay đón pháp giới
Hoa cỏ ngàn dung nhan

Đành dựa lưng bóng tối
Rong ruổi kiếp trăng ngà
Vỗ nhịp nhàng bình bát
Hát một khúc Thiền ca!

Chỉ mây bay đầu núi
Ngón tay có là trăng
Mà niêm hoa vi tiếu
Rộn ràng kiếp nhân sinh

NGÔ NGUYÊN NGHIỄM
Thư trang Quang Hạnh,
Đêm 23/12/2020

SAN PHI
Ngọn Núi Đào Hoa [2]

Phất phơ trong gió một rừng cánh hồng đào hoa rơi lả tả, mùi hương tinh khiết của hoa đào những cơn gió thoảng dịu nhẹ ngọn tóc bồng bềnh, ta bàng hoàng ngây ngốc có phải chăng là anh?

Một cánh đào hồng khẽ đang mơn man lên từng phiến thịt da, ta chợt nhớ đến khúc tình thơ mà anh đã dệt, từng con chữ vuốt ve rờn rợn, ta nghe dường như trời thêm xanh, như hoa lá biết cười, cho lòng ta ngây dại trong cái chạm huyền ảo của một trời mà tha thiết, mà mong lung sâu trong trái tim …

Những con chữ của anh hoa cỏ biếc bật dậy đi tìm, là tinh hoa là chiếc nôi nuôi dưỡng tâm hồn ta. Mỗi ngày truyền tải tiếng lòng, bộc lộ được những cảm xúc chân thật nhất của nội tâm. Trong đáy mắt sâu luôn chất chứa một nhân hình, ta thiết nghĩ : “ ta yêu anh và anh cũng yêu ta “.

Ông trời thật biết trêu đùa thế gian, ngày ta gặp anh cũng là ngày thu vàng trong nắng, gió ngược hướng về hoa nở muộn xót xa, trong cái cồn cào vuốt ve, mảnh không gian cuồng si trong từng làn hơi thở, không gian hai chiều xa hơn một vầng trăng, thế nhưng lạ lùng trong cái khoảng xa, luồng rung cảm vô hình như mũi tên lao thẳng vào tâm điểm, hương yêu dậy men hút chặt quyến rủ nhau, khát khao cháy bỏng, trong bóng thiên đường từng giây từng phút…

Nắng. Chi(ề)u Ve vuốt nhẹ sâu
Thầm thì…
Cỏ lá xạc xào không gian
Khiến cho ta dại khờ mang
Suy tư. Đan (g) mộng gối chăn thức niềm
Ngày bình minh bên kia đêm
Ngọn sóng thơ biết lục tìm thiết thao
Tình thơ ta kết bện trào
Khảy nồng nàn khúc xé rào.
Hoan mê

Trăng. hương trăng thướt ngọc. kề
Tình bồng. ngọt chuỗi đam mê rực trời
Giọt sương lung linh lên khơi
Giấc sâu mường tượng khúc đời có. nhau.

Ta vẫn không lý giải được tình yêu?
Ta cũng chẳng thể hỏi ông trời phải chăng đang say ngủ.
Anh vẫn thường bảo ta hãy cứ hân thưởng niềm hạnh phúc khôn cùng trong cái mong manh, hãy thì thầm vào tai anh ta cũng vẽ lên bức tranh sống động thiết tha trong cái ảo diệu, trong niềm tin, rồi thế nào cũng vỡ òa trong cái thực tại *mà ta và anh vẫn từng giây nung nấu tan chảy trong nhau* …

Ta tìm được anh tích tắc trong "Tuổi Vàng" *nắng chiều tà hương mật ngọt
Không ngờ…
Không ngờ, cỏ hoa nở rộ thể dậy rực trời Thâm thiển một vùng trời yêu, gió thu đưa về quá khứ, nhớ xuân khi còn non tơ.
Ta ngỡ ngàng ngớ ngẩn…

Ta khóc ngất khi bắt gặp dòng xúc cảm rung lên tràn dâng nỗi nhớ, sung sướng vỡ òa khi ngôn ngữ long lanh sóng tình phảng phất hình ảnh ta …

Ta nhận ra những dâng trào trong anh là nguồn sống mà ta đang thiết tha, mà ta đang tìm kiếm, những âm vang rạo rực cất lên lời thương tận phiến tim người, ta lục tìm những khoảnh khắc hư ảo kỳ diệu một tình yêu

Ta tìm anh giữa chốn người
Đãi vàng trong cát một trời phù vân
Là hư huyễn. giữa…
Hồng trần
Từ lần ***bắt sóng*** *giăng giăng nỗi niềm*
Ánh nhìn len lỏi vào tim
Một hình dung được khắc ghìm tóc tơ

Những vợt hờ trong anh, nó xé toang cả buồng ngực mỏng manh cánh hồng nhan nở muộn màng
*"Người ơi gặp gỡ làm chi".**
Để rồi cái niềm đam mê níu ghì nhớ thương da diết, hai phương trời cách biệt, viễn thưởng bạch vân gian, ta vẫn nghe lá hát lời xanh, ta vẫn nghe gió lộng ngân tiếng sáo thắm tơ lòng

vương trải, ta vẫn ngỡ ngàng nhân ảnh hiện hữu, dáng anh từng đêm thao thức tìm trong cơn ngủ, khuông trăng khóc trên bậc thềm phủ rêu xanh, vẫn đâu đó văng vẳng giọng ấm áp ngọt ngào khiến hồn ta tê tái

Hương vị của tình yêu dòng rung cảm muôn kiếp mềm mại vỡ òa, dòng suối tiên tắm mát lên làn da trần trụi

Đã bao lần anh thì thầm vào tai

" *Cánh Bùa Hoa Anh Đào* ".

Ta gặp nàng là Định mệnh, có phải thế chăng ?

Những cánh đào hồng kết chặt lấy ta, ta như một gã tà huy mộng mị lao vào em, em giam chặt ta muôn kiếp không một lối thoát, những lời lẽ anh, ta như trúng phải bùa thiên " anh dịu dàng nhìn ta với khoảng thinh không xa thẳm mà rằng trong tâm thức"

Ta biết yêu thương tột cùng rồi nếu phải xa anh sẽ đau thương tột độ, thượng đế người khéo an bài ta trong cái trường tình trớ trêu này …

Cánh hồn nhiên phất phơ lạc phương trời nào."

Nhưng… ta vẫn thầm cảm ơn người để ta tìm được anh, để ta cảm nhận được nỗi ngậm ngùi của mặt trời khi mưa những giọt lệ ngoại hôn trở lại, để ta cảm nhận được hương vị của tình yêu sao mà hạnh phúc đến lạ.

Dù biết là mịt mờ như sương khói, như cánh chiều lơ lửng một rừng đồi giữa phong ba, những cánh đào hồng trong khu rừng ngàn dặm đợi chờ bước chân chàng lãng tử.

Khảy đoạn khúc hồng trần!

Đoạn khúc thảo lục trường thiên rực sáng có anh, có ta, tuôn trào nỗi nhớ cuộn tròn ngày đêm để rồi bung tỏa niềm say mê như khúc điệu hoài u lãnh sắt, nỗi bàng hoàng ẩn chứa

Phải không anh?

Khu rừng thập lý đào hoa bất tử một mối tình truyền kiếp trường lai chẩm thượng thiên tình tứ, lãng đãng ẩn chứa tình trời bất diệt, trở lại trong anh trong ta bí ẩn một truyện tình còn vương…

SAN PHI

govap September 25, 2023

SAN PHI
Vẽ Cùng Anh [2]

Nếu chúng mình được thành đôi
Dù… một giây, em chẳng rời xa anh
Em muốn ta như lá cành
Muốn trên lưng cõng tình tang sớm chiều

Hoa hờn nắng nhẹ lướt yêu
Ngọn đồi em vẽ trăng trêu ánh vàng
Vẽ hoàng hôn túp lều tranh
Có em khe khẽ *xếp tràn đang thoa

Em vẽ tình yêu hai ta
Vẽ sợi tơ kết trời hoa loang tình
Vẽ đàn trẻ nhỏ xinh xinh
Thiên đường em vẽ lung linh sắc màu

Nhưng… hai ta cách xa nhau
Phất trần em mượn phép nào sóng đôi
Đêm sương thẳm lại hốc trời
Đài nghiêng tháp. vẽ trang đời có nhau.

SAN PHI
Govap October 13, 2023

SAN PHI
VỌNG THÌ THẦM

Trăng đêm qua thức thâu đêm
Lẩy Hằng. chàng cuội kéo rèm che mây
Lá. cành.
trăng nguyệt trác cài
Dáng.lưng ong bán nguyệt lay lất.
Buồn
Mây đêm qua lẫn vào sương
Hờn ai có giọt nước vương.
Hốc trời
Lạc khuya như dương chơi vơi
Hờn ai bóng rọi thơ lời xa xăm
Đêm qua …
Anh chốn bậc tăm
Để. cho con chữ khóc thầm nhớ mong
Tiếng thơ khuya thả bềnh bồng
Nhờ gió
Gửi khúc tình mênh mông. tình

SAN PHI
Govap September 20, 2023 , 8:30 p.m

SAN PHI
GỌI CÀNH

Vân. mềm cỏ biếc mù sa
Nghe du dương
khúc …
            Thiên hoa dáng kể
Là
đoạn cầm khúc
                        suối
                                    khe
Đá. hồn. rêu phủ màu se sắc
                                    niềm
Vọng. Mảng thiên
                        nhắc hồi âm
Mộc miên mơn mởn tháp nghiêng
                        gọi. cành
Hoa nở rồi
            thấy không
anh
Hương âm
Gọi khẽ tình mênh mông. tình

SAN PHI
Govap / 14sept, 2023

SAN PHI

HƯƠNG YÊU

Lắng nghe hương gió
Vừa chạm sợi dây vô hình.
Sóng giăng đầy mắt thương

Giấc mơ vừa hái …
Cánh hồn nhiên phất phơ
Mật nắng chiều chết lặng

Hương gió phai rụng từng mắt biếc
Hoang sơ đến lặng người
Run rẩy đến chơi vơi…

Tàn bão buốt thịt da
Giọt bắn trúng địa đàng
Vỡ nhành hoa trinh trắng

Chuyện gió cưỡi trăng
Nguyên thủy hồn rêu trỗi dậy
Thả lưới xanh nốt trầm

Lung linh đường mộng
Tay xếp tầng không gian
Ươm hạt trần sáng mơ …

Vệt không gian. Phục sinh!
Có đường mộng lung linh
Cành hoa khô chợt nở

Tận thẳm sâu hốc mắt
Em cúi nhặt nắng chiều
Linh thiêng cánh mật yêu !

SAN PHI

Govap October 12, 20

HÀ NGUYÊN DU

Tưởng thức nụ càn khôn!

1.
Cảm ngọn thu phong khóc
lá ngô đồng mơn nhan
sắc em vương tơ từng sợi thương!!

2.
Lậm từng lời hoa
yêu vang âm khe khẽ bên
đầu dây tưởng em tựa kề vai.

3.
Hãy tìm chính mình sẽ
thấy nụ bình minh nở trên
10 ngón kiêu sa em xinh!!

4.
Là trăng bốn bể sáng
ánh ngọc em toàn khắp soi
ta như đội mão triều thiên …

5.
Em là đóa đào
nguyên nụ đào ru dòng thi
ca ta tỏa lan từng khắc giây!!

6.
Đời sống khác chi ly
rượu thời gian nghiện ngập tu
từng hớp nhanh dốc cạn đời !!

7.
Núi đào hoa núi sa cung
nguyệt tha thiết lụy
Hằng Nga vũ trụ trên môi em!!

8.
Bày biện trước gió
chướng như xây đài trên
cát xót não trạng con dã tràng!!

9.
Thơ nàng tươm nhuỵ
hướng dương nhuỵ tẩm trăng
mật ta say khướt từng hớp trăm năm!

10.
Ngập nhớ tràn
mơ bung tỏa tình yêu
em bốc khói chờ thời uyên ương!!

11.
Chí cả ngựa hoang
quỵ vó bởi khúc xạ
tà ánh rối mắt quá thương tâm!!

12.
Tưởng thức nụ tình hàm
tiếu nụ trăng hôn phối cùng
đỉnh hương càn khôn em ta phiêu!!

HÀ NGUYÊN DU

ƠI! EM LÀ AI

Em … ngó sen thơm trong
đầm thiêng Prei Nokor …
Sen ngát hương trong đẩy vơi reo ca…

Mây lụa giăng và nắng rải
tơ bước em lá me giành
hôn tóc em Công nương !!

Áo trắng chân chim và
sách vở cánh cò thời em
ngây thơ dễ thương đến giờ!!

Em trẻ mãi em không hề
phai như hương phong
lan trên cành cao!!

Ai đắm đuối em cho
thi ca hồ như bất
kham ngón thi từ!??

Ai say em ngất ngưởng như
Men rượu cất lâu
dường quên khui??

Ơi!! Em là ai
và em đến từ cõi
nào qua bao oan khiên nhân gian!!??

HÀ NGUYÊN DU
4h14 PM_ Sep/27_23

HÀ NGUYÊN DU

GIẢI NÉN TÌNH TA

Zip lại tình xa cô
đọng túy...Trăng nâng ly
hoa luỵ mật ngôn tình !!

Bước xiêu tán hoá đường
ray thẳng tắp Em vỡ tràm
vàng vẫn khối nguyên trinh!!

Thoát ngây dại giải phương
trình tuyệt đẳng! Ta tiền thân
là Phật sắp tu thành!!

Giờ ân điển kinh
cầu như linh nghiệm! Đền
tim ta trụ vững một một pho kinh!!

Chỗ hiếu cả những vì
sao sáng rực...Chỗ tình
yêu vòng nguyệt quế lung linh...

Ơi nhân thế chỉ
một lần "đậy nắp" Dù trăm
năm triệu kho mở linh đình!

Ta chỉ tuyên dương tình
yêu cao nhất! Địa cầu quay
trục thái cực chung tình!

Em Ngọc trác bởi
bàn tay Đấng Cả! Ta yêu
em dù tục lụy đảo khuynh!!

Bóng có tối chẳng
hề chi lý tưởng! Biến có
triều biển vẫn rộng tâm linh!!
Ta giải nén kho tàng
em lắm Ngọc! Tình đôi
ta bất tử cõi anh minh!!

HÀ NGUYÊN DU
6h20/Sep 19_23

VẦNG TRĂNG TÌNH YÊU

Anh bay lên trời gom mây bỏ vào túi thơ…
Gỡ xuống trăng vàng gắn vào đôi cánh tay
Bay về khoe cùng em rằng mây với anh là bạn
Mây luôn cùng anh phiêu bồng
phiêu bồng khắp trần gian lao lung!!

Và khoe với em rằng trăng từng
yêu thương đôi mình…
Trăng sáng riêng soi khi tình ta tựa vai kề má…
Anh sẽ dấn thân truy tìm những loài hoa quý nhất…

Hoa quý phải có thật nhiều để anh phủ ngập lên em!
Biến em thành hoa để tôn em là thần tượng thi ca!!
Anh sẽ hát thơ em như bài thánh ca
Anh dụng thơ em như chân ngôn trừ gió quỷ mưa tà!!

Nếu có quyền năng như Thượng Đế
Anh sẽ thổi tắt mặt trời
Anh chỉ chừa lại vầng trăng…
Vầng trăng của tình yêu!

HÀ NGUYÊN DU

HÀ NGUYÊN DU

SAY VỚI CHIÊM BAO

Ngăn sao được
gió trời ngưng thổi lửa ??
Khi em yêu đốt
cháy rụi ta rồi !!
Từng viên đá tĩnh
xây nên thành lũy …
Lên ngôi hoàng
em ngự trị oai nghiêm !!

Lời em thốt
đã nên thiên tình sử !!
Ơi địa đàng
trái cấm ngất ngây say!!

Mưa nhan sắc
đẫm mình
con bướm mộng
Nắng thiên hương
bi lụy kẻ lưu đày !!
Ta phút chốc
khác gì tên Lưu Nguyễn
Ngàn năm về
quê mẹ chẳng còn ai!!

Này em hỡi
đoá thơ tình ngây ngất!!
Em vẫn là
hồn chữ rạng Thi Ca!!
Ta chết đứng
giữa cõi tràn oan khuất!!
Em cứu tinh
ta thành kẻ tái sinh!!

Bờ bến giác thuyền ta sao lờ lững ??
Em yêu ơi!! Đồng cảm
được chi hề??

Ta bóng tối em là trăng
huyễn hoặc!
Ta gươm đàn tráng sĩ
bồng bềnh trôi!!

Lao lung đó có làm ta nhục chí??
Dẫu là chi em vẫn trụ ngôi cao!!
Cây lá khóc
ngàn năm đau cội rễ!!

Hiếu trung nào tồn tại cõi trần nhơ??
Nhân cách đó trên con đường
tam lập.
Em lý nào
Thánh nữ của ta ơi!!

Trăng yểu điệu
cùng em khai ánh sáng
Ta khác gì
sao vỡ trắng nham đau!!
Ta nhắm mắt
bóng hình em
đầy mộng!!
Cho đêm về
ta say với chiêm bao!!

HÀ NGUYÊN DU
7h52' PM. Aug 27/23

CÙNG TRĂNG BÊN SONG CỬA

Ta làm thơ Là ta đi tìm chữ!!
Nào khác chi Lần chuỗi hạt
Tâm kinh!!
Chuỗi nhiệm mầu Nên chữ cũng
diệu linh!!
Hai chữ "yêu em"
Quý hơn nghìn kho báu!!

Ta nâng niu Như trụ gìn
tâm bảo!
Giải thoát nào hơn ta thật sự
yêu nhau??

Từ ngàn xưa Cho đến cả
Ngàn sau
Kết hợp âm dương hải hòa …
vũ trụ …

Chân ,Thiện Mỹ …Tuyệt vời
Ngôi hội tụ!!
Một tình yêu Một Bắc Đẩu
trên cao!!

Nghĩa đẹp nào hơn Hai đứa
Yêu nhau
Được nói thì thào ...
Cùng trăng song cửa!!

HÀ NGUYÊN DU
3h55_Sep/24/23

TÔI PHẢI NÓI YÊU EM ...

Tôi phải nói yêu em khi ngày tận thế đã như gần kề,
Khi 36 quả địa cầu dường đã cùng lúc bung rời
khỏi trục …
Khi mặt trời không tỏa được tia sáng hay ánh nắng!!
Khi biển cả sông ngòi tưởng chừng cạn khô dòng nước
xanh!!
Tôi phải nói yêu em khi Ngài Thượng Đế không chấp
nhận sự phản bội của loài nhân danh là người!!
Khi tỉ tỉ nhân loại trần gian biến thành dã thú xé thịt
nhau!!
Khi văn hóa đạo đức không còn đỏ trong máu con người!!
Khi mọi vật dụng thế giới đều biến thành vũ khí sát thương!!

Tôi phải nói yêu em!!
Nghĩa là tôi không đồng lõa với tội ác!!
Tôi phải nói yêu em ngay tức khắc!!
Bởi vì tôi sợ rằng sáng thức giấc tôi không kịp nói lời
của đỉnh cao đó!!

Tôi nói tôi yêu em!!
Tôi yêu em quá đỗi!!
Tôi phải nói yêu em
Tôi phải nói yêu em khi dòng sống chừng như sắp cạn!!
Chừng như mọi thứ trên đời đều vô nghĩa!!
Khi quyền lực phủ sóng ngộp!!
Khi mỹ học nghệ thuật cũng biến thành xa xỉ!!
Khi nghịch lý luôn là màn đêm tối mịt địa cầu!!
Tôi phải nói yêu em ngay tức khắc!!
Bởi vì tôi sợ rằng sáng thức giấc tôi không kịp nói lời
của đỉnh cao tuyệt vời đó!!
Tôi yêu em…
Tôi yêu em quá đỗi!!

HÀ NGUYÊN DU
Aug 31/23 6h54’ AM

HỚI EM DẤU YÊU

Với cánh tay mỏi
Chơi vơi từng nhịp cầu gãy vụn!!
Chuỗi tán thán đầu ghềnh như lãnh âm khôn xiết!!
Xâu kêu ca cuối bãi gây buốt nhỉ…
Cùng lũ dớn dác kéo theo đám sợ hãi về chung
gốc phi bản!!
Khánh kiệt hết …mùa màng đến
tán tận bến bãi u hờn cúi rạp lâu sậy!!
Em vô tư sáng trăng rằm tình…
Thương nhân gian
Hơn thương mình

Câu chuyện kể nhiều tập về chiến tranh
bao thời chỉ còn như cổ tích vẫn thờ ơ lạnh tiếp hệ!!
Lá hoa cây cỏ trên đường em vẫn xanh nhưng thường
vắng điệu hoan ca như đôi chân chim…

Tuồng bao thế hệ buồn nôn với lắm kịch bản xoá trắng!!
Rõ là thi ca …
như cầm máu mọi vết bỉ ổi tuồng tích!!
Khéo diễn hài cựa quậy hồi kết của đám sâu nằm trong
lá ủ chờ thời phục hoạt vớt vát phút lâm chung!!
Mỉm cười sự lãng vãng khối thừa mứa e a ậm à ậm ực.
Nhếch môi bày vẽ toàn cầu lũ lượt bìm leo!!
Ta viết gì ngàn đời khốn kham cỏ cuội mọc um tùm
chắn lối đàn hặc kẻ khiêm cung!!

Em dệt từng sợi chữ đan áo đa truân hồng nhan ơi
thương quá tải tình thương yêu em!!
Anh bắt thang lên hỏi Trời điều gì anh chờ em để nhịp
tim phải tích tắc theo kim giây đồng hồ sinh sôi oái oăm!!
Ơi nhiệm mầu tình yêu vẫn là song cực
với sức mạnh từ tính vô địch hởi em dấu YÊU

HÀ NGUYÊN DU
6h05 M/ Sep/ 29/2

TRẦN VĂN TÍCH

Maastricht và d'Artagnan

Maastricht là một thành phố thuộc Hoà Lan. Khoảng cách giữa Bonn – nơi tôi đang dưỡng già – và Maastricht là 99 km, từ Bonn đi Maastricht có thể dùng tàu hoả, đi mất 2 giờ rưỡi. Tuy nhiên giờ giấc tàu chạy sang Hoà Lan và từ Hoà Lan trở lại Đức rất bất tiện nên tôi cứ nấn ná mãi không đến Maastricht được.

Nằm trên sông Meuse – tên Hoà Lan là Maas – Maastricht chỉ cách Liège có 30 km và nếu đi từ Liège đến Maastricht bằng ô-tô thì chỉ tốn chừng 40 phút. Cuối tuần lễ vừa qua, vào ngày thứ bảy 23.09.2023, nhân dịp qua Liège, tôi đã đến Maastricht. Vượt qua biên giới Bỉ-Hoà Lan, rong ruổi dọc theo sông Maas, đi qua những rặng núi đá với thành phố Visé, lọt vào vùng đồng bằng đất thấp xứ Niederland, rời biên giới Bỉ-Hoà lan 9 km, cuối cùng rồi tôi cũng đặt chân được đến thành phố mà tôi hằng ao ước viếng thăm vì nơi đây có tượng đồng của d'Artagnan, dựng trong công viên Aldenhofpark.

Năm 1672, Pháp đánh nhau với Hoà Lan. Quân Pháp vây Maastricht và d'Artagnan tham gia chiến dịch công thành. Sáng tinh sương ngày 25.06.1673, trong một trận kịch chiến, d'Artagnan bị một viên đạn súng hoả mai bắn trúng cổ họng và tử trận. Tượng d'Artagnan được dựng lên tại chính nơi được xem là d'Artagnan đã ngã xuống.*

Vụ neuf mars* xảy ra và kháng chiến Việt Minh chống Pháp bùng nổ. Tôi đang học lớp đệ lục Trường Khải Định Huế nhưng phải bỏ học tản cư về làng tạm sống "ẩn cư". Trong làng có ông anh họ đậu díp-lôm và làm thông phán cho nhà đoan Cửa Hàn. Ông anh họ này theo Việt Minh để trở thành "liệt sĩ" ở Tuy Hoà. Tôi qua nhà anh và không ai để ý đến việc tôi lục soạn tủ sách khiêm tốn tiếng Pháp do anh để lại. Tôi vớ được Le Vicomte de Bragelonne, toàn bộ sáu quyển khổ nhỏ, đóng bìa cứng. Tôi mang về nhà mê mẩn đọc chuyện d'Artagnan. Tôi không hề biết rằng Le Vicomte deBragelonne thực ra là tác phẩm sáng tác nhằm tiếp theo Les Trois Mousquetaires và Vingt AnsAprès. Tôi đã chứng kiến cảnh d'Artagnan tử trận ở Maastricht trong tay cầm gậy thống chế Pháp và miệng nói phều phào lời tái ngộ Athos, Porthos cùng lời vĩnh biệt Aramis trước khi tôi có cơ hội đọc về đoạn đời niên thiếu và trung niên của viên sĩ quan ngự lâm quân ngoại khổ. Hai tập truyện dài Les Trois Mousquetaires và Vingt Ans Après tôi chỉ đọc được tại Thư viện Quốc gia, đường Gia Long Sàigòn, vào năm học lớp đệ nhị. Vào một buổi chiều, một đơn vị quân đội Việt Minh hành quân qua làng. Ở thời điểm đó, Vệ quốc quân chỉ có trung đoàn và chưa có đại đoàn (Quân lực Việt Nam Cộng Hoà gọi là sư đoàn). Tiếp đãi đội "lính cụ Hồ" là mẹ tôi. Bà nấu cho họ một nồi khoai lang củ đỏ. Hai ba người chỉ huy đoàn quân, trẻ măng, dáng dấp thư sinh hơn là chiến sĩ, vào ngồi trên bộ xa-lông gỗ gụ ở giữa nhà. Nhìn thấy mấy cuốn truyện tiếng Pháp bày trên bàn, một người bèn hỏi mẹ tôi : "ai đọc các cuốn sách này vậy?". Mẹ đáp : "thưa Anh, em nó đọc", vừa đáp vừa chỉ tôi. Trong ánh mắt những người thanh niên chỉ huy, tôi thấy ánh lên rất rõ tình cảm mến thương thích thú. Một thứ empathie spontanée. Giờ đây ngồi gõ những dòng này, tôi tự hỏi các anh ấy đang làm gì và đang ở đâu.

Khoảng đời niên thiếu của tôi mang nhiều hoài niệm đẹp đẽ liên quan tới bốn địa danh : Lyon, Brest, Maastricht và Ajaccio. Lyon là nơi Thằng nhóc Le Petit Chose Daniel Eyssette sinh sống. Brest là quê hương của cặp tình nhân Yann và Gaud trong Pêcheur d'Islande của Pierre Loti. Maastricht là nơi an nghỉ của d'Artagnan. Đảo Corse là địa bàn hoạt đông của Colomba. Tôi đã có dịp du lãm thành phố Brest và đảo Corse. Tôi đi Brest nhằm thăm viếng vị thầy cũ dạy Y khoa là Giáo sư Nguyễn Hữu. Đứng trên đập đá nhìn ra đại dương, nghe tiếng sóng vỗ vào bờ, ngắm cảnh biển cả mênh mông trước mặt, trí óc tôi quanh quẩn nghĩ đến ngày nào những người ngư phủ câu cá tuyết Yann và Sylvestre vật lộn với giông bão. Đến đảo Corse nhân một chuyến hải hành ghé nhiều thành phố Địa trung hải, tôi đi tìm vết tích người xưa vừa là nguyên mẫu có thực ngoài đời vừa là nhân vật tiểu thuyết hư cấu Colomba của Prosper Mérimée. Tôi còn thiếu hai nới chưa tới được : Maastricht và Lyon. Maastricht tương đối gần Bonn, tôi luôn nuôi hy vọng một ngày nào đó có thể viếng tượng đài d'Artagnan. Lyon thì hơi xa, chẳng biết rồi ra tôi có thể đủ sức làm một chuyến đi chơi dối già thăm Le Petit Chose hay không.

*

Nhiều người ở ngay Hoà Lan chỉ biết công viên Aldenhofpark để đến thăm viếng nhưng không biết là trong công viên này có bức tượng của d'Artagnan.

Chúng tôi diện kiến bức tượng vào khoảng 15 giờ. Tượng đúc bằng đồng đen và đặt trên hai bệ cao, một bệ vuông nằm dưới, một bệ tròn nằm trên. D'Artagnan vận đồng phục quen thuộc của lính ngự lâm, đầu đội mũ rộng vành gắn lông chim, mình mặc áo choàng ngắn và rộng, vai khoác súng hoả mai và tay cầm kiếm tuốt ra khỏi vỏ. Tay đeo găng. Chân mang giày ống cổ cao. Đầu để tóc dài. Râu mép ngang tàng. Râu cằm nhọn. Mắt trừng gửi mộng qua biên giới. Một chiếc găng tay nằm rơi dưới chân. Tác phẩm nghệ thuật phản ảnh được hình tượng nhân vật văn chương của người con dân vùng Gascogne.

TRẦN VĂN TÍCH

PHẠM QUỐC BẢO

Trần Tuấn Kiệt - mấy nhắc nhớ còn sót lại.

Tháng 10 năm 2019, tôi có tới bốn thân hữu của trên dưới sáu mươi năm quen biết, họ đã cùng nhau bỏ ra đi vào cõi vô cùng: Du Tử Lê - Nguyễn Tường Quý - Nguyễn Văn Trung và Trần Tuấn Kiệt. Thời gian ấy, tâm tư xáo trộn, thẫn thờ cả tháng. Chưa bao giờ tôi bị xúc động mạnh đến thế; và dĩ nhiên, chẳng có thể viết ra được một lời nào về họ!

Riêng Trần Tuấn Kiệt thì đặc biệt có khác: Trước đấy và sau này, dù sao tôi cũng đã có dịp để cập tới ở một vài thời điểm nhân tiện nào đó [1].

Thế thôi. Chứ mấy năm nay, mỗi lần tình cờ có sự kiện gì đấy trực tiếp hay gián tiếp nhắc nhớ đến họ, lòng tôi cứ buồn bã khôn nguôi. Thêm nữa, sống được đến từng tuổi tám mươi này, cá nhân tôi thực sự chẳng muốn tự khêu gợi cho mình những nỗi buồn khó chịu kiểu ấy nữa..

*** Một tình cờ - lời thơ cuối giòng.**

Đã sống tại Hoa Kỳ trên bốn chục năm trời, lại còn hành nghề báo chí, thế mà tôi là cá nhân luôn luôn bị bạn hữu chê là một tên 'quê mùa' nhất về lãnh vực xử dụng những phương tiện truyền thông tiên tiến hiện nay:

- Trên ba chục nay rồi, công việc hằng ngày của tôi là chỉ dùng computer hay laptop để viết bài, nhận và trả lời emails..

Và, chỉ thế thôi! Nhóm chuyên viên kỹ thuật ở sở làm có dịp là họ thường gợi ý, sẵn sàng thiết lập cho tôi một website riêng. Về phần cá nhân, nại cớ là sở đã luôn sẵn cả một dàn chuyên viên kỹ thuật giỏi, tôi thấy lười, chẳng muốn biết sâu vào những kỹ thuật máy móc phức tạp làm gì cho mệt! Cũng như cần gì phải thực hiện riêng cho mình thêm thứ gì khác nữa cho bấn bíu. Chả là khi cái máy tính để bàn (desktop) hay chiếc laptop xách tay của tôi chúng có gì trục trặc thì y như rằng tôi chỉ đơn giản là nhờ vả họ tu sửa dùm, một cách 'gọn ơ'!

- Thậm chí đến phương tiện liên lạc bằng điện thoại: Suốt bốn mươi năm tôi chỉ có hai số phôn ở sở và ở nhà. Xong! Đi đâu cần thì dùng điện thoại công cộng, của bạn hữu hay của người đồng hành. Gọn bâng! Nhưng trên hai năm nay, sau khi nghỉ hưu luôn mà chiếc điện thoại nhà lại trục trặc, mấy đứa cháu đứng tên lo dùm cho vợ chồng tôi mỗi người một chiếc điện thoại cầm tay - cell phone. Tôi một mực cũng vẫn chỉ xử dụng những gì thật cần thiết hằng ngày. Như gọi đi - nghe gọi đến và trả lời.

- Vài thập niên nay, khi phương tiện internet áp dụng những khám phá tân tiến của kỹ thuật thì ngành truyền thông phát triển quá nhanh trong bối cảnh toàn cầu hóa. Nhất là biến cố đại dịch Covid-19 xẩy ra đã tạo nên những mặt tiêu cực của xã hội loài người như thảm họa bệnh tật- chết chóc; nhưng mặt khác biến cố này cũng khiến chúng ta nỗ lực vươn lên, tìm đủ phương cách để vượt thoát tai họa. Trong những tiến bộ vượt bực đã thay đổi hẳn sinh hoạt thường ngày của xã hội loài người, như phương cách làm việc tại gia (home office)..., và như mức phát triển của ngành truyền thông xã hội (Social Media). Riêng cá nhân tôi cứ ạch đụi: Ngay cái 'vụ' text, voice mail mà cũng còn loạng quạng sai sót hoài. Huống hồ chi đến những facetime - facebook - twitter - youtube - video ... tôi đều mù tịt, chưa bao giờ bị bó buộc phải tự trực tiếp mầy mò xử dụng cả!

Cách đây độ một tháng, như thường lệ, một anh bạn ở vùng đông - bắc Hoa Kỳ gọi sang thăm hỏi (chúng tôi thường đùa, đó là 'thăm bẫy'). Rồi vốn đã biết rõ cái thói tật 'quê mùa' riêng về lãnh vực internet của tôi, lan man thế nào anh ta nhắc rằng có bài thơ Trần Tuấn Kiệt gửi cho tôi cách đây cũng phải cả mấy năm rồi, có đăng trên một website thân hữu, đọc chưa? Tôi ngớ ra. Cho chắc ăn, anh ấy liền chụp bài thơ gửi sang, gồm cả địa chỉ website ấy :

https://vanngheboston.wordpress.com/2019/10/14/nha-tho-tran-tuan-kiet/

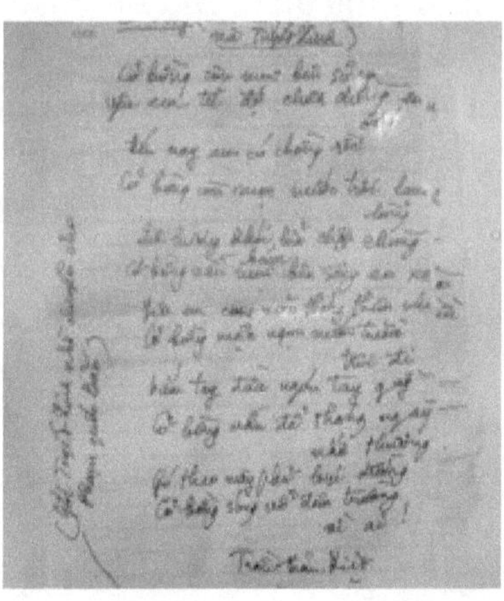

Tôi xin chép nguyên văn ra đây, như một thể hiện gián

tiếp cảm tạ anh bạn kia lẫn các thân hữu văn nghệ chủ trương thực hiện website này.

CỎ BỒNG

(viết tặng Phạm Quốc Bảo và Tuyết Linh)

Cỏ bồng còn mọc bên sông
Yêu em từ độ chưa chồng em ôi!
Đến nay em có chồng rồi
Cỏ bồng còn mọc nước trôi lạnh lùng
Quê hương khói lửa chập chùng
Cỏ hồng vẫn bám bên sông eo xèo
Yêu em năm tháng thêm nhiều
Cỏ bồng mặc ngọn nước triều trôi đi
Bấm tay đầu ngón tay gầy
Cỏ bồng vẫn để tháng ngày nhớ thương.
Gió theo mây phủ bụi đường
Cỏ bồng sóng vỗ đêm trường vì ai !

*Trần Tuấn Kiệt [Gởi Tuyết Linh, nhờ chuyển cho Phạm quốc Bảo]

Tôi đọc mà trong lòng cảm thấy vừa buồn vừa tủi thân, man mác một mình nghĩ ngợi mung lung:

- Đầu tiên là trường hợp chị Tuyết Linh nghe nói cư ngụ ở New York, một thân hữu cố cựu chung của Kiệt với tôi, mà cả bốn năm nay không biết sao đã lại bặt tin tức...

- Bài thơ này Kiệt chọn tiêu đề “Cỏ Bồng” [2] mà nội dung bài thơ lại như diễn tả về một loại ‘bèo giạt’ sống ở dưới sông biển, chứ không bay bổng trên mặt đất, tạo nên một khung cảnh mờ nhạt trong sương ... Thêm nữa, bài thơ này xem ra Kiệt viết ở thời điểm ít nhất là trước khi qua đời. Đến khi Kiệt đã mất hút trong cõi đời này cả mấy năm rồi, tôi mới được đọc nó...

Và theo cá nhân tôi mường tượng, cánh bèo xem ra khá phù hợp với thân phận của Kiệt - chị Tuyết Linh và lẫn cả tôi.. Mà ưu tiên trước nhất vẫn là cảm nhận của Kiệt: Còn bám trụ ở quê nhà nhưng cuộc đời của Kiệt nửa thế kỷ qua cũng vẫn lây lất, luôn phải sống khắc khoải để rồi cuối cùng, ‘tiêu tan’...Thì ra sống ở trong nước hay đâu đó ngoài này đi nữa, thân phận của cả ba chúng tôi xem ra cũng chỉ quay quắt trong tình trạng nổi trôi. Chúng tôi sống vẫn thực đấy, nhưng như sống ở cõi tạm dung.

- Tuy nhiên, cái điều vấn vũ trong lòng khiến tôi xúc động nhất là Kiệt cụ thể ở bài thơ này đã xử dụng toàn những từ ngữ thông dụng, đôi chỗ còn điệp tự nữa. Chữ nghĩa của bài thơ làm như cứ trôi lướt đi trong một niềm cảm xúc nhớ bạn, cùng lúc với thương mình, đầy ắp - lan man...

*** Nhắc nhớ về thuở đã mất hút.**

Đồng thời, giữa tâm trạng ấy, tôi bắt trớn liên tưởng đến cuốn thơ của Kiệt mà cách đây gần bốn năm, anh Thành Tôn [3] đã sao ra tặng lại tôi, như một món quà hiếm quí bất ngờ.

Thành Tôn vốn là một nhà thơ xuất thân từ miền trung, cùng với những Luân Hoán, Trần Dạ Lữ, Thái Tú Hạp, Mường Mán, ... đã từng có thơ đăng trong nguyệt san ĐỐI THOẠI (1966 - 67) do tôi làm chủ nhiệm kiêm chủ bút. Tôi chỉ được biết đến bút danh của họ qua thực tế bằng sự hiện diện thơ của họ.

Bẵng đi cho tới mấy năm cuối thế kỷ 20, không nhớ rõ năm nào, anh Thành Tôn cùng gia đình sang Hoa Kỳ định cư, lúc ấy tôi mới được dịp trực tiếp bắt chặt tay - đối diện tận mặt với anh ở những buổi cà phê ngoài quán quen...; trong ấy, đậm đà nhất là tô mì quảng do chị Thành Tôn chuẩn bị mà tôi được thưởng thức tại nhà của anh chị. Sự kiện này đã khiến tôi nhớ da diết tô mì quảng mà tôi được một lần duy nhất trước đây ngấu nghiến ở cái quán ven đường từ Đà Nẵng vào Hội An năm 1964: Mấy con tôm nhỏ luộc - lột vỏ nhưng vẫn còn cái đuôi..và những miếng bánh đa nướng bóp vụn đầy mặt trên cùng của những cọng bún to bản màu vàng ...

Rồi cũng trong một buổi cùng nhau bù khú cà phê ngoài quán quen ấy, chẳng nhớ rõ là nhân từ chuyện phiếm nào, anh Thành Tôn hỏi tôi:

- Có còn nhớ một bài thơ Trần Tuấn Kiệt đã viết tặng cho anh không?

Ngẩn người ra, tôi nhìn anh mà .. ngọng! Anh cười cười,và cũng im luôn.

Mấy tuần sau gặp lại, anh trao cho tôi bản chụp lại tập thơ Lời Gửi Cây Bông Vải của Trần Tuấn Kiệt. Cuốn thơ được cắt xén đóng gói bao bì thật trau chuốt mà chữ nghĩa trong đó còn khá rõ ràng.., chỉ có điều không phải là nguyên bản thôi!

Về nhà, mở ra nhâm nhi từ bìa, với hình vẽ của Động Đình Hồ [4] rồi cứ thế lướt đọc vào những trang trong. Nào là Kiệt viết tặng họa sĩ Nghiêu Đề bài " Trong Vùng Gió Bụi "(trang 14), " Lên Núi Nhìn Mây với Hồ Đắc Tâm" (trang 32), " Nằm Ngủ Trên Đồi', tặng Bùi Hồng Sĩ (trang 58), "Tìm Chim", tặng Nguyễn Thùy (trang 59); và cùng trang này, bài "Đối Thoại"

, Kiệt tặng tôi. Nguyên văn như sau:

Đối thoại

tặng Phạm Quốc Bảo

Một ngồi dưới bóng cây xanh
Nhớ thương trăng hiện lên nhành xương khô
Đau thương sầu đỏ rừng thu
Dặm về dông gió sương mù hai vai
Ngọn đèn mái tóc rừng thôi
Chưa bao giờ hiện trong đời hoang vu.
[trang 50, tập Lời Gửi Cây Bông Vải, thơ Trần Tuấn Kiệt, Quán Thơ xuất bản 1969]

Năm bài thơ Kiệt viết tên những thân hữu ấy - và đã cho in trong tập thơ này, thuở xưa trên nửa thế kỷ, hiện vẫn còn lưu lại đây...Thế mà trong đấy, bốn thân hữu đã lần lượt ra người thiên cổ - cùng với chính tác giả, là năm! Hiện nay còn lại chỉ có mỗi một mình tôi...

*** Tài hoa đã chín từ đời sống.**

Cho đến bây giờ, ngồi một mình ngoài hiên vắng, vọng nhớ về bạn mình, tôi gợi lại ký ức những mẩu nhỏ lãng đãng do Trần Tuấn Kiệt đã thỉnh thoảng tâm sự kể lại cuộc đời của anh cho nghe. Những mẩu đời ấy chìm lắng đi lâu rồi, cũng đến cả trên dưới sáu chục năm nay; bây giờ tự nhiên trong bồi hồi, tôi hồi tưởng:

- Nếu ký ức của tôi vẫn chưa đến nỗi nhập nhằng, Kiệt sinh năm 1939 ở Sa Đéc, bút hiệu đầu tiên của anh là Sa Giang -Trần Tuấn Kiệt. Hồi nhỏ đã hoang đàng với bọn trẻ chăn trâu dưới quê, học chưa hết những năm tiểu học. Mười mấy tuổi trốn nhà lên Sàigòn, lang thang kiếm sống, từ đánh giấy sang bán báo, rồi duyên may tình cờ được gặp nhà văn Lê Văn Trương lúc cuối đời và được ông nhận làm con dưỡng tử, được cho đi học đến lớp đệ Lục (tức lớp 6 bây giờ). 17 tuổi đã có thơ được chọn đăng trong tạp chí Văn Hóa Ngày Nay của Nhất Linh, rồi được vào làm thành viên của Thi Văn Đoàn Bạch Nga, viết cho tờ Dân Ta và bán nguyệt san Phổ Thông của Nguyễn Vỹ [5].

- Cuối thập niên 1950 hay đầu thập niên 1960 gì đó, Kiệt gặp được một thiếu nữ quê từ vùng cửa Thuận An phiêu bạt vào Sài Gòn kiếm sống. Hai đứa đã đến một ngôi miếu hoang ở vệ đường cùng vái lạy để nên vợ chồng. Chọn ngôi nhà tôn váchmành mành trong một ngõ hẻm từ đường Phan Đình Phùng dẫn vào làm nơi xây dựng tổ ấm. Nhưng đứa con trai đầu lòng sớm yểu mệnh, Kiệt đã viết một mạch tập thơ " Triền Miên Ngâm Khúc", để sau đó được thêm hai đứa con gái là Nhiên và Lùn, rồi lại có một đứa con trai với phụ nữ khác (tôi không nhớ tên) vào vài năm trước Tháng Tư 75.

- Những năm cuối thập niên 1960, tôi đi dạy ở mấy trường trung học tư thục mà chính là Nguyễn Bá Tòng. Nhà của tôi vẫn ở trên đường Võ Di Nguy gần ngã ba Nguyễn Huệ mãi tận vùng Phú Nhuận ngoại thành Sài Gòn, miết từ 1955, lúc mới từ Hà nội di cư vào Nam. Đi dạy học rồi, túi rủng rỉnh mà lại còn độc thân, tôi chung với hai anh bạn giáo sư khác thuê một căn phòng trên lầu hai trong khu Passage d' Eden - nhà sách Xuân Thu; nhưng hai anh bạn này cùng mê chơi mà chược - xì phé, căn phòng thuê chung ấy thường xuyên ồn ào, nên tôi gần như ăn dầm nằm dề tại nhà Kiệt và bù khú liên miên với nhóm bạn văn nghệ. Nhớ có lần ăn nhậu ở nhà hàng Kim Sơn, hết tiền thì lại gặp ngay ông Nguyễn Hùng Trương [6] chủ nhà sách Khai Trí cũng đang tiếp khách ở bàn kế gần đấy, Hoàng Trúc Ly, rồi cả Trần Tuấn Kiệt, bước sang điều đình bằng cách hứa với ông Trương là sẽ trao bản thảo cuốn sách sắp viết, nhưng hiện cần ông ứng trước ngay để có tiền thanh toán bữa tiệc đang dở dang ấy!

- Lại một lần khác tình cờ xáp lại nhau, mà chẳng tên nào còn tiền trong túi, Trần Tuấn Kiệt nổi hứng chủ động rủ cả đám, những Hoàng Trúc Ly - Động Đình Hồ ... và tôi, cùng đến quán cóc trước sân vận động Phan Đình Phùng ngồi uống cà phê. Còn Kiệt bước sang đường vào tòa soạn Bách Khoa. Độ chưa đầy nửa giờ sau, Kiệt đi ra nghiễm nhiên thanh toán tiền cà phê. Hỏi ra mới biết Kiệt vào đấy, ngồi xuống là viết liền ra bài thơ, với yêu cầu nếu chịu đăng thì chi nhuận bút tức thời. Anh Lê Ngộ Châu cứ ngớ người ra... Kiệt chỉ ra cho anh ấy thấy là đang có mấy tên 'ngồi đồng' chờ ở quán cóc bên kia đường!

Viết đến đây, tôi chợt nhớ một cặp lục bát của Trần Tuấn Kiệt:

"Xưa kia ta bước lên đường
gió chiều bay áo - ánh dương thâu mờ".

Và đồng thời, bất giác tôi thấy rằng mình kể lể dài dòng như trên xem ra cũng đã đủ rườm rà rồi. Bây giờ hãy để cho chính Kiệt tâm sự bằng bài thơ vừa mới nẩy ra trong ký ức của tôi:

" Một mai ta đến bên thành
cỏ cây cũng nhớ thương mình ra hoa
vầng trăng - bến ngựa - giang hà
bia thành vách mộ - lòng ta chợt buồn" ./.

Phụ chú:

[1] Chẳng hạn như - "Pleiku trong thơ Trần Tuấn Kiệt"; 28/03/2013 và - "Lệ Thu, mấy liên tưởng chợt hiện" 25/01/2021, trong https://sangtao.org/category/tac-gia/ph%E1%BA%A1m-qu%E1%BB%91c-b%E1%BA%A3o/.

[2] Cỏ bồng: cây cỏ lăn, Tumbleweed, một loại cỏ nhỏ quấn quít nhau thành từng bụi mọc ở những bãi hoang (như ở vùng sa mạc Bắc Mỹ). Mùa hè nóng dài hạn chúng bị khô héo đi, đến thu thì thường bong rễ ra và cuộn tròn lăn theo chiều gió thổi.

[3] Cuốn "Một Đời Thắp Tình", Viễn Xứ xuất bản năm 2022,' sách in ra có để rõ là chỉ 'dành tặng bạn hữu'. Trong cuốn này, 35 tác giả viết về Thành Tôn, đã gọi anh là 'thư viện sống của cả một nền sinh họat văn học - nghệ thuật 20 năm Miền Nam Việt Nam".

[4] Động Đình Hồ là bút danh của nhà thơ - nhà văn - họa sĩ Nguyễn Hữu Nhật (1942-2014). Tôi còn nhớ là độ năm 1967, anh mang lon thiếu úy phục vụ khối CTCT tiểu khu Gia Định...Đến đầu thập niên 1990, anh tái định cư cùng gia đình tại Na Uy và mất ở đấy.

[5] Nguyễn Vỹ (1912 – 1971), nhà văn-nhà thơ-nhà báo. Bộ truyện được nhắc nhở đến nhiều nhất là "Tuấn, chàng trai nước Việt" I & II, nhà xuất bản Triêu Dương, Sàigòn, 1970.

[6] Ông chủ nhà sách Khai Trí nổi tiếng cưng chiều giới viết sách. Ông sẵn sàng ứng trước, gọi là tiền đặt cọc, khi cần. Trên lầu nhà sách của ông luôn chứa đầy những bản thảo đã thanh toán rồi nhưng chưa kịp in thành sách!

Tháng Chín 2023.
PHẠM QUỐC BẢO

BẠCH XUÂN PHẺ

Bạch Xuân Phẻ Translated & Edited by Nguyễn V. Thái

TUỆ SỸ
MƯA CAO NGUYÊN

Một con én một đoạn đường lây lất
Một đêm dài nghe thác đổ trên cao
Ta bước vội qua dòng sông biền biệt
Đợi mưa dầm trong cánh bướm xôn xao

Bóng ma gọi tên người mỗi sáng
Từng ngày qua từng tiếng vu vơ
Mưa xanh lên tóc huyền sương nặng
Trong giấc mơ lá dạt xa bờ

Người đứng mãi giữa lòng sông nhuộm nắng
Kể chuyện gì nơi ngày cũ xa xưa
Con bướm nhỏ đi về trên cánh mỏng
Nhưng về đâu một chiếc lá xa mùa

Năm tháng vẫn như nụ cười trong mộng
Người mãi đi như nước chảy xa nguồn
Bờ bến lạ chút tự tình với bóng
Mây lạc loài ôi tóc cũ nghìn năm

RAIN ON THE HIGHLAND

A swallow is dawdling a part of her path away
Throughout a long night, I listened to the fall cascading from above,
Walked in a hurry across the river that disappeared into nowhere
Waiting for the drenching rain to fall amidst the bustling butterflies.

Spectral shadows are calling people's names at dawn
Each day with vague, unidentified voices
Green rain in a heavy mist is falling on the black hair
In a dream, leaves are drifting far from the shore

He keeps standing in the middle of the sun-drenched river
telling stories of time immemorial
The little butterfly is fluttering back on its thin wings
But whereto, an unseasonal leaf?

Bygone times are still masquerading as smiles in dreams
He keeps going like water leaving its source
Faintly intimate with shadows on alien shores
As forlorn clouds, Oh! Former hair of chiliads of years old.

BẠCH XUÂN PHẺ
Thơ Tuệ Sỹ
Translated by Bạch X. Phẻ
Edited by Nguyễn V. Thái

Bút ký

NGUYỄN NGUYÊN PHƯỢNG

NGƯỜI THẦY ĐẦU TIÊN CỦA TÔI

"Mọi việc bắt đầu từ con người và do con người kết thúc"
- Che Guevara

Lồng lộng và xanh ngăn ngắt bầu trời tuổi thơ. Giờ bạc đầu nên không thôi xôn xao hoài niệm. Vâng, hãy Cho tôi xin một vé trở về (đi) tuổi thơ (Nguyễn Nhật Ánh). Ơi Tuổi thơ…! Ai trong chúng ta chập chững những bước nhỏ nhoi trên mặt đất – cõi người này mà không có một thời tuổi thơ.

Tuổi thơ bay lượn thả trên đồng háo hức chạy đuổi theo con diều biếc ước mơ (Đỗ Trung Quân)… Tuổi thơ mãi chơi, trốn học nên ngán sợ roi đòn

Những ngày trốn học/ Đuổi bướm cầu ao/ Mẹ bắt được…/ Chưa đánh roi nào đã khóc!…(Giang Nam).Và người mẹ trong thơ hẳn đã từng nghiêm dạy con với niềm thẳm sâu kì vọng, con giỏi giang nên người theo phương châm của câu tục ngữ Thương cho roi cho vọt/ Ghét cho ngọt cho bùi.

Câu tục ngữ ấy dường như đã ăn sâu vào nếp nghĩ đa phần của các bậc làm cha làm mẹ, lớp thầy cô đứng lớp của một thời xa (và cả hôm nay nữa). Với tôi nó còn là những lằn roi - yêu thương. Bởi người khai tâm chữ nghĩa đầu đời là Mẹ tôi. Bà cũng là một cô giáo bậc Tiểu học có tiếng dạy hay, nghiêm khắc ở Phú Nhuận, quanh vùng thường gọi - Cô giáo Bông.

Học cùng lớp Năm (lớp Một) là người em cô cậu ruột. Cậu tôi một viên chức thường xuyên xa nhà nên gởi Hùng, đứa con đầu sinh cùng năm Tân Mão với tôi cho mẹ tôi nuôi dạy. Giờ đã xa lăng lắc trong chốn dâu bể trần gian nhưng bóng hàng điệp ở thành Quân cụ Gò Vấp vẫn mát rượi vòm trời tuổi thơ tôi. Nơi ấy ở hiên trước căn hộ dành cho lính thợ gia đình tôi ở, một tấm bảng đen một mét vuông được treo ngay ngắn. Mẹ dùng để luyện chữ, dạy Toán cho chúng tôi những buổi ngoài giờ lên lớp. Mỗi lần viết bảng, Hùng được khen nhiều vì chữ đẹp, còn tôi nhận mấy chiếc thước kẻ do chữ viết quá xấu! (Sau này, với hoa tay trời phú đó, Hùng vẽ tranh, vẽ chân dung cả bảng hiệu quãng cáo…). Với mẹ, chữ viết là tính người, nết người dù chưa hề biết đến Thư pháp vì bà vào ngành sư phạm chọn nghiệp dạy chữ, dạy người sau khi lấy bằng Primaires – Sơ học của Pháp thời trước năm mười bảy tuổi.

Những con chữ đầu của bảng mẫu Alphabet a, b, c, những dòng chữ trên trang vở tôi phải gò nét trên các đường kẻ ô ly bằng ngòi bút lá tre, lá vông chấm mực tím. Màu mực có khi thành vết trên tay, trên mặt và cả áo. (Cũng là màu mực tím tình thư của tuổi dậy thì gợi cảm hứng cho nhà thơ Nguyên Sa viết những câu thơ lưu danh trong dòng thơ lãng mạn… Sợ thư tình không đủ nghĩa yêu đương/ Tôi thay mực cho vừa màu áo tím đây chăng?).

Nhưng chúng có nằm trọn vào khuôn định đâu, không nét này thì nét kia cứ trườn, lượn ra ngoài. Thế là tôi phải ăn thước kẻ của mẹ. Tập đi, viết lại không thể tính đếm số lần miễn sao cho đẹp, cho đúng đủ nét mỗi chữ theo hàng chữ mẫu của mẹ ra đề bài trong vở, trên bảng đen. Hàng chữ mẫu của mẹ viết (cả những thầy cô giáo tôi theo học bậc Tiểu học sau này) được nắn nót như khắc như in. Chữ trên vở của thằng em cứ như sao lại không sai một nét nào và trở thành mẫu so sánh. Mẹ buộc tôi phải gắng theo cho bằng, cho kịp. Vậy mà vở viết của tôi ai nhìn thấy hẳn sẽ đoán theo ngành Y làm bác sĩ vì toàn nét bay, đường bổng! Nên có lần mẹ bắt úp mặt vào tường quất vào mông tôi một thước rõ đau. Sau đó, bà bắt tôi khoanh tay và nói với ánh mắt nghiêm nghị mà hình như có cả ngấn nước. Con phải nhớ sự học bắt đầu từ chữ viết, chữ là nết người. Việc học như đi thuyền trên dòng nước ngược. Không tiến ắt sẽ lùi! Tôi vừa xấu hổ vừa ấm ức không thôi…

Lằn roi và những lời dạy đó đọng lâu, ngấm thấm cùng câu ngạn ngữ… Không tiến ắt sẽ lùi! Động lực tiến bước, vượt lên cũng lớn dần lên dù độ tuổi ấy với tôi vẫn còn mù mờ về sự sâu sắc ý nghĩa khích lệ, khát khao hoài bão.

Năm 1960, gia đình chuyển hẳn về Phú Nhuận nơi có ngôi trường tuổi thơ tôi theo học. Chữ viết tôi cũng cải thiện dần theo những lớp học tiếp sau. Nhưng một thách thức mới xuất hiện đeo đuổi tôi dai dẳng. Tôi trượt kì thi vào lớp đệ Thất của trường Công lập phải ra học trường tư với nhiều tốn kém. Cũng thời điểm ấy, năm 1962, vì sức khỏe ba tôi không còn làm lính thợ, gánh nặng áo cơm, học hành cả nhà dồn hết cho mẹ. Sau tôi còn hai em nhỏ…Giờ nhớ lại, tôi ngậm ngùi cám cảnh nhà thơ sông Vị, Tú Xương khi viết về thân cò của bà Tú. Mẹ tôi cũng là thân cò bà giáo/ Nuôi đủ bốn con với một chồng. Anh em tôi bốn người, ba tôi mới giải ngũ chưa có việc làm, cả nhà sống dựa vào đồng lương ít ỏi dạy lớp của mẹ. Bà đứng ra tổ chức nhiều dây hụi / họ (một hình thức góp vốn tự nguyện trong cộng đồng dân cư) để kiếm thêm thu nhập qua việc hưởng huê hồng mỗi đầu dây.

Chỉ suôn sẻ thời gian đầu, sau đó là vỡ nợ do chiến sự hai miền ngày càng ác liệt, kinh tế khó khăn nhiều tay em hốt hụi rồi dông luôn! Ngay căn nhà trú mưa nắng của gia đình cũng phải bán rồi thuê lại ở để có tiền trả nợ … Mẹ tôi cứng cỏi ra sức chèo lái đưa gia đình vượt qua khó khăn đang bủa vây. Nào là xin phép mở trường Tư thục Tiểu học Thất Hiền, lập cơ sở sản xuất kem cây giao hàng cho các mối sỉ, lẻ hàng ngày. Vay tiền của người Bác ở quê mua một chiếc xe Lambro mười chỗ cho ba tôi chở khách… Tôi và người anh Hai, mười lăm, mười sáu tuổi vào đời sớm tìm việc làm thêm để việc học không nửa đường rơi rụng.

Không để cảnh khổ nhấn chìm, phải tìm cách vượt thoát. Anh Hai tôi, ngày học ở trường, tối về chạy xe (như xe ôm ngày nay) đưa rước các cô, các chị làm ở các quán bar, phòng trà góp thêm chi phí bữa cơm gia đình. Nhưng anh học vẫn giỏi, nhất là môn Toán. Được người quen giới thiệu tôi dạy kèm hai em học lớp Ba, lớp Nhì … Qua tấm gương tần tảo bươn chãi của người mẹ và anh Hai tôi tự nhủ với mình, cần có cái đích vươn tới. Do vậy, năm học đệ Tam tôi học thêm chương trình lớp đệ Nhị buổi tối. Biết lực học còn kém, tôi đã nổ lực hết mình, học nhảy lớp (một năm hai lớp) và thi đậu Tú Tài cùng với người anh, năm 1968. Niềm vui như được nhân đôi đã làm ấm lòng mẹ phần nào trong những năm tháng nhọc nhằn. Giờ ngẫm lại, chính những lằn roi yêu thương, nghị lực chống đỡ sóng gió cuộc đời của mẹ đã cho tôi sức mạnh tìm lại mình trong biển học như triết gia Socrate Hy lạp cổ đại từng nói, Giáo dục là làm cho con người tìm lại chính mình. Và gần kề đấy thôi, chính tấm gương của người thân yêu là bài học giáo dục hiệu quả nhất. Ai đã từng trải qua thời đèn sách xa xôi ấy hẳn không quên những câu dạy làm người có điệu vần. Ngọc bất trác, bất thành khí/ Nhân bất học, bất tri lý. (Tam tự kinh), Đường đi không khó vì ngăn sông cách núi, mà khó vì lòng người ngại núi e sông! (Nguyễn Bá Học)… Quả là lời hay, ý đẹp hun đúc ý chí nơi lòng người.

Nói vậy chứ không dễ chút nào. Người học (có cảnh ngộ khó khăn) quyết lấy sự học để đổi đời nhưng còn cần đến sự cộng hưởng của tình người trợ lực mà ngày nay các chương trình tiếp sức, giúp bạn, đồng hành nở rộ trong cộng đồng ngập tràn nhân ái. Con đường học tập của tôi cũng thấm đậm tình người như thế. Hai em nhỏ tôi kèm dạy nhà ở chợ Phú Nhuận. Cha là lính Hải quân theo tàu lênh đênh tận Cam Ranh, Phú Quốc. Các em ở với mẹ và bà ngoại có hàng chạp phô đầu chợ. Hàng tuần, ba buổi chiều tôi đến ôn và chỉ vẽ các em làm bài tập. Tiền thù lao không nhiều nhưng cũng giúp tôi trang trải việc học của mình. Nhưng khi văn phòng nhà trường nơi tôi học lớp đêm cho biết, muốn dự thi Tú Tài phải nộp ba ngàn đồng (tương đương ba triệu bây giờ) để làm học bạ đệ Nhị thì tôi hoàn toàn bế tắc. Làm sao có thể hỏi tiền ba má vào lúc này được. Phải tự lo liệu thôi. Nhưng bằng cách nào đây? ...Tôi đánh liều hỏi mượn trước tháng lương ở chị Châu, chủ nhà với hi vọng mong manh. Thật bất ngờ, cuối buổi dạy chị đưa tôi một phong bì đủ số tiền đang cần. Những tờ giấy bạc chẵn, lẻ có được xếp phẳng phiu còn vương mùi hàng chạp phô mà chị vất vả mỗi ngày. Chị còn chúc tôi may mắn. Cẩn thận tôi còn mang học bạ đó đến tòa nhà số 7 Nguyễn Bỉnh Khiêm (Nha Khảo thí miền Nam trước 1975 nay là Trường Cán Bộ Quản Lý Giáo Dục TP Hồ Chí Minh) gặp người phụ trách nhờ kiểm tra tính xác thực. Hợp lệ, vì có mộc đỏ và chữ kí của của bà Hiệu trưởng Tư thục Huỳnh Thị Ngà – Tân Định, cứ mạnh dạn mà thi! Và tôi thi đậu năm đó rồi học tiếp lên Đại học.

Nó như một giấc mơ lại rất thực. Bởi miền Nam lúc đó đã có lệnh Tổng động viên, thanh niên đủ 18 tuổi không theo học nữa phải cầm súng ra chiến trường. Người chị nhân hậu ở một góc chợ đã mở cánh cửa vào đời để tôi không phải rẽ lối chìm nổi thời tao loạn. Chợ là nơi buôn bán, đong đếm tính toán thiệt hơn, nhưng ở nơi ấy vẫn có những tấm lòng bao dung sẵn sàng sẻ chia với người không may lâm nghịch cảnh.

Bốn năm trên giảng đường Đại học là những năm tháng đầy chông gai. Và hẳn không dành cho riêng một ai. Chiếc áo lính quân dịch nhớp nháp cứ chực chờ, rượt đuổi sát sạt lưng. Kinh tế gia đình sa sút như thế, tôi chỉ có con đường tự lo, tự học. Bốn năm tôi ăn, ở nhà Nhật Tân, bạn thời trung học nhiều hơn ở nhà mình. Giảng đường thi thoảng đến. Chỉ bữa trưa là ăn cùng ba mẹ. Chiều/ tối dạy kèm Toán Lý lớp 11 cho nhóm ba học sinh ở một biệt thự cạnh cầu đường Công Lý (nay là đường Nguyễn Văn Trỗi). Tối về mang sách, cours bài giảng – giáo trình chép lại vùi đầu ôn học với Tân. Cơm đến bữa, ăn chung như con một nhà. Chuyện Hàn Tín thời Hán Sở tranh hùng lên đỉnh cao danh vọng, Hoài Tín Hầu không bao giờ quên bát cơm phiếu mẫu của người giặt sợi ven sông Hoài thật mù xa. Còn những bữa cơm tương rau đạm bạc mà ngọt thắm nghĩa tình của mẹ Tân đêm đêm gò lưng bên guồng dệt nhọc nhằn ở một hẻm nhỏ, xóm nghèo sẻ san cho tôi nửa thế kỷ qua chưa hề phai mờ trong ký ức. Vì nhờ đó mà từng năm học tôi vượt qua, giành lấy một/ hai chứng chỉ của bằng Cử nhân Đại Học.

Một nhà cách mạng đã từng nói, Hạnh phúc không phải là cảm giác tới đích, mà là trên từng chặng đường đi. Với tôi cũng như bao người học khác, học tập là một hành trình bất tận. Còn gì hạnh phúc hơn trên từng chặng đời mình ta chiếm lĩnh cái đích vươn tới của sự học, dẫu sự mời gọi của đích cuối cùng vẫn còn vời vợi gian nan.

...Sau năm 1975, theo cùng sự đổi thay của đất nước gia đình tôi chuyển về quê mới ở Xuân Lộc. Sau một thời gian bôn ba hết lòng với phong trào Bình dân học vụ ở địa phương, mẹ tôi tiếp tục làm cô giáo ở mái trường Phổ Thông cấp I Gia Ray (Tiểu học Kim Đồng hiện nay) dưới chân núi Gia Ray (Chứa Chan) – Ngã ba Ông Đồn xanh rờn ngọn trong màu mây trắng vờn bay. Người dân vùng quê này lại gọi mẹ tôi đầy thân thương – cô giáo Bông như thời còn đứng lớp ở Phú Nhuận...Tôi theo học Văn Khoa Sài Gòn nhưng lại nối nghiệp của mẹ suốt hơn ba mươi năm. Bà chỉ chịu rời bục giảng khi vướng bệnh trầm kha. Thời gian và bệnh tật đã làm cho mẹ gầy nhom, bạc tóc nhưng đôi mắt vẫn ánh lánh vẻ nghiêm nghị yêu thương thuở nào...Rồi mẹ tôi cũng đi xa vào một đêm đầy mưa gió...Còn góc chợ nhỏ dưới chân Cầu Kiệu – Phú Nhuận, cách đây ba năm có dịp về Thành phố tôi tìm về đã không gặp được chị Châu hiền từ, nhỏ nhắn năm xưa. Bà ngoại chắc đã mất từ lâu, cả nhà chị đã dời về đâu không rõ... Chợ giờ xây mới khang trang hơn xưa nhiều, tấp nập rộn ràng kẻ mua người bán...

Văn hào Aimatov đã hiến tặng cho đời thiên truyện bất hủ “Người thầy đầu tiên” mà ấn tượng khắc sâu trong tâm trí bạn đọc là hình tượng thầy giáo Đuy Sen kiên cường, yêu trẻ tuyệt vời cùng hình ảnh hai cây phong bốn mùa xanh lá trên ngọn đồi ở làng Kurkurêu. Những cây phong mà anh cùng cô học trò bé nhỏ có số phận đáng thương Antưnai (sau là một Viện sĩ nổi tiếng) trồng, nhìn từ xa hệt như những ngọn hải đăng...Trên chặng khởi đầu dong thuyền vào đại dương tri thức mênh mông, ai trong mỗi chúng ta mà không từng được dẫn đường, mở lối đời từ ngọn hải đăng – người thầy đầu tiên kính yêu nào đó. Và tôi, người học - một đứa con, một người em - thì người thầy đầu tiên chính là lằn roi nghiêm khắc - yêu thương – nghị lực của mẹ, bát cơm phiếu mẫu tương rau nơi xóm nghèo, những đồng bạc lẻ trĩu tình người thơm vương mùi mắm, cá khô ở một góc chợ đời.

Ngọn hải đăng – người thầy đầu tiên ấy mãi mãi tỏa ngời, lấp lánh suốt cuộc đời tôi...

Xuân Lộc, 20/11/2013
Viết lại tháng 10/ 2023
NGUYỄN NGUYÊN PHƯỢNG

LÊ TUYẾT LAN

HAI DÒNG (1)

Một dòng rạn để dòng xuôi
Buồn vui ruột thịt
Đưa nôi vẹn tròn
Một dòng mót trong dòng cười
O oe thấm lạnh
Mầm gai cưới ngày
Một dòng xa cách một dòng
Gần như hơi thở
Nửa lòng đau thương
Một dòng tách lấy một dòng
Sum vầy chối bỏ
Úa ràng tâm linh
Hai dòng
rách những ấm êm
Hai dòng
nguyên đó
cái riêng mẻ người.

HAI DÒNG (2)

Những giọt nước cố ngược dòng
Con gò viết tên mình
Con nặn lại tâm tình
Bằng những mong manh vừa chạm vào vực tối
Hình như con bị phủ nhận giữa tuổi thơ
Hình như con chỉ kịp bơ vơ bóng hình
Hình như con với lặng thinh
Ngồi khóc tận cả bao kỳ đau thiêng
Một dòng lẻ hai dòng riêng

Âm u tiếng nhớ
Đem nghiền nắng mai
Một dòng khuyết hai dòng đầy
Con về trong những
Dại ngây không tròn
Chẳng đem lòng trách núi sông
Xin gửi tủi xót đầy tầng không biển trời...

HAI DÒNG (3)

Uống từng ngụm trầm cảm
Những đứa trẻ nuốt mất hồn nhiên
Đêm và ngày luân phiên
Mắc từng lớp, từng lớp hiện thực
Thâm tình qua loa
Những hời hợt được thêu dệt
Và từng lần ranh óng ánh
Treo huy hoàng bừng sáng để mong manh
Chớp tắt hy vọng
Đi như chiến trường
Đi như ngày cuối
Đi như ở lại
Đi như đã phần
Có những khoảng người xám xịt
Đem chôn tủi ở trần
Có bóng đời lẫn khuất
Vào sương khói thênh thênh.

LÊ TUYẾT LAN

NGUYỄN ĐỨC TUNG
NGƯỜI THỢ RÈN

Tôi thấy tôi đứng giữa gian nhà trống, đăm đăm nhìn ngọn lửa, nhưng hóa ra đó không phải là ngọn lửa, đó là bức tranh trên tường vẽ ngọn lửa, linh động như một ngọn lửa, nhảy múa như một ngọn lửa, tôi tiến lại gần, bức tranh nóng dần lên, tôi bước chậm lại, thận trọng, tôi nhận ra sức nóng mỗi lúc một tăng, như bức tường vô hình ngăn tôi lại, tôi cố gắng đến gần bức tranh, bây giờ sức nóng quạt vào mặt, da mặt tôi nóng ran, mắt hoa lên, tim đập nhanh, có một bàn tay kéo tôi lại, một người nào ôm tôi vào lòng, tôi lùi lại, tôi ngước mặt lên, tôi nhìn thấy một khuôn mặt, những khi cha tôi có việc đi tới đó, ông dẫn tôi đi theo, nhà người thợ rèn ở bên đường mòn, rẽ từ quốc lộ xuống bến đò, sâu trong ruộng bắp, đường mòn rộng, cao ráo lát sỏi, trước đây người ta định làm đường nhựa chạy thẳng tới bờ sông, bên kia sông là chợ, nhưng rồi chiến cuộc lan rộng, phải dừng, những người đi vào ruộng bắp ấy chỉ có mỗi việc là đến thuê rèn liềm hái, lưỡi cày, dao, búa, dụng cụ nhà nông, nhà tranh nhỏ lụp xụp như túp lều, cha tôi đến đó vì ông thích rèn dao rựa để chặt cái này, tỉa cái nọ, nhưng ông khó tính, chỉ ở đây ông mới đặt hàng được loại rựa cứng cáp vừa ý, chặt cây lớn nhưng lưỡi mỏng tang, sắc như lá lúa, chẻ tăm được, trong căn lều ấy có hai vợ chồng, người thợ rèn nổi tiếng khéo tay, lực lưỡng, hiền hậu, ít nói, suốt ngày ở trần phơi bộ ngực nở, những thanh sắt nóng bỏng trong tay anh đỏ rực trên lửa, anh làm việc nhanh thoăn thoắt, rút thanh sắt từ lò ra, cho vào thau nước lạnh sôi xèo xèo, đặt lên cái đe, nện những nhát búa đanh gọn, rồi lại cho vào lò, khuôn mặt rắn rỏi của anh sáng bừng lên thứ ánh sáng hồng tươi rói, thời ấy người ta dùng than củi nhóm lửa, để đạt độ nóng cần thiết, đun nóng các loại thép tốt đỏ lên trong suốt nhìn qua được, thợ rèn bao giờ cũng có hai ống thổi lửa lớn đạp bằng chân để giữ cho ngọn lửa lên cao, đều, ngồi sau ống thổi lửa là vợ anh, người phụ nữ trẻ, tươi vui, mau mắn, khi nào tôi cũng thấy chị xắn ống quần lên cao, bày bắp đùi trắng muốt, mặt lấm tấm mồ hôi, tóc vấn cao, khuôn mặt chị hồng hào, tuy không đẹp, nhỏ người, nhưng mạnh khỏe, duyên dáng, họ có một đứa con gái ba hay bốn tuổi chơi luẩn quẩn trước thềm, trong sân, đó là một gia đình hạnh phúc, tôi nghĩ, sau này khi tôi lớn lên học trung học, mỗi buổi chiều đạp xe trên đường số một vẫn nhìn thấy ánh lửa lập lòe trong nhà người thợ rèn, một lần xe đạp bị sút xích, loay hoay không sửa được, trời mưa to, tôi bị ướt hết, đành dắt xe vào núp nhờ, trong bóng tối chập choạng, mưa, sấm chớp rạch trời, căn nhà nhỏ của họ thật ấm áp, chị buông ống thổi lửa, xem xét chiếc xe đạp của tôi một hồi rồi đưa nó cho chồng, anh bỏ việc giữa chừng, cặm cụi sửa lại cái xích xe cho tôi, thấy hai tay tôi đen nhẻm dầu nhớt, người vợ dẫn tôi ra chái nhà sau bên ảng nước, đưa cho cái khăn lau mặt, cái khăn lông cũ sờn rách, nhưng sạch sẽ, cọ rửa xong, tôi úp mặt vào đó, có mùi thơm lạ thường làm tôi nhẹ người, thoảng mùi lá bưởi, lá chanh, vừa lúc dọn cơm, trời mưa sầm sập trở lại, chị rủ tôi ở lại ăn bữa tối với anh chị, một nồi cơm bốc khói, trên dĩa lèo tèo mấy con cá cơm kho mặn ngọt với đường ngào, trái cà pháo lớn cắt nhiều mảnh, dầm nước mắm ớt, bát canh lá lốt nước xanh lơ, tôi đói bụng, thèm chảy nước miếng, nhưng dù sao đã lớn, tự ý thức, nên chỉ ngồi ghé mâm bên cạnh, ăn một bát, bấm bụng đứng lên, đi rửa chén đũa của mình bên ảng nước, rồi tôi lớn lên bận bịu việc học, có nghe tin anh bị gọi nhập ngũ cùng với nhiều người khác, do lệnh tổng động viên ngay sau tết Mậu Thân, đi lính bộ binh, đóng quân ở Tây nguyên, rồi một thời gian ngắn sau, tôi lại nghe tin anh tử trận trong một trận đánh lớn, trước sau chỉ hơn một năm, người vợ một mình, không thể tiếp tục công việc của chồng, đành dời qua thị xã bên kia sông để làm lụng sinh sống, thỉnh thoảng tôi có dịp xuống bến đò, đạp xe ngang qua ruộng bắp, để ý nhìn vào, căn nhà xiêu vẹo của người thợ rèn còn đó nhưng không bóng người, một hôm lúc trời đã tối, cũng đi ngang qua như thế, tôi ngạc nhiên thấy ánh lửa hắt ra, mừng quá, hồi hộp, tôi vòng xe đạp lại, mơ hồ tưởng rằng người thợ đã sống lại, hay người vợ đã tìm ra được người thay thế từ đâu đó, tôi không kịp suy nghĩ, đêm trong suốt như thủy tinh, mới đầu vài ngôi sao hiện ra, rụt rè, lấm tấm, rồi cũng như tuổi trẻ, mỗi lúc chúng một bạo dạn hơn, hàng ngàn hàng vạn ngôi sao cùng nhấp nháy, khung cảnh im vắng, đứa bé gái hay bày trò chơi một mình trước thềm tôi không thấy đâu, có lẽ đã đi ngủ, tôi dựng xe, đứng hồi lâu trước sân, cánh cửa chỉ mở hé, tôi đẩy thử, không cài then, lửa cháy bừng bừng, hắt ra ngoài thềm và sân, lửa nhảy múa, tôi bước vào nhà như trở về chốn thân quen, tôi nhìn thấy người đàn bà ngồi sau hai ống thổi lửa, hai chân chị đạp vòng chầm chậm, đều đều, quần xắn cao lên quá đầu gối, khuôn mặt hồng loang loáng, bắp chân tròn căng cứng, mạnh mẽ, nhễ nhại mồ hôi, có lẽ chị đạp như thế đã lâu lắm, chị nhìn thấy tôi, nhưng cặm cụi tiếp công việc, gió phụt ra từ ống thổi lửa mạnh, than đỏ hồng rực rỡ, những cục than vuông vức bằng đầu ngón chân cái lăn đi trong suốt, thỉnh thoảng chạm nhau lách ta lách tách, bắn ra các tia lửa nhỏ nhọn như sao băng, tôi nhìn quanh, không còn ai, không có người đàn ông nào, đứa bé gái cũng không, trên ngọn lửa không có gì cả, không có thanh sắt đang cháy đỏ lên hay lưỡi dao nào đang uốn cong đi, sắp trở thành mềm mại, tôi đứng đó, trong góc nhà thật lâu, cuối cùng chị cũng khẽ gật đầu, vẫn không nói gì, khuôn mặt chị vui tươi hào hứng, khoé miệng thấp thoáng nụ cười, như đang mỉm cười với ai, tôi nhìn quanh bốn vách tường, để ý tìm cái kệ gỗ ngày trước anh chị bày bán các thứ đã rèn xong, như liềm, hái, dao, rựa, cuốc, xẻng, và một cái kệ thấp hơn để những thanh sắt còn thô, tất cả chúng đều biến mất, không còn ai tới đây để rèn dao búa gì nữa, chiến tranh lan rộng, du kích về nhiều hơn, giật cầu, bắn pháo vào thị trấn, mùa màng bỏ hoang, chỉ có cái đe lớn làm từ một khúc của đường rầy xe lửa và cái búa nặng của người thợ rèn vẫn còn đó, tôi nhận ra dễ dàng, người đàn bà lặng lẽ đạp theo vòng quay của ống thổi lửa, lên xuống nhịp nhàng, nhưng đã chậm lại, tóc vấn cao, mồ hôi nhỏ giọt trên mặt trên trán, hai ống quần Mỹ Á đen của chị xắn cao bay phần phật, tôi đứng lên khẽ gật đầu chào, rồi sửa soạn bước ra ngoài, khi tới cửa, quay người lại, tôi nhìn thấy ngọn lửa bỗng cháy cao hơn, không phải là ngọn lửa mà là một bức tranh trên tường vẽ ngọn lửa, đỏ rạo rực, đẹp lạ thường, bức tranh chiếu ra một thứ ánh sáng huyền ảo, tỏa khắp gian nhà trống, như tình yêu của người vợ trẻ, như ký ức của chị về một hạnh phúc trong thanh bình không trở lại, phản ứng đối với số phận, tôi bước lại gần nhưng ngọn lửa mỗi lúc một nóng quạt vào mặt tôi bỏng rát, mắt tôi hoa lên, tim đập mạnh, tôi không thở được nữa, tôi phải bước lùi lại, tôi bước ra ngoài và khép cửa.

NGUYỄN ĐỨC TÙNG
6. 2023 (trong NOTES- BẢN THẢO)

LÊ HỮU MINH TOÁN
THẮP SÁNG NIỀM TIN

Đêm xiêu đổ ngả nghiêng
Lùa men cay vào mắt
Ôm tuổi đá buồn phiền
Ta đi hoài đi mãi
Môi khô từng giọt đắng
Cơn khát đến hoàn hành
Xót xa nhìn thân phận
Sầu bủa lưới vây quanh

Tiếng chuông nào ngân vang
Lời ca nào thánh thót
Ta cúi mặt kêu thầm
Niềm tin xưa đã mất
Vì sao khuya đỏ rực
Làm đuốc sáng soi đường
Linh hồn giờ thức giấc
Lê từng bước trong sương

Nghìn ánh nến chập chùng
Nghìn hào quang chói lọi
Đêm huyền nhiệm vô cùng
Mừng Ngôi Hai cứu rỗi
Ta ôm ghì tượng Chúa
Tin yêu xưa trở về
Lạy quỳ bên Máng cỏ
Lời khẩn cầu thiết tha
Xin chấp tay hối tội
Xin thắp sáng linh hồn
Đời đã nhiều gian dối
Xin giữ vững niềm tin

@ LÊ HỮU MINH TOÁN

ĐỨC PHỔ
NGÀY CON VÀO NIÊN HỌC MỚI

Ngày mai con bước vào niên học mới
cha cũ mèm như những cọng rơm khô.
gió đầu thu quyện hồn thơ sáo thổi
con hân hoan sách vở cũng reo hò.

đường con đến trường có bướm có hoa
con vào lớp có thầy cô. bạn bè thân thiết.
cửa học trình mở ra nhiều điều diễm tuyệt
sẽ mở lòng con rộng đến bao la.

đường cha đi làm sương giăng tuyết phủ
bạn bè của cha là những người lao công.
cha không còn thầy để học cùng sách vở
chỉ học đời. thủ thuật giữ lòng son.

ngày xưa cha cũng có trường có lớp
có màu áo thơm hương nội gió đồng.
tâm hồn cha như trang vỡ lòng
thầy cô dạy cha. học làm người chân thật.

tháng ngày nổi trôi. cha như người hành khất
lặn hụp loi ngoi giữa ngọn triều dâng
đời không nhà. khơi nỗi nhớ thêm căng
cha mãi viết những bài thơ hứng từ tâm bụt

con. trang sách hoa niên còn thơm mùi mực
giấy trắng tinh khôi. con viết cuộc đời.
viết tình quê. viết trọn tình người
dòng chữ. phải là luống cày tươm mặt đất.

đường tương lai đang chờ con trước mặt
chuyện sách đèn trung hiếu. giữ bên lưng.
chốn vui chơi là cạm bẫy trùng trùng
đời muôn mặt. con ơi. bảo trọng…

hUế MưA. DâN kHóC...

những cơn mưa trút như cầm chịnh
đổ ngập đồng xanh ngập phố phường.
huế ơi. buồn lắm mà không nói
sợ lỗi lòng trời. mưa nặng thêm.

hôm nay chợ ngập. hàng quán nghỉ
ở nhà trầu mẹ thiếu vôi têm.
các em rau mắm tương cà muối
và vội miếng cơm trọn trạo cười.

ngồi ngó trời mưa gần thúi đất
những ngày thất nghiệp đã thơm khoai.
huế ơi. dân khóc mùa đang mất
trắng cả hai tay. mộng trắng ngày.

biết. chẳng mưa dai chẳng phải huế
mà mưa chẳng hiểu nỗi dân tình.
huế ơi. thương lắm và đau lắm
tội mẹ chỗ nằm. đói. lạnh thêm...

ĐỨC PHỔ

TRẦN HẠ VI
PHIẾN THỜI GIAN

Em nhặt phiến thời gian
ướp xúc xắc ngũ vị hương thầm trộm
nướng trên vạn sợi mầm xa cách
ngọn lửa lớn bừng lên
ký ức thành vụn vặt

Em xẻ linh hồn làm tám mảnh
mỗi ngày mặc nhiều hơn một chiếc áo
ngày nào cũng tan tác nhức đầu
yêu anh mùa đông mất sáu cúc áo
loay hoay sờ cúc quần
mùa thu có còn

bay tứ tán li ti
vàng phấn hoa thở vào không khí
mùi mê
không được phá rừng nguyên sinh vượn hú một tràng dài
suối róc rách vắng bóng người tắm giặt

con mèo nhỏ đam mê cuộn len trắng
thậm thà thậm thụt
gầm bàn
gọi mãi chẳng ra
bẻ nửa miếng bánh quy chấm sữa giữa ca
đút từng giọt nhớ
đất trời xáo bộ bài thời gian
phiến lộn ngược
những câu nói đi lùi và biến mất
viết ngược vào tim

TRẦN HẠ VI
05.10.2021/THV

NAM GIAO

MÊNH MÔNG DÒNG ĐỜI.

Hôm nay gia đình Thiện tổ chức một bữa cơm tương đối thịnh soạn để chiêu đãi gia đình chị của mình. Nói là thịnh soạn, nhưng thật ra cũng chỉ có dăm món ăn thuần túy Việt Nam mà thôi. Tuy định cư ở tiểu bang Arizona gần 5 năm, Thiện không hề biết rằng - Thiện cũng có một người chị ruột hiện đang sinh sống tại nơi nầy. Ngày chị Quyên và Thiện gặp nhau, cũng là sự tình cờ khi Thiện đẩy xe chợ đến quầy "sea food" tìm lựa vài món cá, tôm để làm thức ăn cho gia đình. LúcThiện cúi xuống chăm chú nhìn vào những mẻ cá thì phía sau lưng Thiện, chiếc xe đẩy hàng của ai đó đã đụng mạnh vào thắt lưng Thiện. Thiện giật nẩy mình và quay phắt mặt lại để nhìn người đã vô tình đẩy xe đi chợ mà không có ý tứ như vậy. Chàng nhìn người phụ nữ từ đầu đến chân và há hốc miệng ra mà không dám nói một lời to tiếng nào cả. Người phụ nữ tay vịn càng xe, đứng như trời tròng, và cũng nhìn Thiện mà không chớp mắt. Thoáng một chốc, cả Thiện và người phụ nữ ấy đồng thanh lên tiếng:

-"Có...có phải...chị là ...chị Quyên đó không?"

- " Có phải ...cậu là.. cậu Thiện đó không??" Cả hai người đều gật gật đầu. Và người phụ nữ tên Quyên đã bỏ xe đẩy, chạy ào tới ôm ngay thân mình Thiện và đấm liên hồi trên lưng đứa em trai của mình:

- " Trời ơi! Hôm nay được gặp mặt em, chị mừng quá em à." Và nước mắt của chị Quyên bỗng chốc tuôn trào ra, không sao dằn lại được. Những giọt nước mắt trùng phùng, hạnh phúc cứ vẫn tuôn ra...chảy ra trong mắt của Thiện và của chị Quyên. Lâu thật lâu, Chị Quyên mới buông tay ôm Thiện và hỏi Thiện:

- " Ủa, Sao em lại qua Mỹ được vậy em? Nói cho chị nghe đi nào." Thiện đưa tay lau vội giọt nước mắt trên đôi má củamình và nhìn người chị của mình với ánh mắt trìu mến :

-" Em qua Mỹ khá lâu rồi chị à. Có lẽ gần 5 năm Em được vợ em bảo lãnh theo diện " fiancé "

- " Vậy là em đã có gia đình rồi à? Chị xa nhà quá lâu nên không được biết mọi chuyện đã thay đổi. Chúc mừng em trai của chị đã thành người lớn thật rồi." Nói xong, chị Quyên kí nhẹ lên đầu Thiện vài cái kí thân tình và cười trong tiếng cười thật sự mến phục. Thiện nắm lấy bàn tay của chị Quyên và hỏi chị:

-" Chị à,

Còn chị, làm sao mà chị qua được nơi đây? Cả nhà Ba Mẹ và em vẫn nghĩ là chị đã chết rồi." Chị Quyên không trả lời Thiện mà hỏi lại Thiện:

-" Ờ...bây giờ nhà em ở nơi đâu? Nói cho chị biết để chị còn đến thăm gia đình em nữa chứ."

- " Dạ, nhà em ở góc đường Camelback và đường 95th.Ave. đó chị. À..mà hôm nay là chiều thứ Sáu, ngày mai là thứ Bảy. Vậy em thật tình mời chị đến nhà em chơi vào trưa ngày mai, nghe chị?"

- " Ừ, chị sẽ đến nhà em,rồi chị em mình tâm sự thật nhiều nghe. Chị lúc nào cũng nhớ thương Ba ,Mẹ và luôn cả em nữa. Em có biết không??"

- " Thôi, chị em mình đi chợ rồi về. Trời cũng đã sập tối rồi." Thiện giục chị Quyên và cùng chị Quyên đẩy xe mua hàng. Thiện nghe trong lòng mình chợt ấm lại.Tình chị em ruột thịt tưởng đâu không còn thời gian gặp lại nữa. Thế mà chiều nay, sau 15 năm xa cách, chị Quyên như người chết đã sống lại trong cuộc đời của Thiện. Một hình ảnh chị Quyên rất thật, rất gần gũi, cho dù đã có nhiều lần, gia đình Ba Mẹ của Thiện và chính Thiện đã nghĩ rằng "Chị Quyên đã quá đau buồn cho cuộc sống mà quyên sinh, trút bỏ hết tuổi thanh xuân của chị và gánh nặng khổ ải của trần đời.

Gia đình ông bà Đặng định cư ở miệt vườn Cái Mơn. Nhiều người biết được gốc gác của bà Đặng là con gái út của ông Hội Đồng Kiệm. Sau ngày gả đứa con gái út cho ông Đặng, thì ông bà Hội Đồng Kiệm bị tai nạn chìm đò mà qua đời. Và cái gia tài ruộng vườn của ông bà đứng vào thứ bậc khá lớn trong trong những gia đình giàu có nơi đây, được để lại hết cho cô gái út. Cho nên gia đình ông bà Đặng vừa được tiếng giàu có và lại được tiếng khắp vùng về tài hùng biện của ông Đặng. Ông là luật sư giỏi trong luật sư đoàn của tỉnh Bến Tre. Ông đã tranh cải thắng nhiều vụ việc tranh chấp cá nhân và cả cho một vài trăm sự kiện tụng liên quan đến thương mại của nhiều công ty tư nhân. Gia đình ông cũng chỉ được 2 mụn con. Đứa gái lớn tên Quyên và đứa trai tên là Thiện. Chi Quyên lớn hơn em trai Thiện 4 tuổi. Ông Đặng có được danh vọng lúc bấy giờ thì cũng là nhờ sự giúp đỡ tất cả mọi mặt của bên nhà vợ. Cho nên tuy sống trong sự sung túc, nhưng ông Đặng lúc nào cũng tùng phục bên nhà vợ, ông không dám hở môi to tiếng hoặc tranh cải bất cứ điều gì với vợ và gia đình bên vợ của ông. Nhiều người chưa biết chuyện nên chê ông là kẻ hèn nhát, không xứng đáng là một nam "quân tử hán", hoặc có người dè biểu ông là kẻ làm nhụt chí " đấng mày râu " không phải là người " đầu đội trời, chân đạp đất." Nhưng ông Đặng vẫn cười trừ - như không có chuyện gì xảy ra. Rất vô tư. Việc nhường nhịn vợ là điều kiện cần thiết nhất đối với ông. Bởi vì, bà Đặng tuy ăn nói hàm hồ, oang oang lớn tiếng trong gia đình, nhưng vẫn là người vợ đầu ấp, tay gối, và là người phụ nữ biết "nịnh " chồng trong những lúc bôn ba cùng ông giao tiếp với mọi người trong xã hội. Bà Đặng biết chừa cho ông Đặng một con đường sống "vinh quang" đó, để cho ông giữ gìn mặt mũi của gia đình. Riêng bà Đặng - bà có một tính ý rất can trường và chặt dạ, chặt lòng. Đó là "lời hứa". Khi bà hứa một việc gì hay một điều gì với người nào, thì bà luôn luôn giữ đúng lời hứa đó - giữ không sai chạy - dù chỉ một ly, một tấc. Y như là đinh đóng ngập sâu vào thân gỗ - không làm sao nhổ ra cho được. Bà dạy con Quyên, thằng Thiện bằng roi mây. Mỗi khi một trong 2 đứa con làm lỗi, dù lỗi có nặng hay nhẹ, bà cũng đánh đều lên đít 2 đứa. Không bao giờ bà đánh đòn một đứa - cho dù đứa con kia không có lỗi bao giờ. Bà Đặng thường nói với ông Đặng rằng:"Tôi là vậy đó. Chịu hay không chịu thì cũng mặc! Tôi đánh con tôi, tôi dạy dỗ con tôi. Tôi muốn nó nên người tốt trong xã hội, có ích cho xã hội. Ông cũng đừng có bênh vực các con - để cho tụi nó lên mặt, lên mày là không được." Ông Đặng rất thương con, ông chỉ dạy con bằng lời nói. Mỗi lần thấy bà Đặng đánh con, là ông quay mặt đi nơi khác. Nhưng miệng môi vẫn lẩm bẩm:" Cái bà nầy thiệt là hết nói nổi. Đánh con như người ta đánh đòn tra khảo vậy. Cái gì thì cái, cũng vừa vừa thôi.Thương con cho roi, cho vọt đâu phải là như vậy?" Bà Đặng nghe được hết những lời lẽ ông Đặng lầm bầm. Bà quá tức giận, bà phang cây roi mây bay vụt qua đầu ông Đặng. ông cúi đầu xuống tránh sang bên, nhường cho cây roi mây bay vút qua đầu đánh đụng cái "rầm" nơi vách tường gạch rồi rơi xuống sàn nhà.

- " Sao dạo nầy bà hung hăng dữ quá vậy? Hồi trước lấy tôi, bà thùy mỵ, nết na hơn hẳn mọi cô gái khác mà?" Vừa nói, ông Đặng cũng vừa lom khom cúi xuống nhặt lấy cây roi mây đem đưa lại tận tay bà Đặng. Rồi ông mỉm cười nhìn bà :

- "Thôi, bà đánh các con như vậy cũng đả tay rồi. Cho tôi xin đi. Và bà nên ra chiếc võng phía trước nhà nằm nghỉ chút xíu đi.Tôi bảo tụi nó lấy nước đá cho bà uống để giảm cơn nóng đang làm khô cổ họng của bà.» Ông nắm lấy tay bà và cùng với bà đi lên nhà trên. Bà Đặng không nói, không rằng. Bà đi theo ông Đặng mà môi vẫn mím chặt như vẫn còn chưa hả được cơn giận vì con.

Bà Đặng ngồi nơi bộ ghế bằng gỗ cây Sao được chạm trổ hình ảnh của bộ tứ linh" Long, Lân, Qui, Phụng" nét mặt của bà ra vẻ đăm chiêu và như đang nghĩ suy một vấn đề gì khó khăn, gút mắc mà chưa được dịp nói ra với Ông Đặng. Bà uống vội hớp nước trà và nhìn lên chiếc đồng hồ quả lắc được treo trên khung cửa sổ mở ra tầm nhìn phía vườn nhà. Bà chép chép miệng thì thầm:-"Giờ nầy thì ông ấy chắc cũng sắp về gần tới nhà rồi.".Chặp lâu sau, bà đứng lên đi ra cửa trước và nhìn xuyên suốt qua hàng dậu dâm bụp,nơi có con đường trải đá từ đường cái lớn dẫn vào cổng nhà. Tai bà nghe rõ dần tiếng xe vespa của ông Đặng từ khúc quanh dẫn vào nhà. Bà quay trở lại ngồi nơi bộ ghế và chờ ôngĐặng. Tiếng xe vespa đã ngừng nổ từ ngoài sân trước, ông Đặng đã dẫn bộ xe và chống xe trên nền gạch hàng ba. Chưa kịp dở mũ nỉ đen xuống khỏi đầu thì ông nghe tiếng bà Đặng hỏi thật lớn:

-" Ông mới về đó hả?? Ông vô đây mau lên. Tôi có chuyện nầy muốn bàn với ông." Ông Đặng xuất hiện ở thềm cửa cái, đứng nhìn bà với nụ cười hiền:

- " Việc gì nữa đây? Bộ quan trọng lắm sao mà bà phải nói ngay bây giờ?".

- « Cũng quan trọng lắm chứ? Chuyện gả con Quyên cho thằng con trai của anh chị Phán đấy.».

- " Ờ .ờ, nhưng đâu có gì mà bà phải gấp rút bàn bạc như vậy?" Ông Đặng từ tốn trả lời. Bà Đặng rót nước trà vô tách và nói:

- " Ông ngồi xuống đây, uống nước rồi tôi nói cho ông nghe." Khi ông Đặng ngồi yên vị trên ghế, bà Đặng tằng hắng lớn tiếng;

- "Ông nè. Chắc tôi với ông phải đi bắt con Quyên về nhà gấp mới được. Đã bảo cho nó biết là mình gả nó cho con trai của anh chị Phán, mà nó dám cãi lại."

- " Con nó nói với bà cái gì, mà bà nói là nó cãi lại bà?" Bà Đặng gằn thành từng tiếng:

- " Thì nó nói, nó không có thương yêu gì với thằng Đức nhà anh chị Phán. Nó chưa muốn lấy chồng. Ông coi đó. Nó nói như tạt gáo nước lạnh vào mặt Mẹ nó như thế đó. Có chịu được hay không chứ?? Thật là tức chết đi được." Ông Đặng nhìn bà mà trong lòng nửa thương con gái, nửa thương cái khổ sở của bà vợ mình. Ông vẫn từ tốn nói:

- « Nè bà. Con nó lớn rồi. Nó biết liệu cơm, gắp mắm. Nó không muốn lấy người mà nó không thương để làm chồng. Bà nghe tôi. Hãy để cho nó tự lo cái hạnh phúc trăm năm của nó. Vả lại, bây giờ nó là một cô giáo, đang dạy học trò. Nó không muốn lấy chồng sớm đâu.» Bà Đặng vỗ nắm tay vào mặt bàn, long lanh ánh mắt giận dữ:

- " Không có nhưng nhị gì cả. Tôi bảo gả thì nó phải vâng lời. Tôi là Mẹ nó mà. Ông nhớ không, hồi trước khi lấy ông, tôi cũng đâu có yêu thương gì ông đâu. Vậy mà lại ăn ở với ông cho tới bây giờ. Tại sao con Quyên nó không làm theo lời Mẹ của nó? Hả??" Bà nói tiếng nào là nhịp tay xuống mặt bàn" lốp cốp" như đệm theo tiếng nói. Chưa bao giờ ông Đặng lại nặng lời với 2 đứa con của mình. Ông thương chúng nó lắm, ông chăm sóc từng li, từng tí từ khi còn nhỏ cho đến khi tụi nhỏ lớn khôn. Con Quyên đã ra trường, đi dạy học với số tuổi 20. Nó là cô giáo trẻ nhất trường lúc bấy giờ. Ai mà không thán phục nó cho được. Còn thằng Thiện thì kém chị

4 tuổi, đang học trung học. Bà Đặng không phải là một bà Mẹ ghét bỏ các con. Nhưng lối dạy dỗ con cái như bà vẫn còn là nề nếp cũ. Chính cái nề nếp giáo dục còn phong kiến đó, mà 2 đứa con của bà luôn sợ hãi .Chúng không dám thố lộ hoặc cởi mở tình cảm gì trước(măt)Mẹ của chúng. Giờ đây, qua lời hứa hôn vui tính với anh chị Phán ngày trước, mà nay trở thành gánh nặng đã trói buộc bà phải cứng rắn với con Quyên để giữ thể diện của gia đình. Điều nầy làm cho ông Đặng cũng đau lòng không kém. Ông không bao giờ muốn ép duyên các con. Ông muốn chúng nó được trưởng thành về mọi mặt trong một xã hội công bằng và hạnh phúc tự chúng nó chọn lấy. Ông là một người Cha bao dung,thương các con hết lòng. Bởi chính bản thân ông ngày trước, ông cũng có một người Cha, cũng thương ông, chăm sóc cho ông và dạy dỗ ông bằng lời chứ không bằng đòn roi đánh đập. Dòng suy nghĩ của ông Đặng chợt ngưng lại vì tiếng nói thổn thức, sụt sùi của bà:

- «Tôi biết ông thương con. Nhưng ông...ông cũng phải biết thương tôi và thương cho...cái gia đình nầy. Danh dự gia đình là trên hết ông à. Ngày mai tôi với ông đón xe đi bắt con Quyên về ngay. Tuần lễ sau là đám cưới cho nó, không thể hẹn lần, hẹn lửa với người ta được nữa.» Ông Đặng ngồi trầm ngâm hồi lâu rồi nói :

- « Ừ, nếu bà muốn đi thì tôi cũng đi theo với bà. Chuyện tới nước nầy rồi thì phải tát cạn mới thôi.» Ông thở dài nhìn lên tủ thờ Gia Tiên. Ba cây nhang trầm đang tỏa ra những làn khói trắng nhạt bay bay quyện vào không gian của căn nhà, thoang thoảng hương thơm..Ông Đặng đứng dậy đi đến tủ thờ Gia Tiên, ông chắp hai bàn tay để trên trán và lâm râm khấn vái điều gì đó trong miệng mà không nghe rõ được. Bà Đặng vẫn ngồi nơi bộ ghế gỗ, đưa mắt nhìn ra ngoài sân trong cái ráng chiều đang buông xuống.

Bà Đặng đã nhốt con Quyên trong nhà hơn ba ngày nay. Bà đã đánh con Quyên rất nặng tay vì con Quyên dứt khoát không lấy chồng. Hôm trước bắt con Quyên về, mặc cho ông Đặng kì kèo, ỉ ôi năn nỉ cũng không còn cách gì để cho bà Đặng nới tay. Bà nắm tóc con Quyên và lôi kéo nó vô nhà trong, dùng 2 cây roi mây đánh túi bụi vào thân thể nó. Con Quyên cũng gan lì giống tính Mẹ ngày còn nhỏ, dứt khoát là nó không khóc một tiếng nào cả. Nó bặm môi chịu đựng mà 2 khóe mắt vẫn đầy ắp nước mắt. Nước mắt chịu đau, chịu khổ chỉ để cho thoát được chuyện không lấy chồng. Nó càng câm nín, bà Đặng càng đánh nhiều hơn. Cho đến khi thấy con Quyên ngã vật xuống nền nhà trong, bà Đặng mới ngơi tay, lấy sức để thở. Ông Đặng nhân dịp nầy mới (xốc) con Quyên và để nó nằm trên giường. Ông chỉ nói với bà vài (tiếng:)

- « Bà đánh con quá tay rồi, Tội nghiệp cho con nó quá. Nếu có thằng Thiện ở đây cũng đỡ cho chị nó đôi chút.» Ngưng một lúc,ông nói tiếp:

- « Bà dạy con như vầy được rồi. Hãy để cho nó tịnh dưỡng vài ngày xem sao.» Bà Đặng sẵn giọng:

- « Tôi đã bảo với gia đình anh chị Phán là cuối tuần nầy tổ chức đám cưới cho nó. Con Quyên nó không chịu thì cũng không được. Người ta đã nhận lời rồi.»

- « Nhưng thân thể của con đầy vết roi, vết bầm làm đám cưới thì ai mà coi cho được?» Ông Đặng trả lời.

- « Được hay không gì thì ông cũng phải sửa soạn cho nó. Nhớ kêu thằng Thiện về dự đám cưới của chị nó.»

Thế rồi đám cưới con Quyên cũng được hai Họ đến tham dự tương đối đầy đủ, kể cả những bạn bè thân thuộc và những gia đình hàng xóm lân cận. Bà Đặng như trút được gánh nặng ngàn cân vì lời hứa đính hôn ngày xưa đã thành hiện thực. Ai nấy đều vui vẻ và chúc cho đôi uyên ương trăm năm hạnh phúc, bền duyên giai ngẫu. Nhưng có ai nào biết được tâm tư tình cảm của Quyên như đã chết đi tự lúc nào rồi. Trái tim của nàng như đã chai sạn trong đau khổ chập chùng. Chỉ còn là thân xác mê mê tỉnh tỉnh. Ông Đặng nén đi sự đau khổ khi nhìn vóc dáng tiều tụy của con Quyên.

Ông biết con gái ông không muốn lấy chồng, không phải là nó đã có bạn trai hay đã có người tình nào khác. Nó muốn có sự nghiệp vững vàng rồi sau đó mới tạo dựng(môt)mái ấm cho gia đình. Nó thường nói lên cho ông biết về cuộc sống tương lai của nó. Thanh bạch và hạnh phúc trong sự thương yêu hòa nhập của vợ và chồng. Nếu không có sự thương yêu và đùm bọc lẫn nhau thì chắc chắn là gia đình sẽ tan rã. Bên nhà chồng của Quyên,mọi người cũng đều rất thương mến Quyên. Không một ai nói năng to tiếng và than phiền về đứa con dâu đã không may bị no đòn trước ngày đám cưới. Không một ai hay biết rằng - những vết đau trên thân xác cô dâu chính là do người Mẹ ruột của cô gây ra. Quyên nằm rã rượi trong phòng bên nhà chồng được 2 ngày. Vào khoảng sáng ngày thứ 3, bên nhà chồng mới vào phòng đánh thức cô con dâu dậy ăn sáng thì mới vỡ lẽ ra - cô dâu mới cưới đã không cánh mà bay mất rồi. Một mặt thì mọi người tứ tán bổ xô nhau tìm kiếm mọi nơi. Còn một mặt thì đến nhà sui gia đàng gái báo tin Quyên đã bỏ nhà chồng đi từ sáng sớm. Nàng không thể ăn ở nơi nhà chồng được. Bởi vì giữa nàng và chồng nàng không có được tình thương, không có được những kỷ niệm vui buồn trong quá khứ và càng không thể chia sẻ được những gì trong tình cảm trai gái với nhau. Quyên đi như trốn chạy một sự thật quá phũ phàng đối với người con gái còn trẻ trung và đang yêu đời như nàng. Nàng không muốn đánh mất đi tuổi trẻ thanh xuân và mơ mộng của nàng. Nàng đứng nơi bến ghe sau nhà máy che đường nơi Phú Khánh, như trông chờ một phép lạ đưa đón nàng đi khỏi nơi nầy. Vừa lo lắng, vừa sợ sệt vì đứng một mình trong đêm gần sáng, Quyên quay tới, quay lui, trông trước, nhìn sau như vẫn còn sợ có người đuổi theo dấu chân mình để bắt nàng trở lại. Bỗng dưng Quyên nghe như có tiếng máy nổ của chiếc ghe nào đó trên sông và đang tiến gần lại phía nàng đứng. Có tiếng người và nhiều bóng người lố nhố chỉ chỏ về phía Quyên.Quyên sợ quá,sợ bị người nhà phát giác ra nàng đang trốn ở nơi đây nên nàng quay đầu chạy. Đám đông người trên ghe hô lên :» Bắt nó. Bắt nó theo ghe nhanh lên.» Quyên quýnh quáng nên chân nàng vấp vào bụi cây ô rô và té ngã sóng soài trên mặt cỏ. Ba người đàn ông đã nhanh chân bắt giữ nàng. Một người nói: - « Đem cô gái nầy lên ghe nhanh lên. Bịt miệng cổ lại, kẻo cổ la bị bại lộ thì chết cả đám.» Quyên muốn nói cho họ hiểu là nàng không có biết gì về những người lạ mặt nầy và họ đã làm những gì ngay bây giờ. Nhưng nàng chỉ đưa ánh mắt nhìn họ như để van lơn và cầu khẩn họ tha cho nàng. Không một ai dám thả nàng trong lúc nầy. Và tất cả bọn họ đã lôi kéo Quyên lên ghe chày lưới rồi tiếp tục cuộc hành trình. Sau giây phút tỉnh trí, Quyên đã nghe được mọi người bàn tán xôn xao về nàng. Cuối cùng thì nàng chợt hiểu ra - Đây là chiếc ghe chày cá với hơn 30 người đang tổ chức vượt biển và trên đường ra khơi về hướng Nam, sau khi vượt qua cửa sông Ba Lai. Thế là Quyên đã được ra đi tự do, không còn gì để vướng bận nữa. Đi và đã đi thật xa rồi mảnh đất thân yêu có Ba, có Mẹ và có cả đứa em trai biết thương Quyên những lúc bị ăn đòn roi của Mẹ. Nơi quê nhà, sau khi nhìn thấy đôi dép của Quyên nằm rơi lại trên đám cỏ dại nơi bờ sông, thì mọi người đã thật sự hiểu rằng - Quyên đã quyên sinh nơi(giòng)sông định mệnh nầy.

Bà Đặng không còn tha thiết gì với cuộc sống nữa, kể từ lúc được nhìn thấy đôi dép của Quyên nơi bờ sông. Bà hối hận, ăn năn và bị dày vò, ám ảnh ngày đêm vì cái chết oan ức của con mình. Không bao lâu sau, bà ngã bệnh và từ giã cõi đời. Ông Đặng thương vợ lẫn thương con mà không nói được lời nào. Tối ngày ông vào ra một mình, một bóng. Lâu lâu chừng nửa tháng thì thằng Thiện mới về thăm ông. Mỗi khi nhìn thấy đứa con gái nào cùng lứa tuổi với con Quyên là ông chạnh lòng nhớ con Quyên trong đôi mắt đỏ hoe, khô lệ. Ông thường nói như nói để cho chính ông nghe:» Con Quyên à, Con có biết là Ba thương con lắm không? Thương con và thương thằng Thiện nữa. Nhưng tại sao con dại dột mà chết đi vậy? Hở con?? Con biết là ở nhà, con còn có Ba và em con nữa mà. Mẹ con cũng vì con mà đã chết đi rồi.Trước khi nhắm mắt, Mẹ của con còn nhắc đến con và nói rằng:» Không có người Mẹ nào sống trên thế gian nầy lại ghét đi con của mình. Mẹ rất thương con, nhưng thương mà Mẹ làm không đúng nguyện vọng của con. Hãy tha thứ cho Mẹ.Quyên ơi..»

Sau bữa cơm chiều, Quyên và Thiện cùng kéo nhau ra chiếc ghế xích đu được đặt nơi patio sau nhà. Thiện hỏi chị Quyên mọi chuyện và Quyên đã kể hết tất cả việc đã xảy ra trong gia đình lúc Thiện vắng mặt vì lên thành phố đi học. Quyên kể đến đâu thì nước mắt Quyên chảy ra lã chã đến đó. Quyên sống ở trại tỵ nạn Mã Lai được 4 năm. Trong khoảng thời gian nầy, Quyên đã đem lòng yêu thương anh Phú - người sĩ quan trong Quân Lực VNCH đã hết lòng che chở và chăm sóc cho nàng những lúc nàng bệnh hoạn, đau yếu. Và khi qua định cư tại Mỹ, Quyên và anh Phú đã chính thức kết hôn. Thiện cũng kể cho chị Quyên nghe về cuộc đời của Thiện. Chị Quyên rất tâm đắc về mái ấm gia đình của em mình. Như đã chợt nhớ ra điều gì, Quyên hỏi Thiện:

- « Từ sau ngày Mẹ mất đi, Ba sống như thế nào hở em? Chị rất nhớ thương Ba và cũng rất thương Mẹ. Mặc dầu bị Mẹ đánh đòn đau, nhưng chị cũng không dám oán trách Mẹ mình. Có lẽ bây giờ Ba đang nhớ Thiện nhiều lắm?»

« Em thường gọi phone về thăm Ba. Chị đừng lo. Còn chị, đến khi nào chị về lại thăm Ba??» Thiện hỏi chị Quyên. Quyên nói trong nước mắt;

-«Thiện gọi phone về nói với Ba là chị vẫn còn sống và lúc nào cũng thương nhớ Ba. Nếu cuối năm nay, em không bận bịu công ăn việc làm thì cùng với chị về Việt Nam thăm Ba,Thiện nhé.»

- « Dạ, em nghe chị, em sẽ phone về nói với Ba là chị vẫn còn sống và thương nhớ Ba nhiều lắm. Chắc là Ba mừng vui khi biết được tin nầy.»

Hai chị em Quyên và Thiện vẫn ngồi bên nhau chia sẻ với nhau tâm sự chất ngất trùng trùng qua hơn mười lăm năm xa cách. Trên vòm trời cao cao xa bên kia tường rào, vài giọt nắng chiều đang sót đọng lại trên những tán lá thông xanh đang dần dần đổi sang màu xanh sẫm.Trong ánh mắt sâu thẳm của Quyên, hình ảnh người Cha già thương con ở quê nhà như hiển hiện ra trong vòm trời cũng đang lấp lánh ánh Sao.Trong thảng thốt ngắn ngủi, Thiện nghe được tiếng thì thầm của chị Quyên: « Ba ơi - con sẽ về thăm Ba...thăm Ba.»

NAM GIAO /AZ

LÊ NGUYỄN
TẢN MẠN HUẾ - THƠ
VÀ NHỮNG CON ĐƯỜNG HUẾ.

Ở vào độ tuổi tám mươi. Xứ người, ngồi hoài tưởng về thơ, em và Huế. Chợt nhớ lời dân gian vẫn ví von:

" Thơ, Tình yêu không có tuổi! Thi sĩ là con cưng của Thượng Đế!"

Ôi ghê quá! Và cũng dữ dội thiệt! Ngoảnh nhìn lại mình, và cứ chỉ nghĩ đơn thuần - từng vỏ vẻ viết được dăm câu thơ, trình làng vài ba thi tập anh của em cũng đã được xếp vào hàng ngũ... con của Thượng Đế? Ừa, thì hôm nay hai đứa thử lạm bàn về chuyện thơ - Tình Học Trò và Huế, nhé em! Xem ra đề tài này cũng hấp dẫn à!

Nơi quê xứ nghèo khó, khép kín mà mơ mộng Huế mình - có vô số con đường đưa dẫn vào tình yêu! Nhưng trước nhất trên hết - phải nói tới, kể đến là con đường Lê Lợi. Nơi tọa lạc hai ngôi trường Trung học của tuổi yêu nức tiếng Đế kinh: Quốc Học (Còn gọi Khải Định, Quốc Học Ngô Đình Diệm) và Đồng Khánh (Nay là Hai Bà Trưng). Chính hai nơi này, cũng như hàng chục trường Trung Học Huế, là bậc thang Tiếp liên đưa tuổi trẻ Huế lên đỉnh cao Đại Học, chuẩn bị vào đời: Ra Kỹ Sư, Bác Sĩ hay vào các lò luyện thép Võ Khoa, Võ Bị.

Huế! tên quê xứ mình đơn điệu, nghèo - chỉ một âm, một tiếng! Nhưng Lê Lợi, con đường của thời xanh và vạn thuở ấy thì lại quá âm vang giàu có danh xưng! Lê Lợi:

- *Con đường 18.*
- *Đường của Tình yêu.*
- *Đường tuổi Học trò*
- *Con đường Phượng vĩ.*
- *Con đường Áo trắng.*
- *Đường Quốc Học Đồng Khánh.*

Không rõ thị dân Huế, khách yêu Huế còn gọi con đường này bằng bao danh mỹ từ nào khác? Nhưng các em ơi, với anh - dù xưa không là học trò Quốc Học, thì Lê Lợi vẫn là con đường ký ức của một thời hoa mộng đẹp nhất - không chỉ của riêng Huế!

Cứ hãy hình dung đi! Mỗi sáng sớm, chiều tà theo giờ tựu, tan trường thuở ấy (những năm đầu thập niên 60.) Từng đàn bướm trắng, nón lá, tóc thề tỏa bay khắp những con đường Huế - qua 6 vài cầu ngợp nắng mai, bến đò chiều Thừa Phủ, Mai Thúc Loan nối dài - ngát hương Sen hồ Tịnh - tỏa về khu dân cư, Chùa Miếu Gia Hội cổ kính! Huế của tôi ơi - dễ thương và mơ mộng đến dường nào! Những con đường trong ký ức của bao chàng trai, nàng thơ mới lớn xứ Huế!

Còn nhớ đầu thập niên 1960 - có một chàng thơ thư sinh Quốc Học độ tuổi 17, với những vần thơ non nớt học trò qua thi tập in ấn sơ sài " Trước cổng Trường Đồng Khánh" - vẫn gây được tiếng vang trong đám nam, nữ sinh Huế - đã đủ làm số bạn đồng triều ...ghen tức! Theo ngay đó là làn sóng trào " CTY" (cho, cần, cướp) tình yêu làm Huế dậy sóng lan.

Với dân Huế - trai gái học trò Huế mình là vậy đó. Vốn bị ràng bó eo ép qua bao thời, có cơ hội là cho bung vỡ luôn! Huế của những năm đầu 60, mới có Trâm (Bán Công), Sương (Bồ Đề) nhuộm tóc vàng ngang nhiên rong phố - mới có Vy, Cúc Đồng Khánh vừa ra khỏi cổng trường, đã có kép Văn Khoa, Quốc Học, Pelerin xếp Gobel, Mobylette hàng ngang chực chờ. Mới có Trình Như Nga của chàng thơ Tăng Quốc Anh bán vé Ciné rạp Gia Hội Hí Viện, mê đơn phương cô nữ sinh lai Tàu Hoa khôi Nguyễn Du - làm thơ lên báo Thể hiện ngợi ca nhan sắc!. Và cũng Huế, chỉ Huế của khuôn nếp bung vỡ của những năm cuối 50 đầu 60 mới nẩy sinh ra những cuộc tình vòng tay học trò» nẩy lửa» - mà chúng tôi là lớp nhân chứng sống: Bà Hiệu Trưởng yêu cháu nam sinh. Sư Thầy dạy giáo lý, lấy nữ sinh mang bầu. Chàng sinh viên cưới nàng Nữ tu...

Nhắc tới Huế, tình Huế mà không nói tới thi ca Huế là một thiếu sót. Nhưng thật sự, những năm đầu 60 là thời kỳ vàng son của... thơ Quảng rộ nở trên báo chí. Nghiệp thơ, và nghề Gia sư vào thời đoạn này - vốn là đất thiêng của những chàng trai Quảng - mà đa phần là Quảng Nam - từ Hội An ra. Nhóm lão túc Đường thi Hương Bình Thi xã của Ưng Bình Thúc Gia Thị, Thảo Am ngay thời đoạn ấy như đã lùi dần về dĩ vãng! Tự do quá đà với nhân vật Thanh Tâm Tuyền do Mai Thảo, nhóm Sáng Tạo cổ súy - vẫn chỉ Thanh Tâm Tuyền viết để...TTT, Cự Phách và Mai Thảo đọc (!) Ý ngữ tối nghĩa, u trầm đến hoang tưởng! Lăn lộn với thơ bao nhiêu năm đọc còn không hiểu nổi Tác giả muốn nói gì? Thì hỏi đa số độc giả muốn tìm đến với thơ ấy làm sao để gọi rằng yêu thích được. Đâu phải có được vài bài thơ hay, mấy bài được các phù thủy nhạc phổ cho khá nổi - rồi thì muốn vẽ vời hướng thơ Việt theo sở ý mình, và tự ngầm cho là... nhất? Làm gì thì làm, chỉ xin đừng ai vo tròn bóp méo thơ Việt, thơ Lục bát đậm sắc Ca Dao Mẹ Việt

Nam. Đẩy thơ ra quá xa tính dung dị dễ hiểu, thanh sáng của nó. Gò ép thơ vào khuôn phép, trường thi đã không nên thì vẽ vời, bung phá, làm dáng hay tối nghĩa - khoác áo lập dị cho thi ca - đều đáng trách cả!

Đoạn Trường Tân Thanh của Tiên Điền Tiên Sinh còn sờ ra đó. Ngoài số câu đoạn nêu lên triết lý sống đạo, đời dễ hiểu đều là thi văn phong bình dị, đi vào lòng người của một Nguyễn Du - Thi hào của Việt Nam đúng nghĩa! Nhân nói đến Thi hào cao quý - cho tôi nhớ sau năm 1975 - (khoảng đầu 1990), tôi có dự đêm vinh danh tưởng niệm Cụ Ưng Bình Thúc Gia Thị - do con gái cố thi sĩ - là nhà thơ Tôn Nữ Hỷ Khương, và ông nhạc sĩ... cuốn theo chiều gió Trần Văn Khê tổ chức tại trường Quốc Gia Âm Nhạc thành Hồ. Cái bandrol cở lớn, căng ngang trước sân khấu:» Đêm... Thi hào Ưng Bình Thúc Gia Thị» khiến ai cũng nhìn nhau ngẩn ngơ:» Uả, ai viện văn học, dư luận báo chí nào đã vinh danh ông cụ Ưng Bình là Thi hào và tự bao giờ? Hay đấy là sản phẩm của Bộ Thông Tin Văn Hoá chế độ mới? Hoặc còn lại, là do chính bà con gái thơ của cụ ông và ông nhạc sĩ... cuốn theo chiều gió Trần văn Khê vẽ bùa, buộc vào cổ cụ cố Thi sĩ, vốn sống khiêm lắng, khép kín lúc sinh tiền? (Tôi gọi ông Trần Văn Khê là Nhạc sĩ .. cuốn theo chiều gió - bởi cũng như Phạm Duy thời Ngô Đình Diệm, Nguyễn Văn Thiệu đương quyền - qua tới Hồ Chí Minh, Lê Duẫn. Hai nhân vật này đều bám sống, ra đi - trở về tâng công, kiếm chút hư danh - không hơn và không kém).

Nói thêm một chút về lão thi Ưng Bình, sống một đời thầm lặng thanh tao, nơi một Phủ Đệ vùng quê tôi Vỹ Dạ - không xa thành phố lắm. ngay cả lớp trung niên, lớp trẻ thời bấy giờ - ở Huế thôi, vẫn chưa phải ai cũng nghe danh. Cụ ông chỉ được số yêu văn học Huế, nhìn bằng qua lăng kính là một Thi nghệ sĩ, là đã quá! Lão thi chỉ sính thơ Đường, sáng tác số bài ca cổ Huế - chớ cũng chẳng ca ngâm đàn nhạc bao giờ! Vậy thì cái danh xưng Thi hào cao quý quá tầm, lạc lỏng ấy - xin hỏi, nếu không tự bà chị Hỷ Khương, ông Trần văn Khê trong Ban tổ chức đêm thơ ấy" vẽ ra", bị hố - thì là còn ai, để đứng ra lãnh trách nhiệm trước văn học sử về việc này? Xin... vừa thôi chứ. nhà thơ Tôn Nữ Hỷ Khương mà dám và lấy tư cách gì - xếp Thi sĩ Ưng Bình Thúc Gia Thị ngồi chung chiếu với Thi hào Nguyễn Du Tiên Điền Tiên Sinh?

Giờ xin tản mạn chút về Huế Mậu Thân và lũ nghịch tử Huế: Nguyễn Đắc Xuân» Nhà Huế Hoc», Hoàng Phủ Ngọc Tường, Hoàng Phủ Ngọc Phan - có cả Đoan Trinh, bạn học với tôi thời Trung học ở Huế (Trinh xinh đẹp con gái rượu của Nguyễn Đóa, dạy Pháp Văn Bồ Đề, Mậu Thân Huế là nữ sát thủ. Còn Đóa - là PCT. Chính Phủ bù nhìn của Chánh Phủ Cách Mạng Lâm Thời/MNVN). Sau này vỡ lẽ ra mới biết - Bồ Đề Thành nội là hang ổ Việt Cộng nằm vùng của Thành ủy Thừa Thiên, mà tác giả Liên Thành viết sách kê rõ, quả không sai tí nào. Nguyễn Đóa, Nguyễn Thị Đoan

Trinh, Tôn Thất Dương Tiềm, Nguyễn Tiếng - liên hệ một gia đình cha con lão Nguyễn Nhẫn, Nguyễn Mỹ... và còn nhiều nữa! Nguyễn Đắc Xuân, Nguyễn Đóa - thất sủng ra mồ ma! Hoàng Phủ Ngọc Tường bị quả báo bại liệt, sống dở, chết dở! Đoan Trinh trốn lánh Huế vô Saigon, về Bình Dương ẩn tích! Đứa chối tội vụ Mậu Thân, đứa lấp lững, ỡm ờ hối cải - hầu mong khi chết được nhắm mắt?!

Ôi, Huế nào tội tình chi? Răng mà quá khổ nạn?! Bao nhân chứng, ngàn oan hồn, dị chứng Huế - Khe Đá Mài, Ba Tầng, Ba Đồn, Gia Hội, Bãi Dâu.. mãi mãi sờ ra đó! Lòng người, sử sách Thế giới ghi tạc - mỗi dịp Xuân Tết - là ngày đại tang của Huế! Nào ai trong lũ tội đồ còn cãi chày, cãi cối cho được?

Ở vào tuổi 80 tha hương - ngồi liên tưởng lại, hình ảnh từng buổi chiều nắng mưa dầu dãi - làm gã tình si đón đưa bén gót, qua sáu vài cầu sơn màu trắng đục, nơi bến đò Thừa Phủ sông nước chênh vênh. Cùng leo núi Ngự trước tròn, sau méo - lần xuống núi ăn bánh bèo ngả ba Nghẹo - Dàng Xay cuối tuần, hai chén một đồng, chất từng chồng cao - hợp túi tiền học trò nghèo! Sao mà nó vừa thân ái, vừa xót xa đến thế nào!

“ *Người chi mô mà lạ rứa?*
Thôi thì... đưa thư đây
Bởi không nhận, không đành!.”

Có xem, có thấy Kỳ nữ Bích Thuận ở vào tuổi 80 hơn, nhập vai nữ sinh Huế - xí xa xí xọn trên sân khấu Nhạc Hội - mới quá ngấm lòng với bao ký ức của một thời xanh trẻ!

Cảm ơn em! Tạ tình những người con gái nữ sinh Huế - đã ban phát cho bao gã tình si, trong số đó có anh - nguồn hy vọng để sống...Để ra chiến trường, vào tù tội, tha hương - và giờ ngồi nơi đây mà niệm tưởng!

Cảm tạ Huế! Cảm tạ Thơ, những con đường tình yêu - cho đến giờ xuôi tay nhắm mắt!

LÊ NGUYỄN /PA.

MAI VĂN PHẤN

Nằm ép xuống gối
Biết
Con chim
Bị vặt trụi lông

Kê bàn ghế
Mãi chưa ưng
Nhìn
Con chim chuyền cành

Tan chợ
Con chó
Người bán
Nhìn nhau

Nhìn con sò
Khép vỏ
Vội
Về ngay

Về đến nhà
Khóa cửa sắt
Thở nhẹ
Mở mắt nhìn người qua

Trước computer
Ngược rồi xuôi
Chẳng nghĩ ra điều gì
Đành diệt virus

Trời yên
Ngắt cọng cỏ
Đoán gió lốc
Vần xoay thế nào

Mơ thành con tàu
Tới rạng đông
Tỉnh dậy
Lưng dán xuống chiếu

Nhìn gần
Xác con muỗi
Hình dung
Nó hút máu

Cảnh
Ổ khóa phía sau
Thợ ảnh nhắc
Tươi lên

Con dế
Ngã đôi lần
Dạy hạt sương
Bám lên cọng cỏ

Ươm cây
Xong
Đi tắm
Kỳ cọ rất lâu

Trong chớp lóe
]Ngoài sân
Cạnh đống củi
Chiếc rìu chưa cất

Trời tối
Mò được chai nước
Uống mới biết
Nước gì

Nửa đêm tỉnh dậy
Quờ phải con dao
Ngỡ cây nến
Ngọn lửa rất sắc

Uống rượu
Lặng im
Dõi theo con chó
Không biết vui hay buồn

Con bướm ngu ngơ
Bay lạc vào phòng
Tôi tắt điện
Ngoài kia còn sáng

Chạng vạng
Chú mèo vồ trượt con mồi
Lưỡi rìu
Kẹt trong thân gỗ

Chờ thợ diệt muỗi đến
Mấy con muỗi
Vo ve
Lần cuối

Trong một giấc mơ
Được sống qua nhiều thể chế
Vậy mà
Không bị làm phiền

Ghế đá
Các cụ luận bàn
Chị lao công từ tốn
Mời sang ghế khác

Ông lão ngồi câu
Cá không ăn mồi
Nhao lên
Đớp bóng

Sau sân khấu
Sắp mở màn
Vai chính
Ăn thêm miếng bánh

Lời con dê
Hãy mở chuồng
Buông dao thớt
Để tôi về núi

Trong tiếng pháo hoa
Vài quả non
Có thể
Rụng

Tiếng khoan tường
Chắc hàng xóm treo tranh
Chỗ nhà mình
Treo đèn

Đọc sách
Hoang mang
Nhìn
Con đường trong đêm tối

Nhật ký
Ai cũng thất vọng
Không dám nói
Vậy hãy viết

Cá trong lồng
Lấm lét
Không nhìn thẳng
Người qua

Giống tiếng pha-lê vỡ
Đánh rơi chùm chìa khóa
Thay đổi
Bao ý nghĩ

Khai phóng
Con ong bay qua
Thay vội đôi tất
Lên đường

Con ốc sên
Cố thè lưỡi
Làm mát
Mặt đất

Cầm xác con ve
Nhẹ tênh
Như nó
Chưa từng có

MAI VĂN PHẤN

(^_^)

BỊ KÝ
Thầy Nguyễn văn Sâm, con chim "đa đa" của Petrus Ký

Thầy Nguyễn văn Sâm

Ngày 8 tháng 9, cô Ngọc Ánh, vợ thầy Sâm gởi cho tôi một điện thư. Rất tiếc, điện thư đã bị cho vào Spam mail nên tôi đã không nhận được (có thể vì ít khi cô viết cho tôi). May mà trước khi xóa bỏ hết các Emails trong Spam folder, tôi duyệt lại mới thấy Email của cô Ngọc Ánh, nên mới biết tin sau:

Anh Sơn ơi:

Xin báo cho anh một tin không vui về Thầy Sâm.

Ngày 2/9 Thầy Sâm té trong nhà (cũng nhẹ thôi) nhưng Thầy nhất định gọi 911 và khi vào bệnh viện gần nhà. Scan não của anh thấy bị khối u khá lớn, dù Thầy cũng tỉnh táo bình thường, chỉ hơi choáng váng chóng mặt thôi, nhưng bệnh viện nhất định chuyển bằng trực thăng đến bv khác có nhiều phuong tiện hơn ngay trong đêm đó

Ngày 6/9 Thầy mổ khối u.

Và đến hôm nay mặc dù đã tỉnh nhưng Thầy ngơ ngác như không nhận biết mọi vật chung quanh.

Bác sĩ bảo điều này bình thường, nhưng tôi hoang mang không biết bao lâu Thầy mới minh mẫn như xưa, khi hiện nay Thầy thở bằng ống, ăn bằng ống...

Vài hàng tin cho anh rõ.

Tôi sẽ tiếp tục thông tin cho anh và bạn bè gần xa biết về Thầy.

Ngọc Ánh

Sáng ngày 12 tháng 9, 2023, vì không đọc được Email cô Ngọc Ánh gởi, nên tôi đã gọi thăm thầy Sâm để nhờ thầy giúp ý kiến để chọn một câu thơ hay tục ngữ hay để cho vào hình bìa của tập bài Mừng Xuân Giáp Thìn 2024, và cô Ngọc Ánh đã trả lời điện thoại. Cô cho tôi hay tin như cô đã viết trong Email là bác sĩ tìm thấy trong não của thầy Sâm có cục bướu nên đã giải phẫu để cắt nó đi vào 10 ngày trước, và thầy còn nằm trong ICU. Tuy nhiên cô cho tôi tin vui là ngày hôm trước, thầy Sâm đã tỉnh lại và gọi "Ánh ơi, Ánh à" và còn nhớ cụ Nguyễn Du là tác giả của Đoạn Trường Tân Thanh (truyện Kiều). Đó là điều đáng mừng.

Tôi thực tình hỏi cô Ngọc Ánh có cần gì tôi giúp? Cô cho biết hai cô con gái của thầy Sâm từ Texas bay lên phụ cô lo cho thầy Sâm nên cô cũng có người giúp đỡ, cô Ngọc Ánh biết tôi không phải là đứa đãi bôi nên cô nói *– cầu cho thầy bình an đi S.*

Chắc chắn rồi, cô Ngọc Ánh.

Sau đó, tôi đã gọi cho các thầy Châu Thành Tích, thầy Trần Huệ, thầy Đặng Quốc Khánh, v.v. để các thầy biết tin này. Cũng gọi cho thầy Dương Ngọc Sum và để lại voicemail cho thầy và cô Hiệp.

Sau khi ăn tối xong, tôi mới nhớ là tôi còn thiếu nợ thầy Sâm, cựu giáo sư Việt văn và Triết của Petrus Ký, một bài viết về thầy, nên tối nay, tôi ngồi viết vội vài dòng. Tôi sẽ gởi bài nháp cho cô Ngọc Ánh để cô sẽ đọc cho thầy Sâm nghe khi cô vào thăm thầy trong bệnh viện hôm nay, hy vọng là thầy sẽ vui và chóng lành bệnh.

Có nhiều chuyện tôi phải giải thích, chứ không mọi người sẽ thắc mắc.

Mặc dầu tập bài Tạ Ơn Thầy, Nhớ Ơn Cô (TOTNOC) đã hoàn tất, đóng sổ vào năm 2010, tôi đã viết thêm một vài bài và cho riêng vào tập bài TOTNOC mà tôi có, như "Tình Yêu Của Thiên Thần" (bài viết về cô Bùi thị Tuyết Hồng), hay "Ngược Dòng Lịch Sử" (bài về thầy Đinh Căng Nguyên), và gần đây nhứt là bài về "Thầy Trần Huệ - Vị Giáo Sư Tướng Mạo Trẻ Trung Nhưng Thâm Niên Của Trung Học Petrus Ký", v.v.

Những vị nào mà có bài viết dưới cái bảng tên trường – do học trò Petrus Ký "bào chế" - thì phải là một cựu giáo sư của Petrus Ký hoặc một huynh trưởng Petrus Ký kỳ cựu mà học trò Petrus Ký thật lòng quý mến và xem như bậc thầy, như bài "Giấc Mơ của chú Trương" (về huynh trưởng Nguyễn Hùng Trương, chủ nhà sách Khai Trí), hay "Người Huynh Trưởng Thầm Lặng" (bài về huynh trưởng Lâm văn Lợi, vị cựu cố vấn của hội Ái Hữu Petrus Ký Bắc California, một trong những sáng lập viên của hội Ái Hữu Petrus Ký tại Bắc California vào năm 1987), v.v.

Thầy Nguyễn văn Sâm chẳng những đã hội đủ hai tiêu chuẩn trên vì thầy là huynh trưởng Petrus Ký mà tôi quý mến (tiêu chuẩn quan trọng nhứt của mọi người Petrus Ký mà tôi thân quen) và đã từng dạy học tại Petrus Ký (tiêu chuẩn quan trọng thứ nhì), tôi còn quý thầy ở một chỗ là vì thầy là một người có cuộc sống rất giàu tình nghĩa, rộng hiểu biết, nhưng tính tình khiêm tốn.

Vì sao tôi chọn cái tựa bài viết là "Thầy Nguyễn văn Sâm, con chim "đa đa" của Petrus Ký"?

Có vài lý do. Tôi không muốn làm cái gì, hay viết những gì có tính cách nhàm chán, nên tôi thường chọn tựa bài viết có chút tượng hình, mầu sắc, hay có ý nghĩa riêng cho mỗi cá nhân.

Chim Đa Đa có tên khoa học là Francolinus Pintadeanus, ở Việt Nam còn gọi là Gà gô, là loài chim thuộc họ Trĩ. Chim đa đa hơi nhỏ, nhưng trông rất dễ thương. Thầy Sâm là như thế đó, hơi nhỏ người, ốm yếu, nhưng tính tình dễ thương.

Chim đa đa

Nhưng lý do chính mà tôi chọn chữ "**Đa đa**" (*Nhiều cái nhiều*) trong tựa bài viết vì thầy Sâm sở hữu nhiều đức tính hoặc con người thầy thể hiện sự **Đa** cảm, **Đa** dạng, **Đa** đoan, **Đa** hạnh, **Đa** hiệu, **Đa** mang, **Đa** năng, **Đa** phương, **Đa** tài, **Đa** tình, v.v.

Tôi không dám nói là thầy có **Đa** thê hay không, nhưng chắc chắn không **Đa** thần, và tôi mong thầy được **Đa** niên để tôi còn "tán dóc" với thầy.

Lại thêm, đôi khi đọc những câu chuyện thầy viết về những đia danh hay nhân vật trong khung cảnh mộc mạc của miền Nam đất Việt, tôi có cảm tưởng như đang nghe tiếng chim đa đa hát, có một chút gì hoài niệm.

Bạn bè, thân hữu của thầy Sâm gọi thầy là "*nhà giáo, nhà văn, nhà nghiên cứu, nhà dịch thuật, nhà hảo tâm*", v.v. và tiểu sử của thầy mỗi nơi viết một khác vì các tác giả chỉ biết về thầy trong một giai đoạn nào đó. Ít người biết trước 4/75, thầy Sâm cũng là một cựu dân biểu của VNCH.

Thầy Sâm là cựu học sinh Petrus Ký khóa 54 - 61, bạn đồng khóa của thầy có hai huynh trưởng/thầy Châu Thành Tích và Mai Thanh Truyết. Theo tôi biết, một trong những giáo sư dạy thầy Sâm ngày xưa tại Petrus Ký mà vẫn còn rất khoẻ là thầy Trần Huệ, hiện đang sống tại San José.

Thầy Sâm tốt nghiệp Cử Nhân Giáo Khoa Triết Học (Tây Phương) năm 1965, Cao Học Văn Chương (Việt Nam) năm 1972, và đang theo học năm thứ nhứt Tiến Sĩ Văn Chương Việt Nam thì cuộc chính biến 4/75 xảy ra.

Thầy đã từng dạy học tại các trung học Hoàng Diệu, Sóc Trăng (tôi đang chọc thầy Sâm và cô Ngọc Ánh đây), Nguyễn Đình Chiểu, Mỹ Tho, Petrus Ký, Sài Gòn), cũng như các đại học Sài Gòn, Cần Thơ, Hòa Hảo, Cao Đài, Vạn Hạnh.

Thầy vượt biên đến Nam Dương tháng 03/1979, vào Mỹ tháng 09/1979. Hành nghề dạy học từ đó đến khi về hưu năm 2006. Thầy Sâm từng sống tại tiểu bang Texas, và hiện cư ngụ tại thành phố Victorville, California.

Thầy Sâm đã viết cho các tạp chí Văn, Văn Học và nhiều tạp chí Việt ngữ khác tại hải ngoại. Thầy Sâm đã cho ra mắt nhiều tác phẩm, có tính cách tham khảo về những vấn đề văn học.

Tác phẩm xuất bản trước 1975 tại Việt Nam:

1. Văn Chương Tranh Đấu Miền Nam (Kỷ Nguyên, Sài Gòn, 1969);
2. Văn học Nam Hà (Lửa Thiêng, Sàigòn, 1972, 1974);
3. Văn Chương Nam Bộ và Cuộc Kháng Pháp 1945-1954 (Lửa Thiêng, Sài Gòn, 1972, Xuân Thu, CA, 1988).

Tác phẩm xuất bản sau 1975 tại hải ngoại:

A. Sáng tác:

1. Miền Thượng Uyển Xưa, tập truyện (Bách Việt, CA 1983, in chung với Đặng Phùng Quân);
2. Câu Hò Vân Tiên, tập truyện (Gió Việt, TX, 1984);
3. Ngày Tháng Bồng Bềnh, tập truyện (Gió Việt, TX, 1987);
4. Khói Sóng Trên Sông, tập truyện (Văn, CA, 2000);
5. Quê Hương Vụn Vỡ, tập truyện (Viện Việt Học, CA, 2012);
6. Giọt Nước Nghiêng Mình, tập truyện (Viện Việt Học, CA, 2018);
7. Ước Vọng Bay Tan, kịch thơ (Tiếng Quê Hương, Virginia, 2016).

B. Phiên âm từ sách Nôm:

1. Trương Ngáo (Viện Việt Học, 2008);
2. Tội Vợ Vợ Chịu (Viện Việt Học, 2010);
3. Người Hùng Bình Định (Viện Việt Học, 2012);
4. Mà Lòng Tôi Thương (Viện Việt Học, 2013);
5. Tỉnh Mê Một Cõi (Viện Việt Học 2015);
6. Báo Ứng Nhân Quả (Gió Việt, 2016);
7. Nữ Tắc Diễn Âm (Lời Dạy Đàn Bà – Con Gái);

8. Tam Quốc Diễn Nghĩa Ca. (Viện Việt Học, 2020);

8. Tuồng Kim Vân Kiều Nam Bộ (Viện Việt Học, 2021);

9. Quan Âm Tế Độ (Viện Việt Học, 2022).

C. Chú giải sách xưa:

1. Kể Chuyện Tình Buồn (Chú giải "U Tình Lục" của Hồ Văn Trung, 2014);

2. Chuyện Đời Xưa (Chú giải "Chuyện Đời Xưa" của Trương Vĩnh Ký (Ananda Viet Foundation, 2017).

Là thành viên Ban Biên Tập Tự Điển Chữ Nôm Trích Dẫn. Trưởng ban Văn chương, Viện Việt-Học.

Thầy Nguyễn văn Sâm và cố giáo sư Lê văn Đặng là hai vị giáo sư Petrus Ký mà tôi biết đã tích cực tham gia vào các hoạt động văn hóa của viện Việt Học tại Nam California.

Hai ông thầy Petrus Ký đã dành nhiều thì giờ dịch viết và chú giải nhiều tác phẩm chữ Nôm. Cả hai thầy đều nghĩ là tôi là học trò Petrus Ký, chắc cũng có chút căn bản, nên đã gởi tặng cho tôi nhiều tài liệu, sách vở văn học, khảo cứu, ngay cả kinh kệ để giúp tôi mở mang trí tuệ. Tôi chỉ cảm ơn nhưng phải phụ lòng hai thầy bởi tôi là đứa mù chữ. Tánh tôi hay đùa nên khi tôi chặt cái họ Nguyễn ra làm đôi, chữ NGU đi trước, mọi người đã nghĩ là tôi nói giởn chơi, nhưng đó là sự thực.

Chắc mọi người còn nhớ câu chuyện, có người mù chữ, thấy người khác đeo kiếng để đọc sách nên đã vào tìm mua kiếng để đọc chữ. Sau khi thử mọi loại kiếng, người mù chữ vẫn không có thể đọc, và tình trạng của tôi cũng tương tự. Chỉ có cái khác là tôi biết cái hẹn hẹp của tôi nên không mắc cở khi tôi cho mọi người biết tôi NGU.

Trong mỗi cá nhân mà tôi quen, họ có một cái đức tính mà tôi quý. Người có tài, người tốt bụng, người chân thành, người vui vẻ, người thẳng tính, người thâm thúy, người có tình.

Thầy Sâm là một người sống có tình, bởi trong quá khứ, thầy đã hỏi xin địa tôi địa chỉ của nhiều cựu giáo sư và huynh trưởng để ghé thăm khi có dịp, như thầy đã viếng thăm cố giáo sư Trần Thưởng Thủ (ông thầy Ba Tê) tại Katy, Texas.

Khi đi chơi Louisiana, thầy cũng đã xin địa chỉ và số điện thoại của cố huynh trưởng Trần văn Linh để viếng thăm.

Thầy Sâm năm nào cũng đi Pháp và đã ghé thăm nhà văn Tiểu Tử (thầy Võ Hoài Nam). Cũng như thầy đã ghé thăm cố huynh trưởng Trần Ngươn Phiêu, v.v.

Tôi vẫn còn nhớ cái ngày thầy và tôi ghé thăm cố giáo sư/huynh trưởng Nguyễn Xuân Hoàng lần cuối và hôm sau thầy Hoàng qua đời.

Thầy Sâm lớn hơn tôi đến 14, 15 tuổi, nhưng hai thầy trò có thể đàm đạo nhiều chuyện, nhiều đề tài, từ chuyện thầy cô Petrus Ký, cho đến đại học Luật khoa tại Sài Gòn và cơ cấu tổ chức của đại học Vạn Hạnh ngày xưa, v.v.

Khi thầy Sâm bị bệnh, tôi thiếu một người để vấn kế hay tán dóc, nên tôi thật mong thầy chóng bình phục.

Hình thầy Nguyễn Văn Sâm chụp cùng cô Ngọc Ánh vào 3, 4 tháng trước.Thế nào, cô Ngọc Ánh cũng sẽ trợn tròn con mắt vì sao tôi có ảnh này?

Cô Ngọc Ánh, tôi xin gởi lời của tất cả thầy cô, bạn bè, thân hữu trong Petrus Ký Distribution List kính chúc thầy Sâm chóng bình phục, để mau về lại nhà. Riêng đến cô Ngọc Ánh và hai cô con gái của thầy Sâm, tôi gởi lời cảm ơn đã chăm sóc cho thầy.

Bị Ký 65-72

Danh ngôn

Cái chết để lại sau nỗi đau không ai có thể chữa lành, tình yêu để lại sau kỷ niệm không ai có thể trộm mất.

Death leaves a heartache no one can heal, love leaves a memory no one can steal.

Khuyết danh

Bí mật của tình yêu là từ hai, sẽ kết hợp trở thành một. Bí mật của tình bạn lại ngược lại: từ một, sẽ cộng tác trở thành hai.

The secret of love is that out of two, there will become a union of one. The secret of friendship is the opposite: that out of one, there will become a partnership of two

Hamvas Béla

HUỲNH LIỄU NGẠN
CHIỀU CUỐI NĂM
Ở ĐẠI LỘ DANH VỌNG

Để tới được một quán rượu chiều cuối năm
tôi phải đậu xe ở parking lot
và đi bộ hơn 15 phút
qua hai đoạn đường có từng ngôi sao nhạc pop
những minh tình màn bạc lẫy lừng
đã chết như những vì sao băng
trên bầu trời

tôi phải đứng lại tìm đường
ở ngã tư rẽ qua phía trái
đi tới đi lui năm lần bảy lượt
đếm ngược thời gian qua từng con phố
những hàng quán thời trang
và người mẫu
đôi chân cao như mặt trời rực lửa
tôi thản nhiên đứng nhìn
cuối cùng cũng tìm được lối vào
theo nhịp điệu slow
để bàn tay mình ngoài cửa hiệu

victoria secret bán áo quần lót
và bên cạnh đủ loại toy kích dâm phụ nữ
đèn chiếu sáng như trên thiên đàng

đêm rực cháy quanh những hành tinh
tôi vẫn nhún nhảy theo từng điệu nhạc
cuối năm thở phào bên ly rượu
giá như ở trên trời

khi lách qua khe cửa
để tìm exit ra ngoài
bỗng nhiên nhớ về bốn ngàn năm trước
tiếng trống vang lên từ tiềm thức
tôi giật mình
đành phải đi ngược lại con đường
mà lịch sử đã đi
khi ngoài trời có tiếng ai gọi
hey guy ! you wrong way man
chỉ còn 3 ngày nữa là hết một năm.

HUỲNH LIỄU NGẠN
22.10.2023

VIÊN DUNG
VỌNG TIẾNG CHỜ XƯA

Kinh khổ tụng tràn khích bác
nhác yên bình, buồn thất lạc.
vọng tiếng chờ hổi cầm hạc phiêu diêu

em quanh hàng lệ bêu riếu
vườn xuân tắt, khép đời rêu
ngày xa lắc, thắp tiếng kêu xưa về

đêm đêm chờ quanh tiếng dế
thâm tâm giục tàn sương mê
biết đâu bình minh triệu về khắp phố

xảy mất hình hài phố cổ
mất thân quen mùi cố đô
nghìn trùng tiếc, em quá bộ ưu phiền

bước em vấp vòng đay nghiến
thanh âm nhuốm kinh lộ thiên
ngân nga giọng thấm chuông miền kêu ca

vọng tiếng chờ xưa mất mát
hoài niệm thoáng đạt thời qua
em đâu hay thời chuyển hoá hư không

tiếc xưa chi, duyên khuất bóng
dáng thời gian ngã chất chồng
tiếng chờ xưa khóc điệu hồng phôi pha

VIÊN DUNG
NÓI LÉN

tại sao phải nói lén ?
dưới bức bối, họ nói gì với nhau
anh kia có đủ sức đu dây, gánh vác
chị ấy còn phải chịu đựng bao lâu nữa
khi tầm ngắm chưa thôi dòm dỏ
khi hàng rào dư luận viên còn băng bó
vết thù tư hữu, sợ nó hơn mình

mớ đáp từ sẽ sáng tỏ
khi màn kịch hà chính đóng lại
có khi quan ngại đỏ bớt dầm, tạnh mưa
biết đâu gánh mưu sinh sẽ thiện hoá an bài
chợ a dua từ rày hết băn hăng bó hó
đời ở đó thôi màu chết bỏ
thôi xầm xì, dễ thở cơm no

mà tại sao phải nói lén?
nói thẳng sẽ mích lòng mắt khóm
nói trắng ra, kẻ lầm than sẽ phiền to
bò dưới ách hà khắc mà hó hé thì ló tù
họ kháo nhau dè chừng bè lũ
chưa thoát tầm mông muội.
nói lén là xấu, nhưng là xu hướng đấu(xả ức) - ở đời

VIÊN DUNG

HUỲNH VIẾT TƯ

Không như giọt sương

1.

- Chào cô! Tôi đến nộp hồ sơ chuyển công tác, nhờ cô chỉ nơi liên hệ.

Giọng nói gọn, rõ và lịch sự, trong tác phong "rất lính", Thảo đoán chắc, anh là bộ đội mới chuyển ngành. Thảo đưa đến phòng Tổ chức của nhà máy rồi vội vã ra xe.

Hôm ấy, sau giờ tan ca một, gặp anh tại phòng Thường trực, cũng là lần đầu tiên Thảo có cảm giác là lạ, khi bắt gặp ánh mắt người con trai. Chuyến xe buýt đưa đón công nhân đã đến trạm dừng. Như thường lệ, Thảo xuống xe, rồi rảo bước đến chợ hoa, mua vài nhánh hồng nhung, loài hoa Thảo rất thích, đem về cắm vào lọ hoa ở nhà. Đây đó, các đôi uyên ương đang lựa chọn những bó hoa thật đẹp cho ngày cưới sắp đến của mình. Bất giác, Thảo mỉm cười, cảm thấy vui lây với hạnh phúc những người xung quanh.

Những tia nắng yếu ớt cuối ngày luyến tiếc đọng lại, vẽ nên bức tranh chiều với gam màu vàng nhạt, lao xao, chập choạng. Như những con sóng nhẹ, muốn níu lại nhịp điệu thành phố, trao cho ánh đèn đêm…

2.

Trên đường vào khu công nghiệp Hòa Khánh, nhà máy Cơ khí Đà Nẵng chỉ cách đường quốc lộ 1A chừng hai trăm mét. Nơi đây, khi còn chiến tranh là một vùng đất trống, được bê-tông hóa để làm căn cứ quân sự và một sân bay dã chiến cho máy bay trực thăng, dưới thời Việt Nam cộng hòa. Sau ngày đất nước thống nhất, tỉnh Quảng Nam - Đà Nẵng, quy hoạch thành một khu công nghiệp gồm nhiều nhà máy. Các sản phẩm sản xuất, phục vụ cho nhu cầu đời sống nhân dân và phát triển kinh tế địa phương. Nền công nghiệp non trẻ của tỉnh bắt đầu mở mang từ đây.

Bước chân vào cổng nhà máy, nhìn về phía tây, người ta thấy một tấm bảng lớn ghi dòng chữ "LÀM RA LÀM!". Đây là khu vực sản xuất, gồm các phân xưởng: Cơ khí, Gò hàn, Nhiệt luyện, Mộc mẫu, Đúc, Rèn, Lắp ráp…Tiếng máy cắt kim loại ở phân xưởng Cơ khí, tiếng va đập kim loại với nhau ở phân xưởng Gò hàn…tạo thành một thứ âm thanh hỗn tạp. Nằm xen kẽ giữa các phân xưởng sản xuất là những hàng cây che mát, làm dịu lại cái nắng mùa hè và hơi nóng, hắt ra từ các phân xưởng. Quy trình sản xuất, đi qua các phân xưởng này liên kết lại, theo mỗi nguyên công khác nhau. Nhà máy chế tạo ra các sản phẩm như máy tuốt lúa, máy ươm tơ, máy guồng tơ, máy dệt vải, máy hình thành lốp... Ngoài ra, còn có các sản phẩm, các phụ tùng thay thế khác như quylat, piston, chemise, segment của động cơ D398 trong đầu máy xe lửa Romania, động cơ xe khách Renault… Trước đó, các sản phẩm này phải mua nước ngoài. Nay được sản xuất tại đây, có mặt trên thị trường trong và ngoài tỉnh, góp phần phát triển ngành công nghiệp phụ trợ.

Nhìn về phía đông, đối diện với khu vực sản xuất, một tấm bảng có kích thước bằng tấm bảng phía bên kia, mang dòng chữ: "CHƠI RA CHƠI!". Nơi đây được trồng những hàng dừa gáo và các loại cây có bóng mát. Một khoảng không gian xanh che dưới các vòm lá, được chọn làm câu lạc bộ ngoài trời. Ở góc của khuôn viên là một thư viện mini, chứa các loại sách kỹ thuật chuyên ngành có liên quan đến các sản phẩm sản xuất tại nhà máy, các loại báo, tạp chí và nhiều sách văn hóa, xã hội, văn học, nghệ thuật… Những sách này, nhà máy mua một phần, còn lại do các tổ chức xã hội và công nhân đóng góp. Mọi người dành những giờ nghỉ trong ngày đến tra cứu, học tập và trau dồi kiến thức. Liền kề với thư viện là phòng bóng bàn, sân cầu lông, bóng chuyền, xà đơn, xà kép… Những công trình này do thanh niên công nhân thực hiện, làm nơi luyện tập thể dục, thể thao hằng ngày và tổ chức thi đấu vào những ngày lễ hội. Khu vực nhà ăn được bố trí nhìn ra khu vườn xanh của câu lạc bộ.

Ý tưởng kiến trúc có bố cục hài hòa, thân thiện với môi trường tự nhiên. Người công nhân có nơi làm việc, ăn uống và sinh hoạt hợp lý, thoải mái, góp phần làm tăng hiệu quả công tác, năng suất lao động và chất lượng sản phẩm. Nơi đây, trở thành một hình mẫu về nhiều mặt cho các nhà máy khác trong các khu công nghiệp. Đó là mô hình "nhà máy - công viên". Nhiều đoàn sinh viên, học sinh các trường đào tạo về kinh tế, kỹ thuật, mỹ thuật công nghiệp…đến tham quan và thực tập.

Cứ mỗi chiều thứ bảy hàng tuần, chương trình sinh hoạt câu lạc bộ ngoài trời lại diễn ra. Những tiết mục cây nhà lá vườn, do đội văn nghệ nhà máy và những người có khả năng sáng tác tự biên, tự diễn. Đề tài phản ánh cuộc sống, sản xuất, tình yêu lứa đôi, khát vọng của tuổi trẻ về một quê hương đẹp giàu… Họ có thể biểu diễn nhiều thể loại và sử dụng thành thạo các loại nhạc cụ khá phong phú như: đàn điện, kèn trumpet, đàn violon, sáo trúc… Đội văn nghệ thực hiện một chương trình với các loại hình: đơn ca, song ca, tốp ca, ngâm thơ, ảo thuật, kịch câm, múa, độc tấu… Thỉnh thoảng, lãnh đạo nhà máy có mời những nghệ sĩ, đoàn nghệ thuật nổi tiếng, các đội văn nghệ đơn vị khác về biểu diễn, giao lưu để thay đổi món ăn tinh thần cho người lao động.

Tại đây, cũng là nơi chứng kiến sự hình thành hạnh phúc nhiều lứa đôi. Họ cùng nhau làm việc, tham gia các hoạt động ngoài giờ, nên có điều kiện giao lưu để hiểu biết và cảm thông về nhau nhiều hơn. Cưới hỏi tại đây, rồi thành vợ thành chồng, sinh con, đẻ cái. Nuôi ở nhà chừng mấy tháng tuổi, lại dắt díu nhau đến nhà trẻ gởi con đi làm. Nhà máy trở thành đại gia đình. Họ gắn bó với nhau, no đủ, thiếu thốn, vui buồn san sẻ cùng nhau.

Chiều thứ bảy tuần này, chương trình sinh hoạt câu lạc bộ sôi nổi hơn lần trước, vì có những đoàn nghệ thuật chuyên nghiệp. Đoàn ca nhạc gồm các nghệ sĩ nổi tiếng từ Sài Gòn và vũ đoàn ballet ở Hà Nội, tối qua đã biểu diễn tại nhà hát thành phố, chiều nay đến cùng tham gia chương trình.

Thảo, các bạn Thu và Hoa. Họ kéo nhau đến góc vắng, vừa thưởng thức văn nghệ, vừa nhấm nháp món me ướp Thu mang theo. Đến điểm hẹn. Nào ngờ, anh bộ đội đã ngồi từ trước.

- Chào anh…

- Hoàng.

Thảo định nói tiếp hai từ "bộ đội". Hoàng đã tiếp lời. Ức thật! Chưa giở trò tinh nghịch đã hỏng. Hoàng chỉ các ghế còn lại, rồi mời cả bọn cùng ngồi. Thảo, Hoa và Thu nhìn nhau hỏi ý kiến. Rồi không ai bảo ai, ngồi xuống những chiếc ghế bên cạnh.

- Thảo giới thiệu đi!

Hoa mở đầu, xua tan cái không khí yên lặng bằng câu hỏi khá hóc. Sự thật, Thảo chẳng biết gì về anh, ngoài cái tên vừa giới thiệu và cái hôm đầu tiên gặp nhau ở cổng nhà máy. Những cảm giác hôm đó gợi lại, Thảo gượng cười lấy lại tự nhiên và giới thiệu với Hoàng:

- Đây là Thu và Hoa, bạn cùng tổ với em.

Đưa mắt về phía Hoàng, Thảo giới thiệu với mấy cô bạn hay "thắc mắc" của mình:

- Còn đây là anh…. Hoàng…. "bộ đội".

Thảo cố tình nhấn mạnh hai từ "bộ đội" như muốn trêu chọc, nhưng Hoàng vẫn thản nhiên tiếp lời:

- Bộ đội đã chuyển ngành về nhận công tác ở phân xưởng Cơ khí. Nay đang đi tìm bạn để thành "bộ đôi".

Tuổi trẻ nhanh chóng làm họ gần gũi và cảm thông. Không khí trở nên thân mật.

Thảo đề nghị Hoàng:

- Anh kể chuyện lính cho bọn em nghe đi.

- Ồ! Chuyện thì dài, anh chỉ tóm tắt: Tốt nghiệp xong trường Trung cấp kỹ thuật, anh tình nguyện đi bộ đội. Sau thời gian huấn luyện, sang

Campuchia làm nghĩa vụ quốc tế, đến nay xuất ngũ về nhà máy.

Thu góp vào:

- Anh có choảng nhau với bọn Pôn - Pốt không ?

- Lính bộ mà, đó là nhiệm vụ thường ngày. Đây là cuộc chiến vì nghĩa vụ quốc tế và cũng bảo vệ nền độc lập của nước mình. Chúng ta giải phóng đất nước Angkor khỏi chế độ diệt chủng Khơ Me đỏ. Anh ở trung đoàn 593 đóng tại Pailin, một vùng đất tận cùng của Campuchia. Điều kiện khí hậu, thời tiết vô cùng khắc nghiệt, sốt rét, ghẻ lở, hắc lào, kiết lỵ… Cái ăn, cái mặc vô cùng thiếu thốn. Đặc biệt, sốt xuất huyết cao nhất vùng Đông Nam Á. Đây là một cứ điểm vô cùng quan trọng, nên ta quyết giữ đến cùng, địch cũng tấn công khốc liệt để dành lại. Nhiều đồng đội của anh đã ngã xuống tại đây, như liệt sĩ Trần Duy Chiến quê ở Đà Nẵng…

Chương trình văn nghệ bắt đầu. Câu chuyện đang hào hứng của họ bị dở dang. Ca sĩ Bích Vân, mở đầu buổi sinh hoạt với bản nhạc “Dáng đứng Bến Tre”, một sáng tác của nhạc sĩ Nguyễn Văn Tý. m hưởng dân ca Nam bộ, giai điệu quê hương đi vào lòng người nhẹ nhàng, xua tan bao nhọc nhằn qua một tuần làm việc.

Thảo thầm nghĩ về tình cảm của mình đối với nhà máy, như mọi người đang quây quần tại đây. Mỗi ngày như thêm gắn bó, thân thiết hơn. Chương trình được tiếp tục với các tiết mục ca nhạc, kịch câm, ảo thuật, ngâm thơ… Đặc biệt, phần biểu diễn của vũ đoàn Ballet thu hút sự chăm chú theo dõi của mọi người. Vũ công có hình thể duyên dáng, những động tác uốn dẻo đến kinh ngạc, nhưng gương mặt lại ánh lên sự tự tin và thần thái chuyên nghiệp. Từng động tác uyển chuyển, thanh thoát, trông như những con thiên nga, lúc xòe cánh, khi vẫy vùng chao nghiêng trong ánh nắng chiều hư ảo …

Hoàng giải thích:

- Ballet vào thời kỳ lãng mạn, coi phụ nữ là thực thể lý tưởng. Lần đầu tiên trong lịch sử Ba lê, họ được trao cho một vị trí quan trọng hơn hẳn so với nam giới. Nam diễn viên chỉ có vai trò phụ trên sân khấu, nhằm nâng đỡ cho các ballerina và cho khán giả thấy họ không trọng lượng. Quê hương ballet là Italia, phát triển và định hình ở Pháp, nhưng lại thăng hoa ở Nga.

Buổi sinh hoạt chấm dứt. Tiếng còi tầm vang lên. Từng tốp người hướng về phía cổng nhà máy. Nơi đó, những chiếc xe buýt nối đuôi nhau, tỏa ra trên những nẻo đường khác nhau trong thành phố, đưa họ về nhà.

- Nè, quý vị, còn một tiết mục chưa khai trương!

Thảo và Hoa nhìn thấy Thu rút từ trong túi xách ra, gói me ướp. Họ đã quên bẵng, trong lúc chăm chú xem chương trình văn nghệ.

Hoàng mỉm cười hiểu ý:

- Đề nghị khi lên xe chúng ta thực hiện tiết mục cuối, anh xin được tham gia.

Cả bọn cùng cười vui vẻ.

3.

Ban đêm ở nhà máy.

Những ánh điện từ các phân xưởng sản xuất hắt ra. Ánh lửa hàn loé sáng, tạo thành những vệt sáng cầu vồng trong khoảng trời thu nhỏ, xua tan màn đêm đang vây bủa xung quanh. Tiếng các loại máy công cụ, dao cắt kim loại, hoà vào nhau, tạo thành âm thanh có tiết tấu hỗn tạp. Ngược với tiếng ễnh ương, ếch, nhái, cá quẫy…ở miền quê. Thỉnh thoảng, có tiếng ma sát của hai chi tiết máy rít lên, như tiếng kêu của một loài thú nào đó, trong một miền hoang mạc.

Tuần này Thảo làm việc ca đêm. Bên chiếc máy mài thân yêu. Những tia lửa mài bắn ra trong đêm. Từng cụm, từng cụm, sáng như pháo hoa. Thời gian chỉ còn một tháng nữa là hết năm. Mọi người đang thi đua hoàn thành vượt mức kế hoạch. Không khí đó lại càng sôi nổi diễn ra ở cánh thợ trẻ.

Hoàng từ chiếc máy tiện đi về phía Thảo:

- Thảo làm ca hai à?

- Dạ, buổi sáng đi chợ, thấy anh đón xe đi làm cơ mà. Anh làm thêm giờ hả?

-Ừ, Hùng ốm, công việc lại nhiều. Phải làm thêm giờ cho kịp kế hoạch được giao.

- Tháng này anh vượt khoán bao nhiêu?

- 120%

- Lãnh lương nhớ có quà cho Thảo nghe!

- Thảo thích gì?

- Kẹo…

Lượt mài tinh mặt đáy chiếc quilat Romania vừa xong, Thảo kiểm tra kích thước cuối cùng. Hoàng giúp Thảo đưa sản phẩm khỏi máy, thay chiếc khác vào. Mới có hơn nửa ca làm việc mà Thảo đã đạt định mức rồi. Anh không ngờ cô gái nhỏ nhắn, dễ thương, có trọng lượng nhỏ hơn trọng lượng cái sản phẩm, cũng là một cây năng suất của phân xưởng.

Chú Sáu, thợ sửa chữa cơ, lại chỗ Hoàng và Thảo, cười khề khà:

- Các bạn trẻ tranh thủ gớm, chú đã đổ dầu vào hộp số của máy Hoàng rồi đó!

- Thôi anh lại làm việc nghe!

- Dạ!

Hoàng về làm việc ở phân xưởng này đã hơn một năm. Anh trở

thành người anh, người bạn thân thiết của Thảo lúc nào không hay biết. Hoàng say mê với công việc, tận tụy giúp đỡ nhiều người, tính tình lại cởi mở, nên được mọi người yêu quý. Thỉnh thoảng, tranh thủ lúc máy hỏng, điện mất, anh đến giúp đỡ và trò chuyện cùng Thảo. Những lúc vắng anh, Thảo cảm thấy buồn buồn. Một người con gái hai mươi mùa xuân. Như đóa hoa hồng mơn mởn, e ấp dưới mái hiên, chờ ánh nắng mai tỏa sắc hương. Và, chàng ong nào mang cánh tình sà xuống bờ yêu? Nhiều anh trong nhà máy muốn "ngỏ ý làm quen". Thảo vẫn chưa có ý kiến gì, nên có người bảo Thảo "kiêu". Thảo cũng chẳng buồn giận. Mặc ai nghĩ gì thì nghĩ. Nhưng bây giờ… Hình như bây giờ, Thảo đã yêu… Một suy nghĩ thoáng qua, lay động trái tim trẻ. Bất giác, Thảo mỉm cười.

- Hoàng!

Thảo thầm gọi tên anh trong những chiều chủ nhật. Bận việc quan trọng anh không đến nhà Thảo chơi, dù đã báo trước. Tối nào rảnh rỗi, anh cũng có mặt tại nhà Thảo, riêng ngày chủ nhật không vắng bao giờ. Sự có mặt thường xuyên đó, để rồi khi vắng anh, cảm giác trống vắng trong lòng. Buồn man mác, dự đoán vì đâu?…Thảo tự trách mình yếu đuối, rồi tự biện hộ: Phải, Thảo là con gái mà!

Cuộc độc thoại. Lặp đi, lặp lại.

Khi gặp lại anh, Thảo thấy lòng xao xuyến. Như giọt sương mai đón nhận tia nắng đầu ngày. Long lanh, lung linh như viên ngọc, khuếch tán ánh sáng nhiều sắc màu, rồi hóa thân vào không gian mênh mông. Tình yêu mà cô cảm nhận là mùa xuân với khu vườn đầy hoa bướm, ánh nắng tươi giòn, gió heo may nhè nhẹ. Vạn vật đâm chồi nảy lộc, lòng người đang nhóm lên ngọn lửa niềm tin và khát vọng. Phải chăng, với tình yêu, tận cùng là khát khao hoà hợp. Thảo cảm nhận hạnh phúc là như vậy.

Về phía Hoàng. Anh cũng không nhớ đã bắt đầu tự bao giờ, chỉ biết rằng lòng anh rộn ràng thổn thức trước gương mặt ẩn hiện yêu thương thầm lặng cuộc đời. Khi về đêm nung nấu khát vọng tim mình. Có phải, nỗi cám dỗ tội lỗi nguồn cội ân huệ tràn trề mời gọi, hứa hẹn bão giông tình ái. Chưa một lần hôn, nhưng cái cảm giác đôi môi trái tim ngào ngạt hương hoa hồng, thơm lừng sữa mật, ngào ngạt tận hiến. Thảo ơi! Em tươi xinh biết bao. Đôi mắt em, có lúc là hồ thu mênh mang sâu thăm thẳm, có lúc dậy sóng điên cuồng đại dương. Hương rừng nồng cay thoát ra từ chiếc lá màu đỏ gụ miệng em. Cái ngực tích chứa năng lượng tràn lan như hai quả bom sex nữ hoàng cleopatra, sẵn sàng nổ tung đánh đắm bất cứ gã đàn ông nào.

Trái tim Hoàng run rẩy tràn chảy môi răng, hũ rượu đầy ắp đắm say sực nức trong cổ họng đã bao mùa cay đắng hội tụ về ngọn nguồn suối tươi trẻ ở rốn và vùng huyệt đan điền hạ - ruộng thuốc quý, mà các bậc cổ y đã giàu công nghiên cứu. Thảo! Em rạng rỡ bình minh, thanh khiết trăng mười sáu, trong sáng dòng suối tinh khôi nhưng ma quái như khu rừng Wistman cổ, nhỏ, nằm biệt lập ở vùng núi Dartmoor nước Anh. Gỗ trong rừng dùng làm cũi nhốt con quỷ "Wisht Hounds". Người ta truyền lại, đó là những con chó to lớn, màu đen, đôi mắt đỏ như máu, răng nanh khổng lồ màu vàng, cực kỳ thích ăn thịt người và linh hồn như nơi địa ngục. Dù cho có kinh khủng hơn nữa, Hoàng vẫn nghe lệnh trái tim…

Dẫu đánh mất cả thế giới, Hoàng vẫn tự nguyện lao vào ân ái. Bởi con người em là công trình chạm trổ dưới bàn tay tài hoa tuyệt kỹ tạo hóa. Với tâm hồn ngây ngất men yêu, Hoàng biết phẩm hạnh duy nhất là được yêu và hạnh phúc cao cả một thám tử là nắm bắt được mục tiêu tối thượng của sự hợp nhất vẻ dịu dàng, điều thiện, cái đẹp cả sự viên mãn thể xác và tâm hồn. Tình yêu nồng say đang vây bọc, men đời ngào ngạt đang dâng cao bất tận. Đây là phút giây tận hiến, đừng dại khôn nghi ngờ tính toán. Hoàng đã tìm được nơi ẩn náu cõi đời, sức mạnh phút giây yếu đuối, cõi lãng quên, mọi lẽ đời vinh nhục, quá khứ, tương lai phơi bày đóa hoa nở rộ. Đột nhiên, Hoàng vươn vai hít thở những hơi dài, đón nhận toàn bộ thế giới chung quanh…

4.

Tối nay đang ở nhà, Thảo nghe có tiếng gõ cửa. Bỏ dở quyển truyện đang xem, đi ra ngoài cổng. Hoàng xuất hiện đột ngột. Chiếc áo sơ-mi trắng làm anh tươi trẻ. Tay nâng mấy nhánh hồng nhung, đủ để cắm vào chiếc bình hoa nhỏ bằng đồng mà anh đã làm tặng Thảo.

- Cơn gió nào đưa anh đến đây?

- Không có cơn gió nào cả, chỉ có đôi chân nhận lệnh của trái tim!

- Xí, làm như nhà binh.

Thảo đưa Hoàng vào nhà. Ba má Thảo đến thăm một người bạn ở bệnh viện, mấy đứa em học bài ở phòng bên cạnh, giúp Hoàng tự nhiên hơn.

- Biết chiều nay Thảo không kịp mua hoa, anh mang tặng em mấy nhành hoa… héo.

Thì ra, ngoài việc giúp đỡ trong công việc, với cái vẻ thờ ơ bên ngoài, anh chàng vẫn luôn thầm để ý đến Thảo. Hôm nay bận việc nhà, Thảo xin nghỉ bù.

- Ai bày anh cái trò này?

Hoàng không trả lời thẳng vào câu hỏi mà nói tiếp:

- Còn nữa!

- Cái gì vậy?

Rút từ túi áo ra hai chiếc vé mời khiêu vũ, tại câu lạc bộ Thanh niên thành phố, Hoàng nói:

- Anh mời Thảo cùng đi.

- Không báo trước người ta có mục rồi.
- Gì?
- Đi chơi với người yêu!

Thảo từ chối, nhìn một cách tinh nghịch vào mắt Hoàng. Thoáng hiện vẻ bối rối trên khuôn mặt. Anh chẳng nói gì, châm một điếu thuốc, rít những hơi thật dài, nhả khói tung cả phòng! Mặc cho, đây không phải là thói quen. Thảo biết, khi nói chuyện với bạn gái, chẳng khi nào anh hút thuốc cả.

- Anh làm Thảo chết ngạt rồi nè!

Lẽ ra, tối nay mời được Thảo đi khiêu vũ, sau đó, anh sẽ nói những suy nghĩ chất chứa bấy lâu… Dự định đó, thoáng đã tan biến, như làn khói thuốc. Vừa mới đây, đã chìm sâu vào khoảng không mênh mông. Chẳng thể nào níu được.

- Xin lỗi, anh về….

Hoàng luyến tiếc…do dự… rời chiếc ghế.

- Khoan đã!
- ?!...
- Chờ em tí!

Thảo vào trong thay quần áo, chải vội mớ tóc dài và tết lại thành bím. Bước ra. Hoàng nhìn đăm đăm vào những bím tóc xinh xinh, lúc lắc quanh cái vai tròn, trắng như sữa. Tim anh loạn nhịp.

- Thảo đẹp như nàng tiên!
- Xí, khéo nịnh!
- Anh nói thật mà.
- Thật chi khôn rứa!

Hoàng cười cầu hòa. Niềm vui chợt mất, bỗng dưng ùa đến. Như cơn gió mát, làm lòng anh đê mê. Kể từ khi quen Thảo, một tình cảm mới lạ đến với anh, len lỏi vào tâm hồn anh. Người con gái này đã mang lại cho anh một hạnh phúc diệu kỳ. Có lúc, anh tưởng chừng như mình đang ở trong một thế giới riêng biệt. Một nửa là hiện thực, nửa kia là giấc mơ. Những gì thuộc về hình ảnh đó, như giọt sương mai long lanh, long lanh… rồi hóa thân vào không gian mênh mông khi đón nhận tia nắng đầu ngày! Anh cố chụp bắt trong giấc mơ. Nhưng khi bừng tỉnh, thiên thần bay xa… Có phải tình yêu, muôn đời vẫn là trò cút bắt? Tình yêu mà anh cảm nhận, thật gần gũi, tràn đầy hương vị cuộc đời. Như vạn vật có mưa tắm mát và ánh mặt trời sinh sôi nảy nở. Tất cả, đắm say, rạo rực trong trái tim anh…

- Lần sau nhớ rút kinh nghiệm nghe!

Tiếng Thảo vang lên, cắt đứt dòng suy nghĩ. Hoàng ngơ ngác:

- Gì?
- Rủ người ta đi, sao không thèm báo trước ?
- Tác phong công nghiệp mà!

- Rủi người ta bận đưa... Má đi ciné thì sao?

Hoàng và Thảo cùng cười. Họ bước ra khỏi nhà. Sánh vai nhau rẽ qua đường Bạch Đằng, đi về phía câu lạc bộ Thanh niên thành phố. Từng dòng người và xe cộ đông đúc. Họ đang đi đến những nơi giải trí thích hợp. Một đêm cuối tuần.

Thành phố đã lên đèn.

Buổi khiêu vũ kết thúc. Hoàng đưa Thảo rạ về. Trên đường đi họ ghé vào một quán cafe bên đường. Hoàng đưa nghéo tay về phía Thảo, như một phản xạ tự nhiên thời còn thơ ấu, Thảo đưa nghéo tay lại phía Hoàng mà chẳng hiểu gì hết. Cả hai nghéo tay vào nhau.

Hoàng nói cộc lốc:

- Anh yêu em!

Thảo lặng người xúc động. Dẫu cô dự đoán, trước sau gì cũng sẽ có cái phút giây mong chờ này. Sau khi trấn tĩnh, cô trả lời:

- Đơn giản vậy thôi?

- Tình yêu chân thành luôn luôn là điều giản dị!

Anh trả lời bằng một câu nói đầy tính triết lý. Nắm chặt bàn tay Thảo, kéo lại, hôn lên ... mu bàn tay.

Thật ra, anh muốn ôm choàng Thảo vào lòng. Đặt lên môi cô những nụ hôn nồng nàn, thỏa những khát khao đang bùng cháy. Nhưng lại nghĩ đến tình huống khi chiều ở nhà Thảo. Biết đâu cô như cánh bướm bay đi khi chạm tới? Biết đâu cô có suy nghĩ bí mật nào khác lạ thì sao? Đây là lần đầu, anh biểu hiện cử chỉ thân mật.

5.

Sau khi chia tay Hoàng vào nhà, Thảo thấy có một người thanh niên đang ngồi nói chuyện với má cô. Thảo cúi chào hai người rồi vội vã về phòng riêng. Linh tính mách bảo, có chuyện gì liên quan đến cô sắp xảy ra. Thảo đóng cửa phòng, chưa kịp thay quần áo, nằm thừ ra trên giường. Miên man với những suy nghĩ vẩn vơ... Bà Hai, má Thảo đẩy cửa đi vào, nói với cô:

- Cậu con trai ngoài nhà là con của người bạn ba má, cậu ta vừa đi du học ở Pháp trở về, ghé thăm gia đình nhà mình. Con ra ngoài tiếp khách đi!

Thảo miễn cưỡng làm theo ý mẹ, ra ngoài cúi chào khách và ngồi vào chiếc ghế đối diện.

- Chào bạn! Tên tôi là Quân, vừa về nước sau thời gian du học tại Pháp về ngành hóa dầu, tôi còn ở nhà chơi được một thời gian. Sau đó phải vào Vũng Tàu, nhận công tác ở một công ty của Tập đoàn dầu khí quốc gia Việt Nam. Rất vui được làm quen với Thảo!

Thảo lí nhí:

- Cám ơn anh!

Cô cũng chẳng biết mình cám ơn cái gì, chỉ nói cho xong chuyện.

Thảo ngồi nghe Quân kể chuyện của anh. Là một học sinh giỏi thời học cấp ba, thi đậu vào trường đại học Bách khoa, với số điểm cao anh đã được học bổng toàn phần đi du học. Chuyện anh ở bên Pháp, sống và học tập với những bạn bè nhiều quốc tịch khác nhau, các phong tục tập quán mỗi nơi, mỗi khác nhau… Duy nhất, chỉ có chuyện về dòng sông Seine thơ mộng và nổi tiếng là cô chăm chú lắng nghe. Sông dài hơn bảy trăm năm mươi kilomet, chảy chủ yếu qua Troyes, Paris và Rouen. Thượng nguồn sông Seine ở Saint-Germain-Source-Seine cao nguyên Langres, thuộc Côte-d'Or. Chảy theo hướng từ đông-nam sang tây-bắc rồi đổ ra biển ở Le Havre. Sông chảy xuyên qua Paris. Hai bên bờ sông Seine ở khu vực Paris có rất nhiều công trình nổi tiếng và nhiều chuyện tình lãng mạn. Dòng sông là đề tài sáng tác của nhiều họa sĩ, nhà văn, nhà thơ...

Thảo lặng yên nghe Quân kể, cho đến khi nhìn lên đồng hồ kim chỉ đúng 11 giờ đêm. Quân mở cái thùng carton, lôi ra một con gấu bông to tướng trao cho Thảo:

- Anh tặng em món quà dành cho người độc thân.

- Anh nhầm rồi!

- Má em bảo mà!

Thảo cảm thấy thích thú với món quà này. Nhìn màu lông xám tro đôi chỗ vá trắng, trông khá đẹp. Chắc Quân mang từ Pháp về. Với con gấu này, Thảo sẽ có một người bạn trong giấc ngủ. Không biết chừng, sẽ có lúc chiêm bao…

- Thảo cám ơn anh!

- Xin lỗi vì đã quá khuya, tạm biệt Thảo. Hôm khác đẹp trời, Quân sẽ ghé lại thăm Thảo.

Bà Hai rất mừng vì Thảo chịu tiếp và nhận quà của Quân. Từ bên trong, bà lắng nghe chuyện hai đứa như chính mình là người trong cuộc. Khi Quân đã ra về, chỉ còn mình Thảo, bà đon đả bước ra nói với cô:

- Gia đình nhà này tốt lắm đó con. Họ là bạn của ba má từ thời cùng làng, cùng là bạn học thời phổ thông. Má Quân có một cửa hàng lớn ở đường Hùng Vương, nằm ngay trung tâm thành phố. Ba Quân là một quan chức hàng tỉnh. Nhà chỉ có một con, đẹp trai lại học giỏi. Nó với con trông xứng đôi, vừa lứa quá chừng!

Khi đang nói chuyện với Quân, Thảo ngầm quan sát. Thấy anh chàng điển trai thật, dáng người cao ráo, nước da con trai mà trắng như con gái. Nói chung là một công tử có học thức. Đây là mẫu người mà số đông con gái, muốn chọn để lấy làm tấm chồng. Khỏi phải lo toan về kinh tế. Thời gian chỉ dành cho mua sắm và chăm sóc con cái. Mẹ cô nói đúng, với tấm lòng của người mẹ đối với con gái, ai không ưa con mình có tấm chồng đàng hoàng, giàu sang, khỏi vất vả trong cuộc sống? Điều này không khỏi làm cho cô ưu tư, so sánh với Hoàng, anh chỉ là một công nhân bình thường, sinh trưởng trong một gia đình lao động, tự thân lập nghiệp…

Bà Hai dấn thêm một bước, khi thấy cô đăm chiêu suy nghĩ:

- Má chừng này tuổi rồi, trải nghiệm cuộc đời cũng đã nhiều, thằng Hoàng cũng tốt, nhưng thằng Quân này còn tốt hơn!

Thảo chống chế:

- Sao mà so sánh con người như món hàng ngoài chợ vậy?

Bà Hai làm kế hoãn binh:

- Thôi để con có thời gian suy nghĩ, chuyện còn dài, khuya rồi, con đi ngủ đi!

Vào phòng. Thảo cố dỗ giấc ngủ, bằng cách mở nhạc với âm lượng vừa đủ nghe. Mong những bài tình ca sẽ dìu cô đi vào giấc ngủ như mọi lần. Nhưng vẫn không sao ngủ được. Nhìn lên trần nhà cô bắt đầu nhẩm đếm: 1, 2, 3, 4, 5… Câu chuyện đã diễn ra tối nay, cứ quấn riết cô. Tại sao phải trách anh? Đã là con người, ai có thể tự chọn nơi sinh ra? Miễn sao bản thân người đó tốt, có nghị lực vươn lên trong cuộc sống, có một tình cảm chân thật, thủy chung. Hạnh phúc là sự vun trồng cả hai phía. Ba má mình ngày xưa cũng vậy. Nhưng rồi cô nghĩ lại, má mình nói cũng đúng, cũng vì thương mình nên mới góp ý. Đúng! Quân là mẫu người mà nhiều cô gái chỉ gặp trong mơ, sao anh không đến trước Hoàng?… Nhưng biết đâu, khi sống thật với nhau, cũng sẽ xảy ra nhiều chuyện. Anh là một con người luôn được nuông chiều, có thể có lối sống ích kỷ thì sao? Mẹ anh là người quyết định hết mọi chuyện, anh sẽ không có bản lĩnh? Nhiều nhà giàu có, coi con dâu như là ôsin, điều này, trái với bản tính tự lập của cô. Trên đời này cái gì cũng có nhân duyên…

Cứ như vậy, Thảo tự đặt ra những tình huống khác nhau, rồi tự tìm câu trả lời. Cho đến một lúc nào đó, cô thiếp đi mà chẳng hề hay biết. Trong giấc mơ, Thảo thấy mình đang ở trong một khu vườn, bầu trời trong veo, những giọt sương mai đang đón nhận những tia nắng đầu ngày, xen qua từng kẽ lá, long lanh, lung linh như những viên ngọc bích rồi hóa thân vào không gian mênh mông. Tình yêu mà cô cảm nhận, dẫu có bão tố, phong ba rồi cũng qua đi, để mùa xuân sẽ đến với khu vườn nhà mình, có đầy hoa cỏ, ong bướm, ánh nắng tươi giòn, gió heo may nhè nhẹ… Vạn vật đâm chồi nảy lộc, lòng người đang nhóm lên ngọn lửa niềm tin và khát vọng. Không ngắn ngủi như những giọt sương…

Thảo thấy lòng mình xao xuyến lạ, khi con chim họa mi đu qua cành lựu, cất tiếng hót thánh thót. Qua khung cửa sổ, tiếng chim vọng vào như muốn đánh thức. Bừng tỉnh. Thảo vươn mình ngồi dậy, nhìn đồng hồ đã hơn 8 giờ sáng, cô lẩm nhẩm:

- Úi dà! đã quá giờ làm việc.

Thảo lại nhìn sang tờ lịch treo tường, lòng reo lên: Hôm nay ngày chủ nhật!

6.

Vừa bước xuống phòng ăn để ăn sáng, Thảo nghe tiếng chân người bước vào nhà. Nhìn ra, cô thấy Quân với vẻ mặt hớn hở. Thấy Thảo, Quân tươi cười:

- Chào Thảo buổi sáng!

Cô đáp cộc lốc:

- Có chi không?

- Ngày chủ nhật rảnh rỗi, ghé lại nhà Thảo chơi.

- Em bận!

Bà Hai bước đến đỡ lời:

- Con cứ tự nhiên!

Đoạn bà nói với cô:

- Nhà mình có chút việc, má nhờ Quân đến giúp.

Quay sang Quân, bà bảo:

- Con xem giúp bác kiểm tra các đường dây điện trong nhà. Dạo này sao nó hay chập, làm cháy một số bóng đèn…

- Dạ!

Bà chỉ vào hệ thống điện trên tường rồi nói tiếp:

- Con ở nhà giúp bác, thôi đến giờ bác phải đi chợ đây!

Quân mở túi đồ nghề mang theo, tìm đến vị trí đặt đồng hồ điện. Từ chỗ đó, anh kiểm tra lại hệ thống, tách ra từng nhánh dẫn đến các phụ tải, lom khom làm việc. Thảo vào lấy quần áo cả nhà đã thay ra đem giặt. Cả hai đều làm việc, không nói chuyện với nhau nửa lời. Khi đã phơi quần áo xong, Thảo vào phòng đóng cửa lại, lấy vuông vải trắng mịn ra thêu…

Đến gần trưa. Bà Hai đi chợ đã về, bà gọi:

- Thảo vào bếp giúp mẹ làm cơm.

Như một cái máy, cô dừng công việc, bước vào nhà bếp giúp má.

Bà Hai:

- Quân có nói chuyện với con không?

- Chuyện chi?

- Chuyện của hai đứa ấy mà!

- Không! Sao má lại quan tâm dữ vậy?

- Chuyện lớn của con gái cưng, mà sao má không quan tâm!

- Con không đồng ý.

- Vì sao?

- Con không có tình yêu với Quân!

- Ừ mà đúng, mới đó, mới đây sao lại có tình cảm với nhau được, thôi cứ để từ từ. Nhưng mà má thấy chỗ này không thể bỏ qua!

Thảo làm thinh, ngồi nhặt rổ rau sống. Sau khi xong đâu vào đấy cho bữa ăn trưa, cô dọn ra bàn. Lúc bấy giờ, ngoài cổng có tiếng còi xe máy, ông Hạnh, ba của cô cũng vừa về tới nhà.

Bà Hai từ bếp nói vọng ra:

- Quân ơi, thôi rửa tay rồi vào ăn cơm, con!

- Dạ!

Quân cùng ăn cơm trưa với gia đình Thảo. Ông Hạnh lên tiếng:

- Cơm Việt Nam có ngon hơn cơm Tây không cháu Quân?

- Vì nhớ cơm ta quá, nên con mới trở về nước!

- Ừ, đi đâu rồi cũng không bằng quê hương mình, dẫu đói no, cơ cực. Bác thời trẻ chỉ đi loanh quanh trong nước thôi, mà đã nhớ nơi chôn nhau cắt rốn.

Thằng Tèo, em Thảo lên tiếng:

- Nhìn trên tivi, con thấy các nước họ văn minh, tiên tiến, con thích hơn!

Bà Hai:

- Con cố gắng học cho giỏi, rồi sau này sẽ được đi du học như anh Quân.

Mọi người trong bữa cơm đều nói chuyện thân thiện với nhau, chỉ Thảo lặng thinh. Cô đứng lên sớm, rót nước mời ba má rồi về phòng, chờ đến khi mọi người ăn xong, ra dọn rửa.

Buổi chiều, Quân tiếp tục công việc. Khi đã xong việc cũng là lúc đến bữa cơm tối. Như buổi trưa, cả nhà cùng ăn cơm và hàn huyên câu chuyện còn dở dang. Sau đó, Quân sang phòng khách nói chuyện với bà Hai một chập. Bà Hai gọi Thảo đến tiếp chuyện Quân. Lần này cô từ chối, giả bộ đau bụng. Thông thường, khi trời vừa xâm xẩm tối, cả nhà vừa ăn cơm xong, là lúc Hoàng đến.

Bà Hai nói đúng phóc tim đen Thảo:

- Con cứ nói chuyện với Quân đi, rồi chập nữa thằng Hoàng đến hẵng hay!

Thảo không còn cách nào khác, đành phải ra phòng tiếp Quân thay mẹ. Cùng lúc đó, Hoàng bước vào nhà, thấy Thảo và Quân đang ngồi đối diện nhau nói chuyện. Anh đứng như trời trồng trước cửa phòng, cho đến khi Thảo lên tiếng:

- Anh Hoàng cứ tự nhiên! Đây là anh Quân con của bạn ba má em.

Quay người về phía Hoàng, Thảo giới thiệu:

- Đây là anh Hoàng, bạn cùng làm việc ở nhà máy với em.

- Chào anh!

Quân lên tiếng rất tự tin như người nhà, đứng lên đi rót nước mời

Hoàng và Thảo. Từ trước tới nay, Hoàng chưa gặp tình huống đó. Anh ấp a, ấp úng chưa nói nên lời. Quân đã vào trong nói chuyện với bà Hai. Hoàng hỏi lại Thảo:

- Ai đó?

- Em nói rồi!

- Anh không nghe kịp.

- Anh Quân là con của ông bà bạn cùng quê với ba má em, đi du học ở Pháp vừa trở về, đang chờ nhận việc làm, nên rảnh rỗi đến chơi.

- Rứa à? Trông anh ta có vẻ thích em.

Cô cười tinh nghịch, thêm một chút kiêu sa:

- Ai mà chả thích em!

- Đúng, quan trọng có được em "để ý" hay không!

- Tuần tới anh làm công việc gì ở nhà máy?

- Theo kế hoạch, anh tiện trục vit-me cho máy nghiền xi măng. Còn em?

- Mài tinh trục phân phối đầu máy dệt vải.

- Trục ф12 x 500, đây là loại trục nhỏ và dài, mài tinh với tốc độ 2.500 vòng/phút, nhớ siết chặt và khóa ụ động cẩn thận, để khỏi bị lực ly tâm làm văng trục ra, chết người đó!

- Chuyên nghiệp mà.

- Cẩn thận vẫn hơn!

Thảo lảng sang chuyện khác:

- Chiều thứ bảy tuần tới, Thảo sẽ tham gia chương trình văn nghệ với đơn ca "Về Miền Trung" của nhạc sĩ Phạm Duy. Thảo hát thử anh nghe được không?

- Ok!

-"Về miền Trung! Miền thùy dương bóng dừa ngàn thông/ Thuyền ngược xuôi suốt một dòng sông... dài/ Đêm hôm nao gió u buồn trên sông vắng/ Có tiếng hát xao xuyến ánh trăng vàng…"

Hoàng lắng nghe say sưa. Bài hát vận dụng những thanh âm nhạc cổ truyền và những điệu hò Huế. Nhạc sĩ đã dùng ba tiết điệu khác nhau, có lúc hùng hồn, sảng khoái, có lúc ai oán. Những câu hát nói lên sự uất hận cùng cực người dân trước tình cảnh khốn khổ, điêu tàn nơi vùng đất nghèo bị giặc phá hoại. Để rồi lời ca lại tràn đầy vẻ hứng khởi, tươi tắn bằng những câu vui tươi dồn dập. Thể hiện niềm hy vọng mãnh liệt, tươi sáng tương lai. Qua rất nhiều hình ảnh, trạng thái, từ khốc liệt đến bình yên, từ phẫn uất đến hy vọng… Bài hát kết thúc bằng một câu hò êm ái du dương:

- "Hò hố! Hò hô!/ Hà hớ hơ... Tiếng ai vừa hát qua làng/ Lúc em gặt lúa trên đồng/ Hát rằng: Hà há hơ!/ Tiếng cười, tiếng ca trên lúa trên sông..."

Khi dừng tiếng hát, cô hỏi:

- Em hát thế nào?

- Hát chay mà như rứa đã hay rồi, đến khi có hòa âm nữa nghe còn hay hơn!

- Xí, khéo nịnh.

- Thật tình đó, không nịnh đâu!

Ngồi bên trong, bà Hai và Quân cũng nghe tiếng hát của Thảo.

Quân nói với bà Hai:

- Thảo hát nghe hay quá bác ạ!

Bà Hai cảm thấy tự hào về con gái của mình, qua lời khen của hai cậu con trai. Tuy nhiên, nếu không có cách thì sẽ hỏng kế hoạch của bà. Chúng nó quyện với nhau như sam. Cứ tiếp tục nữa thì chẳng thể nào bứt ra được. Bà đứng dậy đi về phía Thảo và Hoàng, ngồi xuống chiếc ghế bên cạnh:

- Hoàng này, con là bạn của Thảo đã lâu, bác quý con lắm! Nhưng mà nay, Thảo nhà bác cũng sắp lấy chồng rồi, bác mong con ủng hộ nó, đã là bạn của nhau thì phải quan tâm tạo dựng hạnh phúc cho nhau!

Hoàng đang vui bỗng mặt mày tối sầm lại:

- Ai…là chồng …của Thảo?

- Thằng Quân vừa mời nước con đó! Cậu đó là kỹ sư vừa đi du học ở Pháp về, hai nhà đã định chuyện hỏi cưới với nhau rồi!

- Nhưng mà con…với…Thảo đã yêu nhau… từ lâu!

- Sao con không nói cho bác biết…

Đến nước đó, Thảo không còn bình tĩnh được nữa.

Cô hét lớn:

- Anh Hoàng với con yêu nhau, chúng con đã đồng ý với nhau rồi. Ảnh có yêu má đâu, mà má bảo nói với má?

- Đồ mất dạy, con cãi cha mẹ trăm đường con hư!

Quay về phía Hoàng, giọng quyết liệt, bà bảo:

- Thôi nó đã có duyên, có phận rồi, con cũng không nên đến đây làm chi nữa!

Ngồi ở nhà trong, Quân thấy tình huống này xảy ra thật khó xử. Muốn quyết định theo ý mình, bà Hai đã đi quá xa. Nếu anh không bày tỏ chính kiến, Thảo sẽ hiểu nhầm anh, còn nếu ở lại thì càng không ổn, Thảo sẽ đâm ra ghét anh.

Quân bước ra lên tiếng:

- Thưa bác! Chuyện tình yêu của Thảo, bác nên để Thảo tự quyết định, con xin phép đi về.

Hoàng cảm thấy khó chịu với lời nói của bà Hai, anh tự ái đứng dậy:

- Cám ơn bác, con cũng không làm phiền bác nữa đâu!

Mặc cho Thảo níu lại, Hoàng bươn bả ra về. Hai người đàn ông ra đi. Còn lại, hai người đàn bà với hai tâm trạng khác nhau…

Ông Hạnh ngồi bên trong xem tivi. Nghe có tiếng lớn, ông điều chỉnh âm lượng nhỏ lại và lắng nghe hết câu chuyện.

Ông lững thững bước ra, nói với bà Hai:

- Chúng nó đến với nhau, tìm hiểu nhau, rồi yêu nhau trên tinh thần tự nguyện, đó là nguyên tắc cao nhất của đạo lý rồi! Còn sau này chúng nó có hạnh phúc, lầm lỡ, khổ đau hoặc ly dị nhau, xét trên sự tự nguyện thì cũng không thể oán hận ai. Nếu ép con theo ý mình, sau này, lỡ có việc gì không hay, nó sẽ oán hận cha mẹ. Chúng ta đâu có sống mà chịu trách nhiệm với nó suốt đời!

Câu nói của ông làm bà Hai chợt tỉnh. Nhưng khi đó, lời nói của bà đã bay xa, gây cho con một nỗi đau trong lòng. Thảo tìm được sự đồng cảm của người cha, lòng cô lắng lại.

Từ đó trở đi, Hoàng không đến nhà Thảo, anh cũng tìm cách tránh gặp Thảo ở nhà máy. Thật tình, Hoàng rất yêu thương Thảo, anh tìm mọi cách để vun xới tình cảm của mình và Thảo thêm tươi tốt và đâm hoa kết trái, nếu không gặp Quân. Anh nghĩ, nếu Thảo lấy Quân làm chồng chắc sẽ tốt hơn. Anh còn bao nhiêu mục tiêu phải phấn đấu mới theo kịp Quân. Anh muốn người mình yêu thương phải được sung sướng hơn. Để đi đến quyết định này cũng không phải dễ dàng. Bao đêm, nằm trằn trọc không ngủ được. Hình ảnh Thảo cứ chập chờn trong giấc mơ, những kỷ niệm bao ngày qua, ùa về, làm lòng anh tan nát. Trái tim anh vốn đã đa cảm, nay lại có cơ hội dằn vặt, khổ đau. Đầu óc anh ngập tràn bao suy tư miên man, không thể nào dứt ra được. Có lẽ nào tình yêu của anh và Thảo kết thúc đơn giản như vậy?

Thảo đã đấu tranh với chính cô, với mẹ để bảo vệ tình yêu, chỗ dựa duy nhất còn lại là ở Hoàng. Anh lại có một thái độ vô cùng khó hiểu. Cô đã tìm đến Hoa để thổ lộ, mong muốn gặp Hoàng nhưng vẫn bị anh lãng tránh. Cô nghĩ má cũng thật quá đáng, đánh trúng vào lòng tự trọng của anh. Phải chi bà quát mắng, chửi bới hoặc cuối cùng đuổi cô ra khỏi nhà, cô vẫn chịu đựng được, miễn không có hành vi sỉ nhục anh. Nhưng rồi, Thảo lại trách Hoàng, tại sao không vì tình yêu mà vượt qua để đi đến đích. Hai đứa đã trải qua biết bao nhiêu gian nan, thử thách để được đến với nhau. Phải chăng, anh coi lòng tự trọng hơn tình yêu? Nếu vậy, thì không còn gì để nói!

Một nụ hôn khiến trái tim mỉm cười và cuộc đời bừng sáng. Cuộc đời này thiếu đi tình yêu thì cái gì tồn tại? Nếu quá e sợ khi yêu sẽ bị lừa dối, tổn thương, thất vọng... Rồi phải dè chừng chuyện được, mất, hy sinh... Thế giới tình yêu dường như có một cái giá để mua và bán? Sự chân thành và lòng chung thủy hình như trở thành xa xỉ? Con người hoang mang và sợ hãi.

Khi chỉ thấy và nghe những bất hạnh, đắm chìm trong những tiểu thuyết diễm tình. Làm sao có thể cố gắng ràng buộc và níu giữ tình yêu bằng những toan tính, nếu không còn tình yêu? Nếu, thực sự yêu ai đó, hãy để người ấy tự do. Khi người ấy vẫn bên bạn, tình yêu thực sự tồn tại. Khi lòng tin và tình yêu bị phản bội thì phải giữ làm gì? Hãy thoải mái yêu và đừng quên, phải yêu chính mình trước nhất... Yêu nhau và đem lại hạnh phúc cho nhau thì ở bên nhau. Còn nếu không, hãy tự làm mình hạnh phúc! Khi yêu, tình yêu làm trái tim đập những nhịp rộn ràng tin yêu, hàn gắn vết thương cũ, tạo động lực và hy vọng, bởi cả hai yêu và được yêu!

Thảo nhớ tới một lời khuyên "Hãy trân trọng và nắm giữ những gì mình đang có, mất rồi không tìm lại được. Hãy sống và làm những gì mình có thể, để không bao giờ hối tiếc". Thảo đã sống và làm theo như vậy, Thảo nào đâu tội tình gì? Trái tim bé bỏng bị xé nát, có lúc, ý tưởng kết thúc cuộc đời đầy oái ăm này đến với cô. Phải chăng, tận cùng của tình yêu dang dở là nỗi nhớ mong da diết, tận cùng của chia xa là niềm khắc khoải đợi chờ, tận cùng của nỗi buồn xa quê là khát vọng tìm về. Trong lúc này, Hoa và Thu luôn gần gũi với Thảo. Họ cảm nhận những mất mát trong tình yêu sẽ làm Thảo hẫng hụt. Có thể có những quyết định sai lầm, làm hai cô phải ân hận. Albert Einstein đã từng viết cho con gái: "Có một loại lực vô cùng mạnh mẽ, loại lực mà tới tận bây giờ khoa học cũng chưa thể tìm ra định nghĩa chính xác nào cho nó. Lực này bao gồm và chi phối mọi loại lực khác, thậm chí còn đứng sau vô vàn hiện tượng do vũ trụ vận hành mà chúng ta vẫn chưa thể lý giải. Đó chính là TÌNH YÊU".

Hoa chia sẻ:

- Giày dép còn có số huống hồ chi chuyện vợ chồng. Có duyên mà chẳng có phận thì cũng chịu thôi! Buồn bã rồi cũng chẳng giúp được việc gì, lại ảnh hưởng đến sức khỏe nữa.

7.

Được bà Hai bật đèn xanh, hầu như ngày nào Quân cũng đến nhà Thảo. Không làm việc này thì làm việc kia, có lúc vui đùa với những đứa em Thảo hoặc dẫn chúng đi chơi như là người anh trong nhà. Những lúc Thảo đi làm về, thấy Quân, cô vẫn làm ngơ. Bà Hai biết vậy cũng chẳng nhắc nhở gì. Bà nói với Quân:

- Nó đang bị sốc, từ từ hẵng hay!

Tối đến bà vào phòng nằm với Thảo. Hai mẹ con, mỗi người đuổi theo những suy nghĩ khác nhau. Không nói gì. Bà Hai hiểu lúc này mà nói chỉ tổ sinh sự, chứ không thể thuyết phục cái tính bướng bỉnh của con gái. Về khuya, bà lấy tấm mền đắp lên người, lấy con gấu bỏ vào vòng tay cô. Chăm sóc cô như những lúc còn nhỏ, khi bị ốm, rồi mới trở về phòng mình.

Khi đã bước qua ngày thứ ba, vẫn thấy Thảo chẳng ăn uống gì. Bà

Hai lo lắng thật sự, bước vào phòng cô:

- Việc chi còn có đó, con dậy xuống bếp lấy đồ mà ăn, má có nấu bánh canh cá lóc ngon lắm đó!

Thảo làm thinh, nằm quay mặt vào tường. Bà nhỏ nhẹ:

- Ba con hồi yêu má, bà ngoại con còn gay hơn má bây giờ, nhưng ông ấy vẫn gan dạ vượt qua để được cưới má. Má mới làm một phép thử, xem thằng Hoàng có thương con thật tình không, thế mà nó đã thể hiện sự bất cần. Tình yêu đâu chỉ những lúc thuận buồm xuôi gió, "Thương nhau mấy núi cũng trèo..." Má thấy nó có thương con đâu mà con phải khổ sở! Con gái có thì, không khéo lại ở giá làm bà cô không chồng. Bây giờ trách má, đến khi đó, con lại còn khó tính, khó nết bội phần.

Câu nói của bà Hai làm Thảo chạnh lòng, bởi nó cũng nằm trong suy nghĩ của Thảo. Biết vậy, nhưng cô vẫn chưa dứt được những yêu thương, nhung nhớ. Đi làm về, ghé vào chợ ăn qua quýt cho xong bữa, về nhà nằm thừ ở trong phòng. Chán. Tối rủ Thu và Hoa đi xem phim hoặc nghe ca nhạc, khuya mới về nhà. Một hôm, sau khi xem phim xong, cả bọn rủ đi uống nước. Đề tài mà Thu nêu ra tối nay cho cả ba: Nên lấy người mình yêu hay lấy người yêu mình. Một vấn đề cả ba đều quan tâm. Thảo cảm thấy bất ngờ, thú vị, vì nó góp phần cho quyết định sắp tới của cô.

Hoa mở đầu:

- Dù mình không yêu người ta, nhưng vì yêu mình người ta sẽ chăm sóc, luôn luôn săn đón những ý thích của mình để chiều chuộng, thật sung sướng một đời. Ông bà mình khi xưa, trước khi lấy nhau, có yêu đương gì đâu mà vẫn con đàn cháu đống, "cha mẹ đặt đâu con ngồi đó"! Cha mẹ sinh ra ta, nuôi dưỡng ta, có trải nghiệm cuộc đời nhiều, nên khôn hơn ta, lại có trách nhiệm với ta nữa.

Thấy Thảo và Thu yên lặng, Hoa tiếp tục:

- Đàn ông vốn dễ chao đảo trước phái đẹp. Vì thế, nếu lấy người mà tình yêu của họ dành cho mình ít hơn tình yêu của mình dành cho họ. E rằng, sau một thời gian chung sống do sinh nở, công việc, con cái... mình sẽ hoa tàn nhụy héo. Khi đó người chồng chán nản, rồi thay dạ đổi lòng. Phụ nữ khi lấy chồng chỉ còn biết đến chồng con. Với tình cảm yêu thương, chăm sóc hết mình của người chồng, mình cũng sẽ có tình cảm với chồng. Tất nhiên, mình cũng không lấy người mà mình thấy ngứa mắt, không đạt tiêu chuẩn của mình. Còn gì sướng hơn lấy người yêu mình!

Thu thì ngược lại:

- Lấy người mình yêu dù có vất vả nhọc nhằn cũng vẫn sướng, được sống chung với nhau, hằng ngày được ngắm nhìn người mình yêu, được cùng ăn, cùng ngủ là hạnh phúc quá đi rồi. Cho dù người ta không yêu mình, miễn là chấp nhận chung sống với mình. Ta cố công chăm sóc, rồi anh ta cũng sẽ yêu mình. "Gái ngoan chẳng phụ lòng chồng"! Lấy được người mình yêu sẽ làm cho mình chủ động, tự tin hơn. Cần phải dũng cảm, dù chỉ một lần, nói cho người ta biết, mình đã yêu người ta như thế nào. Không biết các bạn đã trải qua bao nhiêu lần yêu, nhưng mình biết chắc chắn rằng, bạn sẽ không hạnh phúc, nếu bạn lấy một người mà bạn không yêu. "Thà một phút huy hoàng rồi chợt tắt, còn hơn buồn le lói cả trăm năm!"

Hoa nói:

- Nhiều người trong chúng ta luôn bị ám ảnh bởi việc, phải tìm được cho mình một người đàn ông để yêu và dựa dẫm. Sự thực, phụ nữ có thể thiếu đàn ông, nhưng nhất định không bao giờ được để cho bản thân mình thiếu niềm tin, tri thức và nhan sắc. Đàn ông không phải là tất cả! Đừng vì một vài lần tình cảm không suôn sẻ như ý muốn mà đâm ra chán nản, hận thù cuộc đời. Phụ nữ thông minh là người biết yêu thương và coi trọng bản thân mình trước tiên, rồi sau mới đến người khác. Đừng nghĩ rằng đó là ích kỷ. Nếu như, ngay cả bạn, còn không biết yêu thương chính mình, thì đừng bao giờ mong nhận được tình cảm từ người khác.

Câu nói đó là cơ hội để Thu nêu lên suy nghĩ:

- Phụ nữ có những việc cần phải quan tâm không ngừng. Đó là: sức khỏe, học hành, xinh đẹp và kiếm tiền. Tuổi tác không phải cái cớ, cho dù bạn đang ở độ tuổi nào, thì cũng phải đặt ra cho bản thân một yêu cầu. Ra đường phải ăn mặc như công chúa, làm việc thì hãy giống đàn ông, và sống như một nữ thần! Vẻ đẹp bên ngoài có thể bị phai nhạt dần theo năm tháng, nhưng tri thức lại dày lên. Không ai thích một người phụ nữ vừa già, vừa xấu, lại còn kém hiểu biết. Thế nên, hãy tranh thủ khi còn trẻ, bộ não vẫn còn minh mẫn mà chăm chỉ học hành, trau dồi kiến thức thật nhiều. Hãy để kiến thức nói lên con người mình là ai, chứ đừng cho phép một khuôn mặt xinh đẹp làm điều đó. Một người phụ nữ độc lập, không bao giờ phải nhờ vả ai làm hộ mình tất cả, mới là người phụ nữ hạnh phúc…

Đến đây. Thảo chen vào, khi nhớ đến một câu chuyện:

Có một cô gái xinh đẹp đã đăng đàn tìm kiếm một người chồng giàu. Lời nhắn đăng trên một diễn đàn hò hẹn:

Tôi rất thành thật về những gì tôi nói ở đây. Tôi hiện 25 tuổi, rất xinh, có phong cách và sành điệu. Tôi muốn lấy một người đàn ông có mức lương hằng năm từ 500 ngàn USD trở lên. Quý vị có thể cho tôi là tham lam, nhưng một mức lương hằng năm, 1 triệu chỉ được coi là thuộc giai cấp trung lưu ở New York. Đòi hỏi của tôi không cao. Có ai trên diễn đàn này, có thu nhập hằng năm 500 ngàn USD? Quý vị đã có vợ hết chưa? Tôi muốn hỏi: tôi nên làm gì để lấy một người giàu có như quý vị? Trong số những người tôi đã từng hẹn hò cặp bồ thì người giàu nhất có lương 250 ngàn USD một năm, và xem ra, cho đến nay, đó là mức thu nhập cao nhất tôi có thể với tới. Nếu ai muốn chuyển đến sống ở khu vực đắt tiền phía Tây New York Garden, thì thu nhập $250K một năm là không đủ. Ở đây, tôi chỉ khiêm nhượng đặt một vài câu hỏi:

- Đâu là nơi quý ông độc thân, giàu có thường lui tới? Xin vui lòng cho biết tên và địa chỉ của các quán rượu, nhà hàng, nơi tập thể dục, v.v…

- Tôi nên nhắm đến nhóm tuổi nào?

-Tại sao vợ của những người giàu có thường chỉ có sắc đẹp trung bình? Tôi đã gặp một vài cô gái không có nhan sắc và cũng chẳng có gì hấp dẫn, thế nhưng, họ có thể lấy chồng giàu có.

- Làm sao các ông quyết định ai mới có thể trở thành vợ mình, còn ai khác chỉ có thể làm người tình? Mục tiêu của tôi bây giờ là lấy chồng.

Cô đã nhận câu trả lời đầy triết lý của Giám Đốc Ngân Hàng J.P. Morgan:

- Cô Gái Đẹp thân mến, Tôi đã rất quan tâm khi đọc tin nhắn của cô. Tôi đoán có rất nhiều cô gái ngoài kia cũng có những câu hỏi tương tự. Xin cho phép tôi được phân tích trường hợp của cô dưới nhãn quan của một nhà đầu tư chuyên nghiệp. Thu nhập hằng năm của tôi là hơn 500 ngàn USD, đáp ứng các đòi hỏi của cô, vì vậy tôi hy vọng mọi người tin rằng tôi không làm chuyện ruồi bu, mất thì giờ vô ích ở đây.

Dưới cái nhìn của một nhà kinh doanh, cưới cô là một quyết định tồi. Câu trả lời rất đơn giản, vì vậy để tôi giải thích. Bỏ qua một bên các chi tiết, thì cô đang làm một cuộc trao đổi giữa "sắc đẹp" và "tiền bạc": bên A cung cấp sắc đẹp, và bên B trả tiền để được nó, rất sòng phẳng. Tuy nhiên, có một trở ngại chết người ở đây: sắc đẹp của cô thì sẽ tàn phai, nhưng tiền của tôi sẽ không ra đi nếu không có lý do chính đáng. Thực tế là tiền của tôi có thể tăng lên theo thời gian mỗi năm, nhưng cô không thể xinh đẹp hơn năm này qua năm khác. Do đó theo quan điểm kinh tế học, tài sản tôi có ngày càng tăng giá, còn tài sản cô có ngày càng xuống giá. Không phải xuống giá bình thường mà là xuống giá theo cấp số nhân. Nếu đó là tài sản duy nhất của cô, thì giá trị của cô sẽ tệ hơn rất nhiều sau 10 năm. Theo ngôn ngữ mà chúng tôi thường dùng ở Wall Street, mỗi cuộc trao đổi chứng khoán đều phải có một quyết định mua hay bán. Hẹn hò với cô cũng là một "quyết định mua hay bán." Nếu giá trị chứng khoán bị giảm, chúng tôi sẽ bán nó ngay, chứ thật là không hay tí nào nếu cứ tiếp tục giữ nó lâu dài - cuộc hôn nhân mà cô mong muốn cũng không là ngoại lệ. Có thể hơi tàn nhẫn khi nói điều này, nhưng để có một quyết định sáng suốt, bất cứ tài sản nào bị mất giá nhiều sẽ bị bán ngay hay "đem cho thuê dài hạn".

Bất cứ ai có lương hằng năm trên 500 ngàn USD, thì không phải là một thằng ngu; chúng tôi sẽ chỉ cặp bồ với cô, chứ không cưới cô dâu! Tôi khuyên cô hãy quên đi việc tìm kiếm manh mối để lấy một người giàu. Và nhân đây, cô có thể tự làm cho mình trở thành người giàu có với lương hằng năm 500 ngàn USD. Điều này có thể dễ xảy ra, hơn là đi tìm một người giàu mà ngu. Hy vọng câu trả lời này giúp cô phần nào.

Ở đời, hễ bồ bịch mà đã đưa về nhà sống, thì về căn bản chỉ là một thứ gái điếm, có điều trả tiền nhiều hơn và trả một cục mà thôi. Đằng nào cũng là một thứ giao dịch kinh tài. Những gì đáng lẽ người đàn ông cần làm cho đàn bà. Ví dụ chăm sóc, nịnh, lấy lòng, âu yếm vuốt ve… thì tiền đã làm hộ đàn ông hết rồi! Vậy tại sao còn phải trân trọng, tình cảm, săn sóc họ nữa? Vì, nếu người phụ nữ cần những điều ấy, họ đã không chọn làm gái bao cho đại gia. Họ thấy họ xứng đáng với tiền là đủ, thì tại sao ta lại phải làm phức tạp thêm vấn đề?

Nếu người đàn ông nhìn họ bằng con mắt kim tiền, thì anh không tặng nhà, cô bồ bỏ đi là phải! Tặng nhà rồi, nó đá đít mình càng nhanh hơn! Đừng nói chuyện tình nghĩa với loại đàn bà sẵn sàng nằm ngửa trên giường. Nếu đàn ông chồng đủ tiền! Đó là lý do vì sao, gái bao chính là một thứ gái điếm mạt hạng, thậm chí không bằng gái điếm, bởi nhiều cô còn hãnh diện vì được trai bao, chẳng biết mình đang là ai!. Nhiều người đàn bà, vẫn luôn lấy bản thân mình để so sánh với những người phụ nữ khác. Họ nghĩ, đàn ông dành cho mình nhiều tiền hơn, nhiều hàng hiệu hơn, ở nhà sang hơn, đi xe đẹp hơn, hẳn mình có quyền hãnh diện hơn so với những người đàn bà khác! Và hẳn là mình hạnh phúc hơn, khôn ngoan hơn những người đàn bà khác! Và mình khoe rằng mình được trai bao, sẽ làm tăng giá trị của mình hơn trong mắt người khác. Thực ra, tôi cũng nghĩ đúng như thế! Họ đã tăng giá, có điều tăng giá những dịp họ thò đôi chân trần ra hay thò những thứ ở trong bikini ra. Không có nghĩa rằng, họ có quyền hãnh diện. Bởi sự hãnh diện của họ làm tổn thương một số người mẹ, vốn không định sinh con ra để làm gái bao.

Thảo nghĩ, đây là bài học chung cho phụ nữ. Cô nói tiếp:

- Thu định làm cuộc cách mạng cho phụ nữ? Xinh đẹp không có lỗi, lỗi là ở việc nghĩ mình đẹp rồi, mình không cần học tập và làm việc chăm chỉ nữa. Đàn ông có thể thích những cô gái đẹp, nhưng không ai muốn sống cả đời với một người có cái đầu rỗng tuếch. Nhan sắc cũng quan trọng, nhưng thiếu đi tri thức thì cô gái ấy cũng thật đáng thương. Nếu là một người đàn ông bình thường, có đủ mọi năng lực về tài chính và sức khỏe, còn sức hấp dẫn và sự hài hước, thì còn hút được đàn bà tới! Và một sự thật trần trụi: Khi người đàn ông bao gái, anh ta có quyền chọn và thải gái. Lúc bấy giờ, nếu không đủ sức độc lập về kinh tế thì sẽ nguy khốn cho cuộc đời.

Thu hăng hái:

- Đúng! Phụ nữ phải làm cuộc cách mạng cho chính mình. Tại sao đàn ông, con trai có quyền chủ động trong quan hệ tình yêu mà mình thì không? Phải chủ động trong mọi tình huống chứ! Trên hòn đảo nhiệt đới Trobriand xinh đẹp thuộc đất nước Papua New Guinea ở châu Đại Dương, những băng nhóm phụ nữ ngang nhiên tìm bắt đàn ông để phục vụ nhu cầu sinh lý, giữa thanh thiên bạch nhật. Còn mình chỉ lựa chọn cái tiêu chuẩn mà Hoa nói đó, để yêu rồi lấy làm chồng. Có thể vật chất sẽ làm cho ta thấy sung sướng và hạnh phúc. Nhưng mình dám chắc rằng, đó chỉ là sự ngộ nhận, nếu không yêu, không say đắm. Phụ nữ chúng ta cũng đừng quá e lệ. Trái lại, phải hòa hợp để tìm kiếm niềm hạnh phúc chung. Phải tỏ ý của mình ra sao chứ. Thích mưa xuân hay bão táp… Có thể khổ cực và mệt nhọc để phụng sự cho mái ấm, với những đứa con của mình và người mình yêu thương, thật là tuyệt!

Hoa nói:

- Ngay cả nữ hoàng Cleopatra, không phải là một phụ nữ đẹp, cao chỉ 1m50, cổ to, trán ngắn, mũi khoằm, tai dài, cằm nhô… Tuy nhiên, thế mạnh dễ dàng nhận thấy ở bà, chính là sự thông tuệ, tài năng và giọng nói ngọt ngào như rót mật. Nhan sắc của bà không nổi bật, để khiến ai đó vừa gặp là ngẩn ngơ, nhưng bà lại có cách trò chuyện duyên dáng, lôi cuốn. Giọng nói của bà thật ngọt ngào và kỳ lạ, mê say tựa những cung đàn, theo nhà sử học La Mã Plutarch miêu tả. Theo sử sách ghi lại, Cleopatra có thể sử dụng thông thạo 9 ngoại ngữ. Đây là điều kiện giúp bà tiếp xúc với nhiều nền văn minh, nâng tầm hiểu biết về văn học, lịch sử, triết học, tự nhiên và cả… nghệ thuật "làm tình".

Thu được đà, bổ sung:

- "Chiến thuật trên giường" được coi là vũ khí lợi hại bậc nhất của Cleopatra, khiến bà nắm giữ được trái tim của hai người đàn ông quan trọng và quyền lực nhất là nhà chính trị lỗi lạc Julius Caesar và vị tướng dũng mãnh Mark Antony. Cleopatra cũng được miêu tả như một "quả bom sex" thời cổ đại, khiến các vương tôn, công tử, các vị tướng danh tiếng, dù quyền uy và nghiêm trang tới đâu cũng khao khát được một lần được ân ái với người đàn bà điêu luyện này. Một số sử sách còn cho biết, nhiều đàn ông Ai Cập và La Mã đã bị treo cổ vì không kiềm chế nổi bản thân, dám xông tới kiệu rước Cleopatra để thỏa nỗi nhớ nhung người đẹp. Dù sống trong thời cổ đại với nhiều quy định khá khắt khe về trang phục nữ giới, nhưng Cleopatra vẫn "lách luật" với những đường cắt sao cho khoe được những "điểm uốn" gợi tình nhất trên cơ thể.

Hoa tiếp lời:

- Đã quá xưa rồi, trong xã hội gia trưởng, người đàn ông chẳng cần phải đóng vai trò gương mẫu, dẫn dắt, vẫn được ngồi chiếu trên. Kể cả năng lực yếu kém, vẫn được hỗ trợ bởi quyền uy "tam tòng", vợ nhất nhất vâng theo. Ngày nay, phụ nữ đang tìm đường thoát ra khỏi lối mòn, nhồi nhét của xã hội trước đây, thoát khỏi gánh nặng thời đạo đức giả lên ngôi. Họ có sẵn sàng đi trước trong nhiều lĩnh vực. Khi người chồng thụ động, thì rất nhiều người phụ nữ chủ động thay đổi.

Thảo trầm ngâm suy nghĩ trước hai quan điểm. Hai cách lập luận đó, chẳng phải không hấp dẫn. Nhìn lại cuộc sống trong gia đình cô, Thảo thấy ba má Thảo rất thương yêu nhau. Chính vì vậy cuộc sống gia đình Thảo mới có hạnh phúc bền lâu. Cả Hoa và Thu đều chưa qua cuộc sống vợ chồng và có con cái, nên một phần nào, quan điểm của họ, có thể bổ sung cho nhau. Mỗi người có thể đúng một phần. Nếu cuộc sống chung chỉ kéo dài trong tuần trăng mật. Trong thời gian ngắn ngủi ấy, cả hai còn những điều mới mẻ để khám phá. Có thể người ta chưa kịp cảm thấy sự chán chường của tình yêu, mà tâm lý học gọi là tình yêu đơn phương. Bởi vì, con người ta sinh ra đã có một trái tim để yêu và được yêu.

Thảo đã chứng kiến, không chỉ ở gia đình cô mà còn bao gia đình khác nữa. Nếu chỉ một người yêu, còn người kia không đáp lại, tức là họ không "yêu" mà chỉ đang "tồn tại" như cái xác không hồn. Thử tưởng tượng, trong ngôi nhà của mình hay của ai đó, có một người chồng hay người vợ chỉ tồn tại vật vờ, tẻ nhạt, làm sao có thể hạnh phúc được? Nhưng cuộc sống không đơn giản chút nào! Trong thực tế, có những tình yêu được khai sinh sau hôn nhân, cũng có những tình yêu bị khai tử sau khi cưới nhau, và có những tình yêu "chín con chưa gọi là chồng"…

Từ những suy nghĩ đó, Thảo nói:

- Chúng ta đã thừa nhận ai cũng có nhu cầu "yêu" và "được yêu". Khi ta yêu người không yêu mình, có thể họ sẽ yêu người khác? Khi không có tình yêu trong hôn nhân, chắc gì lại chẳng có tình yêu ngoài hôn nhân? Khi đã quá say đắm yêu, những ý nghĩ ấy sẽ dày vò cuộc sống mình. Không thể yên lành với bao sự ghen tuông, khổ sở chứ không hạnh phúc đâu!

Hoa hỏi:

- Vậy thì thế nào?

- Khi mình đã không chấp nhận tình yêu đơn phương, thì cũng không nên chấp nhận lấy "người yêu mình" hay "người mình yêu". Có người vẫn nghĩ rằng, cứ lấy đi, cứ chung sống đi, rồi sau này tình yêu sẽ đến từ cả hai phía. Thực ra, không có gì ảo tưởng hơn. Ngay lúc khát khao nhau nhất, mà còn không làm được điều đó, thì mong gì sau khi đã lấy nhau? Nhiều đôi yêu nhau say đắm, nhưng sau khi kết hôn chưa được bao lâu, tình yêu cũng còn có khi tàn lụi, thì hy vọng gì đến điều ngược lại xảy ra?

Thu chen vào:

- Đúng là rắc rối, từ xa xưa đến giờ chẳng ai định nghĩa đầy đủ về tình yêu!

Thảo nói tiếp:

- Vậy thì "Nên lấy người yêu mình hay lấy người mình yêu ?" Nó cũng giống như "Nếu phải mù một mắt, thì nên mù mắt trái hay mù mắt phải?". Cả hai ngả đường đều bất hạnh. Vậy tại sao ta cứ phải chọn một trong hai cách đó? Kinh nghiệm của những người đi trước chỉ ra, nền móng hạnh phúc trong tình yêu là có trao và có nhận.

Thảo dừng lại, để xem hai bạn có ý kiến gì khác không. Thấy yên lặng, cô nói tiếp:

- Ba mình đã từng bảo: Tình yêu phải là tự nguyện, đó là nguyên tắc cao nhất của đạo lý! Còn sau này có hạnh phúc, lầm lỡ, khổ đau hoặc ly dị nhau, xét trên sự tự nguyện thì cũng không thể ai oán hận ai. Chính hai người trong cuộc phải chịu trách nhiệm với quyết định chính mình. Nếu mình suy nghĩ, cứ lấy chồng đi kẻo muộn, lấy đại đi rồi sau này cảm hóa sau, nhưng khi không sống nổi, lại phải ly hôn để làm lại từ đầu, có khi còn muộn hơn!

Thảo nhìn lại tình cảm của cô. Có phải đây là tình yêu từ cả hai phía? Thảo thấy bây giờ cô đã dành hết tình yêu cho Hoàng. Về phía Hoàng, cô cảm thấy khó hiểu. Nếu tiếp tục, cô sẽ lạc lối sâu hơn, sẽ đi vào con đường mà chính cô đã nhận thức là không ổn, còn dứt bỏ ngay cũng chẳng dễ chút nào. "Bỏ thì thương, vương thì nợ!"

8.

Thảo bắt đầu bình tĩnh trở lại, tiếp xúc bình thường với Quân. Không phải cô lấy một hình ảnh mới, thay thế một hình ảnh cũ, để vơi đi nỗi niềm khổ đau, mất mát. Cô muốn mình đứng dậy, không thể bị nỗi đau vùi dập. Tuổi trẻ còn bao khát khao phía trước của cuộc sống. Cô đã nặng nợ cuộc đời nhiều rồi! Khi buồn sẽ không đủ sáng suốt nhìn nhận vấn đề một cách đúng đắn vì những suy nghĩ yếu đuối và tiêu cực. Đường đời trăm ngả, phải có người tin yêu để đồng hành! Hãy trân trọng những gì đang có, đừng đặt niềm tin quá nhiều nơi xa tầm tay. Nhiều khi, cô đã quên mất những gì đang có và chỉ hoài mong những cái ở ngoài tầm tay. Có những loại không giá trị với người này, lại là mong mỏi của người khác. Điều đó phụ thuộc vào cách nhìn và đánh giá của mỗi người. Có lúc cô quá lo lắng, chờ đợi vào những gì chưa có mà bỏ quên hiện tại, dù chúng rất nhỏ nhoi.

Trong cô đơn lạnh lẽo nơi góc phòng hiu quạnh, lúc này, chỉ còn lại chú gấu bông làm bạn. Nhưng chú gấu dễ thương này lại là con vật vô tri, vô giác. Thảo miên man trong suy nghĩ. Ngay lúc này, có người muốn yêu thương, muốn mang lại hạnh phúc cho mình, lại không có cơ hội được nắm tay, sưởi ấm trái tim mình, để cả hai đều đau khổ. Tình yêu giống như một đảo hoang giữa đại dương bao la. Nếu không là một Robinson đặt chân lên để khám phá, sẽ không thấy hết được vẻ đẹp bí ẩn. Cô không thể gò mình vào suy nghĩ, chỉ yêu một người nào đó trong thế gian này, sẽ chung tình chờ đợi với hy vọng họ sẽ thay đổi! Như vậy sẽ lãng phí tuổi xuân. Cô suy nghĩ, má mình nói đúng đấy chứ: Con gái có thì! Cứ hoài chạy theo một bóng hình, trong khi có một người khác đang mòn mỏi, khao khát được yêu thương và mang lại hạnh phúc cho mình! Thử mở rộng lòng. Một cánh cửa đóng lại, sẽ có ít nhất một cánh cửa khác mở ra. Hãy tin như thế. Đừng coi đó là một sự ban ơn, hay nhắm mắt xuôi tay, mặc kệ cuộc đời. Hãy nâng hai tay hứng lấy và trân trọng nó! Cô từng nghĩ hạnh phúc, khi mình mang lại niềm vui cho chính mình và cho người khác…

Tình yêu là một thứ vô hình, nhưng ai cũng có cơ hội được sở hữu. Tình yêu không tuổi, nhưng tuổi nào cũng có tình yêu! Tạo hóa luôn công bằng với vạn vật. Mình có nhận ra hạnh phúc thực sự đó hay không! Nếu bây giờ ngồi để trách móc ông trời bất công, không thương xót, không cho cơ hội, có thể mình đã sai. Nhìn lại Quân, Thảo thấy anh cũng có nhiều ưu điểm đó chứ! Quan trọng nhất, anh cũng yêu mình. Chỉ mình chưa cho anh ta cơ hội như Hoàng mà thôi. Nhiều cô gái đang muốn được anh yêu lắm chứ? Con gái có thì, nếu không chộp lấy cơ hội sẽ tuột mất. Người yêu mình cũng giống mình. Quân cũng cần được yêu thương. Nếu đợi chờ mình quá lâu mà không có chút hy vọng nào cả, anh sẽ tự ra đi, chưa cần gia đình hối thúc. Quân cũng phải tìm hạnh phúc cho anh. Quân đâu phải loại thứ phẩm. Mình hy sinh tuổi xuân vì người mình yêu như thế có đáng không? “Ba con hồi yêu má, bà ngoại con còn gay hơn má bây giờ, nhưng ông ấy vẫn gan dạ vượt qua để được cưới má. Má mới làm một phép thử, để xem thằng Hoàng có thương con thật tình không, thế mà nó đã thể hiện sự bất cần. Tình yêu đâu chỉ những lúc thuận buồm xuôi gió,“Thương nhau mấy núi cũng trèo…”. Những câu nói của má như xoáy vào tim, vào óc cô.

Quân vẫn thường xuyên đến nhà Thảo. Anh đặt niềm hy vọng vào một ngày nào đó không xa, Thảo sẽ thay đổi… Thật tình, anh đã có nhiều quan hệ với con gái, ta cũng có, tây cũng có, hiện đại cũng có, thuần Việt cũng có. Phần lớn là “mì ăn liền”. Với cái “mã” và cái “mác”, anh như một gã đi săn thiện chiến. Trăm phát, trăm trúng. Bây giờ, phải đối mặt với một đối tượng khó, càng làm anh phấn khích hơn. Nhất là đối tượng này lại khác xa những người con gái trước đây anh từng gặp. Thảo là người con gái đáng yêu, cả về hình thức lẫn nội dung. Anh cảm nhận trong ánh mắt, trong trái tim, tính cách, việc làm. Những gì Thảo sở hữu, là những điều anh mơ ước, người anh muốn lấy làm vợ. Ba má anh có con mắt tinh tường khi chọn vợ cho anh, chọn con dâu cho ông bà. Không chỉ ở công dung ngôn hạnh, mà còn muốn cháu của ông bà sau này sẽ mạnh khỏe, thông minh bởi cái “vòng ba phúc hậu” của Thảo. Anh nghĩ, cách tốt nhất để chinh phục một người phụ nữ khó tính là lòng kiên trì. Trước hết, là biến họ trở thành một người bạn. Thể hiện tình yêu thương luôn hiện hữu trong anh dành cho cô, cùng giúp nhau, chia sẻ vui buồn.

Bà Nga - mẹ Quân, còn bảo cậu con trai:

- Tiêu chuẩn quốc tế về thẩm mỹ quy định, bộ mông phải nở hơn bộ bụng ít nhất là hai mươi phân tây. Nên khi chọn hoa hậu, nó là một chỉ số quan trọng trong ba vòng đo. Những dân tộc thông minh cho rằng, bộ mông to thì xương chậu to, dễ sinh sản và sinh những đứa con có bộ xương sọ to. Điều căn bản của một đứa trẻ thông minh, mạnh khỏe.

Điều ấy càng làm anh không nản lòng, mà bằng mọi cách thu phục. Anh có điều kiện hơn nhiều so với những chàng trai khác, bởi hai gia đình là bạn thân của nhau.

Một buổi tối. Quân mời Thảo đi dự chương trình nhạc Trịnh, Thảo bảo Quân mời các bạn của cô đi cho vui. Quân đồng ý. Thế là Quân, Thảo, Hoa và Thu cùng đi. Sau khi chương trình kết thúc, Hoa và Thu về nhà, Quân về lại nhà Thảo ngồi chơi thêm một chập. Quân nói:

- Em là một cô gái đặc biệt. Anh cũng có nhiều bạn gái, nhưng em là người duy nhất, mang đến cho anh những cảm xúc anh chưa bao giờ có được. Có lẽ, anh đã yêu, khi mới gặp em lần đầu. Anh xin cưới em làm vợ được không?

Nếu đã có những phút giây yêu nhau, đây là câu hỏi mà Thảo chờ đợi. Đằng này… Bất giác, Thảo mỉm cười làm Quân hiểu nhầm:

- Anh sẽ thưa chuyện với ba mẹ hai bên, chọn ngày lành tháng tốt nhé!

- Có yêu đương gì đâu mà đòi hỏi với cưới?

- Thì cưới xong rồi yêu cũng đâu có muộn, chuyện cả đời mà!

- Đã là chuyện cả đời sao đơn giản vậy?

- Chuyện có người lớn sắp đặt, sao gọi là đơn giản?

Biết có tiếp tục theo hướng này, câu chuyện sẽ chẳng bao giờ dứt, Thảo bảo:

- Để em có thời gian suy nghĩ đã. Thôi anh về đi!

Quân ra về. Trong lòng phấn chấn với suy nghĩ, khi con gái nói "không được!" có thể hiểu là "có thể", khi nói "có thể" là có hy vọng "được", nhưng khi con gái trả lời "được!", có lẽ, không còn là con gái nữa.

Anh đem mọi việc về kể với bà Nga. Bà phấn khởi lắm, bàn luôn với chồng. Hôm sau, bà tìm gặp bà Hai để "đẩy nhanh tiến độ". Bà Hai biết ý con gái nên bảo:

- Con bé bướng lắm, để tôi lựa lời nói với nó, hỏi xem nó có đồng ý không đã.

Bà Nga đồng tình:

- Thôi mọi chuyện do chị sắp đặt, làm sao trước ngày thằng Quân đi nhận công tác, mình tổ chức cho chúng nó đâu vào đấy. Chị cũng biết rồi, cưới vợ là cưới liền tay…

Tối hôm đó. Sau khi cơm nước xong, bà Hai vào phòng thủ thỉ với Thảo:

- Đằng nhà trai họ dự tính chuyện trăm năm với con đó, nghe nói con đồng ý phải không?

- Nhà trai nào?

- Thì thằng Quân chứ còn ai!

- Đâu có!

- Thằng Quân nói với gia đình, nó đã trao đổi với con, con đã đồng ý.

- Con chỉ nói để con có thời gian suy nghĩ.

- Má thấy chỗ này rất tử tế, như vậy là được. Suy nghĩ nhiều mệt óc, xong việc cưới hỏi, con nghỉ việc ở nhà máy, tiếp quản cái cửa hàng nhà chồng mà buôn bán, sướng cái thân mà cha mẹ lại được nhờ! Ai đời con gái cưng của má mà đi làm thợ cơ khí, lấm lem dầu mỡ coi sao được.

- Từ từ mà má, để con suy nghĩ đã!

Bà đe dọa:

- Thôi được, nhưng mà mau mau lên nghe, con gái lúc xuân thì, không chớp lấy thời cơ. Sau này ở giá đừng trách má đó!

Bà Hai mừng lắm. Mọi sự có tiến triển. Bà trộm nghĩ, nó khăng khăng bà cũng chịu. Ba nó luôn đứng về phía nó: tình yêu phải là sự tự nguyện!

9.

Ngày hôm sau lúc đi làm về, Thảo và nhóm bạn gặp nhau "buôn dưa lê" ở quán chè Hoa Bằng Lăng. Thu hỏi:

- Sao rồi bà?

- Sắp cưới, được không?

- Nếu cảm được thì được, ai dám tham gia vào chuyện này!

- Nếu là bà thì sao?

Thu cười, nhìn về phía Thảo:

- Chờ bà lui tôi tới! Nhưng tôi đề nghị, chị em muốn được đàn ông lo cho thì phải đừng tỏ ra là mình quá sành sỏi, quá giỏi.

Hoa kể:

- Khuya hôm qua, đang ngủ chợt nghe tiếng xầm xì trong phòng ba má mình. Tỉnh giấc, nghe ba nói với má: "Em ưng con mình sau này trở thành Tiến sĩ, Kỹ sư hay Cu-li". Má dứt khoát: "Đương nhiên phải là Tiến sĩ!". Tiếng sột soạt diễn ra một chập. Bà nói nhỏ: "Nè, các con đang ở phòng bên đó!", rồi bảo: "Thôi, Kỹ sư cũng được!". Lại một chập sau. Tiếng động lại dồn dập hơn. Tiếng ba: "Chúng nó ở phòng bên!". Má bảo: "Thây kệ chúng nó!". Có tiếng rên cực kỳ phấn khích, như cơn khát tình trào dâng: "Anh…

đóng hết cỡ thợ mộc vào, anh yêu!... Trời cho cái chi mình nhận cái nớ!…" Chẳng hiểu ra làm sao, chuyện người lớn!

Hoa vừa kể, vừa diễn xuất kèm theo ngôn ngữ cơ thể. Thảo và Thu cười toe toét:

- Có chồng rồi hiểu, biết làm chi cho sớm!

- Lại muốn tiếp tục sự nghiệp Hồ Xuân Hương đây chắc!

Hoa bảo:

- Nên nhớ, bà Hồ Xuân Hương, với những bài thơ ám chỉ về tình dục, là một hiện tượng văn học Việt Nam thế kỷ 18. Đối với những nhà nho cổ hủ, thì thơ của bà quả là "dâm" và "tục". Nhưng với đa số người dân Việt mình, nhất là những người bình dân, thơ bà là món quà sau khi lao động cực nhọc, luôn nhận được sự thích thú và được truyền tụng từ thế hệ này sang thế hệ khác. Người Việt, từ xa xưa, tình dục hoàn toàn không phải là bản năng thấp kém cần phải giấu giếm. Ngược lại, đó là một hoạt động tự nhiên, lành mạnh của con người trong sự giao hoà vũ trụ.

Thu góp vào:

- Bởi vậy, chủ đề tình dục trước hôn nhân hiện nay, đang được giới trẻ quan tâm. Thực tế, đây không phải là điều xấu. Chúng ta cần tránh thái độ "vơ đũa cả nắm" khi nhìn nhận. Tình dục là một trong những khía cạnh thuộc về bản năng sống con người, giống như cơm ăn, nước uống và khí trời ta thở. Để tồn tại, con người cần thoả mãn những nhu cầu bản năng. Tuy nhiên, việc thỏa mãn bản năng con người khác xa về chất với thỏa mãn bản năng con vật. Con vật "ăn", dùng móng vuốt cắn xé. Con người ăn dùng bát, đũa, dao, nĩa… Nhưng cũng không thể thoả mãn dục tính theo kiểu quần hôn, bất chấp không gian, thời gian, bối cảnh và sự không đồng thuận. Cần dựa trên nền tảng tình yêu, sự ý thức và tinh thần trách nhiệm. Nếu không dám chịu trách nhiệm với hành vi của mình, thì đó là thứ tình dục ích kỷ và vô nhân đạo.

Hoa nói:

- Thành thật mà nói, tạo hóa cho ai cũng có những vùng thiêng liêng và riêng tư của cơ thể, ta không muốn ai cũng chạm tới. Chạm tới là xúc phạm. Ta chỉ có thể chia sẻ, phó thác hình hài, cho người ta yêu thương, tin cậy. Người mà ta tự nguyện sẽ gắn bó với họ cả đời. Nếu lỡ một mai, tình yêu tan vỡ, thiết nghĩ cũng không có gì phải hối tiếc. Vì đó là sự lựa chọn trong tự do và trách nhiệm.

Thảo thể hiện suy nghĩ:

- Chúng ta cũng đừng áp đặt suy nghĩ hoặc kinh nghiệm của mình lên người khác. Đó là một điều bất công. Nhân danh những gì thuộc về "truyền thống", thuộc về "đạo đức"… để tự cho mình cái quyền phán xét người khác là một điều tồi tệ. Mình rất không đồng tình với suy nghĩ của một số thằng đàn ông, đòi hỏi phụ nữ phải trong trắng, trinh nguyên... Trong khi bản thân thì chơi bời, phóng đãng. Thật không công bằng, khi người phụ nữ phải cầu xin sự tha thứ của người chồng. Tất cả, chỉ bởi vì họ là đàn ông.

Ở góc nhìn của mình, Hoa lên tiếng:

- Đã đến lúc không thể nghĩ còn trinh hay mất, như một tiêu chí để đánh giá nhân phẩm người phụ nữ. Việc quan hệ tình dục trước hay sau, cũng không quyết định hạnh phúc hay bất hạnh một cuộc hôn nhân. Những gì sâu kín nhất trong tâm hồn, những nỗi khổ - niềm đau, không một ai dễ dàng chia sẻ. Trừ khi gặp được người hiểu được mình, ta mới mở lòng…

Sau một hồi trò chuyện, Thảo đưa Hoa một chiếc hộp nhỏ, nhờ chuyển đến Hoàng. Lâu nay, cả hai đều có lý do riêng, nên không gặp nhau.

10.

Bẵng đi một tuần chẳng thấy Hoàng hồi âm. Trong lúc đó, bà Hai hỏi Thảo đã suy nghĩ xong chưa, để bà trả lời cho phía đằng nhà trai. Cô đồng ý nhận lời. Việc cưới hỏi được hai nhà bàn bạc với nhau khá kỹ. Cuối cùng, để phù hợp với hoàn cảnh và điều kiện cả hai bên, họ đồng thuận tổ chức cưới hỏi cùng trong một lần, vào hạ tuần tháng tới.

Thời gian chỉ còn hơn ba tuần nữa đến ngày cưới. Thảo phải thu xếp công việc ở nhà máy, còn phải nghỉ trước ít nhất hai tuần để chuẩn bị. Bước vào phân xưởng, nhìn số lượng trục đầu máy dệt vải còn nhiều bên máy, cộng thêm những suy tư vẩn vơ… Thảo cảm thấy mệt mỏi. Cầm cây trục gắn vào đầu tốc rồi đặt lên máy mài, xiết lại ụ động. Cần gạt tốc độ vẫn ở vị trí 2.500 vòng/ phút, vì sản phẩm đang làm dở dang, không cần phải thay đổi. Thảo bật máy…

- Soạt!... keng!

Tiếng va chạm giữa thép và thép vang lên…

Cây trục bị lực ly tâm bắn ra khỏi máy, hất tung bao che, bằm vào người Thảo trong nháy mắt. Cô bị bật người ra, khuỵu xuống nền, máu me be bét. Mọi người trong phân xưởng ào tới. Hoàng lao nhanh lại. Anh chen qua đám đông, đến bên Thảo, ấn nút "STOP" để máy ngừng chạy, rồi đỡ cô về tư thế nằm duỗi dọc xuống nền, tránh trường hợp có thể gãy xương nếu anh bồng xốc lên, rồi bảo những người xung quanh gọi nhanh xe cấp cứu. Anh hỗ trợ y tá nhà máy sơ cấp cứu. Khi xe đến, anh đỡ nhẹ Thảo nằm trên băng-ca, cùng y tá khiêng vào xe, chở đến bệnh viện Đa khoa thành phố. Thu và Hoa cũng nhảy lên xe để chăm sóc. Đến nơi, anh làm các thủ tục và yêu cầu khẩn thiết y, bác sĩ nhanh chóng cứu giúp. Người ta hỏi anh có quan hệ gì với nạn nhân, anh đáp:

- Vợ!

Sau khi chẩn đoán sơ bộ, bác sĩ điều trị cho làm các thủ tục xét nghiệm, chẩn đoán bằng hình ảnh và đưa Thảo vào phòng phẫu thuật. Hoàng không được vào. Anh ra ngoài, đứng thẫn thờ tại một góc, trước phòng cấp cứu. Quần áo trên người đầy máu me be bét… Khi đặt chi tiết lên mài, đúng ra cô phải khóa chặt ụ động và cả vis-me chống tâm trên ụ động. Chắc Thảo đã quên khóa vis-me chống tâm. Khi máy chạy, chi tiết bị đẩy lùi ra, không còn bị giữ lại. Với lực ly tâm quá lớn, chi tiết bị bắn ra ngoài. Cũng may, máy mới khởi động nên tốc độ đang mới tiệm cận đến mức yêu cầu.

Hôm trước, Hoàng có nhận từ Hoa cái hộp, mở ra là chiếc khăn tay màu trắng tinh tươm, thêu hai chữ H và T hòa quyện vào nhau, viền quanh là hoa văn xinh xắn, với dòng chữ "I LOVE YOU!" trên đường kẻ. Với những đường nét thiết kế sáng tạo, từ những đường kẻ ngang, những hình ô vuông, hoặc hình tròn, pha lẫn màu sắc tinh tế tạo nền. Lòng anh tràn ngập những cảm xúc ngất ngây của tình yêu mang lại. Nhưng rồi, nghĩ lại anh vẫn cho rằng, để Thảo dứt khoát đi lấy chồng, điều này sẽ làm cho Thảo hạnh phúc, mà anh không thể mang lại cho người mình yêu. Bây giờ, tai nạn xảy ra. Hoàng tự trách. Tại sao lại phũ phàng với Thảo như vậy? Có thể buổi gặp nhau cuối cùng đó, cả Thảo và anh đều thanh thản, sau khi chia tay nhau. Như vậy sẽ không có chuyện này xảy ra. Đã nghĩ ra được, chuyện cũng đã rồi! Thôi đành giúp Thảo vượt qua cơn hoạn nạn này…

Cả nhà, bà Hai và Quân đều có mặt tại phòng cấp cứu bệnh viện, sau khi nhận được tin dữ. Họ bắt gặp Hoa và Thu ở cửa phòng. Bà Hai hỏi dồn:

- Chuyện xảy ra như thế nào hai cháu?

Thu và Hoa thay nhau kể lại tai nạn vừa qua. Thu chỉ về phía Hoàng:

- May mà anh ấy nhanh chân đưa đến đây kịp thời!

Cả nhà đều hướng đến anh ở góc phòng. Trông cái thân xác thật là tội nghiệp, quần áo xốc xếch, tóc tai bù xù, máu me be bét, đang hướng con mắt về phía cửa ra vào phòng cấp cứu. Không còn biết đến ai. Nhìn cảnh tượng này, thánh thần hiện ra, cũng thấy cảm động cho tấm lòng kẻ đang yêu.

Bà Hai bước đến gần Hoàng:

- Bác vô cùng cảm ơn cháu đã giúp!

Rồi như nhớ lại chuyện cũ, bà vỗ vai Hoàng nói tiếp:

- Bác có chuyện gì không phải, mong cháu bỏ qua!

Hoàng vẫn lặng yên. Mắt nhìn đăm đăm vào cửa ra vào phòng cấp cứu, như không có chuyện gì xảy ra bên ngoài. Mọi người cùng nhìn theo Hoàng. Chờ đợi và yên lặng. Tự lắng nghe suy nghĩ riêng mình. Thời gian cứ bình thản, chậm chạp trôi…

Cuối cùng, chiếc giường di động đẩy ra khỏi phòng, Thảo được đưa về phòng Hậu phẫu. Thấy con, thân thể bị băng bó kín mít, mặt mày xanh xao, hai mắt nhắm nghiền, bà Hai không kìm nổi xúc động, đã òa khóc thảm thiết. Quân phải dìu bà ra ngoài. Bác sĩ điều trị cho biết Thảo bị rách phần mềm ở ngực, gãy một xương sườn và vật chạm vào một lá phổi làm rách một phần.

Những ngày tiếp theo, Hoàng xin nghỉ phép để trực bên giường Thảo. Anh tận tụy chăm sóc mọi việc. Từ ăn, uống, thuốc nên, đến vệ sinh thân thể như là vợ mình.

Khi đã tỉnh dậy, Thảo nhìn ba má, các em và Quân đến thăm. Cô đã nhận biết, vì sao đang nằm tại bệnh viện. Thảo thều thào:

- Ba má về đi…con đã có anh Hoàng!…anh Quân về đi…em đã có anh Hoàng!…

Thời Hy Lạp cổ đại, thần ái tình được biết đến dưới cái tên Eros, con trai của Aphrodite nữ thần của sắc đẹp và tình yêu. Người La Mã gọi thần ái tình là Cupid. Thần có thể khiến người ta yêu nhau, bằng cách bắn thủng trái tim họ, với một trong những mũi tên kì diệu của mình. Nếu chứng kiến cảnh tượng này của hai kẻ yêu nhau, làm sao không cảm động? Có lẽ, thần ái tình đã ra tay… Huống hồ, những người thân trong gia đình nhà Thảo. Hơn ai hết, họ cảm nhận một tâm hồn, một tình yêu chân thành, sâu sắc, vô tư và trong sáng ở Hoàng. Chỉ có vậy mới thể hiện được. Tình yêu, suy cho cùng, là khởi đầu sự sống, tận cùng là khao khát hoà hợp. Tình yêu vừa vĩ đại, vừa trong sáng, vừa ma mị, vừa của thiên nhiên, vừa là thuộc tính con người. Sinh con là để duy trì nòi giống. Nhưng để hòa trộn hai con người vào nhau phải có tình yêu. Cuộc sống thật tuyệt vời và màu nhiệm vì có tình yêu. Và "tình yêu mạnh hơn cái chết". Những tồn tại mạnh mẽ, khiến cuộc sống thăng hoa và sáng tạo đều khởi nguồn từ tình yêu.

11.

Sau ba tháng, Thảo đã xuất viện và trở về làm việc tại nhà máy. Cô được đón nhận trong vòng tay bè bạn và mọi người. Thảo được Giám đốc nhà máy chuyển sang làm việc tại phòng Kiểm tra chất lượng sản phẩm, để phù hợp với sức khỏe. Tình yêu thương giữa Thảo và Hoàng trở nên nồng ấm hơn bao giờ hết. Quân cảm thấy không thể chia cắt họ được thêm nữa. Anh từ biệt Thảo và lên đường vào Vũng Tàu để nhận công việc, dẫu trong lòng còn mang nhiều nỗi niềm thương mến. Gia đình nhà Thảo cũng vậy. Bà Hai từ chỗ tìm mọi cách chia cách Thảo và Hoàng, để tìm một thằng rể danh giá, là chỗ dựa cho con gái. Qua thời gian ở bệnh viện, với thực tế kinh nghiệm và tấm lòng người phụ nữ, bà đã thay đổi ngược lại. Không thể nào tìm được thằng chồng tốt hơn Hoàng cho con gái bà. Ngẫm lại cuộc đời, bà nhận ra, người cùng ý với ta, trái ý ta, người mà có lúc ta xem như kẻ thù... Qua trải nghiệm, họ đều là những người thầy dạy ta nhiều điều...

Bà nói với chồng:

- Cái cuối cùng còn lại, là tình cảm giữa con người với con người. Con Thảo nhà mình thật tốt phước! Tôi vô cùng ân hận vì đã không thể nói lên những điều trong trái tim mình, nơi mà từng nhịp đập trong cả cuộc đời này đều dành cho con. Có lẽ chưa muộn để nói lời xin lỗi. Nhưng thời gian cũng chỉ là tương đối, cha mẹ vẫn cần phải dành tình yêu cho con cái. Nhờ có con cái mà cha mẹ mới có thể có những tình cảm rộng lớn hơn.

Được dịp, ông Hạnh trả lời:
- Con gái nhờ phước cha!

Hôn lễ của Hoàng và Thảo được tổ chức trong một chiều thứ bảy, vào ngày giáp tết tại Câu lạc bộ ngoài trời một cách giản dị. Bạn bè hai bên đến dự, phần lớn cùng làm việc trong nhà máy. Họ tụ tập, quây quần bên nhau đông vui hơn những chiều thứ bảy khác. Ngoài chương trình văn nghệ được đội văn nghệ chuẩn bị, còn rất nhiều tiết mục ngẫu hứng khác của bạn bè. Họ thi nhau hát những bài tình ca, ngợi ca tình yêu đôi lứa, tình yêu nhà máy, về quê hương đất nước, rồi đẩy niềm hưng phấn đến cao trào. Khi tất cả đều hòa vào nhau, với những điệu nhảy vui nhộn…

Sau những thất bại liên tiếp của loài người, trong nỗ lực điều khiển các nguồn lực vũ trụ, đã đến lúc, chúng ta phải nuôi dưỡng mình bằng một loại năng lượng khác… Nếu loài người muốn tồn tại, nếu ta muốn tìm ý nghĩa sự sống, nếu ta muốn bảo vệ thế giới và tất cả những giống loài khác, tình yêu chính là câu trả lời đầu tiên và duy nhất. Có thể, chúng ta chưa sẵn sàng để tạo ra một quả bom tình yêu, một thiết bị đủ mạnh để hoàn toàn phá huỷ sự ghét bỏ, ích kỷ và tham lam đang tàn phá trái đất này. Dù vậy, mỗi con người, vẫn luôn mang trong mình, một chiếc máy phát tình yêu vô cùng mạnh mẽ và luôn sẵn sàng để được giải phóng. Khi chúng ta học cách cho và nhận nguồn năng lượng vũ trụ này, chúng ta phải thừa nhận rằng tình yêu có thể chinh phục tất cả, vượt qua bất kỳ chướng ngại nào, bởi tình yêu, chính là nguyên tố quan trọng nhất nuôi dưỡng sự sống muôn loài.

Về phần Quân. Có một khoảng thời gian tuyệt đẹp nhưng ngắn ngủi, khi đi qua rồi vô tình quay đầu lại. Thầm gọi "Thảo yêu!", cái tên sao đẹp đến thế. Trong đời Quân, có thể quên nhiều thứ, nhưng kỳ thực không thể quên tình yêu! Khi thời gian trôi qua. Khi người ta dường như sắp quên đi ước mơ và tình yêu. Ký ức đó lại nhẹ nhàng hiện rõ trong tâm trí. Như dòng suối nhỏ, nhẹ nhàng len lỏi trong tim, sưởi ấm tâm hồn. Ai cũng từng có khoảng thời gian ngốc nghếch, từng làm những chuyện điên rồ, không cần suy nghĩ, vui thì cười, buồn thì khóc, ngông cuồng thể hiện. Từng mơ ước lớn lên thành vĩ nhân, thành người thành công để cả thế giới ngước nhìn nể phục. Nhưng trưởng thành mới hiểu ra, thành công nhất trong đời người chính là cuộc sống hạnh phúc. Và, tuổi trẻ là quãng thời gian hạnh phúc nhất.

Câu chuyện bắt đầu. Từ khi Quân yêu thầm một cô gái, bao lần ngẩn ngơ, ngắm nhìn nụ cười trong veo. Trong lớp học, lật tung trang vở làm tóc em bay bay. Cố gắng chọc tức, để được mắng yêu hay là té tát. Bao lần viết thư tỏ tình nhưng không dám tỏ bày. Anh từng hét to, tuyên bố chinh phục thế giới. Nhưng ngay đến, nói lời yêu thương em cũng không dám. Tình cảm đó cứ im ỉm trong lòng bao tháng năm. Thảo! Em như ngôi sao băng, xuất hiện trong cuộc đời này, một khoảnh khắc ngắn ngủi. Vụt sáng. Khi ta nằm trên bãi cỏ ngắm và tưởng tượng về thế giới đầy sắc màu, chỉ một lần trong đời. Giờ đây, bộ váy trắng tinh khôi ngày cưới. Cô dâu xinh đẹp. Lòng tràn đầy niềm hân hoan, đau khổ, kỳ lạ chen chúc nhau quẫy đạp. Dẫu biết, trong trái tim Quân, Thảo là một cô gái trong trẻo sương mai, tinh khôi mùa hoa trái. Nhưng. Quân không thể chạm đến, có tên là "mối tình đầu". Thời gian một khi đã trôi đi, những gì đã xảy ra sẽ biến mất vĩnh viễn, chỉ có những hồi ức trong tim vẫn còn sống mãi. Nếu như được trở lại, Quân vẫn sẵn lòng đắm mình trong cơn mưa/ con bão tình ái ấy. Một lần nữa không suy nghĩ!

Không còn là giấc mơ, Thảo tin vào những điều mình dự cảm, từ ánh mắt buổi đầu gặp Hoàng, trái tim cô đã mách bảo. Cô sống trong niềm hy vọng… Giờ đây, Thảo cảm thấy mình đang ở trong một khu vườn, bầu trời trong veo, những giọt sương mai đón nhận các tia nắng đầu ngày, xen qua từng kẽ lá, long lanh như những viên ngọc bích rồi hóa thân vào khoảng không gian mênh mông. Tình yêu mà Thảo cảm nhận, dẫu có bão tố, phong ba rồi cũng qua đi, để mùa xuân sẽ đến với khu vườn của mình. Có đầy hoa và ong bướm vờn quanh, có ánh nắng tươi giòn, có gió heo may nhè nhẹ. Vạn vật đâm chồi nảy lộc và lòng người đang nhóm lên trong lòng ngọn lửa niềm tin và khát vọng. Không ngắn ngủi như những giọt sương…

HUỲNH VIẾT TƯ
1985 – 2017

SA CHI LỆ
KHÓI THUỐC HỒN QUÊ

Ly khách ven trời mòn gót nhớ
Tháng tám mưa dầm thấm vai em
Trời ở đây cũng buồn như ở đó
Dáng em gầy xô bóng đi hoang

Hè đi bão nổi hồn hoa dại
Tóc rối men tình rợp lối xưa
Nghe đâu tiếng gọi mềm cố xứ
Đọng lại dư âm chút hương thừa

Bước vội đường về mây chưa ngủ
Mà sao phố ướt mắt đèn thưa
Dừng chân khói thuốc buồn ngơ ngác
Gió bỗng xoay chiều trong tiếng mưa

Người đi sao úa trăng vừa rụng
Đau nhói trong tim khúc đoạn trường
Gói kỷ tình xưa vàng cung điệu
Mân mê ký ức ngọt dị thường

Ta đứng chờ em ướp mù sương
Bên lầu vọng nguyệt nhớ quê hương
Thì thầm nhắc nhở ngày trở lại
Tay trắng tựa thuyền lệ Tầm Dương…

SA CHI LỆ

SA CHI LỆ
NHẮN VỀ NÚI NHẠN

Bạc tóc chim bay mãi lạ ngày
Nơi đây khách trọ gió sương vay
Đường đời chìm nổi mây lưu lạc
Ngửa mặt mười phương tủi thở dài

Quảy gánh phong trần cay phiêu bạt
Buồn rơi nước mắt chợ tình người
Lang thang một cõi còn vương nợ
Khởi duyên rồi cũng phải về người ơi!...

Tổ ấm bên trời mái tranhxiêu
Còn không bóng mẹ khấn nguyện cầu
Giả từ kiếm gãy thời xanh tóc
Ngửi khói mộng vàng thoáng còn đâu

Ngoảnh đầu chân mỏi hồn đau nhói
Bó gối hành trang rời rã đau
Rong rêu bám chặt hờn sông núi
Biển dâu mấy độ tóc bạc màu

Trái tim chất chứa buồn thế kỷ
Tri kỷ còn ai giữa phố phường
Yêu ai ai hiểu tình đong đếm
Cúi đầu còn lại chút dư hương

Mắt mờ tìm bóng ngờ trăng sáng
Quá khứ nhai đầy rỗng tương lai
Dật dờ mộng ảo treo ngoài ngõ
Cứ tưởng tình xưa ngủ trên vai…
Dường như ta đứng mười phương gió
Nhắn về núi Nhạn tiếc thở dài…

SA CHI LỆ
BÀI THƠ VIẾT VỘI 17-10-2023

SA CHI LỆ
NHỚ NHAU NHƯ TÌNH NHÂN

Khi luyến nhớ ủ mầm năm tháng
Trải lối về dốc phủ nhớm tàn phai
Con chim nhỏ mổ hoài trang kỷ niệm
Ta nâng niu từng nét chữ em cài

Xin nhớ nhau như tình nhân nhớ
Phút giây nào trao hơi thở cho nhau
Đời lữ thứ biết bao giờ gặp lại
Như tình đời dâu bể cũng thương đau

Em suối tóc sao không buông thả
Để mây trời dệt mộng Tương Như
Dâng cảm giác đam mê hoang dại
Tỏa hương thơm quấn quýt không rời

Tuổi bạc màu đam mê chất ngất
Tình rong rêu tan biến dại khờ
Lửa con tim đốt cháy vu vơ
Thuở cắn bút mơ ngoài lớp học

Trăng vừa mọc môi em căng áo mỏng
Thấy làn da gờn gợn lá thu bay
Trộn nhớ quên uống cạn dáng trang đài
Xin đừng để mi cay hoen mắt phượng

Ta bật cười cuộc đời như viên đạn
Rất vô tình khi được tống thật đau
Tống thật đau thường không trúng đích
Trúng đích rồi tan vỡ cả trăng sao…
Chỉ còn lại dư âm tuổi hai màu
Thầm gọi tên em cuộn tròn chăn chiếu
Hát Khúc phượng cầu gõ nhịp nhớ nhau…

SA CHI LỆ

TRẦN DANH THÙY
JON FOSSE, CHỦ NHÂN GIẢI NOBEL VĂN HỌC 2023...

Trái với nhiều dự đoán về người đoạt giải có nhiều khả năng là một nhà văn châu Á, Jon Fosse, người Na Uy, 64 tuổi đã trở thành chủ nhân của giải Nobel Văn học năm nay.

Mở đầu sự nghiệp văn chương của Fosse là cuốn tiểu thuyết Raudt, svart (Đỏ, đen) được xuất bản năm 1983. Hai năm sau, 1985, theo phong cách tối giản riêng biệt, Fosse viết tiểu thuyết Stengd guitar, khai thác góc khuất từ những tình huống hàng ngày trong cuộc sống, khi con người đứng trước sự lưỡng lự khi phải giải quyết hay quyết định một vấn đề. Sáu năm sau, 1989, ông được đánh giá cao với tiểu thuyết Naustet (Nhà thuyền). Sang thế kỷ 21, ông viết tiếp Morgon og kveld (2000), Andvake (2007), Olavs Draumar (2012), Kveldsvævd (2014), Morning and Evening (2015), Trilogien Trilogy (2016)...

Jon Fosse không chỉ viết tiểu thuyết, năm 1992, Josse viết vở kịch đầu tiên: Nokon kjem til å kome, được dịch sang tiếng Anh thành Someone is going to come (Ai đó sẽ đến) năm 1996. Hai năm sau, 1994, vở Ogaldri skal vi skiljast được trình diễn ở Nhà hát Quốc gia ở Bergen. 1995, Namnet (The Name, 2002), Năm 2002, ông viết Dodsvariasjonar (Death variations, 2004), Skuggar (2007)... Mới nhất là I svarte skogen inne (2023), Kvitleik (2023), A shining, 2023).

Những vở kịch của ông đều rất nổi tiếng và được trình diễn khắp Âu châu và được dịch sang 40 ngôn ngữ khác nhau trên thế giới.

Sinh năm 1959 tại Haugesund, nằm ở bờ biển phía tây Na Uy, sự nghiệp đồ sộ của Fosse là các tác phẩm viết bằng tiếng Nynorsk với nhiều thể loại. Ngoài kịch và tiểu thuyết, ông còn có những tuyển tập thơ, tiểu luận, sách thiếu nhi và các bản dịch.

Chịu ảnh hưởng bởi kịch tác gia bậc thầy người Ireland – Samuel Beckett và thi sĩ người Áo - Georg Trakl cùng kết hợp một cách hài hòa các yếu tố địa phương cả về ngôn ngữ cũng như văn hóa, cộng với các kỹ thuật của nghệ thuật hiện đại, Jon Fosse đã làm chủ giải Nobel văn học 2023 vì đã viết những cuốn tiểu thuyết và những vở kịch, theo Ủy ban Nobel, "đã cất lên tiếng nói cho những điều không thể nói ra được", chắc chắn không chỉ của dân tộc Na Uy…

TRẦN DANH THÙY

Danh ngôn

Hoàn toàn có thể xảy ra chuyện hai người khác biệt cực lớn về sở thích, quan điểm, thói quen, sự giáo dục và rèn luyện, bối cảnh và niềm tin vẫn có thể vui vẻ ở bên nhau theo nhiều cách. Đúng thế, sự đa dạng về tình bạn thực sự làm cuộc đời trở nên phong phú. Tìm hiểu về những điểm tốt của người không giống mình - giá trị của họ, sự chân thành của họ, trái tim và trí tuệ tốt lành của họ, điều hay khi ở cùng họ - rất thú vị và bổ ích. Thật tuyệt vời khi quen biết rộng rãi những người bạn có thể trông cậy, những người bạn có thể yêu thương, tin tưởng và vui vẻ khi ở bên. Đó chính là ý nghĩa của tình bạn.

It is possible for two people who have wide differences of preference and opinion, of habits, of teaching, of training, of background and belief to enjoy the company of each other in many ways. Indeed, a diversity of friendships is one of life›s real enrichments. To learn of the goodness of those who are unlike - their worth, their sincerity, their good hearts, their good minds, their good company - is rich and rewarding. It is wonderful to have a wide range of choice friends who can be counted on, friends who can be enjoyed and loved and trusted. Such is the meaning of friendship.

Richard L Eva

Richard Louis Evans (23/3/1906 – 1/11/1971), là thành viên trong Nhóm Túc số Mười hai Vị Sứ đồ của Giáo Hội Các Thánh Hữu Ngày Sau của Chúa Giê Su Ky Tô (1953–1971), chủ tịch tổ chức từ thiện Rotary International (1966 - 1967) và tác giả, nhà sản xuất của chương trình TV và radio 30 phút hàng tuần - Âm nhạc và Lời nói trong bốn mươi mốt năm (1929 - 1971).

HỒ XOA

KHÚC CHO LÁ

Ngày lạc lõng anh về trên bến lạ
Thương đời mình, hay thương dòng sông?
Lá vẫn hát trong chiều lá rụng
Trôi về cuối trời, còn mùa thu nào không!

Anh như lá vẫy gọi hoài trong gió
Còn được bao chiều ngồi nhớ bến sông
Trên lối ấy bụi hồng phai nắng nhạt
Mùa thu thơm mùi tóc em... mênh mông

Tình đã cạn trên lời ru đời mẹ
Anh như xác con đò phơi dưới chiều phai
Rồi khói thuốc cũng hát lời mây trắng
Ta đốt đời ta, em đốt đời ai...!

Và như lá nhuộm vàng trên sách cũ
Còn ai chờ rơi rụng xuống đời nhau....

YÊU DẤU

Người em bé nhỏ
Lang thang tìm những mùa thơ
Mắt buồn hoang dã
Xa xôi về dưới trăng mờ

Ta từ hôm nọ
Đợi từng nhịp thở trong mĐường về xa lắc
Tìm nhau biết đến bao giờ

Này yêu dấu nhỏ
Có còn đợi một mùa trăng
Ta về như mộng
Sông dài thầm lặng, ăn năn

Tìm em gót nhỏ
Mai về tim vẫn còn đau
Bài thơ dang dở
Trăm năm ghi dấu từng ngày..

SƯƠNG KHÓI NGÀY XƯA
(Nhớ mẹ)

Hình bóng mẹ khuất mù trong rơm rạ
Bao nhiêu năm xương trắng chuyện đồng xanh
Có lớp lớp thu vàng bên cổ sử
Cho phù sa chôn mãi mộng không thành

Này nước mắt trần gian trôi nức nở
Bên kia đời sương khói mẹ ngày xưa
Tôi về xếp những trang buồn mục nát
Nghe kinh cầu rơi tháng Bảy chiều mưa.
..
Non nước ấy từng chiều phai dáng mẹ
Từng ngày đi tiếng chim vịt ngày xưa
Ngàn cay đắng trên mắt buồn thiếu phụ
Dòng lệ Người chảy xuống... mưa… mưa

HỒ XOA

ĐẶNG XUÂN XUYẾN
ĐI TÌM CÂU TRẢ LỜI VỀ DƯ LUẬN

- trích từ DƯ LUẬN VÀ XỬ LÝ DƯ LUẬN trong NHỮNG ĐIỀU HẮN QUAN TÂM của Đặng Xuân Xuyến ; Nhà xuất bản Thanh Hóa 2002 -

Ngồi tiếp tôi là gã thanh niên trẻ, quãng ba mươi tuổi, với nụ cười nửa ngạo mạn, nửa thân tình nở trên môi. Giọng nói nhẹ nhàng pha chút vẻ kênh kiệu làm cho khuôn mặt dài nhưng khá ưa nhìn của gã trở nên sống động. Gã không đi vào vấn đề tôi cần biết mà cứ thủng thẳng, dông dài chuyện trên trời dưới biển, chuyện ở những đâu đâu mà tôi không thể biết. Những cái rướn mày pha chút vẻ kênh kiệu và nụ cười nửa ngạo mạn, nửa thân tình kia không thể đánh lừa tôi cái cảm nhận: đằng sau vẻ kênh kiệu, bất cần đời là một tâm hồn dạt dào sức sống, một trái tim tha thiết tình người, một tấm lòng mênh mông những nghĩa cử...

Với tay lấy bao thuốc, búng nhẹ một cái, rất điệu nghệ, một đốm lửa lóe sáng, gã ngả người ra ghế và từ từ nhả khói, vẻ khoan khoái dễ chịu. Phóng tầm mắt xa xa, gã nhíu mày rồi khẽ bảo:

- Cậu muốn biết về điều đó ư? Thật đơn giản: hãy nhìn vào sự phát triển của doanh nghiệp đó mà đánh giá dư luận về họ đúng hay sai. Không có gì giá trị bằng hoặc gần bằng thực tế cậu chứng kiến sự phát triển doanh nghiệp của họ mà cho điểm dư luận.

Nhún vai một cái, gã xin lỗi bận việc không thể tiếp tôi được, rồi hẹn khi khác có thời gian rảnh rỗi gã sẽ tâm sự nhiều.

Thật là kỳ quái, gã phớt lờ tất cả những dư luận về mình, dửng dưng như không hề có những lời đồn ác ý, những phóng đại, thêu dệt không có thuận ý về chất người của gã khi gã mới chập chững bước vào cuộc đời của một doanh nhân. Phải chăng đó chính là cách xử lý dư luận của gã: hãy trả lời dư luận bằng thực tiễn sự phát triển của doanh nghiệp.

Dời văn phòng của gã, tôi đến một địa chỉ trên đường Lý Thường Kiệt để tìm câu trả lời: xử lý dư luận ra sao khi doanh nhân trẻ này cũng đang vướng không ít dư luận đối nghịch.

Tiếp tôi bằng nụ cười và khi biết được mục đích cuộc viếng thăm, anh ta nhẹ nhàng chối khéo. Chẳng lẽ đến rồi ra về không thu lượm được gì? Tôi nấn ná ngồi tâm sự để mong nhận được chí ít nhất một vài thông tin cho đề tài của mình. Tính tôi là vậy. Hễ đặt ra kế hoạch, tôi cố gắng tìm cho được biện pháp để hoàn thành và lần này, sau vài câu "đá đưa" về Viện K, tôi đã thu được chút "thành quả", dầu chỉ là đôi lời tâm sự:

- Tôi bị viện K đuổi việc ư? Thật buồn cười! Khi rời viện K, trước đấy

3 tháng, tôi đã thông báo cho khách hàng, đối tác của tôi về kế hoạch nghỉ việc ở Viện K và nói sẽ sớm thông báo địa điểm kinh doanh mới.

- Khi nhận được nguồn tin như thế, anh phản ứng thế nào?

- Sao lại phải phản ứng? Một khi tư cách của tôi đã được thương trường khẳng định, mối quan hệ của tôi với bạn hàng, khách hàng đã bỏ xa giai đoạn thăm dò, thử thách thì những lời đồn đấy đâu có nghĩa gì? Nếu bạn hàng nào tin vào những lời thêu dệt đó thì càng hay, vì tư cách của tôi thêm một lần được khẳng định và với những bạn hàng này, khi niềm tin đã được củng cố thì chính họ sẽ là người lên tiếng bác bỏ những lời đồn ác ý về tôi.

- Tôi nghe nói một số người ở Viện K tuyên bố sẽ tìm cách "triệt tiêu" con đường làm ăn của anh. Trước những lời tuyên chiến như vậy, anh nghĩ sao?

- Xin đính chính câu cậu nói, nếu quả thực như vậy thì họ tuyên nhưng tôi không chiến. Không phải tôi hèn kém, nhưng tôi đang bươn chải vật lộn với thương trường, quan tâm làm gì mấy việc đó. Hơn nữa, tôi tin, số đông ở Viện K sẽ không dung thứ cho mấy kẻ đó làm điều xằng bậy.

Đón tôi bằng nụ cười và tiễn tôi ra về bằng cái bắt tay rất chặt. Anh nheo mắt nhìn tôi bằng một câu kết:

- Dư luận thì vô cùng nên tôi không bao giờ trả đũa dư luận mà cố gắng chứng minh nhân cách của mình qua những việc làm thiết thực trong hoạt động doanh nghiệp. Nói gì thì nói, cái cơ bản nhất là tư cách con người mình nếu không khẳng định được thì sự loại bỏ của thương trường đâu cần đến những lời đồn đại kia.

Chia tay anh, tôi vào thăm văn phòng đại diện cơ quan X. Gặp tôi, chị trưởng phòng đon đả:

- Đi đâu mà mấy tháng bặt tin vậy? Đi tìm vợ hả? Chị bảo, kén vừa vừa thôi không ế đấy.

Tôi mỉm cười, đón chén nước chị đưa, nhẩn nha ngồi nhấm nháp chén trà đặc quánh đang nhè nhẹ tỏa hương. Vậy là từ sáng đến giờ, công việc không được như ý nhưng cũng không đến nỗi tệ. Tôi nhẩm tính và ước lượng thời gian sẽ đến một số điểm trong ngày để hoàn thành công việc. Chị vỗ vai tôi, kéo tôi về với thực tại:

- Này em. Đã bỏ trang viết về chị chưa? Cám ơn thiện chí của em nhưng Thi à, đừng tạo thêm những gợn sóng dư luận quanh chị. Chị mệt mỏi vì dư luận lắm rồi. Chị không sợ đối đầu với dư luận nhưng có điều tránh được những đối đầu không cần thiết sẽ hay hơn. Vô tình đọc trang bản thảo em dành cho chị, lần nữa cám ơn thiện chí của em nhưng người đời có phải ai cũng nhìn nhận vấn đề như chị em mình đâu.

Không hiểu sao trước người phụ nữ xinh đẹp và sắc sảo, thấu lý, thấu tình này tôi lại thấy mình thật bé nhỏ, cứ ấp a ấp úng, mọi lý lẽ đưa ra hầu như không có tính thuyết phục. Những lúc như vậy, thường trực trên môi tôi là nụ cười, là những luận cứ đưa ra không có điểm tựa, để rồi tôi lại cười khà làm theo ý chị.

Ngược về phó Lò Đúc, tôi đến gặp một doanh nhân trẻ đang kinh doanh bất động sản. Anh đón tôi bằng cái bắt tay rất nhẹ, bằng nụ cười lịch sự và bằng khuôn mặt phởn phơ đẫy đà của kẻ sớm thành danh.

Ngồi tiếp chuyện, anh vồn vã hỏi thăm công việc làm ăn của tôi độ này ra sao? Yêu đương thế nào? Kế hoạch vợ con đến đâu rồi? Những dự kiến tương lai thế nào? Anh nhiệt tình thăm hỏi và không để cho tôi kịp trả lời. Tôi lặng đi vì những quan tâm của bạn mình. Và tôi giật mình hãi sợ những lời hỏi thăm vồn vã ấy. Thì ra bạn tôi đang tiếp khách, đang làm bổn phận là nói sao cho đủ những điều cần thiết mà cuộc thăm hỏi phải có, thế thôi.

Tiễn tôi ra cửa, anh vỗ vai tôi, rướn mày, nói:

- Cần phải quan tâm đến dư luận Thi ạ. Phải lắng nghe dư luận để kịp thời xử lý những dư luận về cậu. Dư luận nào tốt, cậu phải có trách nhiệm thổi phồng nó lên, khuếch đại nó ra, còn dư luận nào bất lợi thì cậu phải triệt tiêu ngay bằng mọi cách... Hề hề hề... (anh vỗ bụng, đắc chí cười, vẻ mãn nguyện làm những thớ thịt trên khuôn mặt giật giật đến khó coi)... mới mấy năm thôi mà đã... Đấy. Cậu nhìn cơ ngơi của tớ thì chắc rõ... Hề hề hề... Thôi cậu về nhé. Rỗi rãi thì ghé qua tớ chơi.

Tôi vội lên xe và giật tung cúc áo ngực để gió lùa vào cho dễ chịu. Một tiếng gọi ồm ồm: Thi ơi! Làm tôi giật mình, cắt đứt dòng suy nghĩ. Chưa kịp định thần trở lại thì Thành ở đâu lù lù xuất hiện, hắn vỗ vai tôi, nheo nheo mắt, hất hàm hỏi:

- Có bận gì không? Vào làm chầu lai rai với tôi nghe bạn.

Không đợi trả lời, Thành kéo tôi vào quán, gọi la liệt đồ nhắm, rồi thủng thẳng nói:

- Tôi vừa tránh được bàn thua trông thấy.

Nâng cốc bia ngang tầm mắt, hắn nheo mắt nói:

- Chúc cho quan hệ hai thằng mình! Và chúc cho phi vụ vừa qua tôi đã thoát nạn!

Ngửa cổ đi một hơi hết cốc bia, hắn khà một cái nghe thật dễ chịu. Tôi thèm sự vô tư, thoải mái như hắn biết chừng nào. Trông hắn ăn thật ngon lành. Đôi hàm răng của hắn đưa đi đưa lại thật đều đặn, nhanh, gọn và dứt khóat. Uống hết cốc bia thứ tư, hắn trố mắt nhìn tôi:

- Bạn không ăn uống sao? Tôi có gì lạ lắm à?

- Không phải! Tôi đang muốn nghe bạn kể về phi vụ vừa rồi.

- À..... Có gì đâu. Chiều qua nhận được nguồn tin L.T.K hủy một loạt hợp đồng và cho công nhân nghỉ việc một tuần để đại tu máy móc. Tôi băn khoăn khi nhận được thông báo đó. Bạn biết không, L.T.K là một doanh nhân trẻ nhưng khá mạnh về thị trường, hắn rất giỏi tiếp thị nên mọi hoạt động của hắn tôi đều cố tìm hiểu. Nói bạn đừng cười, để theo đó mà tôi vạch chiến lược cho mình. Việc hủy một loạt hợp đồng với bạn hàng rồi cho công nhân nghỉ việc một tuần với lý do là đại tu máy móc xem như để đánh lừa thị trường may mặc là có sự vươn lên với quy mô lớn hơn, nhưng một loạt câu hỏi cần được trả lời quanh sự kiện bất thường đó. Giữa lúc đang loay hoay tìm câu trả lời thì sớm hôm nay tôi nhận thêm tin L.T.K đêm qua vội vã đáp máy bay vào Sài Gòn, để lại chỉ thị cho viên trợ lý là cho thu hết số áo budong ở các máy may tư nhân về, kiểm kê toàn bộ số hàng đang gửi bán ở các chợ lớn trong Hà Nội và số tồn đọng tại kho. Trong thời gian L.T.K đi vắng, viên trợ lý phải túc trực bên bộ đàm 24/24 giờ để chờ lệnh. Vậy là đã rõ. Tôi quyết định đem toàn bộ số áo budong đã hoàn thiện ra các các chợ lớn bán hạ giá, số hàng đang vào dở, tôi đốc thúc công nhân vào gấp để sáng mai dải quân đi các tỉnh lân cận bán giảm giá. Bạn biết không, chưa đầy 3 tiếng, sau khi quân của tôi ồ ạt bán tháo hàng tại các chợ lớn, viên trợ lý của L.T.K nhận được lệnh cho phép làm cách nào cũng được, miễn là giải phóng hết số lượng áo budong tồn kho để thu hồi vốn.

Đăm đăm nhìn tôi, Thành tủm tỉm:

- Nào! Tôi với bạn làm tăng nữa nhỉ?

Hắn lại ngửa cổ tu ừng ực.

Và hắn lại gắp thức ăn, lại nhai rau ráu.

Uống hết cốc bia, hắn lại khà một tiếng, thật khoan khoái. Rồi ngả lưng vào ghế, lim dim mắt, hắn khẽ khàng:

- Thi à… Trước kia tôi thật sai lầm là luôn sống với cái thực của con người mình nên lãng quên trách nhiệm phải nghe ngóng và phân tích để đối phó với những dư luận của người đời. Tôi thành đạt khá nhanh nhưng Thi biết đấy, dư luận về tôi sao lắm nhiêu khê. Tôi được khen cũng lắm. Tôi bị chê cũng nhiều. Tôi như kẻ đứng giữa 2 thái cực: tự hào và tủi nhục. Tôi buồn lắm. Bạn biết không, nhiều lúc tôi muốn chấm dứt sự hiện hữu của mình giữa cõi đời ô trọc này nhưng tôi không đủ nghị lực để tìm đến cái chết. Mỗi lần nghe thấy những câu: thằng ấy đẹp trai, có tài, tử tế nhưng... Trời ơi! Cái giá của tôi phải trả đắt vậy sao? Những năm tháng đói nghèo, không nơi nương tựa, để tồn tại, tôi phải chấp nhận làm mọi việc... Thi ơi! Những lúc như thế này tôi thật xót xa cho quãng đời khờ khạo, dại ngu...

Hắn gục đầu xuống bàn nức nở.

Hàng trăm ánh mắt đổ dồn vào hắn.

Tôi loạng choạng đứng dậy dìu hắn ra xe, rồi nổ máy chuyệnh choạng về nhà.Một ngày lao động cật lực mà không thể tìm ra được câu trả lời ưng ý.

ĐẶNG XUÂN XUYẾN

KHALY CHÀM
trong bóng đêm

bóng đêm thinh lặng, đừng nên suy gẫm điều gì
sẽ chợt biết thời gian cùng với ta đang bị giam lỏng
tuy nhiên, không bao giờ nghe được âm giọng khắt khe cho dù rất khẽ
ước ao tìm thấy một đốm sáng tỏa nhiệt vỗ an tâm thức

ý tưởng muốn đánh cắp khuôn mặt bóng đêm
dán lên mặt mình để không thể chớp mắt và nhìn thật rõ những linh hồn trong thành phố luôn dịch chuyển
có thể, hồn đi rong chơi rồi cũng quay về đánh đu dưới mái vòm lò hỏa táng

tưởng tượng ta là một cây sen chân đang mọc rễ bám bùn
thèm nghe tiếng kèn mộc ru ngủ trong trạng thái mộng du
thế nào cũng phải chạm mặt vào kí ức không hề gỉ sét
vết thương lòng của nhân gian luôn mở mắt

hư vô dịu dàng lay gọi đích danh
đưa ngón tay vẽ hơi thở cộng sinh vào ánh sáng
nhìn bản nháp bài thơ như ly café thơm ban mai
hình như, cảnh đời huyên náo trong gương soi ngày mới

ttcuchi 9/2023

phác họa

tháng mười, tiên liệu sự chuyển hóa sắc màu
nhìn bóng nắng trôi nhanh vào vô biên
hiện tại đang là mùa xanh
nhưng tất cả hiện thể sẽ dần thấm đẫm màu đêm
những hạt giống loài hoa được ươm mầm
khởi sinh vô vàn nụ cười lan tỏa hương thơm

chẳng nên hỏi niềm vui im lặng màu gì
tự nhiên ý tưởng kí họa
sự quang hợp ánh mặt trời luôn vĩnh cửu

dường như, hàng cây vỉa hè đang muốn vươn cao
vượt lên phủ trùm nóc nhà thành phố
che mát những phận đời đắng cay và hạnh phúc

tháng mười, những đám mây đang hoài thai
dù trôi hoang nhưng không quên nhớ về phía biển
với tiền kiếp mãi khiêm cung
với con người xác tín không bao giờ dám nhìn mắt bão

hồn ta khép cửa không lời từ ly

tháo gỡ nghiệp chướng buộc ràng
hai tay rướm máu bung tràn u mê
nôn trào một chuỗi câu thề
này em, ta vái (lạy) tiễn về hư vô!

nực cười lũ khỉ mơ hồ
dỗ dành con chữ lau khô máu mình
ôm nia sàng sảy ngôn tình
nhìn nhau ảo tưởng hiện hình thánh thi

dăm thằng hào sảng cụng ly
giống dân bại chiến cười khì định danh
sá chi trừng mắt thong manh
ngửi mùi thảm sát hình thành tang thương

thơ ta trộn với mật đường
phết lên bào ảnh vỡ gương mặt người
ngứa rần gãi bẹn sướng chơi
hồn ta khép cửa không lời từ ly

KHALY CHÀM
ttcuchi 10/2023

NGUYỄN ĐÌNH TỪ LAM
TÌNH CHA

Đây là câu chuyện về cha con tôi vào năm ông ngoài năm mươi, tôi lên lên bảy hay lên tám tuổi, theo lời kể, đại để như vầy:

Tôi là một đứa con nít được cha mẹ cưng chiều hết nước. Biết vậy, được thể tôi thường hay làm nũng, làm bộ kén ăn nhất nhà. Đến bữa cơm, tôi ngồi trên đùi cha, dựa ngữa vào người ông, bắt ông gỡ từng miếng cá niên nướng chín vàng trộn với cơm đút tận miệng mới chịu ăn.

Một hôm, vào buổi trưa trời đang nắng chang, ngoài vườn ngoài sân không một tiếng chim, không một hơi gió thoảng. Trên bàn quả đường, mâm cơm mẹ đã dọn sẵn, chú Ninh người cày ruộng đổi công với gia đình tôi đã về từ lâu. Ai nấy chờ cha đút cơm cho tôi ăn xong là cả nhà ngồi vào bàn dùng bữa.

“ Ngày ni cha bận, không vô sông bắt cá cho con được, nên ăn tạm trứng gà luột với cơm, nghe con!

Vừa nghe cha nói vậy, tôi la lên:

“Con không ăn mô.”

Nói rồi, tôi liền giựt đôi đũa trên tay cha, cầm đánh sa sả vào mặt ông. Cha tôi nghiêng đầu né tránh vừa đưa tay đỡ. Đánh mỏi tay, tôi nằm vạ dưới đất khóc, mẹ dỗ dành mãi vẫn không nín. Chú Ninh thấy thế, hai mắt trắng dã trợn trừng nhìn tôi một lúc rồi quay sang nói với mẹ:

“ Anh chị Cửu cưng con hết chỗ. Nó mà như con tôi hả! Tôi đánh cái sẹt(1) máu mũi liền liền.

Ngay buổi chiều hôm ấy, cha bỏ việc đồng ruộng, tay cầm cần câu, tay xách giỏ, vội vội vàng vàng đi vào thác Dốc sông Tiên, đứng câu cá niên; đặng con trai mình có cá nướng ăn cơm.

Chưa có lần nào cha đi câu cá lâu lắc như hôm nay. Ngoài trời đã sập tối, sao hôm mọc cao cỡ đòn gánh, vẫn chưa thấy cha về, mẹ đứng ngồi không yên, mấy lần mẹ đi ra tận đầu ngõ ngóng chờ rồi lại trở vào nhà… Đợi mong mãi chẳng thấy bóng dáng cha đâu, mẹ bèn đốt một bó đuốc cháy sáng, tay cầm đuốc soi đường, tay dắt tôi đi theo mẹ. Hai mẹ con vào đến sông, mò mẫm tới được thác Dốc, ngó khắp chẳng thấy cha. Mẹ liền nắm chặt tay tôi, nhắm hướng xuống vực dưới, hớt hải chạy men theo bờ sông tìm cha, thấy cha nằm sóng sượt, mình đè lên bụi rù rì mọc ở một ghềnh đá nhô lên giữa dòng sông. Mẹ lập tức bảo tôi:

"Con hãy ngồi trên bờ, chờ! Để mẹ ra xem cha con thế nào rồi."

Mẹ mặc nguyên quần áo, nhảy bùm xuống nước bơi liền ra, tấp vào hòn ghềnh, thấy cha nằm xuội lơ, mắt nhắm nghiền, tay đang níu một nhánh rù rì, tay kia cha nắm khư khư một con cá niên miệng còn mắc dây câu. Mẹ đỡ cha ngồi lên. Lúc sau cha tỉnh.

Mẹ hỏi: "Sao ông ra thế này?"

Cha hỏi: "Bà đi tìm tôi, để thằng Tâm ở nhà với ai?"

Mẹ nói: "Tôi dẫn theo, để nó ngồi trên bờ kia kìa."

Cha nói: "Tôi đang chú tâm đứng câu ở giữa thác, thình lình có trận lụt nước ống[2] ùn ùn xông tới làm nước sông lớn vội quá, không kịp trở tay, cuốn phăng tôi theo. Mấy lần bị dòng nước xoáy nhận chìm tận đáy, tôi ráng sức cố trồi lên được, vừa bơi theo dòng vừa tìm cách tách vào bờ. Nhưng thế nước mạnh lắm, tôi đuối sức, tay chân bắt đầu mỏi rời tê dại; không còn cách nào bơi được nữa rồi, hết đường xoay xở. Tôi vụt nghĩ, chắc mình phải chịu chết mất. Thôi mặc… Đến khi tôi tỉnh ra thì thấy bà ở đây.

Bây giờ trận lụt nước ống đã qua khỏi khúc sông nầy, dòng nước trở lại bình thường, êm đềm xuôi chảy. Mẹ vừa bơi vừa giúp sức cho cha. Khi cha mẹ bơi đến bờ, vừa thấy tôi cha hỏi:

"Con đi theo mẹ vô sông tìm cha, có mệt lắm không con?"

Tôi chưa kịp trả lời, ông liền nói tiếp:

"Cha câu được con cá niên đây này. Có cá niên rồi, về nhà con phải ăn hết chén cơm dầy với cá nghe con!

Hởi ôi! Lúc tôi lớn lên có chút nghĩ suy thì cha tôi đã là người thiên cổ, tôi chẳng còn dịp nào qùy xuống xin cha tha tội cho đứa con ngỗ ngược, hư đốn năm xưa, nên nỗi ân hận nầy trong lòng cứ đeo đẳng tôi đến cuối đời./.

NGUYỄN ĐÌNH TỪ LAM

(1) set có nghĩa là sặc, đây là cách phát âm của người địa phương Quảng Nam.

(2) : Lụt nước ống hay còn gọi lũ ống là do nước ở khu vực thượng nguồn có nhiều hang hố, động, hồ chứa nước ngầm được thông bên ngoài bằng cửa hang, khe núi, suối lạch nhỏ hẹp nên nước chỉ thoát ra được một phần rất ít. Khi thượng nguồn có mưa lớn nước mưa kéo theo nước hồ, nước hang động… thi nhau chảy xuống sông suối miền trung du, gây nên trận lũ nước ống lớn mạnh kinh khủng.

LÊ VĂN HIẾU

CHIM TRỜI VÀ QUÁN TRỌ

Từ chỗ này sang chỗ khác
Ta theo em thở dốc
Theo em tìm quán trọ
Ta nghĩ mình quán trọ

Nghĩ mình là ngôi nhà của chính mình
Tóc là mái che
Chân là trụ cột
Thêm em là thêm kèo
Chúng mình dựng nhà chung

Tình yêu ta biết đi
Nụ hôn ta biết đi
Bài thơ ta biết đi
Thả lên trời chim hót

Ta là cánh chim trời
Sá gì cái quán trọ
Mai về ta ru nôi…

MIÊN MAN NHÀ ĐỒI

Người ta trải dày những đồng tiền
Lên tất cả những ngọn đồi nơi tôi ở
Kể cả đồi gió hú của riêng tôi
Họ ngã giá
Họ đã dắt nhau leo đồi
Họ săm soi nhìn
Họ trộm của tôi vài con mắt lá
Trộm gió của tô
Ngọn gió từng thổi về tôi những giấc mơ đủ phác họa chân dung em (Dù chưa một lần ...) mà tôi nhớ

Mắt lá hằng đêm thả xuống đồng bằng – xuống phố
Đủ tưởng tượng dáng em ngồi bình yên - lắm lúc miên man xa –
tưởng tượng những ngọn đèn ru tình trên biển ...

ở nhà đồi để thấy mình mênh mông
Hợp âm ánh sao – quyện cùng sương –dưới trăng tôi vẽ chân dung tôi
- một lõi người cô đơn hạnh phúc ...

ĐÊM Ở NGÔI NHÀ CŨ

Ta chỉ xin chiếc võng
Như xin chiếc lá

Ta chưa xin gió
Ta chưa xin sương

Ta chưa xin cầm tay em
Đưa về thăm quê cũ ?

Ta thầm mong cỏ
Xin đừng quên ta

Ta đã thấy sương làm bà mai ve vuốt
Lá cỏ mãi xanh xưa

Gió xanh xưa lau từng sợi lông tơ lau từng sợi tóc
Lau giấc ngủ ta đến không thèm thức …

LÊ VĂN HIẾU

CHU GIANG PHONG

GIẤC MƠ THU.

Em bán một khát khao
một hi vọng
Phố núi mờ mưa ngái ngủ
thức dậy những mầm xanh.

Sót chút thu trên cây bưởi sau vườn
đã bay xa hương hồng, hương thị
rớt vào lời ru
cho cổ tích theo về.

Mặt trời chữa lành vết thương
mặt trăng xoa dịu nỗi đau từ sai lầm thường nhật
Em còn bán khát khao, hi vọng
Anh đem về ủ ấm cơn mơ.

NGÀY GẶP LẠI.

Sông đời vẫn chảy
mãi miết sau hai mươi năm gặp lại
những thân quen chào nhau bằng ánh mắt
nụ cười an lành nở trên môi.

Có đổi thay không nỡ nói
sợi tóc bạc và vết chim đi trú
nhưng vẹn nguyên trái tim một thời tuổi trẻ
cùng nhau vẹn nghĩa thầy trò.

Hai mươi năm chỉ là chớp mắt
tuổi trẻ ta rơi dọc con đường phận số
những khờ dại tuổi xanh vào lá
ta kiếm tìm một thoáng xa xưa .

Chào nhé một thời ta cùng dệt mộng
khoảng sân trường phượng cháy
tạm biệt nhé hẹn những lần gặp mặt
cho ta say bước trăng về.

1-2-3.
Ngồi đợi bình minh mắt lá xanh.
Cafe nhỏ giọt ảo huyền
Buồn phiền chợt rụng rơi.

Thẳm sâu đâu đó hạt giống hạnh phúc ngủ quên
Thu đã sang đong đưa bưởi bòng gió lạ
Ngửa lòng ta uống một ban mai.

SÁNG Ở VƯỜN.

Không thể mãi ngợi ca hạnh phúc
Mà quên đi những đau khổ hiện hình
Không thể hát mãi khúc yêu thương của gió
Mà quên đi sau đó bão bùng.

Bình minh rạng ngời sắc lá
Vườn tươi lên ánh mắt hoa cười
Bưởi trĩu cành lại thêm hoa mới
Cau gần trầu mà chẳng nói năng chi.

Khu vườn ta cỏ bắt đầu ít lại
Nhường cho hoa thơm quả ngọt gọi mời
Ta buông lơi khi mùa mưa quá nửa
An lành chờ đợi mỗi sáng mai.

CHU GIANG PHONG

TÙY PHONG

CƠN HỨNG TÌNH CỦA GIÓ

Chiều nay gió nổi hứng
trườn lên cánh đồng
vò những bông lúa
nuốt từng ngụm sữa trong
Hả hê
gió lột truồng sông
vắt bao con sóng
cướp giọt trinh tuyền
Gió nhảy lên mây
phun đầy khoái lạc
biển mặn nồng
nước mắt tồn sinh
Tia nắng cuối ngày tỏa hào quang quyến rũ
mùa thu tặng chiếc lá vàng phong lưu
đậu trên chiếc cổ trần em đang dạo phố
một giấc mơ đời hạnh phúc miên du

MÙI NGƯỜI

Tôi nằm trên cỏ
chó gác mõm lên chân
chim đậu lên mình
lá phơi trên mặt
Tôi nghe gió ru
nắng dích dắc
đất gật gù
thằng không mùi người
Tôi ngủ khi mặt trời lam lũ
và thức giấc khi trăng thu xuống đòi tình
tôi rằng tôi chỉ mình
mùi người chưa có mùi tình đâu ra

Trăng buồn trăng bỏ đi xa
khiến tôi nhớ đói phải bày mộng ăn
cao lương mỹ vị ai bằng
tôi ăn tôi uống no banh bụng đời
Đất cười
gió cũng cười theo
thằng tôi vẫn mãi không đeo mùi người...

CÁI CHẾT HIỆN SINH

Ngày đốt phổi
đêm sù sụ ho
tuổi so đo
đời
cười ra nước mắt
Khoảnh khắc
cô đơn chết vội
sặc
mùi tình
Linh hồn đón bình minh
không khói
không nguồn cội
chỉ mỗi nơi em ngồi
đậu bóng tôi
Ngày trôi nổi
đêm dài thậm thượt
cơn ho sướt mướt
khạc
hài hình
cái chết hiện sinh
Linh hồn vô định
lạc vào thanh tịnh
nơi em yên bình
khắc bia mộ tình tôi

TÙY PHONG

TÙY PHONG
MẶC KHẢI

Rừng khô thoi thóp thở
biển mệt nhoài đóng cửa dòng sông
loài người hút máu sự sống
hóa đá trái tim
mở cửa khải huyền
thả từng chiến mã
Conquest trên lưng ngựa trắng*
hà hơi vi rút lây lan
trái đất suy tàn
ngập tràn bệnh dịch
Trên lưng ngựa -War đỏ rực*
phả vào loài người ngọn lửa chiến chinh
tàn phá tâm linh
sát sinh hủy diệt
Famine tung vó ngựa đen*
bóng tối mịt mù
bản năng thích thú
đói khát ngao du
Thấp thoáng mây mù ngựa xanh dẫn dụ
Amigo nhẹ nhàng quyến rũ
linh hồn mê mụ
địa ngục câu lưu
Ta vào giấc mộng tù mù
moi tim mặc khải ngục tù nhân gian!
* 4 kỵ sĩ Khải huyền

TÙY PHONG

TUỆ TÂM
THẤY GÌ TRONG HẠNH PHÚC

Ta về vá lại mảnh hồn ta
Rách nát tả tơi sau những cuồng phong bão tố
Những tham, sân, si…
Níu kéo ta bằng cám dỗ
Những êm ái ngọt ngào mà ẩn chứa gươm đao…

Ta về ngồi khâu
Vết thương lòng rỉ máu
Nén thương đau bỗng ngộ đạo phi thường.
Đường nhân thế là con đường khổ
Dưới chân ta sỏi đá cũng kêu gào…

Em cho ta
Những ngọt ngào ân ái
Phút thần tiên ta say đắm bên nhau
Cứ ngỡ đâu cuộc đời là mãi mãi
Bỗng giật mình
Đời tựa giấc chiêm bao.

Em có biết
Trong khắc giây hạnh phúc
Đã âm thầm nhen nhóm những khổ đau
Ta gặp nhau đó chính là duyên số
Hết duyên rồi đôi ngã rẽ phân ly.

TUỆ TÂM
1/11/2023

HOÀNG ÂN

Tri âm viết

Trên con đường sâu thẳm
Chạy qua giấc mơ tôi
Nàng cùng tình yêu
Đứng bên màu tác phẩm
Và năm tháng lạnh
Vừa chợt nhận ra
Khuôn mặt đẹp của tri âm
Nơi ánh sáng mờ phai
Giữa lòng chiều sắp nhạt
Có con đường xa thẳm
Chạy qua giấc mơ xưa

Tuy nhiên viết

Tình thâm trả lại cho đời
Vay khôn trả lại mượn người vay cho
Nghiệp tiền cắm giữa lòng ta
Như trăng cắm giữa thiên hà thế kia

Nan hành viết

Trâu xanh quen lối mục đồng
Tiền thân nào nhớ lộ trình đã qua
Chẳng là một mối lòng ta
Sao không như nước giang hà cởi phăng.

HOÀNG ÂN

TRẦN QUÝ TRUNG
NGÀY NOEL NĂM CŨ

Ngày xưa mùa Noel
Từ cao nguyên đất đỏ
Xuống kinh kỳ đô hội
Thăm người yêu bé nhỏ
Rủ nhau đi chợ hoa
Trên đường phố Bonnard
Của một thời đã qua
Của một thời yêu dấu
Mà nay đã mất tên?!

Đêm đông rực rỡ một rừng hoa
Mai, lan, cúc, huệ, mimosa
Lay ơn, Tulip, hồng đào tím
Hương thơm nhè nhẹ phủ không gian
Người đi tấp nập quên sương lạnh
Ngỡ tưởng thiên thai cản lối về
Vị ngọt trên môi người trong mộng
Thân tâm sưởi ấm tựa chiêm bao
Tay trong tay đón mừng lễ hội
Vai kề vai tâm hồn phơi phới
Tim non hồi hộp phút yêu đương
Mong thời gian nhiệm mầu ngừng trôi
Cho hoa tình nở nụ sớm đông
Hẹn giai nhân năm sau trở lại
Sẽ cùng nhau thăm viếng chợ hoa

Nhưng chinh chiến miền cao thêm khốc liệt
Mùa Noel hứa hẹn người yêu vẫn xa
Noel năm xưa đã chìm vào dĩ vãng
Nhưng lòng trần vẫn tràn đầy kỷ niệm
Của một thời vang bóng tuổi đôi mươi

TRẦN QUÝ TRUNG

LÊ KHÁNH NHÂM
TÌNH THƯƠNG CỦA MẸ

Cả đời mẹ cõng con thơ
Còng lưng chân mỏi mắt mờ âu lo
Cả đời lặn lội thân cò
Sớm hôm chiều tối chẳng no bữa nào

Cả đời khoai sắn khát khao
Tình thương của mẹ dạt dào biển khơi
Cõng con đi bốn phương trời
Nuôi con khôn lớn cả đời bon chen

Tháng ngày lam lũ bần hàn
Thắt lưng buộc bụng vượt lên đói nghèo
Đường đời sóng gió cheo leo
Cõng con qua những năm nghèo đói ăn

Cho con cõng mẹ một lần
Cả đời mẹ đã tảo tần nuôi con
Dù cho sông cạn đá mòn
Lòng mẹ vẫn mãi yêu con trên đời

Dù cho sóng gió lệ rơi
Cõng con qua những đường đời gian truân
Cõng con đi qua nỗi buồn
Đời mẹ bỏ lại tuổi xuân tháng ngày

Cho con cõng chút đắng cay
Lỡ khi mẹ mất xuân này mình con.

LÊ KHÁNH NHÂM
27/12/2019

TRƯƠNG VU GIANG
VÃNG SINH

Cứu với, ới anh!
Tình yêu em tụt dốc, đứt phanh
Lao nhanh vào đêm, không đèn, không điện
Không tiếng chuông nguyện, không câu kinh cầu.

Giập nát thương đau…
Trái tim yêu hôn mê trong phòng cấp cứu
Điện tâm đồ nằm ngang,
Lời cầu hôn tắt thở!
Anh lạnh lùng cắt hợp đồng bảo hiểm tình yêu,
Tế sống đời em trên ngực ả nhân tình!
Lưu bút hồng xưa… thôi, xé làm tang
Liệm cho mối tình vắn số,
Điện thoại anh trao - dựng làm bia mộ
Gọi kỷ niệm buồn về thắp nén nhang…
Em cầu siêu cho cuộc tình mình
Vãng sinh vào miền ân ái thủy chung.

KHÚC DÃ QUỲ

Nếu không có sắc dã quỳ
Mùa đông u ám còn gì, hở em?
Sớm mai buông tóc, vén rèm
Ánh vàng đã rộ khắp trên non ngàn.
Xin gom tỷ đóa quỳ vàng
Trải ra làm nệm cho nàng nằm chơi;
Xiêm y níu lụy đời người
Thời đành nõn nuột… niệm lời cầu siêu.
Thu đi từ độ chín chiều
Đông về chừng ngộ… ít nhiều giá sương;
Ừ thôi! Em về Đơn Dương
Chắp tay cùng niệm khúc thương dã quỳ

TRƯƠNG VU GIANG

NGUYỄN THANH TUẤN
BÀI CA THÁNG CHÍN

Tháng chín như bản giao hưởng
Miền xanh mây trắng bay về
Nụ cười trên môi thơm nắng
Chiều vàng lắng xuống sơn khê

Bến quê người về mê mãi
Hạt mưa xanh lên nỗi niềm
Nhớ nhau trong lòng đeo bám
Thầm thì sống lại tháng năm

Dáng em qua đường dưới nắng
Bên hè phố cũ hanh hao
Cà phê nhấp từng ngụm đắng
Nhớ vòng tay ấm hôm nào

Gió hát bài ca ngày mới
Ru mùa cho thêm nhớ mong
Bên dòng sông quê thu chớm
Lăn tăn con sóng mịn màng

Còn không giọt đời yên tĩnh
Quyện vào tháng chín mênh mang.

SANG THU

Dường như mây trắng gọi hè
Hình như tia nắng cũng về chói chang

Trời xanh mây gió lang thang
Kìa bông đại đóa nhuộm vàng sắc thu
Mây trời theo bước lãng du
Ngẩn ngơ chi cứ thâm u mắt chiều
Hồng hoang một thuở cô liêu
Chênh vênh nỗi nhớ một chiều sang thu.

KHÁT VỌNG MÙA THU

Tôi như là chiếc lá
Trên lối nhỏ thênh thang
Rơi bên thềm vạt cỏ
Dưới mặt trời chói chang

Tôi như là viên sỏi
Theo dòng suối ra sông
Hòa mình vào biển lớn
Để thấy đời mênh mông

Tôi như là tia nắng
Tô thắm cánh đồng làng
Ngày nghiêng mình với gió
Tìm bạn tình đi hoang

Tôi như là hạt giống
Nở vàng cánh đồng hoa
Mùa thu về muôn ngả
Chiều thơm tiếng sơn ca.

NGUYỄN THANH TUẤN

Nguyễn Phan Quang & Ngã Phương Huyền

MỖI KỲ VỚI CA KHÚC MỚI SÁNG TÁC

Thư Tòa soạn

Quí thân hữu và độc giả thân mến...

Đã bao lần có sự đề nghị về việc mở ra một tiết mục quan trọng có liên quan đến lãnh vực văn hóa, nghệ thuật nói chung … đó là: "*Mỗi Kỳ Với Ca Khúc Mới Sáng Tác*" … Nhưng BBT/VHM nhận thấy rằng việc đó mang tính "nhạy cảm", là dễ gây ra những ngộ nhận, không khéo sẽ đưa đến những "mất lòng" nhau một cách khó biện giải trong nội hay ngoại giới!!. Vì thế, chúng tôi đã khép lại những đề nghị như đã nêu trên…

Nhưng lại một lần nữa được mở ra với những đề nghị cũ… do từ một cơ duyên rất "may mắn" là từ những dây mơ rễ má của tình thâm thân hữu, dẫn đến một niềm vui và hạnh phúc khôn tả, đó là được: Nhạc sĩ Từ Công Phụng phổ bài thơ: "Người Muôn Thuở" của tôi thành nhạc, với tên mới "*Gửi Người Muôn Thuở*" (Bài thơ này của tôi nằm ở trang 156-157 trong tập thơ "*Anh Biết, Em Yêu Dấu*" được Nhà sách Tự Lực xuất bản & phát hành năm 2001…

Từ những yếu tố "*kích hoạt*" như kể trên, chúng tôi quyết định thực hiện ngay "*Mỗi Kỳ Với Ca Khúc Mới Sáng Tác*" " bao gồm đăng một, hai sheet nhạc và những bài viết về âm nhạc mang tính nghiên cứu, thảo luận, kể cả những tản mạn đóng góp vào loại hình nghệ thuật dùng âm thanh để diễn đạt, mang nặng tính quần chúng đám đông hơn cả này !! Tiểu mục do **Ngã Phương Huyền phụ trách ...**

Thưa quí thân hữu ...

Thật lòng mà nói rằng, mọi thứ trên đời đều không vượt thuyết tương đối … Việc tương tác thuần tính công tâm, bình đẳng cũng chỉ vững vàng được trong chủ quan đầy niềm tự tin, mới mong mạnh bước với những diễn tiến tốt đẹp, mang niềm vui và hạnh phúc đến với mọi người…

** Bắt đầu kỳ này Ngã Phương Huyền có kèm theo "song lyrics" tức là lời của mỗi bài nhạc, để quí bạn đọc tìm hiểu ca từ dễ dàng hơn ...*

Trân trọng.

* Kỳ thứ **NĂM** khởi đăng 5 sheet nhac:

1/Word Of Life - Nhạc & Lời Ngc uyên Hà

2/Hoa Rêu - Thơ San Phi (Nguyên Thu) - Nhạc Hoang Vu

3/ Tóc Mơ- Thơ & Nhạc Hà Nguyên Du.

4/ Mơi Em - Thơ & Nhạc Hà Nguyên Du.

5/ Khúc Hát Về Đâu -Thơ & Nhạc Hà Nguyên Du.

Word Of Life
(Bài Ca Sự Sống)
1
Former CEO By : MS Nguyễn Thành Nhân
Lyrics Muzik By : Nguyên Hà
Sunday, Oct. 22/2023
Bebop-Hùng Tráng-Mạnh Mẽ
Hát Bè...
Bè...
Word Of Life
ff ff ff
Word Of Life.
ff ff ff
Bè...
Chúng ta đi tìm đời sống rạng ngời trên ngôi sao nơi đó. Word Of Life
Bè...
Word Of Life. Chúng ta sẽ gặp ánh sáng thiện
Dual Slogan
lành trên đường đầy yêu thương. Word Of Life Word Of Life
Chúng ta bay cao. Chia sớt bên nhau Bao niềm hạnh
Dual Slogan
phúc nở rộ như hoa hồng. Word Of Life Word Of Life
là ánh sáng. Là tình yêu Là con đường Với niềm tin
Rall...
Và yêu thương. Word Of Life...
fff fff fff

Nguyên Thu
Hoa Rêu
Tango
♩=95
Nguyên Thu - Hoang Vu
Dường như gió vừa tách
mây Đánh rơi... Giọt nước, giọt say mê
nường Giọt đem men ủ chân hương Nét hoa dáng ngọc soi gương dịu dàng
Dường như... Lạc giữa địa đàng Nỗi niềm Can. Thấu Nhẹ nhàng lướt
qua... Cũng may là có anh xoa Nụ. Ươm. Hàm tiếu khai hoa núi đồi Nảy
mầm đá tự chẻ đôi Hoa Rêu. Biết nở trên đồi cửu thiên Vân
mờ hư huyễn, ươm xuyên Hoà vào. Gió lả lướt huyền tóc tơ Từ
lần gió lạc vào thơ Ánh nhìn lặng lẽ giữa bờ. Đam mê Từ lần gió thả lướt
1. 2.
Fine
kề Hồn rêu xanh giữa từng khe. Cửa trời (Dường...) trời

TÓC MƠ

Thơ & Nhạc Hà Nguyên Du

giới Một kiếp người đâu
xong viền trăm mối.! Chút
F
xông pha sao ngăn nổi ba đào
Em thiên hương dù sáng một trời
F
sao Ta vân thấy nghẹn ngào thân chim chóc
F
Em bước hạc xua dần ta cơn
F Bdim C
lốc Ngọt chút tình xanh lại nhánh khô
F C Bdim
tôi Ơi bình minh ơi ánh sáng đâu
F C F
rồi Xin nồng ấm yêu thương về với ta...

MƠ EM

Thơ & Nhạc
HÀ NGUYÊN DU

KHÚC HÁT VỀ ĐÂU

1

Thơ & Nhạc Hà Nguyên Du

 Phổ bài thơ làm ở Buôn Mê Thuộc khi công tác cho Hiệp Định Paris 27/1/73

ẤN PHẨM THI CA

NXB Văn Học Mới trân trọng giới thiệu đến quý thân hữu và độc giả một tác phẩm song tác được in chung của hai Nhà thơ có chỗ đứng vững vàng trên **Thi Đàn Việt Nam đó là:**

HOÀNG XUÂN SƠN & SAN PHI
Với Thi Phẩm

TÌM DẤU THU AN TRÊN CUNG KHẢI NGUYÊN

MỘT TÁC PHẨM ĐẸP & TRANG NHÃ
ĐÃ GÂY BẤT NGỜ CUỐN HÚT NGƯỜI ĐỌC TỪ TỰA
ĐẾN CON CHỮ TRONG NỘI DUNG MANG TÍNH MỚI MẺ
CỦA NGÔN NGỮ ĐƯƠNG ĐẠI.
TRÂN TRỌNG
NXB VĂN HỌC MỚI

Truyện thơ THẠCH SANH LÝ THÔNG
• do Duy Minh thị, thành Gia Định,
đính chánh Quảng Thạnh Nam phát hành
Tử Lâm cuộc giữ ván khắc Phật Trấn,
Quảng Đông khắc bản
••• Nguyên bản tàng trữ tại Thư Viện
Quốc Gia Pháp Ký số Vietnamien B 116
• Nguyễn Văn Sâm phiên âm
và giới thiệu (2022)
NXB Văn Học Mới ấn hành

THỜI GIAN

TUYỂN TẬP 7 TÁC GIẢ

THƠ VĂN NHẬN ĐỊNH VĂN HỌC

HỒNG BĂNG * HÀ NGUYÊN DU

TRẦN HỮU DŨNG * NGÔ NGUYÊN NGHIỄM

DŨNG NGUYỄN * NGÔ VĨNH NGUYÊN

LÊ TRÚC KHANH

TRÂN TRỌNG GIỚI THIỆU
46 BÀI CA TÂN CỔ GIAO DUYÊN
SOẠN GIẢ
TRƯỜNG KHANH (HND)
NXB VĂN HỌC MỚI TÁI BẢN LẦN THỨ 2
TỪ CUỐN 45 BCTCGD ẤN HÀNH NĂM 2005

TRÂN TRỌNG GIỚI THIỆU TUYỂN TẬP

KHẢO LUẬN VĂN HỌC

của Nhà văn /Nhà biên Khảo

NGUYỄN MINH TRIẾT

NGUYỄN
VY KHANH
33
Nhà văn nhà thơ hải ngoại

VŨ UYÊN GIANG
PHI VỤ
BÍ MẬT
TRÊN ĐẤT
THÁI LAN
VĂN HỌC MỚI
2021

Sách gồm 20 tiểu luận và biên khảo mới hoặc đã được cập nhật:
Văn-Học chữ quốc-ngữ thời đầu
Miền Nam khai phóng
Miền Nam đạo lý
Văn-học yêu nước
Tiếng Việt qua một số tác-phẩm chữ quốc-ngữ thời đầu
Báo-chí từ thời bình minh văn-học chữ quốc-ngữ đến buổi qua phân 1954
Về Nguyễn Đình Chiểu và lý-luận văn-học
Trương Vĩnh Ký và các tác-phẩm văn xuôi tiền-phong
Huình Tịnh Paulus Của
Trương Minh Ký
Nguyễn Trọng Quản, Hồ Biểu-Chánh và Ảnh hưởng Âu-Tây trong thể-loại tiểu-thuyết thời đầu
Thể-loại Tự truyện với Chơn Cáo Tự Sự
Lê Hoằng Mưu, nhà tiểu-thuyết tiền phong
Nhìn lại sự-nghiệp hiện-đại hóa của Nguyễn Văn Vĩnh
Nỗ lực hiện đại hóa tiểu-thuyết của Hồ Biểu-Chánh
Ngôn-ngữ của tiểu-thuyết Hồ Biểu Chánh
Nguyễn Thị Manh-Manh
Hồ Văn Hảo và Thơ Mới hiện-thực
Thi ca yêu nước của Vũ Anh Khanh
Đôi nét về Văn-học Công Giáo Việt Nam

⁂

Mua sách:
Liên lạc NXB Nhân Ảnh:
Ông Lê Hân
han.le3359@gmail.com - (408) 722-5626
Mua online qua amazon:
Bìa mềm $40: https://www.amazon.com/dp/1667100106/
Bìa cứng $45: https://www.amazon.com/dp/1483499448/

Nguyễn Vỹ Khanh

NGUYỄN KIẾN THIẾT
NHỮNG TRANG VĂN
ĐỜI TÔI

Toàn BBT và quí cộng tác viên tạp chí VĂN HỌC MỚI :
Vô cùng thương tiếc người Chị Hai hiền từ đức độ của gia đình tôi

PHAN KIM ANH

Sinh ngáy 1 tháng 1 năm 1946. Ra đi lúc 4 giờ chiều ngày 02 tháng 10 / 2023

Hưởng thọ 77 tuổi.

BBT Tạp chí Văn Học Mới thành kính chia buồn cùng gia đình Chị Hai Kim Anh
và toàn tang quyến tộc họ nhà tôi. Cầu hương linh Chi Hai
sớm siêu thoát về an lạc cõi vĩnh hằng

Nguyễn Thị Thảo An, Thùy An, Nguyễn Lương Ba, Nguyễn Thị Thanh Bình, Phạm Quốc Bảo, Nguyễn An Bình, Hoàng Chính, Lâm Chương, Khaly Chàm, Ngọc Chuyển, Hà Nguyên Du, Quyên Di, Đông Duy, , Phan Hạ Du, Viên Dung, Triều Hoa Đại, Phạm Xuân Đài, Đào Trung Đạo, Nguyễn Tiến Đức, Trần Vạn Giã, Vũ Uyên Giang, Nguyễn Trung Hối, Hạ Quốc Huy, Thái Tú Hạp, Ngã Phương Huyền, Mộng Yên Hà, Phan Tấn Hải, Trần Việt Hải, Nguyễn Thị Hồng Hải, Lê Hữu, Trần Yên Hòa, Kimchi Hoàng, Lê Văn Hiếu, Trịnh Bửu Hoài, Nguyên Hà, Khế Iêm, Đỗ Kh, Nguyễn Vy Khanh, Khê Kinh Kha, Doãn Khánh, Sa Chi Lệ, Mã Lam, Khánh Lan, Nguyễn Thị Ngọc Lan, Nguyễn Đình Từ Lam, Thanh Lan, Nguyên Lê, Nguyễn Vĩnh Long, Trần Dạ Lữ, Trang Luân, Hồng Lĩnh, Lê Tuyết Lan, , Miêng, Phan Thành Minh, Chu Vương Miện, Tràm Cà Mau, Nguyên Minh, Phan Thành Minh, Ngô Nguyên Nghiễm, Chu Thụy Nguyên, Cổ Ngư, Mai Ninh, Nguyễn Thị Ngọc Nhung, Huỳnh Liễu Ngạn, Minh Nguyễn, Quang Nguyễn, Quỳnh Nga, Trần Thoại Nguyên, Nguyễn Quang Nhạc, Trần Văn Nam, Nhật Nguyễn, Nguyễn Minh Nữu, Cao Mặc Niệm, Đức Phổ, NP Phan, Nguyễn Nguyên Phượng, Hoài Phong, Chu Giang Phong, Từ Công Phụng, Hạ Đỏ Bích Phượng, San Phi, Phan Tưởng Niệm, Bạch Xuân Phẻ, Đặng Phùng Quân, Đỗ Quyên, Phan Công Quan, Hà Bạch Quyên, Lữ Quỳnh, Nguyễn Văn Sâm, Hoàng Xuân Sơn,, Nguyễn Đình Toàn, Hoàng Ngọc-Tuấn, Nguyễn Minh Triết, Phan Ni Tấn, Trần Văn Tích, Đinh Phụng Tiến, Trần Hoài Thư, Nguyễn Đức Tùng, Khánh Trường, Ngự Thuyết, Thành Tôn, Thu Thuyền, Phan Thị Trọng Tuyến, Quỳnh Thi,, Lê Hưng Tiến, Lê Hữu Minh Toán, BT Áo Tím, Xuân Thủy, Nguyễn Trí, Nguyễn Kiến Thiết, Huỳnh Viết Tư, Phạm Hồng Thái, Tuệ Tâm, Tuệ Trung, Trần Danh Thủy, Trần Hoàng Vy, Trần Hạ Vi, Lưu Diệu Vân, Nguyễn Khôi Việt, Ngô Tinh Yên, Đặng Xuân Xuyến...

Toàn BBT và quí cộng tác viên tạp chí VĂN HỌC MỚI :
Vô cùng thương tiếc Bà Nhạc Mẫu của tôi
Cụ Bà Maria TRỊNH THỊ LỰ
Sinh ngáy 01 tháng 09 năm 1929. Mất lúc 3:45 PM ngày 09 tháng 07, 2023
tại Westminster - Orange Couty. Nam California

Hưởng thọ 94 tuổi.

Toàn BBT Tạp chí Văn Học Mới thành kính chia buồn cùng đại gia đình
chị Lương Thị Hải, Lương Thế Hùng, Lương Thị Hồng, Lương Thế Dũng
Lương Thị Xuân, Lương Thế Dụng và Lương Thị Thu.
Chúng con cầu hương linh Mẹ sớm về hưởng Nhan Thánh Chúa

Nguyễn Thị Thảo An, Thùy An, Nguyễn Lương Ba, Nguyễn Thị Thanh Bình, Phạm Quốc Bảo, Nguyễn An Bình, Hoàng Chính, Lâm Chương, Khaly Chàm, Ngọc Chuyển, Hà Nguyên Du, Quyên Di, Đông Duy, , Phan Hạ Du, Viên Dung, Triều Hoa Đại, Phạm Xuân Đài, Đào Trung Đạo, Nguyễn Tiến Đức, Trần Vạn Giã, Vũ Uyên Giang, Nguyễn Trung Hối, Hạ Quốc Huy, Thái Tú Hạp, Ngã Phương Huyền, Mộng Yên Hà, Phan Tấn Hải, Trần Việt Hải, Nguyễn Thị Hồng Hải, Lê Hữu, Trần Yên Hòa, Kimchi Hoàng, Lê Văn Hiếu, Trịnh Bửu Hoài, Nguyên Hà, Khế Iêm, Đỗ Kh, Nguyễn Vy Khanh, Khê Kinh Kha, Doãn Khánh, Sa Chi Lệ, Mã Lam, Khánh Lan, Nguyễn Thị Ngọc Lan, Nguyễn Đình Từ Lam, Thanh Lan, Nguyên Lê, Nguyễn Vĩnh Long, Trần Dạ Lữ, Trang Luân, Hồng Lĩnh, Lê Tuyết Lan, , Miêng, Phan Thành Minh, Chu Vương Miện, Tràm Cà Mau, Nguyên Minh, Phan Thành Minh, Ngô Nguyên Nghiễm, Chu Thụy Nguyên, Cổ Ngư, Mai Ninh, Nguyễn Thị Ngọc Nhung, Huỳnh Liễu Ngạn, Minh Nguyễn, Quang Nguyễn, Quỳnh Nga, Trần Thoại Nguyên, Nguyễn Quang Nhạc, Trần Văn Nam, Nhật Nguyễn, Nguyễn Minh Nữu, Cao Mặc Niệm, Đức Phổ, NP Phan, Nguyễn Nguyên Phượng, Hoài Phong, Chu Giang Phong, Từ Công Phụng, Hạ Đỏ Bích Phượng, San Phi, Phan Tưởng Niệm, Bạch Xuân Phẻ, Đặng Phùng Quân, Đỗ Quyên, Phan Công Quan, Hà Bạch Quyên, Lữ Quỳnh, Nguyễn Văn Sâm, Hoàng Xuân Sơn,, Nguyễn Đình Toàn, Hoàng Ngọc-Tuấn, Nguyễn Minh Triết, Phan Ni Tấn, Trần Văn Tích, Đinh Phụng Tiến, Trần Hoài Thư, Nguyễn Đức Tùng, Khánh Trường, Ngự Thuyết, Thành Tôn, Thu Thuyền, Phan Thị Trọng Tuyến, Quỳnh Thi,, Lê Hưng Tiến, Lê Hữu Minh Toán, BT Áo Tím, Xuân Thủy, , Nguyễn Trí, Nguyễn Kiến Thiết, Huỳnh Viết Tư, Phạm Hồng Thái, Tuệ Tâm, Tuệ Trung, Trần Danh Thủy, Trần Hoàng Vy, Trần Hạ Vi, Ngô Thế Vinh, Lưu Diệu Vân, Nguyễn Khôi Việt, Ngô Tinh Yên, Đặng Xuân Xuyến...

VĂN HỌC MỚI

KINH HOA VÀNG
OSHO
PHAN HẠ ĐO
KHÓC
VỚI MÙA THU
HÀ NGUYÊN DU
BÀI CA
TÂN CỔ
GIAO DUYÊN
BÓNG TRE
CHÍNH
THÂN NÀY LÀ PHẬT
SỐNG VÀ VIẾT
Ở NGOÀI NƯỚC
NGUYỄN MINH TRIẾT
TUYỂN TẬP
KHẢO LUẬN
VĂN HỌC

DOCTOR OFFICE
KELVIN MAI
INTERNAL
MEDICINE
(714) 332-1069
Uy tín - Tận tâm
CHUYÊN TRỊ:
- Bệnh Nội Khoa như bệnh tim mạch, cao áp huyết, cao mỡ, tiểu đường, gan, thận, phổi
- Các bệnh thần kinh, đau nhức, phong thấp
- Bệnh đường ruột, đường tiểu
- Yếu sinh lý cùng bệnh nhoài da, nấm da...
- Trị theo lối, đốt mụn cóc, thịt dư...
- Có chích ngừa các loại...
- Có máy đo tim, theo dõi tim suốt 24 giờ
- Máy thử thính lực và máy đo chức năng phổi
- Có chích thuốc bổ, thuốc trụ sinh, truyền nước biển
- Chữa trị đau nhức hiệu quả bằng bấm huyệt, nắn xương, chỉnh gân và bắp thịt
- Chích thuốc đau nhức, chích thuốc mỡn cho đầu gối
- Có siêu âm gan, thận, mạch máu và các loại siêu âm khác tại phòng mạch
Chúc Mừng Xuân Kỷ Hợi
An Khang Thịnh Vượng
Địa Chỉ 1:
1002 N. Fairview Street,
Santa Ana, CA 92703
Tel: (714) 332-1069
Fax: (714) 709-4205
Giờ làm việc:
Thứ Hai, Tư, Sáu
8:30AM ~ 5:00PM
Thứ Bảy
8:00AM ~ 1:00PM
Chủ Nhật: Đóng Cửa
Giờ Lunch
1:30PM ~ 2:00PM
Địa Chỉ 2:
12666 Brookhurst Street, #130
Garden Grove, CA 92840
Tel: (714) 332-1069
Fax: (714) 709-4205
Giờ làm việc:
Thứ Ba & Thứ Năm
8:30AM ~ 5:00PM
Thứ Bảy
8:00AM ~ 12:00PM
Kelvin Mai
Chủ Nhật: Đóng Cửa
Giờ Lunch
1:30PM ~ 2:00PM

Nhà Thuốc Tây
PROFESSIONAL PHARMACY WESTMINTER
7631 Westminster Blvd., Suite D, Westminster, CA 92683
P: (714) 893-2464 | F: (714) 893-4255
T2-T6: 9am - 6pm | T7: 9am - 2pm
Dược sĩ Denise Lê và toàn thể nhân viên chân thành cảm ơn quý vị đã cho chúng tôi cơ hội được phục vụ trong nhiều năm qua, và mong tiếp tục được sự ủng hộ của quý vị trong nhiều năm tới.
Đến với nhà thuốc, qui khách sẽ được giúp đỡ tận tình.
Chúng tôi:
• Nhận mọi bảo hiểm
• Chích ngừa các loại
• Giao thuốc miễn phí đến tận nhà.
Dược sĩ Denise Lê trân trọng kính mời!
PROFESSIONAL PHARMACY
FAIRVIEW ST.
1002 N. Fairview St., Santa Ana, CA 92703
P: (714) 881-0012 | F: (714) 881-4321
T2-T6: 9am - 6pm | T7: 9am - 1pm
PROFESSIONAL PHARMACY
FIRST ST.
2339 W. First St., Santa Ana, CA 92703
P: (714) 278-4800 | F: (714) 278-4769
T2-T6: 9am - 6pm | T7: Đóng Cửa

Với những người ưa chuộng thi ca, thì thơ Tân Hình Thức, hầu như ai cũng biết, cũng nghe qua, đọc qua. Nhưng "nhạc Tân Hình Thức" thì đây là lần đầu tiên tôi mới được Nhà thơ Hà Nguyên Du cho nghe.

Hà Nguyên Du là một trong những người tham gia sớm và cùng đẩy manh phong trào thơ Tân Hình Thức, sau khi Nhà thơ Khế Iêm là người khởi xướng. Nhưng phổ nhạc từ thể thơ này thì được biết, hẳn anh là người tiên phong. Thơ Tân Hình Thức vốn không dễ làm, nên nhạc Tân Hình Thức càng không dễ phổ thành ca khúc.

Vì thơ Tân Hình Thức như là một loại văn xuôi được cấu trúc dưới hình thức vắt dòng, phá cách, không vần điệu, theo ngũ ngôn, thất ngôn hay luc bát... mà thành. Cho nên khởi xướng thành nhạc từ thể loại này rất dễ bị ảnh hưởng vào cung cách của văn xuôi.

Tuy nhiên, thơ Tân Hình Thức cũng có nhạc tính nên khi phổ nhạc Hà Nguyên Du đã cố gắng thoát ra khuôn sáo trường quy mà tạo được một hình thức tương đối mới lạ trong âm nhạc và lời ca. Đặc biệt, khi phổ nhạc, Hà Nguyên Du chấp nhận để y nguyên gốc, đã không sửa đổi hay thêm thắt chữ nào, ý nào từ bài thơ của các nhà thơ Tân Hình Thức.

Âm nhạc khởi lên từ thơ hình thức, ngôn ngữ và hình ảnh nghe như của văn xuôi, nên lời ca được Hà Nguyên Du khéo léo tháp cánh nâng lên, bay bổng bằng nhạc thuật. dù giản dị nhưng đi thẳng vào tâm tưởng người nghe… **Nhạc sĩ Phan Ni Tấn**

Hà Nguyên Du là một trong những người làm thơ nổi tiếng ngay từ trước 1975 và khi ra hải ngoại, với nhiều thi tập đã được xuất bản và được giới yêu thơ dành cho nhiều hảo cảm đạc biệt…

Thi sĩ còn ở trong cương vị của một người làm thơTân Hình Thức, với cung cách tích cực đẩy mạnh phong trào, ngay từ khởi đầu tham gia.

Thơ THT vốn là một thể loại thơ mới lạ, khó đọc, khó làm vì phá khổ phá luật, vì thế không phải ai cũng có thể tác tạo được một bài thơ - giống như một ma thuật huyền hoặc nhưng tượng hình trong ngôn ngữ - nếu người làm thơ không phải là người có kỹ năng sáng tạo cao độ cả về thi ngôn lẫn bề dày kinh nghiệm sống sâu sắc trong cuộc đời.

Hà Nguyên Du, gần như là người viết nhạc duy nhất đã thổi hồn nhạc thêu dệt nên những bài thơ nhạc qua thể loại Tân Hình Thức, mà không cần sửa chữa hay thêm bớt một chữ. Đó là biệt tài ngoại hạng mà không phải ai cũng có thể hòan tất được.

Để chứng minh điểm son này, tôi nghĩ, những người yêu thơ, nhất là đối với thể loại thơ Tân Hình Thức do Hà Nguyên Du phổ nhạc, rất nên tìm nghe CD Nhạc Thơ Tân Hình Thức do ông miệt mài thực hiện suốt hơn 3 năm qua với nhiều thử thách cả về vật chất, kỹ thuật, lẫn tinh thần.

Nguyên Hà- Nhạc sĩ / Ký giả /TB Sống & Saigon Mới Magazine.

Viết về CD "Nhạc Thơ Tân Hình Thức" của **Hà Nguyên Du**

Như mới đây tôi đã viết như sau về tập thơ anh sắp xuất bản: Xin trích:

Và cứ như thế, tôi lại kinh ngạc, khi khám phá ra thêm một phương diện nào khác về Hà Nguyên Du. Thí dụ, khi biết rằng anh sáng tác nhạc, và các ca khúc lại rất mực xuất sắc…Và, xin trích:

Có một điều tôi biết chắc rằng, đối với Hà Nguyên Du, thơ là cơm hàng ngày để ăn, là nước hàng buổi để uống, và là khí trời trong từng khoảng khắc anh hít thở.

Thì nay, việc sáng tác nhạc của anh hòa nhập vào đời thơ làm thăng hoa cuộc sống khốn khó. Đây cũng là " khí trời trong từng khoảng khắc anh hít thở " .

Tôi chỉ là người nghe nhạc lâu năm, nên thấm âm trở thành thói quen… Vì thế tôi dễ nhận ra hay dở của một ca khúc..

Về thơ Tân Hình Thức là loại thơ không vần điệu, với ngôn ngữ đời thường. Dù chỉ để đọc, nhưng Hà Nguyên Du khám phá ra tính nhạc của nó không kém, so với thơ truyền thống. Từ đó, cách đây 3 năm cho tới nay, anh vẫn là người đầu tiên phóng mình với nổ lực để hoàn thành sứ mệnh "phổ nhạc thơ Tân Hình Thức" Với tâm niệm: Một khi đã được sự ủng hộ nhiệt liệt chưa từng có, của quí anh em là những Nhà thơ trẻ ở hải ngoại cũng như trong nước… Thì dù khó khăn nào, anh cũng đi đến hoàn thành tốt đẹp, như hôm nay tôi có trong tay và đã nghe đi nghe lại nhiều lần. Tôi không ngại để nói lời khen như trích dẫn ở trên là "các ca khúc rất mực xuất sắc". Tôi nghĩ, khi quí vị nghe thì sẽ có đồng nhận định như tôi.

Bởi, thơ THT là loại thơ khó làm khó hay, mà phổ nhạc lại càng khó hơn gấp bội.

Tuy nhiên, Hà Nguyên Du vẫn không ngại, mà vẫn nổ lực như ngay từ đầu cùng mục đích với người khởi xướng phong trào là Nhà thơ Khế Iêm. Quyết cùng nhau đẩy mạnh một trào lưu lịch sử, thật mới mẻ, chưa từng có của thơ Việt là thơ Tân Hình Thức.

Và kỳ diệu thay, anh đã thành công, nổi bật nhất là anh " không sửa một chữ nào" Anh vẫn giữ nguyên bản gốc của các Nhà thơ, mà nhạc anh phổ, khi nghe qua vẫn hay như những ca khúc hiện hành… **Nguyên Giác Phan Tấn Hải**

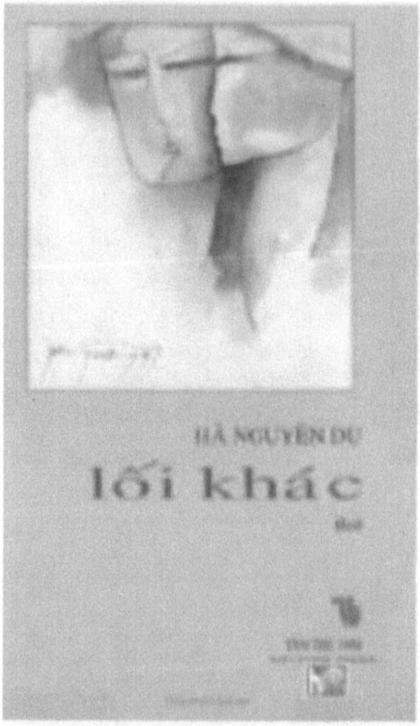

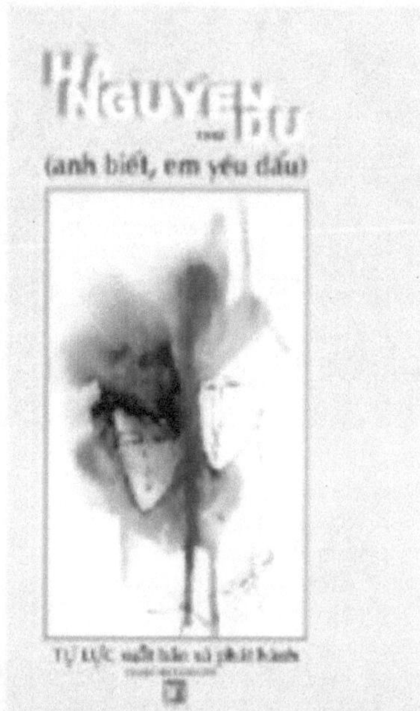

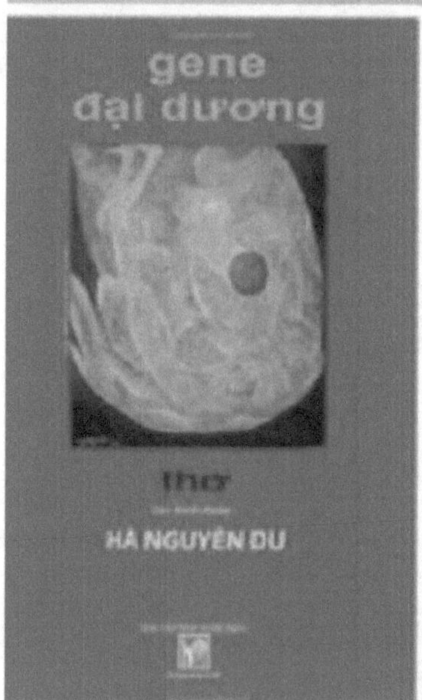

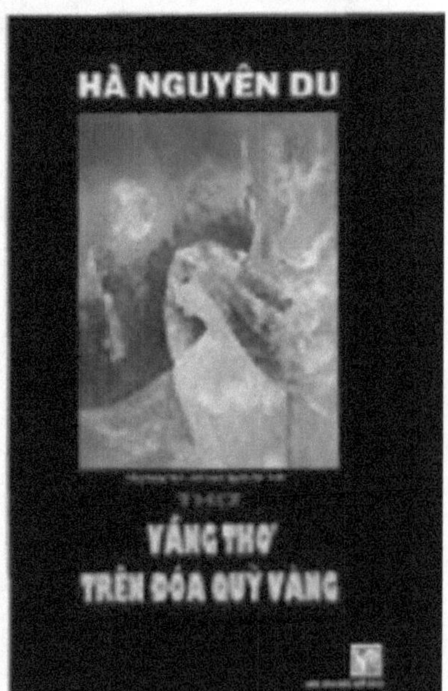

LÊ NGUYÊN **273** tâm huế - tình huế trong thơ Hồ Đắc Thiếu AnhGIỚI

NXB VĂN HỌC MỚI
TRÂN TRỌNG
GIỚI THIỆU SÁCH ĐÃ ẤN HÀNH VÀ
GIÁ SÁCH BÁN TRÊN CỬA HÀNG AMAZON

oOo

1. Lối Khác - Thơ Hà Nguyên Du
Giá $ 18.00
2. Anh Biết Em Yêu Dấu - Thơ Hà guyên Du
Giá $ 20.00
3. Gene Đại Dương - Thơ Hà Nguyên Du
Giá $12.00
4. Vầng Thơ Trên Đóa Quỳ Vàng - Thơ Hà Nguyên Du
Giá $20.00
5.,Văn Học Mới số 1
Giá $ 15.00
6. Văn Học Mới số 2
Giá $ 18.00
7. Văn Học Mới số 3
Bìa mềm giá $ 18.00 - Bìa cứng giá $ 35.00
8. Văn Học Mới số 4
Giá $ 18.00
9. Văn Học Mới số
Giá $ 20.00
10. Văn Học Mới số 6
Giá $ 20.00
11. Văn Học Mới số 7
Giá $ 20.00
12. Văn Học Mới số 8
Giá $ 20.00
13. Truyện thơ Thạch Sanh Lý Thông
- Nguyễn Văn Sâm
Giá $ 15.00
14. Thơ Quỳnh- Hoàng Xuân Sơn
Giá $ 18.00
15. Văn Chương Nobel - Scott Nguyen
Giá $ 18.00

16. Con Đường Tâm Linh - Tập 1
Dịch giả Nguyễn Trung Giang
Giá $ 23.00
17. Con Đường Tâm Linh - Tập 2
Dịch giả Nguyễn Trung Giang
Giá $ 23.00
18. Bóng Tre
Dịch giả Nguyễn Trung Giang
Giá $ 23.00
19. Chính Thân Này Là Phật
Dịch giả Nguyễn Trung Giang
Giá $ 17.00
20. Linh Hồn Cho Vũ Điệu
Dịch giả Nguyễn Trung Giang
Giá $ 28.00
21. Nhịp Đập Trong Nhau -Thơ Phan Hạ Du
Bìa mềm giá $ 12.00_Bìa cứng $20. 32
22. Thổn Thức Nhau Từ Ấy -Thơ Phan Hạ Du
Bìa mềm giá $ 12.00_Bìa cứng $22.00
23. Thương Nhớ Người Dưng-Thơ Phan Hạ Du
Giá $ 12.00
24. Dấu Mốc - Nguyễn Lương Ba
Bìa mềm giá $ 12. 00- Bìa cứng $ 25.00

25. Có Một Thời Ở Quê Hương Tôi - Phan Ni Tấn
Giá $ 18.00
26. Ngòi Viết Lang Thang- Phan Ni Tấn
Giá $ 30.00
27. Người Tôi Yêu- Phan Ni Tấn
Giá $ 20.00
28. Tuyển Tập Thơ Đức Phổ
Bìa mềm giá $ 20.00 - bìa cứng $ 40.00

29 . CD Nhạc Thơ Tân Hình Thức Giá $10.00
30. KInh Hoa Vàng tập 2 - bìa mềm - giá $ 23.00
31. Khóc Với Mùa Thu - thơ toàn tập - bìa mềm giá $25.00
32. Thơ Toàn Tập 1 Hà Nguyên Du - bìa mềm $ 40.00 - cứng $65.00

TRẢ LỜI THƯ TÍN

1/ Tòa soạn Văn Học Mới, xin chân thành cảm ơn quí thân hữu là Nhà thơ, Nhà văn, Nhà Phê Bình, Biên khảo đã hết lòng ủng hộ..

Rất cảm ơn quí vị đã vì yêu mến VHNT nên không chút lo ngại khi nhiệt tình mua báo dài hạn.

Một niềm hạnh phúc nồng nàn đầy chất khích lệ là gia hạn sự ủng hộ cũng như tiếp tục đóng góp bài vở thường xuyên ... của quí tác giả, quí mạnh thường quân...

Tòa soạn VHM cũng không quên cảm ơn quí vị mua tạp chí của chúng tôi trên Amazon, kể cả mua trong những nhà sách ...

1/Con đường "Lập Đức" của tạp chí VHM vẫn luôn là việc ưu tiên hàng đầu. Vì thế "tiếng thơm đồn xa". Vẫn có lai rai thành viên mới cộng tác, cũng do từ anh em thành viên cũ có quá trình "làm ăn khấm khá với VHM nên giới thiệu cho bạn bè của họ!! Từ đó trong VHM số 20 kỳ này nhận được hai tác giả mới ... Ở Mỹ thì có nhà thơ / nhà văn Tuệ Trung Lê Trọng Dũng. Ở Việt Nam thí có nhà thơ Nguyễn Nguyên Phượng (trước đây cũng có cộng tác).

2/ VHM một mực thể hiện tình yêu thương quí trọng đến những tác giả đã một đời sống chết với Văn Học Việt Nam, đã để lại nhiều tác phẩm đóng góp.!! (Không phải riêng vì đã cộng tác với VHM mà chúng tôi mới làm số đặc biệt tưởng niệm ...) Mà là thể hiện sống theo đạo lý của dân tộc Việt mình là "Ăn trái nhớ kẻ trồng cây hay uống nước nhớ nguồn..

Có thể kể từ khi VHM ra đời, đã làm số đặc biệt tưởng niếm đến: (Số 2) tưởng niệm nhà thơ/ nhà biên khảo văn học Trần văn Nam. (Số 6) tri ân nhà thơ/ nhà văn/nhạc sĩ Nguyễn Đình Toàn. (Số 8) là số đặcbiệt coi như vinh danh Giai Phẩm Chủ Đề do nhà văn Nguyễn Trung Hối điều hành. (Số 10) tưởng niệm hai nhạc sĩ Nguyễn Hiền và Trầm Tử Thiêng. (Số 13) tưởng niệm Thi sĩ Giáo sư Trần Hồng Châu.

Số 16) tưởng niệm nhà thơ Kim Tuấn... Và đến số 20, tưởng niệm nhà thơ/ nhà văn Hoài Ziang Duy, một tác giả cộng tác đắc lực với tạp chí Văn Học Mới... Đến số 21 là số không chủ đề gì ...

3/ Trong trang Trả Lời Thư Tín kỳ này, bổn báo xin giữ nguyền 2 phần trả lời 1& 2. Mục đích để có sự liên tục khi nói đến gồm có bao nhiêu số mà VHM đặc biệt tưởng niệm đến những VNS mà chúng tôi đã làm trong mấy năm qua.

Chúng tôi sẽ thông báo trước ít nhất 2 số.

Về dự trù cho những số tiếp theo sẽ là số tưởng niệm và bài viết chuyên đề về Ký giả / Nhà văn /Thi sĩ Hoài Trinh (trong thời kháng chiến chống Pháp, có in trong cuốn "Thi Nhân Việt Nam Hiện Đại Quyển 1 - Do Phạm Thanh biên soạn - NXB Sống Mới 1959). *Nhưng sau khi thảo luận với các nhà biên khảo thì bị trở ngại, bởi 1 lý do thiết yếu và duy nhất là Thi sĩ Hoài Trinh, dù nổi tiếng trong những thập niên trước của thời ông sinh hoạt, nhưng chí có nhiều bản thảo về truyền và thơ mà chưa bung ra đời bằng sách xuất bản.* Từ đó kêu gọi người viết thì thiếu hẳn tài liệu. Chính vì thế chúng tôi sẽ tiếp tục tưởng niệm hay vinh danh những tên tuổi dưới đây:

- Vinh danh Nhà Văn Nguyễn Văn Sâm - đang thực hiện trong số 28 này
- Tưởng niệm Nhà văn Thanh Việt Thanh (còn tính lại...)
- Tưởng niệm Nhà văn Nguyễn Xuân Hoàng
- Tưởng niệm Nhạc sĩ Đỗ Lễ ...

4/ VHM số 24 tưởng niệm Nhà văn Nguyễn Trung Hối xong

5/ Trong 2 tháng vừa qua, VHM làm hai số dồn một, tức là số "22 &23" thuộc số tháng 2 năm 2023 Xuân Quí Mão. Chính bổn báo cũng không ngờ rằng với chỉ mục đích là "Kỷ Niệm 5 Năm Phát Hành Văn Học Mới" thôi!! (Theo dự trù là nhằm giới thiệu sự nghiệp sáng tác của mỗi tác giả) nên dành nhiều trang để họ có dịp tỏ bày... Ngờ đâu rằng "phóng lao thì phóng theo lao" ... Số trang tăng vọt lên chưa từng có trong lịch sử của mọi thời, mọi tờ báo Văn Học. (tăng gần 8 trăm trang). Khiên tờ báo nặng ký như cuốn tự điển.... Phát hành xong, mỗi tác giả đều có trong tay, hẳn nhiên sự trố mắt nhìn và tóm tắt khen ngợi không tiếc lời!!

6/ Trong Văn Học Mối số 22 & 23 Xuân Quí Mão vừa qua, có số lượng tác giả gia hạn mua báo dài hạn cũng tăng đều đặn.... Bổn báo chân thành cảm ơn quí tác giả tích cực cộng tác với VHM và nhiệt tình ủng hộ báo dài hạn. Một hành động nhân quả tốt đẹp là một niềm khích lệ vô cùng lớn lao cho tờ báo thêm mạnh bước chân cứng đá mềm!!

7/ VHM số 27 & 28 đã công bố trước ngày bắt đầu của "Giải Thơ Văn Học Mới 2024" . Thật sự ngày tháng bắt đâu nhận bài là giũu tháng hai và kết thúc đến giữa tháng 5 > Tháng 6 mới công bố kết quả giải, nhưng từ khi bắt đầu công bố sớm trên VHM số 27, đã có hàng loạt người ở khắp nơi đã gửi bài dự thi trước rồi, Đó là một biểu hiện tích cực đầy lạc quan cho Giải Thơ mang tính đột phá và thăng hoa cho "dòng chảy VHNT" ở Hải Ngoại của chúng ta....

VĂN HỌC MỚI
TẠP CHÍ

Thể lệ gởi bài về

VĂN HỌC MỚI
TẠP CHÍ

Gởi sáng tác, xin kèm theo địa chỉ, tên thật (có thể), số phone và email. Gởi đến Văn Học Mới, xin vui lòng đừng gởi báo khác. Nếu tác phẩm đã từng dùng hay phổ biến dưới dạng thức nào, quí vị nên cho bổn báo hay biết. Nhất là **không nhận đăng bài đã đăng trên Facebook hay bất cứ đâu và không nhận bài vở viết tay...**

Xin lưu ý: Tạp chí Văn Học Mới : "không có qui định trả tiền nhuận bút cho bất cứ tác giả nào cộng tác", vì không phải là báo kinh doanh. Vì vậy, những tác giả trong nước khi gởi bài cho VHM, xin nhớ để "không cần nhuận bút ...

Bài vở, đánh máy một mặt giấy. Xin dùng Microsoft Word với công cụ Uni Code hay Unikey là tốt nhất. Cần theo font chữ Arial hay Time New Roman. Bài không đăng không trả lại. Thời gian không đăng khoảng 2 số liên tiếp, quí vị có quyền gởi báo khác..

TẠP CHÍ VĂN HỌC MỚI:

PHÁT HÀNH 6 SỐ / NĂM

(Tức 2 tháng ra 1 sô)

Chấm dứt không nhận bài vào ngày 30 của tháng thứ nhất

Gởi bài vở cho Văn Học Mới, theo 2 Email :

1/ hanguyendu@gmail.com
2/ vanhocmoi68@gmail.com

Ngân phiếu / chi phiếu xin để:

HA NGUYEN
10291 Arundel Ave

Westminster, CA 92683 - 5821- USA

GIÁ BIỂU BÁO DÀI HẠN6 số / NĂM

HOA KỲ / MỘT NĂM / $120.00. HAI NĂM $ 220.00

MUA______/ NĂM

CANADA / MỘT NĂM / $120.00. HAI NĂM $ 220.00

Á CHÂU, ÂU CHÂU, ÚC CHÂU / MỘT NĂM / $120.00
HAI NĂM $220.00

MUA______/ NĂM

Giá bán tại các nhà sách US **$20.00** / Cuốn

GIÁ BIỂU BÁO DÀI HẠN6 số / NĂM

HOA KỲ / MỘT NĂM / $120.00. HAI NĂM $ 220.00

MUA______/ NĂM

CANADA / MỘT NĂM / $120.00. HAI NĂM $ 220.00

Á CHÂU, ÂU CHÂU, ÚC CHÂU / MỘT NĂM / $120.00
HAI NĂM $220.00

MUA______/ NĂM

Giá bán tại các nhà sách US **$20.00** / Cuốn

GIÁ BIỂU BÁO DÀI HẠN6 số / NĂM

HOA KỲ / MỘT NĂM / $120.00. HAI NĂM $ 220.00

MUA_____/ NĂM

CANADA / MỘT NĂM / $120.00. HAI NĂM $ 220.00

Á CHÂU, ÂU CHÂU, ÚC CHÂU / MỘT NĂM / $120.00
HAI NĂM $220.00

MUA_____/ NĂM

Giá bán tại các nhà sách US **$20.00** / Cuốn

GIÁ BIỂU BÁO DÀI HẠN6 số / NĂM

HOA KỲ / MỘT NĂM / $120.00. HAI NĂM $ 220.00

MUA_____/ NĂM

CANADA / MỘT NĂM / $120.00. HAI NĂM $ 220.00

Á CHÂU, ÂU CHÂU, ÚC CHÂU / MỘT NĂM / $120.00
HAI NĂM $220.00

MUA_____/ NĂM

Giá bán tại các nhà sách US **$20.00** / Cuốn

Chúng tôi NHẬN in ấn tác phẩm thuộc VHNT

NHÀ XUẤT BẢN VĂN HỌC MỚI

Phát hành toàn cầu qua hệ thống Amazon.
Sẽ giao đến tận nhà quí vị. Trên
tinh thần ủng hộ quí Văn Nghệ Sĩ
và thân hữu trong giới sáng tác
Liên lạc Hà Nguyên Du

vanhocmoi68@gmail.com
hanguyendu@gmail.com

Ảnh bìa : Giáo sư NGUYỄN VĂN SÂM
Trình bày bìa và dàn trang HÀ NGUYÊN DU

www.ingramcontent.com/pod-product-compliance
Lightning Source LLC
LaVergne TN
LVHW040051051026
849525LV00002B/650